வெஸ்ட்லேண்ட் பப்ளிகேஷன் லிமிடெட்

1974-ல் பிறந்து, ஐஐஎம் கொல்கத்தாவில் படித்து. வங்கி அதிகாரியாக சலிப்புற்று ஆனந்தமான எழுத்தாளர் ஆனவர் அமீஷ். அவரது முதல் புத்தகமான *மெலூஹாவின் அமரர்கள்* சிவா முத்தொகுதியின் முதல் நூல் அடைந்த வெற்றி, பதினான்கு ஆண்டுகளாக பணியாற்றிய நிதிநிறுவன வேலையை விட்டுவிட்டு எழுத்தில் கவனம் செலுத்த ஊக்கம் தந்தது. வரலாறு தொன்மம், தத்துவம் இவற்றில் ஆர்வம் உள்ளவர், உலகின் அனைத்து மதங்களிலும் அர்த்தத்தையும் அழகையும் காண்பவர். அமீஷின் நூல்கள் 40 லட்சம் பிரதிகளுக்கும் அதிகமாக விற்றுத் தீர்ந்தன, 19 மொழிகளில் மொழிபெயர்க்கப்பட்டுள்ளன.

அமீஷ் தன் மனைவி பிரீத்தி மகன் நீல் ஆகியோருடன் மும்பையில் வசிக்கிறார்.

தொடர்புக்கு:
www.authoramish.com
www.facebook.com/authoramish
www.twitter.com/authoramish

அமீஷின் பிற நூல்கள்

சிவா முத்தொகுதி

மெலூஹாவின் அமரர்கள் (சிவா முத்தொகுதி 1)

கிமு 1900. புவியில் வாழ்ந்த மிகச்சிறந்த அரசர்களில் ஒருவனாகிய ராமன் பல நூற்றாண்டுகளுக்கு முன்பு உருவாக்கிய முழுமைபெற்ற பேரரசு மெலூஹா எனும் நாட்டை அந்தக்காலகட்டத்தில் வாழ்ந்தவர்கள் அறிவர். இப்போது அவர்களின் முதன்மை நதி சரஸ்வதி மறைந்துகொண்டு வருகிறது. கிழக்கு திசையிலிருந்து எதிரிகளின் தீவிரவாதத் தாக்குதல்களை சந்திக்கிறார்கள். புராண நாயகன் நீலகண்டன் இந்தத் தீமைகளை அழிக்கத் தோன்றுவானா?

நாகர்களின் இரகசியம் (சிவா முத்தொகுதி 2)

தீயவனாகிய போர்வீரன் நாகா என்பவன் பிரகஸ்பதியைக் கொன்றுவிட்டு இப்போது சதியை தொடர்கிறான். தீமையை அழிப்பவனாக அறிவிக்கப்பட்ட சிவா, அரக்கனின் அழிவு காணாமல் ஓயமாட்டான். கடுமையாக போரிடுவான், சிவா முத்தொகுதியின் இரண்டாவது நூலாகிய இதில் நம்பமுடியாத ரகசியங்கள் வெளிப்படும்.

வாயுபுத்ரர் வாக்கு (சிவா முத்தொகுதி 3)

சிவா தன் படைகளைத் திரட்டுகிறார். நாகர்களின் தலைநகர் பஞ்சவடியை அடைகிறார். தீமை இறுதியாக தன்னை வெளிக்காட்டுகிறது. தனது உண்மையான எதிரியுடன் நீலகண்டன் ஒரு புனிதப் போருக்குத் தயாராகிறார். அவர் வெற்றி பெறுவாரா? பரபரப்பாக விற்பனையாகும் சிவா முத்தொகுதியின் இந்த கடைசி நூலில் இந்த மர்மங்களுக்கான விடையைக் கண்டடைவீர்.

'அமீஷை முன்மாதிரியாகக் கொள்வோர் அதிகரிக்க வேண்டும் என்பதுதான் என் ஆசை ...'
— இந்திய நடிப்புலகில் பெரும் சாதனை படைத்த மாமனிதர், அமிதாப் பச்சன்.

"இந்தியாவின் டோல்கியன், அமீஷ்."
— பிஸ்னெஸ் ஸ்டேண்டர்ட்.

"அமீஷ்தான் இந்தியாவின் முதல் இலக்கிய சூப்பர்ஸ்டார்."
— பிரபல திரைப்பட இயக்குனர் ஷேகர் கபூர்.

"கிழக்கின் பாலோ கோயெல்ஹோ... அமீஷ்."
— பிஸ்னெஸ் வர்ல்ட்.

அமீஷின் கற்பனைவளம் கடந்த காலத்தை அகழ்ந்து, எதிர்காலச் சாத்தியக்கூறுகளை வெளிச்ச மிட்டுக் காட்டுகின்றது. சம்பிரதாயக் கதையமைப்பிலும் நெகிழ்ச்சி கூட்டும் அமீஷின் தொகுதி, நம் ஆன்மா மற்றும் மனித குலத்தின் உணர்வுநிலைத் திரட்சியில் ஆழப் புதைந்துள்ள படிமங்களையும் வெளிக்கொணரும் விதமாக அமைந்துள்ளது."
— தீபக் சோப்ரா, பிரபல எழுத்தாளர்; உலகம் புகழும் ஆன்மீகவாதி

"இந்திய எழுத்துலகில் அமீஷ் புத்துணர்வூட்டும் புதுவரவு - வரலாற்றிலும், புராணங்களிலும் இயல்பாக

www.authoramish.com

மூழ்கி எழும் அவரது எழுத்து, மிக நுட்பமான, கவர்ச்சி கரமான நடையுடன் நம்முன்னே வலம் வருகிறது.''

– ஸஷி தரூர், பாராளுமன்ற உறுப்பினர்; பிரபல எழுத்தாளர்

''இந்தியாவின் பல புராண இதிகாசங்கள், கர்ண பரம்பரைக்கதைகள் எல்லாவற்றையும் மிகத் திறமையாகச் சேகரித்து பரபரப்பான கதைகளாக நமக்கு அளிக்கும் திறன் அமீஷுக்கு மிக இயல்பாகக் கைவந்திருக்கிறது. இதுவரை கடவுளர், கலாச்சாரம், வரலாறு, அரக்கர்கள் மற்றும் கதாநாயகர்கள் குறித்து காலங்காலமாய் இருந்து வந்திருக்கும் பார்வையை முற்றுமாக மாற்றியமைத்துவிட்டது அவரது தொகுதி.''

– ஹை ப்லிட்ஸ்

''சகிப்புத்தன்மை குறித்த அமீஷின் தத்துவங்கள்; புராணங்களில் அவரது ஆழ்ந்த ஞானம்; சிவன் மீது வெளிப்படையான பற்று... இவையெல்லாமே அவரது புத்தகங்களினின்று நன்கு வெளியாகின்றன.''

– வெர்வ்

''வறண்ட பல விஷயங்களை அற்புதச் சுவை மிகுந்த கதைகளாக மாற்றும், வரலாற்றையும் புராணத்தையும் சு வாரசியமாக்கும் வளர்ந்து வரும் சில எழுத்தாளர்களின் வரிசையில் த்ரிபாதியும் இருக்கிறார்.''

– தி ந்யூ இண்டியன் எக்ஸ்ப்ரெஸ்

''இந்தியாவின் புராண இதிகாசங்களை இளைய சமுதாயத்திற்கு மீண்டும் அறிமுகம் செய்ததற்கான பாராட்டு நிச்சயம் அமீஷிற்கு உரித்தானது.''

– ஃபெர்ஸ்ட் சிட்டி

www.authoramish.com

இக்ஷ்வாகு குலத்தோன்றல்

இராமச்சந்திரா
தொகுதியில்
புத்தகம் 1

அமீஷ்

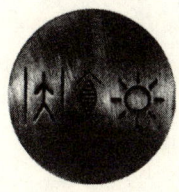

(தமிழில்: பவித்ரா ஸ்ரீனிவாசன்)

www.authoramish.com

westland publications ltd
61, Silverline Building, 2nd Floor, Alapakkam Main Road, Maduravoyal, Chennai 600095
93, 1st Floor, Sham Lal Road, Daryaganj, New Delhi 10002
www.westlandbooks.in

First Published in English as *Scion of Ikshvaku* by westland ltd 2015
First Published in Tamil as *Ikshvaku Kulathondral* by westland ltd 2016
This edition published by westland publications ltd 2017
Copyright © Amish Tripathi 2015

All rights reserved
10 9 8 7 6 5 4 3 2

Amish Tripathi asserts the moral right to be identified as the author of this work.

This is a work of fiction. Names, characters, places and incidents are either the product of the author's imagination or are used fictitiously and any resemblance to any actual person living or dead, events and locales is entirely coincidental.

ISBN: 978-93-85724-05-3

Cover Design by Think WhyNot

Typesetting by MYSTICSWRITE, Chennai
Printed at HT Media Ltd., Noida

This book is sold subject to the condition that it shall not, by any way of trade or otherwise, be lent, resold, hired out, or otherwise circulated without the author's prior written consent, in any form of binding or cover other than that in which it is published and without a similar condition including this condition being imposed on the subsequent purchaser and without limiting the rights under copyright reserved above, no part of this publication may be reproduced, stored in or introduced into a retrieval system, or transmitted in any form or by any means (electronic, mechanical, photocopying, recording or otherwise), without the prior written permission of the copyright owner, except in the case of brief quotations embodied in critical articles or reviews with apporpriate citations.

www.authoramish.com

என் தந்தை விநய் குமார் த்ரிபாதிக்கும்,
என் தாய் உஷா த்ரிபாதிக்கும் சமர்ப்பணம்

பெற்றோர் வில்; பிள்ளைகள் சரம்
என்றார் கலீல் ஜிப்ரான்
வில்லின் வளைவு, நீட்சியைப் பொறுத்ததே சரம் பறக்கும் தூரம்.
நான் பறப்பதும் என் ஆற்றலினால் அல்ல – பெற்றோர்
என் பொருட்டு வளைந்ததனால் மட்டுமே.

www.authoramish.com

ஓம் நமச்சிவாய.

இந்தப் பிரபஞ்சம், சிவபெருமானைத் தொழுகிறது.

நானும், சிவபெருமானையே வணங்குகிறேன்.

www.authoramish.com

இராமராஜ்யவாஸி த்வம்; ப்ரோச்ரயஸ்வ தே சிரம்
ந்யாயார்தம் யுத்யஸ்வா; ஸர்வேஸு சமம் ஸர
பரிபாலய துர்பலம்; வித்தி தர்மம் வரம்
ப்ரோச்ரயஸ்வ தே சிரம்
இராமராஜ்யவாஸி த்வம்.

தலை நிமிர்ந்து நில்; நீ இராமராஜ்யத்தின் பிரஜை.
நியாயம் ஜெயிக்கப் போராடு. அனைவரையும் சமமாய் நடத்து.
எளியோரைக் காப்பாற்று.
தர்மமே அனைத்திலும் மேல் என்றுணர்.
தலை நிமிர்ந்து நில்.
நீ இராமராஜ்யத்தின் பிரஜை.

www.authoramish.com

இக்கதையில் இடம்பெறும் கதாபாத்திரங்கள் மற்றும் பிரதான குலங்கள்

அரிஷ்டநேமி: மலயபுத்ரர் இராணுவத்தின் சேநாதிபதி; விஸ்வாமித்ரருக்கு வலக்கை

அஸ்வபதி: வடமேற்கே உள்ள கேகய இராஜ்யத்தின் மன்னர்; தசரதரின் நண்பர்; கைகேயிக்குத் தந்தை

பரதன்: இராமனுக்கு மாற்றாந்தாய்ப் புதல்வன்; தசரதர் மற்றும் கைகேயியின் மகன்

தசரதர்: கோசல நாட்டின் சக்ரவர்த்தி; சப்தசிந்துவை ஆளும் மாமன்னர்; கௌஸல்யா, கைகேயி மற்றும் சுமித்ரையின் கணவர்; இராமன், பரதன், லக்ஷ்மணன் மற்றும் ஷத்ருக்னனின் தந்தை

ஜனகர்: மிதிலையின் மன்னர்; சீதை மற்றும் ஊர்மிளையின் தந்தை

கைகேயி: கேகய மன்னர் அஸ்வபதியின் புதல்வி; தசரதரின் இரண்டாவதும், மனதுக்குகந்தவளுமான மனைவி; பரதனின் தாய்

கௌஸல்யா: தென்கோசலை மன்னன் பானுமன்னுக்கும், மனைவி மஹேஷ்வரிக்கும் பிறந்தவள்; தசரதரின் முதல் மனைவி; இராமனின் தாய்

குபேரன்: வியாபாரி; இராவணனுக்கு முன் இலங்கை அதிபதி

கும்பகர்ணன்: இராவணனின் சகோதரன்; நாகாவும் கூட (உடலில் ஊனமும் விகாரமும் கொண்டு பிறந்தவன்)

குஷத்வஜர்: ஸங்கஷ்யாவின் மன்னர்; ஜனகரின் இளைய சகோதரர்

லக்ஷ்மணன்: தசரதரின் இரட்டைக் குழந்தைகளில் ஒருவன்; சுமித்ரையின் மகன்; இராமனின் விசுவாசி; பின்னாளில், ஊர்மிளையின் கணவன்

மலயபுத்ரர்கள்: ஆறாம் விஷ்ணுவாய் அறியப்பட்ட பகவான் பரசுராமர் விட்டுச் சென்ற குலம்

மந்தரை: சப்தசிந்துவின் மிகப் பெரும் வியாபாரி; கைகேயியுடன் தோழமை பூண்டவள்

ம்ருகஸ்யர்: தசரதரின் இராணுவச் சேநாதிபதி; அயோத்யாவின் பிரபுக்களில் ஒருவர்

நாகர்கள்: பிறவியிலேயே உடல் ஊனமும் விகாரமும் கொண்ட பயங்கர வம்சத்தார்.

நீலாஞ்சனா: தென்கோசலையைச் சேர்ந்த இந்தப் பெண்மணி, அயோத்ய இராஜவம்சத்தின் பிரத்யேக மருத்துவர்

இராவணன்: இலங்கை மன்னன்; விபீஷணன், சூர்ப்பநகை மற்றும் கும்பகர்ணனின் சகோதரன்

இராமன்: கோசல இராஜ்யத்தின் தலைநகர் அயோத்யாவை ஆண்ட சக்ரவர்த்தி தசரதரின் நான்கு மகன்களில் மூத்தவன்; கௌஸல்யாவிற்குப் பிறந்தவன்; பின்னாளில் சீதையின் மணாளன்

ரோஷ்னி: மந்தரையின் மகள்; மருத்துவத்தில் தேர்ந்தவள்; தசரதரின் நான்கு மகன்களுக்கும் *ராக்கி* சகோதரி

ஸமீச்சி: மிதிலை நகரின் காவல், மற்றும் அரசு சம்பிரதாய துறைகளின் தலைமை அதிகாரி

ஷத்ருக்னன்: லக்ஷ்மணனும் இவனும் இரட்டைப் பிறவிகள்; தசரதர் மற்றும் சுமித்ராவின் புதல்வன்

சூர்ப்பநகை: இராவணனின் மாற்றாந்தாய் மகள்

சீதை: மிதிலை மன்னர் ஜனகரின் வளர்ப்பு மகள்; மிதிலையின் பிரதம மந்திரி; பின்னாளில், இராமனின் மனைவி

சுமித்ரா: காசி மன்னர் புதல்வி; தசரதரின் மூன்றாவது மனைவி; இரட்டைப்பிறவிகளான லக்ஷ்மணன் மற்றும் ஷத்ருக்னனின் தாய்

வஸிஷ்டர்: அயோத்யா மற்றும் அரச குடும்பத்தினரின் இராஜகுரு; நான்கு இளவரசர்களுக்கும் ஆசான்

வாயுபுத்ரர்கள்: முந்தைய மகாதேவரான ருத்ரபகவான் விட்டுச் சென்ற குலம்

விபீஷணன்: இராவணனுக்கு மாற்றாந்தாய் மகன்

விஸ்வாமித்ரர்: ஆறாம் விஷ்ணுவான பிரபு பரசுராமர் விட்டுச் சென்ற குலமான மலயபுத்ரர்களின் தலைவர்; இராமலக்ஷ்மணர்களின் தற்காலிக குரு

ஊர்மிளா: சீதையின் இளைய சகோதரி; ஜனகரின் சொந்த மகள்; பின்னாளில் லக்ஷ்மணனைக் கரம் பிடிப்பவள்

கி மு 3400இல் இந்திய வரைபடத்திற்கு, பின்னட்டையின் உட்புறம் காண்க.

www.authoramish.com

ஏற்புரை

எழுத்தாளர் ஜான் டான்னின் கருத்துக்கள் அனைத்தையும் நான் ஏற்கவில்லை என்றாலும், ஒன்று மட்டும் சரியே: *எந்த மனிதனும் தனித் தீவல்ல.* அம்மாதிரித் தீவாய் விலகிவிடாமல் என்னைப் பலர் தங்களுடன் இணைத்துக்கொண்டது என் அதிர்ஷ்டம். உண்மையான அன்பும் ஆதரவுமே கலை வளர்ச்சிக்கு ஆதாரமாகையால், என்னை வளர்த்தவர்கள் சிலருக்கு இங்கே என் நன்றியைத் தெரிவித்துக்கொள்கிறேன்.

என் இந்த வாழ்க்கைக்கும் அதைச் சேர்ந்த அனைத்திற்கும், என் தெய்வம் சிவபெருமானுக்கே நன்றி. இராமபிரானை (என் தாத்தா பண்டிதர் பாபுலால் த்ரிபாதியின் இஷ்ட தெய்வம்) மீண்டும் என் வாழ்க்கைக்கு இட்டு வந்ததற்கும்தான்.

நீல் - என் மகன், என் ஆனந்தம், பெருமிதம், வாழ்வின் ஆதாரம். அவன் அவனாக இருப்பதே என் மிகப்பெரும் சந்தோஷம்.

என் மனைவி ப்ரீத்தி; சகோதரி பாவ்னா; மைத்துனன் ஹிமான்ஷு; சகோதரர்கள் அனீஷ் மற்றும் ஆஷிஷ் - கதைக்குத் தங்களாலியன்ற பங்களிப்பிற்காக. புத்தகத்தில் இடம்பெற்றுள்ள பல தத்துவ சித்தாந்தங்கள் பொருட்டு அறிவுரையளிக்க அர்ப்பணித்த நேரம் மற்றும் முயற்சிக்காக, என் சகோதரி பாவ்னாவிற்கு நான் மிகக் கடமைப்பட்டிருக்கிறேன். என் படைப்புக்களை மக்களுக்கு எடுத்துச் செல்லும் அற்புத விற்பனை யுக்திகளுக்காக, மனைவி ப்ரீத்திக்கு என்றென்றும் என் உளமார்ந்த நன்றி.

என் குடும்பம்: உஷா, வினய், மீதா, டோனெட்டா, ஷெர்னாஸ், ஸ்மிதா, அனுஜ், ருதா. அளவற்ற, என்றும் மாறாத அன்பிற்காக.

என் தொகுப்பாசிரியர் ஷர்வானி. சற்று விசித்திர உறவு, எங்களுடையது. சாதாரண காலங்களில் சிரிப்பு;

சந்தோஷம். தொகுக்கும்போதோ, எலியும் பூனையுமாய்ப் பிறாண்டிக்கொள்வோம். இது சொர்க்கத்தில் உருவான சொந்தமே!

கௌதம், க்ருஷ்ணகுமார், ப்ரீத்தி, தீப்தி, சதீஷ், வர்ஷா, ஜயந்தி, விபின், செந்தில், ஷத்ருகன், சரிதா, அவந்தி, ஸந்யோக், நவீன், ஜெய்சங்கர், சதீஷ் மற்றும் என் பதிப்பகத்தார் வெஸ்ட்லேண்டின் அபாரக் குழு. தொடக்கத்திலிருந்து என்னுடன் பயணித்தவர்கள்.

என் முகவர், அனுஜ். பெரிய ஆகிருதி; அதை விடப் பெரிய மனம்! ஒரு எழுத்தாளனுக்கு இவரை விட அருமையான நண்பர் வாய்க்கமுடியாது.

ஸங்க்ரம், ஷாலினி, பரக், ஷைஸ்தா, ரேகா, ஹ்ரிஷிகேஷ், ரிச்சா, ப்ரசாத், மற்றும் இந்தப் புத்தகத்தின் விளம்பர ஏஜென்ஸியான திங்க் வைநாட். அவர்கள் வடிவமைத்த புத்தக அட்டை அட்டகாசமாக இருக்கிறதென்பது என் அபிப்ராயம்! மேலும், டிரெய்லர் உட்பட, புத்தக விற்பனைக்கான பல யுக்திகளை உருவாக்கியதில் அவர்களுக்குப் பெரும் பங்கு உண்டு. நாட்டின் மிகத் தேர்ந்த விளம்பர ஏஜென்ஸிக்களில் இதுவும் ஒன்று.

இப்புத்தகத்தின் இணையதள ஊடக ஏஜென்ஸியான ஆக்டோபஸ் குழு, மற்றும் ஹேமல், நேஹா. அறிவு, ஆற்றல், கடுமையான உழைப்பு, எடுத்த காரியத்தை நிறைவேற்றுவதில் அளவில்லா ஈடுபாடு என எல்லாம் கொண்ட இந்தக் குழு, இணையில்லா பெரும் சொத்து.

டிரெய்லரை உருவாக்கிய குழு, குறிப்பாக ஜாவெத், பார்த்தசாரதி, ரோஹித். பிரமாதமான திறமைசாலிகள். நம்புங்கள் - இந்த முத்துக்களுக்குக் கூடிய சீக்கிரத்தில் உலகமே சிப்பியாக மாறும்.

தகவல் பரிமாற்றம் தொடர்பான விஷயங்களில், விலைமதிப்பற்ற அறிவுரை வழங்கும் என் நண்பர் மோகன்.

மக்கள் தொடர்பின் பொருட்டு, இப்புத்தகத்திற்குப் பெரிதும் முயற்சியெடுத்த க்லியா பிஆர் குழு - குறிப்பாக விநோத், தோரல், நிமிஷா.

என்னுடன் பணிபுரியும் ஸமஸ்க்ருத பண்டிதர் ம்ருணாளினி. அவருடனான என் விவாதங்கள் அறிவையும் மனதையும் விசாலமாக்கும் சக்தி கொண்டவை. இவரிடமிருந்து நான் கற்றது ஏராளம்.

நாசிக்கில் இப்புத்தகத்தின் சில பகுதிகளை எழுதிய போது, விருந்தோம்பல் செய்த நிதின், விஷால், அவனி மற்றும் மயூரி.

இறுதியாக, ஆனால் எல்லோரிலும் முக்கியமான நீங்கள் - என் வாசகர்கள். சிவா முத்தொகுதிக்கு நீங்கள் அளித்த பேராதரவிற்கு என் நெஞ்சின் ஆழத்திலிருந்து நன்றி கூறக் கடமைப்பட்டிருக்கிறேன். இந்தப் புதிய தொகுதியின் முதல் புத்தகமும், உங்களுக்கு ஏமாற்றமளிக்காமல் சுவாரசியமாய் அமையும் என்பதே என் நம்பிக்கை. ஹர ஹர மகாதேவ்!

அத்தியாயம் 1

கி மு 3400, கோதாவரி நதியின் அருகாமையில், இந்தியா

முறுக்கேறிய தசையும், நெடுநெடுவென உயரமுமாய் உருவிவிட்டது போன்ற தேகத்தை இராமன் வளைத்து, குறுக்கிப் பதுங்கினான். வலது முழங்காலின் மீது உடலை ஊன்றி, வில்லை ஸ்திரப்படுத்திக்கொண்டான். அம்பைப் பூட்டிவிட்டாலும், நாணை இத்துணை சீக்கிரத்தில் விடுவிப்பது சரியல்ல; தசைகள் விரைவில் களைப்புறும். அதை அவன் விரும்பவில்லை. மிகச் சரியான, துல்லியமான தருணத்திற்குக் காத்திருத்தல் அவசியம். *வீச்சு கச்சிதமா இருக்கனும்.*

''நகருது, அண்ணா,'' கிசுகிசுத்தான் லக்ஷ்மணன்.

இராமனிடம் பதிலில்லை; கண்கள், இலக்கின் மீது பதிந்திருந்தன. சௌகர்யம் கருதி சுருட்டி முடிந்திருந்த கொண்டையிலிருந்து தப்பித்த சில முடிக்கற்றைகள், மெல்லிய காற்றில் லேசாய் அசைந்தாடின. கசகசவென்ற தாடியும், வெள்ளைத் *தோத்தியும்* சலசலத்தன. காற்றின் வேகத்தையும் வீசும் திசையையும் கணக்கிட்ட இராமன், நின்ற தோரணையை சற்றே மாற்றிக்கொண்டான். மேலுடலை மூடிய *அங்கவஸ்திரத்தை* மௌனமாய் அகற்றிய போது, விழுப்புண்கள் நிறைந்த கருத்த மார்பு வெளிப்பட்டது. *அம்பு விடும்போது, துணி தடுக்கக்கூடாது.*

ஆபத்து நெருங்கும் உள்ளுணர்ச்சியின் நெருடலில் நிமிர்ந்த மான், சட்டென்று நின்றது. காரணம் புரியாத கலவரத்துடன் கால் மாற்றி கால் வைக்கும் போது வெளிப்பட்ட அதன் மூச்சுக்காற்று இராமனின் காதில் விழுந்தது. சற்று நேரத்தில் மீண்டும் நிசப்தம் குடிகொண்டதும் மான் இலையைக் கொறிக்கத் தலைப்பட்டது. சற்று தூரத்தில் நின்ற பிற மான்களை, அடர்ந்த காட்டின் இலைக் குவியல் மறைத்தது.

''பிரபு பரசுராமரின் கருணையே கருணை - உள்ளுணர்வை உதறித் தள்ளிட்டு, இங்கேயே நிக்குதே,'' அதிசயத்தில் முணுமுணுத்தன லக்ஷ்மணனின் உதடுகள். ''கடவுள் காப்பாத்தினார். இன்னிக்காவது நல்ல சாப்பாடு.''

''வாயை மூடு ...''

லக்ஷ்மணன் மௌனமானான். வேட்டை நிகழ்ந்தேயாக வேண்டிய நிர்ப்பந்தத்தை இராமன் உணராமலில்லை. அவனும், மனைவி சீதாவும், லக்ஷ்மணனும் தப்பிச் சென்று ஏறக்குறைய முப்பது நாட்கள் கடந்துவிட்டன; இன்னமும் ஓட்டம் நிற்கவில்லை. *மலயனின் மைந்தர்களான மலயபுத்ரர்கள்* சிலரும், தளபதி ஜடாயூ தலைமையில், உடனிருந்தனர்.

நடந்த சம்பவத்தின் கொடிய பின்விளைவுகள் பூதாகாரமாய் வெடிக்கும் முன்பு தப்பிவிடவேண்டும் என்ற யோசனையை முன்வைத்ததே ஜடாயூதான். சூர்ப்பநகை, விபீஷணன் இருவருடனும் நடந்த சந்திப்பு பயங்கரத் தோல்வியைத் தழுவினால், விளைவுகள் மோசமாகத்தானே இருக்கும்? ஆயிரம் இருந்தாலும், ஆக்ரோஷத்தின் சொரூபமான இராவணனின் உடன்பிறந்தோராயிற்றே? இலங்கையின் அரக்க மன்னன் பழிதீர்க்கத் துடித்தால் அதிசயப்படுவதற்கில்லை. சிந்தியது ராஜவம்ச இரத்தம் அல்லவா?

தண்டகாரண்யத்தில் கிழக்கு திசையைக் குறி வைத்து, கோதாவரி நதியை ஒட்டியே விரைந்ததில், ஓரளவு தூரம் கடந்தாயிற்று. தீவிர கண்காணிப்பிற்கோ, விரட்டலுக்கோ சந்தர்ப்பம் இனிக் குறையும் என்ற நம்பிக்கை ஏற்பட்டது. அதே சமயம், கோதாவரியின் கிளை நதிகள் அல்லது பிற ஆறு, குளம், குட்டைகளினின்றோ அதிகம் விலகுவதும் ஆபத்து; மிருகங்களை வேட்டையாடும் வாய்ப்புக்கே பங்கம் வரக்கூடும். பெருமைமிக்க *ரகுகுலத் தோன்றல்களும்*, வீர க்ஷத்ரிய மரபு வழி வந்த அயோத்ய இளவரசர்களுமான இராமலக்ஷ்மணர்கள், வெறும் இலை, தழை, பழங்களை உண்டு உயிர் வாழமுடியாதல்லவா?

பச்சைப் பசும்புல்லைக் கடித்துச் சுவைத்துத் தின்பதில் ஆழ்ந்திருந்த மான், அங்கேயே நின்றது. இதுதான் தருணம் என்பதை இராமன் உணர்ந்தான். மரத்தாலான எளிய வில்லை இடக்கையால் நிதானமாய் உயர்த்தி, உதட்டை ஏறக்குறைய ஒத்துமளவு வலக்கையால் நாணை இழுத்தான். குருவான

இக்ஷ்வாகு குலத்தோன்றல் 3

மஹரிஷி வஸிஷ்டர் பயிற்சியளித்திருந்தபடி, இம்மியும் பிசகாமல், அவனது முழங்கை உயர்ந்து, நிலத்திற்கு ஏறக்குறைய இணைக்கோட்டில் துல்லியமாய் நின்றது.

முழங்கைதான் உன் பலவீனம். நன்கு உயர்த்து. முதுகுத் தசைகளைப் பயன்படுத்து. முதுகுதான் பலம்.

சற்றே சற்று நாணை இழுத்த இராமன், சட்டென்று அம்பை விடுவித்தான். அது மரங்களைத் தாண்டிக் காற்றாய்ச் சீறி 'சரக்'கென்று மானின் கழுத்தில் தைத்தது. நுரையீரலில் இரத்தம் கொப்பளிக்க, முனகக்கூடத் திராணியின்றி மான் தரையில் சுருண்டது. கட்டுமஸ்தான தேகக்கட்டுடையவனென்றாலும், லக்ஷ்மணனின் விரைந்த காலடிகள் சிறு சப்தம் கூட எழுப்பவில்லை. நகரும் போதே, அடிமுதுகில் படுக்கவாட்டில் கட்டியிருந்த உறையினின்று, கத்தியை உருவிக்கொண்டான். நொடியில் மானை நெருங்கி விலா எலும்புகளுக்கிடையில் கத்தியைப் பாய்ச்ச, அது இதயத்தைத் துளைத்தது.

''அரிய விலங்கே, உன்னைக் கொன்றதற்கு என்னை மன்னிப்பாயாக,'' பண்டைய காலம் முதல் வேடுவர்கள் விடுத்த கோரிக்கையைப் பிரயோகித்தவன், மானின் சிரத்தை மென்மையாகத் தொட்டான். ''என் உயிர் காக்க உடல் கொடுத்த உன் உயிர், மீண்டும் பரம்பொருளை அடைந்து, பிறவிப்பயன் எய்தட்டும்.''

ஆழப் புதைந்திருந்த அம்பை உருவி, துடைத்து, உரியவனிடம் நீட்டவும், இராமன் வந்து சேரவும் சரியாக இருந்தது. ''மறுமுறை பயன்படுத்தலாம்,'' முணுமுணுத்தான்.

அம்பறாத் தூணியில் சரத்தை அடைத்தவன், வானை ஆராய்ந்தான். பறவைகள் குதூகலச் சப்தமிட, தங்களில் ஒன்று உயிர்விட்டதைக் கூட அறியாத மான் கூட்டம் நிச்சலனமாய் சற்று தூரத்தில் மேய்ச்சலைத் தொடர்ந்துகொண்டிருந்தது. உத்தமமான வேட்டை; ருத்ரபகவானுக்கு இராமன் சிறிய பிரார்த்தனை செலுத்திக் கொண்டான். சம்பவம் எக்குத்தப்பாகப் போய், அவர்கள் மறைந்திருந்த இடம் வெளிப்பட்டிருந்தால்? அதைப் போல் ஆபத்து வேறில்லை.

அடர்வனத்தினூடே சகோதரர்கள் வழி கண்டுபிடித்துச் சென்றனர். நீண்ட கழியின் ஒரு முனையைத் தோளில் தாங்கி

இராமன் முன்னால் செல்ல, பின் பகுதியைப் பற்றி நடந்தான் லக்ஷ்மணன். இடையே, கயிறால் கால்கள் கட்டப்பட்டுத் தொங்கியது மானின் சடலம்.

"ஆஹா," லக்ஷ்மணன் குதூகலித்தான். "எத்தனையோ நாளுக்கப்புறம் நல்ல தீனி."

இராமன் முகத்தில் புன்னகையின் சாயல் தோன்றினாலும், மௌனமே சாதித்தான்.

"ஆனா நல்லா சமைக்க முடியாது, இல்லைண்ணா?"

"முடியாதுதான். தொடர்ந்து புகை எழும்பினா அதை வெச்சே நம்ம இருப்பிடத்தைக் கண்டுபிடிச்சிருவாங்க."

"இவ்வளவு ஜாக்கிரதையா இருந்துதான் ஆகணுமா? இதுவரைக்கும் எந்தத் தாக்குதலும் வரலையே? நம்ம சுவடே பிடிபடாம அலையறாங்களோ, என்னமோ? கொலையாளிகள் யாரும் நம்ம பாதையிலே குறுக்கிடலையே? நம்ம இருப்பிடம் அவங்களுக்கு தெரிய வாய்ப்பிருக்கா என்ன? தண்டகாரண்யத்தைத் துளைக்கிறது நடக்காத காரியம்."

"நீ சொல்றது சரின்னே ஏத்துக்கிட்டாலும், ஆபத்துல வலிஞ்சு தலையைக் கொடுக்க நான் தயாரா இல்லை. பத்திரமா இருக்கறதுதான் இப்ப முக்கியம்."

தோள் துவண்டாலும், லக்ஷ்மணன் மௌனம் காத்தான்.

தம்பியைத் திரும்பிப் பார்க்க இராமன் முயலவில்லை. "இலையும் தழையும் திங்கறதை விட இது பரவாயில்லை."

"அதென்னமோ நிஜம்," லக்ஷ்மணன் ஒப்புக் கொண்டான்.

சகோதரர்கள் இருவரும் அமைதியாகவே நடந்தனர். "அண்ணா, நம்மைச் சுத்தி பெரிய சூழ்ச்சி வலை பின்னப்பட்டிருக்கு. என்னன்னு பிடிபடலை - ஆனா, நிச்சயம் விஷயம் இருக்கு. பரதன் அண்ணாதான்..."

"லக்ஷ்மணா!" தமையனின் குரலில் கடுமை.

இராமன் தேசப்பிரஷ்டம் செய்யப்பட்டதன் விளைவாய், வயதில் அடுத்தவனான பரதன், தந்தை தசரதரால் அயோத்யாவின் பட்டத்து இளவரசனாக முடிசூட்டப்பட்டிருந்தான். நால்வரில் இளையவர்களான ஷத்ருக்னனும் லக்ஷ்மணனும் இரட்டையரென்றாலும்,

அவரவரது விசுவாசத்தினால் பிரிவினை கண்டவர்கள். பரதனுக்கு அணுக்கமாய் ஷத்ருக்னன் அயோத்யாவிலேயே தங்கிவிட, சற்றும் தயங்காமல் அண்ணன் இராமனுக்குத் துணையாய் கடுமையான வாழ்வைத் தேர்ந்தெடுத்தவன் லக்ஷ்மணன். எளிதில் உணர்ச்சிவசப்படும் குணம்கொண்ட அவனுக்கு, பரதனிடம் இராமன் கொண்டிருந்த கண்மூடித்தனமான நம்பிக்கை ரசிக்கத்தான் இல்லை. நன்னடத்தை, சம்பிரதாயம் போன்ற இறுகிய கயிறுகளில் தேவைக்கதிகமாய் சிக்கியிருந்த அண்ணனிடம், பரதனின் வஞ்சகச் செயல்களாகத் தனக்குத் தோன்றியவற்றைப் பற்றி அவ்வப்போது எடுத்துச் சொல்லி எச்சரிப்பதைத் தன் தலையாய கடமையாக லக்ஷ்மணன் கருதினான்.

''நான் இப்படிப் பேசறது உனக்குப் பிடிக்காம இருக்கலாம், அண்ணா,'' என்றான் வற்புறுத்தலாக. ''ஆனா, அவன்தான் ஏதோ சதி செஞ்சு-''

''எல்லாத்தையும் நிதானமா விசாரிச்சிக்கலாம்,'' லக்ஷ்மணனை மென்மையாக இடைமறித்தான் இராமன். ''முதல்ல, நமக்கு ஆதரவா சிலர் வேணும். ஜடாயூ சொல்றது சரிதான்; சுத்துவட்டாரத்துல இருக்கற மலயபுத்ரர் பாசறையைக் கண்டுபிடிக்கணும். அவங்களாவது நமக்கு உதவுவாங்க.''

''இனிமேற்கொண்டு யாரையாவது நம்ப முடியுமான்னே சந்தேகமா இருக்குண்ணா. அந்தக் கழுகுமனுஷன் விரோதிகள் பக்கம் சாஞ்சிருந்தா?''

பிறவியிலேயே ஊனத்துடன் ஜனிக்கும் நாகர் குலத்தைச் சேர்ந்தவர், ஜடாயூ. நர்மதைக்கு வடக்கே பரவியிருந்த *ஏழு நதிகளின் தேசமான சப்தசிந்து* மக்கள் அனைவரும் பயந்து அருவருத்து ஒதுக்கும் கோர சொரூபமும், கொடூர சுபாவமும் கொண்டவர்களாகக் கருதப்படும் நாகாவாகவே இருந்தாலும், அவர் மீது இராமனுக்கு இப்போது நம்பிக்கை உண்டாகியிருந்தது நிஜம்.

அனைத்து நாகர்களைப் போல், ஜடாயூவும் தவிர்க்கமுடியாத சில ஊனங்களுடன் பிறந்தவர். பறவையலகைப் போல் முகத்திலின்று நீண்டு, வளைந்து எலும்பு போன்ற கடினத்துடன் வாய் துருத்தியிருந்தது. தலை வெறுமையாய் இருந்தாலும், முகம் முழுக்க மென்மையான, வெள்ளை முடி போர்த்தியிருந்தது. மனிதன்தான்; ஆனால் கழுகை ஒத்த உருவம்.

''சீதா ஜடாயூவை நம்பறா,'' *வேறென்ன வேண்டும்* என்பது போல் சொன்னான் இராமன். ''நானும்தான். கூடிய சீக்கிரம் நீயும் நம்புவே.''

லக்ஷ்மணன் மௌனமானான். அவர்கள் தொடர்ந்து நடக்கலானார்கள்.

''தெரியாமத்தான் கேக்கறேன்; பரதன் அண்ணாதான் காரணம்னு நம்பறதுல உனக்கு என்ன அவ்வளவு -''

''ஷ்,'' லக்ஷ்மணன் மௌனமாகும்படி இராமன் கையுயர்த்தினான். ''கேக்குதா?''

லக்ஷ்மணன் காதுகளைத் தீட்டிக்கொண்டான். முதுகுத்தண்டில் சட்டென சில்லிட்டது. அவனை நோக்கித் திரும்பிய இராமனின் முகம் கலவரத்தில் வெளிறியிருந்தது. அதோ! இருவருக்குமே நன்கு கேட்டது. *காதைக் கிழிக்கும் ஒரு அறைல்!* சீதா - சீதாதான் அது. தூரம் அதிகமென்பதால் அவளது ஆவேசப் போராட்டத்தின் தாக்கம் குறைவாகத் தோன்றினாலும் - சீதாதான். கணவனை அழைக்கிறாள்.

மானை அப்படியே போட்டுவிட்டு இராமனும் லக்ஷ்மணனும் தெறிகெட்டு ஓடினர். அவர்கள் அமைத்திருந்த தற்காலிக பாசறை இன்னும் சற்று தூரத்தில் இருந்தது.

சடபடவென்று மிரண்டு பறந்த பறவைகளின் கூச்சல்களினூடே, சீதையின் பீதி நிறைந்த குரலும் எழுந்தது.

'' ...ராமாஆஆஆ!''

உலோகமும் உலோகமும் ஒன்றோடொன்று 'க்ளாங் க்ளாங்'கென்று மோதும் ஓசை கேட்குமளவு நெருங்கிவிட்டனர்.

''சீதாஆஆஆ!'' வனத்தினூடே காற்றாய் பறந்தான் இராமன்.

போருக்குத் தயாராய் லக்ஷ்மணன் வாளை உருவினான்.

'' ...ராமாஆஆஆ!''

''அவளை விடுங்க!'' அடர்ந்து வளர்ந்து வழிமறித்த காட்டுச்செடிகளை வெட்டி வீழ்த்தியபடி தடதடத்தான் இராமன்.

''ராமாஆஆஆ!''

பாசறை இன்னும் சில நிமிட தூரம்தான். இராமன் வில்லை இறுக்கிக்கொண்டான். ''சீதாஆஆஆ!''

'' ... ரா ...''

சீதையின் குரல் வெட்டுண்டது. ஐயோ, என்ன நடந்திருக்கும்? இதயம் பயத்தில் விட்டுவிட்டுத் துடிக்க - *நினைக்காதே, மோசமானதையெல்லாம் கற்பனை செய்யாதே!* - கவலையும் கலவரமும் மனதை மூட, உள்ளுக்குள் ஜபித்துக்கொண்டு ஓடினான் இராமன்.

வம்ப்ஃ, வம்ப்ஃ! அதோ, வானூர்தியின் சுழலும் தகடுகளின் பெருத்த ஓசை! இதே சப்தத்தை முன்னமேயே கேட்டிருந்ததால், நன்கு அடையாளம் தெரிந்தது. இராவணனின் பெயர் பெற்ற *பறக்கும் ஊர்தி* - *புஷ்பக விமானம்.*

''இல்லை!'' வில்லை விருட்டென முன்னே கொணர்ந்தவாறு இராமன் அலறினான். கன்னத்தில் கரகரவென கண்ணீர் வழிந்தது.

தற்காலிகமாய்க் கூடாரம் அமைத்திருந்த திறந்த வெளிக்குள் தடேரென இருவரும் நுழைந்தனர். அந்த இடமே அலங்கோலமாயிருந்தது. எங்கும் இரத்தக்களரி.

''சீதாஆஆஆ!''

அண்ணாந்து பார்த்த இராமன், வானில் வெகுவேகமாய் உயர்ந்து கொண்டிருந்த *புஷ்பக விமானத்தை* நோக்கி அம்பெய்தினான். எல்லை மீறிய ஆத்திரத்தால், இயலாமையால் விளைந்த செயல். எட்டா உயரத்தை விமானம் அடைந்துவிட்டதால், எய்த அம்பிற்குப் பலனில்லை.

''சீதாஆஆஆ!''

அவசரமும் ஆவேசமுமாய் பாசறையைச் சலித்தான் லக்ஷ்மணன். படைவீரர்களின் சடலங்கள் இரத்தவெள்ளத்தில் மிதந்தன; சீதா மட்டும் இல்லை.

''இள ...வரசே ... ராமா ...''

பலவீனமான அந்தக் குரல் இராமனுக்கு நொடியில் அடையாளம் தெரிந்தது. முன்னே விரைந்து வந்தவன்,

இரத்தவிளாராய் அடித்து நொறுக்கப்பட்ட நாகாவின் உடலைக் கண்டான்.

"ஜடாயூ!"

மிக மோசமாகக் காயம்பட்டிருந்தவர், பேச முயற்சித்தார். "அவன் ..."

"என்ன?"

"ராவணன் ... அவளைக் ... கடத்திச் சென்றுவிட்டான்."

வெகுவேகமாய் வானில் மறைந்து புள்ளியாகிவிட்டிருந்த வானூர்தியை இராமன் அண்ணாந்து பார்த்த பார்வையில் ரௌத்திரம் தெறித்தது.

"சீதாஆஆஆ!"

அத்தியாயம் 2

முப்பத்து மூன்று வருடங்களுக்கு முன், கரச்சாபா துறைமுகம், மேற்குக் கடல், இந்தியா

"பிரபு பரசுராமா," சப்தசிந்து நிலப்பரப்பு முழுவதையும் தன் ஆளுமையின் கீழ் அடக்கிய நாற்பது வயது கோசல மன்னர் தசரதர் முணுமுணுத்தார். "கருணை புரியும்."

தலைநகர் அயோத்யாவிலிருந்து, பரந்து விரிந்த தன் சாம்ராஜ்யத்தினூடே இடைவிடாமல் படைகளை நடத்திக்கொண்டு ஒரு வழியாக மேற்குக் கடற்பரப்பை அடைந்திருந்தார் சப்தசிந்து சக்ரவர்த்தி. இராஜ்யாதிகாரத்தை எதிர்க்கும் இந்த விவகாரம் பிடித்த வர்த்தகர்களுக்கு இராஜநீதி யென்னும் கடும்பாடத்தைப் புகட்டியே தீர வேண்டும். போரில் இயற்கையாய் நாட்டம் படைத்த தசரதர், தந்தை அஜா உருவாக்கிக் கொடுத்திருந்த பெரும் இராஜ்யத்தை மேலும் விஸ்தரித்திருந்தார். இந்தியாவின் வெவ்வேறு பகுதிகளை ஆண்ட பல மன்னர்களை சிம்மாசனத்தினின்று வீழ்த்தியோ, கப்பம் கட்ட வைத்தோ தன் ஆளுமையை நிலைநாட்டியவர், இப்போது *சக்ரவர்த்தி ஸாம்ராட்டாய் உலகில் வெற்றி விஜயம்* செய்தார்.

"ஆம், அரசே," தசரதரின் இராணுவப் படைத்தலைவர் ம்ருகஸ்யர் ஒப்புக்கொண்டார். "பாழ்படுத்தப்பட்டது இந்த ஒரு கிராமம் மட்டுமல்ல. நாம் நிற்குமிடத்திலிருந்து ஏறக்குறைய ஐம்பது கிலோமீட்டர் சுற்றளவிற்கு வாழ்விடங்களை எதிரிகள் அழித்துவிட்டனர். இறந்த விலங்குகளின் சடலங்களை கிணறுகளுக்குள் எறிந்து குடிதண்ணீரின்றிச் செய்துவிட்டனர். தயவுதாட்சண்யமின்றி பயிர்கள் எரிக்கப்பட்டுவிட்டன. இந்தப் பகுதி முழுவதுமே நாசம்தான்."

"நிலமெரிப்புக் கொள்கை," பேச்சில் புகுந்த அஸ்வபதி, கேகய மன்னரும் தசரதரின் உற்ற நண்பர் மட்டுமன்றி,

சக்ரவர்த்தியின் இரண்டாவதும், மிகப் பிரிய மனைவியுமான கைகேயியின் தந்தை.

''உண்மை,'' என்றார் இன்னொரு மன்னர். ''ஐந்து லட்சம் எண்ணிக்கை கொண்ட நம் வீரர்களுக்கு இங்கே உணவு கிடைக்குமென எதிர்பார்ப்பது மூடத்தனம் ஏற்கனவே தளவாடங்களை வரவழைப்பது குதிரைக்கொம்பாக இருக்கிறது.''

''இத்தகைய அரும்பெரும் இராணுவத் தந்திரங்களுக்குண்டான அறிவு அந்தக் காட்டுமிராண்டி வியாபாரி குபேரனுக்கு எப்படி வாய்த்தது?'' தசரதர் முறைத்தார்.

க்ஷத்ரியரான அவருக்கு, வர்த்தக வகுப்பான வைஸ்யர்களின் மீது என்றைக்குமே காழ்ப்புணர்ச்சி அதிகம். போரில் வெற்றியை அணைவதால் சேரும் செல்வம் நியாயமானது; வெற்றியாளர்களின் உரிமை என்பதே சப்தசிந்து அரசகுலத்தாரின் உறுதியான நம்பிக்கையாதலால், கேவலம் லாபநோக்கில் பணம் சேர்த்த கீழ்க்குல வைஸ்யர்கள் மீது பாய்ந்த ஏளனம் ஏராளம்; அவர்களின் மீது திணிக்கப்பட்ட கடுஞ்சட்டங்களும், விழிபிதுங்கும் வரிகளும், காலாவதியான அனுமதிப்பத்திரங்களும் கட்டுப்பாடுகளும் கணக்கிலடங்கா. சப்தசிந்துவின் பிரபு வர்க்கத்தைச் சேர்ந்த குழந்தைகள் போர்வீரர்களாகலாம்; அறிஞர்களாகலாம்; வியாபார உலகில் பிரவேசிக்கத் தகுமோ? இந்த மனப்பான்மையால், காலப்போக்கில் அநேக இராஜ்யங்களில் வர்த்தக வகுப்பார் மறையத் துவங்க, போரில் வழக்கம் போல் செல்வம் புழங்காத காரணத்தால் அரசாங்க கஜானாவும் வரவர வெறுமையாயிற்று.

லாபம் கொழிக்கக்கூடிய சந்தர்ப்பங்களை அபாரமாய் மோப்பம் பிடிக்கும் சக்தி படைத்த இலங்கைத் தீவின் வர்த்தக மன்னன் குபேரன், சூழ்நிலை தனக்குச் சாதகமாய்த் திரும்புவதை உணர்ந்து, அனைத்து சப்தசிந்து இராஜ்யங்களின் வர்த்தகத்தைக் கையாளும் முகமாய், தன் மதியூகத்தையும், ஆள்பலத்தையுமே முதலீடு செய்ய மனமுவந்தார். ஒப்பந்தத்தை ஏற்ற அப்பொழுதைய சக்ரவர்த்தி அஜா, வர்த்தகத்தை ஒட்டுமொத்தமாக குபேரனுக்கு அளித்ததற்குப் பிரதியாக, வருடத்திற்கு பெருந்தொகையைப் பெற்று, சப்தசிந்துவின் பற்பல சிறிய இராஜ்யங்களுக்குப் பகிர்ந்தும்

இக்ஷ்வாகு குலத்தோன்றல்

கொடுத்தார். பிற தேசங்களுக்குச் செல்வம் வழங்கும் ஸ்திதியில் இருந்த அயோத்யாவின் செல்வாக்கும் உச்சத்தை எட்டியது. அதே சமயம், காலம்காலமாய் வியாபாரிகள் குறித்து மனதில் ஆழமாய்ப் புதைந்திருந்த ஏளனமும் பிடிவாதமாய்க் கட்டிக் காப்பாற்றப்பட்டே வந்தது.

ஆனால் சமீபகாலமாய், இந்த நிலையில் சற்று மாற்றம்: அயோத்யாவிற்கு நியாயமாய்ச் சேர வேண்டியதென தசரதர் நம்பிய கப்பத்தைக் குபேரன் சொல்லாமல் கொள்ளாமல் குறைத்துவிட்டார். கேவலம் ஒரு வியாபாரி இம்மாதிரியான நிலைப்பாட்டை எடுப்பதாவது? அதைத் தண்டிக்காமல் விடுவதாவது? தனக்குட்பட்ட சிற்றரசர்களைப் படைகளுடன் புறப்பட்டு வர உத்தரவிட்ட தசரதர், கரச்சாபாவிற்கு நேரிடையாகச் சென்று, குபேரனுக்குப் புத்தி புகட்டி, சிங்கங்களிடையே உழலும் அந்தச் சிறு நரியை வைக்க வேண்டிய இடத்தில் வைப்பது என கருக்கட்டிக்கொண்டார்.

"நான் கேள்விப்பட்ட வரையில், பிரபு," என்றார் ம்ருகஸ்யர். "அவ்விடத்து விவகாரங்களைத் தீர்மானிப்பது குபேரன் அல்லவாம்."

"வேறு யார்?" தசரதர் கேட்டார்.

"சம்பந்தப்பட்டவனைப் பற்றி அதிகம் அறிய முடியவில்லை. முப்பது வயதிற்குமேல் இராதாம். வர்த்தகர் பாதுகாப்புக் குழுவிற்குத் தலைமைப் பொறுப்பேற்று சில வருடங்களுக்கு முன் குபேரனுடன் இணைந்தானாம். காலப்போக்கில் மேலும் வீரர்களைச் சேர்த்துக் கொண்டு, பாதுகாப்புக் குழுவைப் போர்ப்படையாகவே மாற்றிவிட்டான். நமக்கெதிராய்க் கலகத்தில் இறங்கும்படிக் குபேரனைத் தூண்டிவிட்டதே இவன்தான் என்பது என் கணிப்பு."

"இதிலென்ன அதிசயம்?" என்றார் அஸ்வபதி. "சதை பிதுங்கி வழியும் சோம்பேறி குபேரனுக்கு சப்த சிந்துவின் இணையில்லா வலிமையை எதிர்க்கும் துணிவுண்டா என்ன?"

"யாரந்த மனிதன்?" தசரதர் அதட்டினார். "எங்கிருந்து வந்தான்?"

"அவன் குறித்த விவரங்கள் உண்மையில் அதிகம் இல்லை, பிரபு," ம்ருகஸ்யர் தயங்கினார்.

''பெயராவது தெரியுமா உமக்கு?''

''தெரியும். ராவணன்.''

அயோத்ய அரண்மனைக் கூடங்களினூடே சென்ற பாதையில் விரைந்தாள் இராஜ வைத்தியர் நீலாஞ்சனா. உடனடியாக வரும்படி அந்தி சாயும் வேளையில் மன்னர் தசரதரின் முதல் மனைவி, அரசி கௌஸல்யாவின் பிரத்யேகப் பணியாளர்களிடமிருந்து செய்தி வந்திருந்ததுதான் காரணம்.

தென் கோசல மன்னன் மகளும், அமைதியும் அடக்கமுமே உருக்கொண்டவளுமான கௌஸல்யா, தசரதருக்கு மனைவியாகி இதோ, பதினைந்து வருடங்களுக்கு மேல் ஆயிற்று. சக்ரவர்த்திக்கு இதுவரையிலும் ஆண் மகவைக் கொடுக்க முடியாததில், அரசி அனுபவித்த மனவருத்தம் வார்த்தைகளில் வடிக்கமுடியாது. வாரிசில்லாமல் அயர்ந்த தசரதரும், மேற்கே வலிவும் வளமும் பெற்றுத் திகழ்ந்த கேகய நாட்டையாண்ட நெருங்கிய நண்பர் அஸ்வபதியின் மகளை, தந்த நிறத்தில், கட்டான உடலும், கண்ணைக் கவரும் உயரமுமாய் சௌந்தர்யம் கொண்டு விளங்கிய கைகேயியை மணந்துகொண்டார். இதிலும் பலனில்லை என்றுதான் சொல்லவேண்டும். இறுதியில், அஹிம்சையின் பிரதிநிதியும் ருத்ரபகவானது ஆன்மாவின் உறைவிடமுமான, அதி உன்னத ஒளிதிகழ் நகரம் காசியின் இளவரசி, இரும்பொத்த உள்ளத்தைப் போர்த்திய அலட்டலற்ற சுபாவம் கொண்ட சுமித்ராவைத் திருமணம் புரிந்தார். பயனில்லை; மாமன்னர், பெயர் பெற்ற சக்ரவர்த்தி தசரதருக்கு வாரிசில்லை.

நிலைமை இப்படியிருக்க, கௌஸல்யா ஒருவழியாகக் கருவுற்ற செய்தி வெளியானபோது ஒருசேர பொங்கிய ஆனந்தத்திற்கும், ஆழ்ந்த கவலைக்கும் காரணமுண்டல்லவா? குழந்தை நல்லபடியாகப் பிறக்கவேண்டுமே என்பதில் கௌஸல்யாவுக்கிருந்த ஆர்வமும் ஆதங்கமும் நியாயமே. தந்தை வீட்டில் அவளுக்கு விசுவாசமாய் இருந்து, இங்கேயும் பணிபெயர்ந்திருந்த ஊழியர்களுக்கும், முதன்முதலில் வாரிசை அளிக்கப்போகும் இந்தப் பிரசவத்தின் அரசியல் பின்புலம் விளங்காமலில்லை. மிக மிக ஜாக்கிரதையாக இருக்கவேண்டிய காலம் இது. நீலாஞ்சனா வரவழைக்கப்படுவதும் முதல்முறையல்ல; அற்ப

காரணங்களும், தவறான ஊகங்களும்தான் எத்தனை! வைத்தியரே கௌஸல்யாவின் பிறந்தகத்தைச் சேர்ந்தவளாதலால், விசுவாசம் கருதி எரிச்சலை வெளிக்காட்ட முடியவில்லை.

ஆனால் இந்த முறை, நிஜம்தான் போலிருக்கிறது. அரசியாருக்குப் பிரசவ வேதனை துவங்கிவிட்டது போலும்.

அரண்மனையினூடே ஏறக்குறைய ஓடும்போதே நீலாஞ்சனாவின் உதடுகள் முணுமுணுத்துக்கொண்டன: பரசுராமா, தயவு செய். பிரசவம் நல்லமுறையில் நிகழவேண்டும். அதோடு... ஆம், ஆண் குழந்தையாகவும் இருக்கவேண்டும்.

''மரியாதையாக லாபத்தில் நியாயமாய் எங்களுக்குச் சேர வேண்டிய பத்தில் ஒன்பது பங்கை மீண்டும் ஒப்படைத்துவிட்டால்,'' தசரதர் உறுமினார். ''உன்னை உயிரோடு விடுகிறேன். இது உறுதி.''

போர்ச் சம்பிரதாயங்களுக்குட்பட்டு, இறுதி முயற்சியாய், கப்பம் குறித்து பேச்சுவார்த்தை நடத்த குபேரனிடத்தில் ஒரு தூதுவனை தசரதர் அனுப்பியிருந்தார். இருவருக்கும் பொதுவான நிலப்பரப்பில், எதிரிகள் நேரிடையாகவே சந்திப்பதாகத் தீர்மானம். தேர்ந்தெடுக்கப்பட்ட களம், தசரதரின் இராணுவப் பாசறைக்கும், கரச்சாபா துறைமுகத்திற்கும் இடையே இருந்த கடற்கரைப்பகுதி. அஸ்வபதி, ம்ருகஸ்யர் மற்றும் இருபது வீரர்கள் கொண்ட மெய்க்காப்பாளர் படை சகிதம் தசரதர் வருகை புரிய, மறுமுனையில், இராணுவத் தளபதி இராவணன் மற்றும் இருபது மெய்க்காப்பாளர்களுடன், குபேரன்.

சதை குலுங்க, மூச்சு வாங்க, கூடாரத்திற்குள் ஏறக்குறைய உருண்ட குபேரனைக் கண்ட சப்தசிந்து வீரர்களால் ஏளனத்தைக் கட்டுப்படுத்திக் கொள்ளமுடியவில்லை. இலங்கையிலேயே மிகக் கொழுத்த பணக்காரரான அந்த எழுபது வயதுக் கிழவனின் பிரம்மாண்ட உடம்பின் மீது, உருண்டையான, குழந்தைத்தனம் வெளிப்பட்ட முகம், சொட்டைத் தலை சகிதம் ஒட்டியிருந்தது. வெளுத்த, வழவழப்பான சருமம், வயதுக்குச் சிறிதும் பொருத்தமாயில்லை. பளிச்சென்ற பச்சை தோத்தியும்,

கண்ணைக் கவரும் ரோஜா நிற *அங்கவஸ்திரமும்*, ஏகப்பட்ட நகைநட்டுகளும் தேகத்தை அலங்கரித்தன. பெண்மை ததும்பும் உடல்மொழி; ஊளைச் சதை; செல்வச் செழுமையை திகட்டத் திகட்ட அனுபவிக்கும் பகட்டு வாழ்க்கை - குபேரனைப் பற்றிய அனுமானம் தசரதர் மனதில் இறுகியது: எதற்கும் அருகதையற்ற தளர்ந்த வைஸ்யன்.

மனதின் எண்ணம் வாய் வழி வெளியேறாமல் காப்பாற்றிக்கொள்ள அவர் பெரும்பாடு படவேண்டியிருந்தது. *தோகைமயிலைப் போல் தன் அழகில் மயங்கி நிற்கும் இவனா என்னை எதிர்க்கப் பார்க்கிறான்?*

''அரசே...'' குபேரனுக்குச் சொற்கள் பதற்றத்தில் குளறின. ''செலுத்த வேண்டிய தொகையை இத்துணை அதிகமாக்கினால் சற்று சிரமம். எங்கள் பக்கமும் செலவுகள் அதிகரித்துவிட்டன; இலாபநஷ்ட விகிதாச்சாரமும் முன்போல் இல்லை -''

''இந்த சமரச சாமர்த்தியத்தையெல்லாம் என்னிடத்தில் காட்டாதே!'' கர்ஜித்த தசரதர், மேஜையின் மீது ஓங்கியடித்ததில் அவரது ஆத்திரம் வெளியாயிற்று. ''நான் வியாபாரியல்ல; வேந்தன்! நாகரீகத்துடன் அணுவளவாவது பரிச்சயம் உள்ளவர்களுக்கு வித்தியாசம் புரியும்.''

குபேரன் தன்னிலையில்லாமல் தவிப்பதை தசரதரும் உணராமலில்லை; நிலைமை இவ்வளவு சீரழியக்கூடும் என அவனே எதிர்பார்க்கவில்லையோ, என்னமோ. கரச்சாபாவில் வந்திறங்கிய பிரம்மாண்டப் படை அவனை அசைத்துவிட்டது போலும். வார்த்தைப் பிரயோகத்தில் சற்றுக் கடுமையைக் காட்டினாலே குபேரனை இந்த முட்டாள் செய்கையிலிருந்து மீட்டுவிடலாம் என்று தசரதருக்குத் தோன்றியது. வேண்டுமானால், குபேரன் தனக்கென இரண்டு விகிதம் அதிகம் வைத்துக் கொள்ளட்டும். பரவாயில்லை. சற்றே சற்றுப் பெருந்தன்மையே சிற்சில சமயங்களில் எத்தனையோ பிரச்சனைகளை சமாளிக்க உதவுவதை தசரதர் அறிவார்.

''என்னால் கருணையும் காட்டமுடியும்,'' சற்று முன்னால் வந்து, ஆங்காரச் சீறலாய்க் குரலைத் தணித்துக்கொண்டார். ''தவறுகளை மன்னிக்க முடியும். ஆனால், இந்தப் பித்துப்பிடித்த செயலையெல்லாம் மூட்டை கட்டி வைத்துவிட்டு, சொல்வதைச் செய்யவேண்டும்.''

பதற்றத்தில் மிடறு விழுங்கிய குபேரன், வலப்பக்கம் உணர்ச்சியற்று அமர்ந்திருந்த இராவணனை ஒரு பார்வை பார்த்தார். உட்கார்ந்தேயிருந்தாலும், இராவணனின் அபார உயரமும், இரும்பொத்த இறுகிய தேகக்கட்டும் பீதியூட்டின. பல போர்களின் விளைவாய் வறண்டிருந்த சருமம், சிறு வயதில் தாக்கிய வியாதியின் பலனாய் பொத்தல் கண்டிருந்தது. கருகருவென்ற தாடி முகத்தின் கோர காயங்களை மறைக்க முயன்றாலும், உதட்டின் இருபுறமும் இறங்கிய மீசை பயமுறுத்தியது. உடை, சாதாரணம்: எளிமையான வெள்ளை *தோத்தி* மற்றும் வெண்ணெய் நிற *அங்கவஸ்திரம்*. க்ரீடம்தான் சற்று விசித்திரம்: ஆறங்குல நீளத்திற்கு கொம்புகள், தலையின் இருபுறமும் பயங்கரமாய் நீட்டிக்கொண்டிருந்தன.

சேநாதிபதியின் மயான அமைதியால் மேலும் கலவரமடைந்த குபேரன் ஒருவித இயலாமையுடன் மீண்டும் தசரதரிடம் திரும்பினார். ''அரசே - நாங்களும் பல பிரச்சனைகளைச் சந்தித்துக் கொண்டிருக்கிறோம். எங்கள் மூலதனமெல்லாம் -''

''பொறுமையைத் தேவைக்கதிகமாய்ச் சோதிக்கிறாய் குபேரா!'' இராவணனை முற்றுமாய் அலட்சியம் செய்து, வர்த்தகர் தலைவன் மீது தன் ஆத்திரத்தை மீண்டும் செலுத்தினார் தசரதர். ''சப்தசிந்துவின் சக்ரவர்த்தியையே எரிச்சலூட்டுகிறாயா?''

''ஆனால், பிரபு ...''

''எங்களுக்குச் சேர வேண்டிய நியாயமான பங்கைச் செலுத்தத் தவறினால், நாளை இந்நேரம் நிச்சயம் மரணத்தைத் தழுவுவாய். முதலில் புழுக்களைப் போல் இங்கே ஊர்ந்துகொண்டிருக்கும் உன் படையைத் துவம்சம் செய்துவிட்டு, பிறகு உன் தீவு என்றொரு சாபக்கேடு இருக்கிறதே? அங்கேயும் வந்து நகரங்களைத் தீக்கிரையாக்கிவிடுவேன்.''

''பிரபு, எங்கள் மரக்கலங்களில், தொழிலாளிகளிடத்தில் எத்தனையோ பிரச்சனைகள் -''

''அவற்றைப் பற்றி எனக்குக் கவலையில்லை!'' பிரசித்தி பெற்ற ஆத்திரம் தலைக்கேற, தசரதர் தடதடத்தார்.

''நாளைக்குப் பிறகு, நிச்சயம் கவலைப்படுவீங்க,'' இராவணனின் குரல் மென்மையாகவே வெளிவந்தது.

பேச்சில் திடீரென்று இடைவெட்டிய அடிப்பொடியின் திமிரால் சினந்த தசரதர், அவன் பக்கம் சுழன்றார். ''நான் பேசும்போது குறுக்கிட என்ன துணிச்சல் -''

''*உனக்கு* என்ன துணிச்சல், தசரதா?'' இராவணனின் குரல் அவருடையதை வெட்டிக் கொண்டு எழுந்தது.

சப்தசிந்து சக்ரவர்த்தியை இவ்விதம் பெயர் சொல்லி அழைக்கும் சாதாரண பாதுகாப்புப் படைத்தலைவனின் அசாத்திய துணிவைக் கண்டு தசரதர், அஸ்வபதி மற்றும் ம்ருகஸ்யர் அயர்ந்து போய், மௌனத்தில் சமைந்தனர்.

''நான் தலைமையேற்கும் படையை தோற்கடிக்க முடியும்கிற எண்ணம் கூட உனக்கு எப்படி வரலாம்?'' அசாத்திய நிதானத்துடன் இராவணன் வினவினான்.

கோபாவேசத்துடன் தசரதர் எழுந்த வேகத்தில் நாற்காலி 'தடா'லென்று குப்புற விழுந்தது. இராவணனை நோக்கிக் கை நீட்டினார். ''அற்பப் பதரே,'' என்றார் அகங்காரத்துடன். ''நாளை போர்க்களத்தில் உன்னை கவனித்துக்கொள்கிறேன்!''

கழுத்தைச் சுற்றிய தங்கச் சங்கிலியிலிருந்து தொங்கிய பதக்கத்தை வலக்கையில் இறுக்கியவாறு, மெல்ல, ஒருவித பயங்கரத்துடன் எழுந்தான் இராவணன். அவனது விரல்கள் பிரிந்தபோது வெளிப்பட்ட காட்சியைக் கண்டு திகைத்தார் தசரதர். பதக்கம் என்று அவர் எண்ணியிருந்தது உண்மையில் இரு மனித விரல்களின் எலும்புகள்; முனைகளில் தங்கப் பூண் கொண்டிருந்தன. விபரீதமான அந்தப் பதக்கத்தை மீண்டும் பற்றிக்கொண்ட மாத்திரத்தில் இராவணனின் சக்தி பலமடங்கு பெருகியது போலிருந்தது.

நம்பமுடியாமல் தசரதர் அவனை வெறித்தார். எதிரிகளின் மண்டையோட்டை உடைத்து அவற்றிலிருந்து இரத்தமும் மதுவும் அருந்தி, உடல்பாகங்களை வெற்றிச் சின்னமாகப் பாதுகாக்கும் அரக்கர்களைப் பற்றி அவர் கேள்விப்பட்டதுண்டு. இங்கோ, ஒரு இராணுவ வீரன், தோற்றவனின் எலும்புத்துண்டுகளை அணிந்து அலைகிறான். *யாரிந்த அரக்கன்?*

''நிச்சயம் காத்துக்கிட்டிருப்பேன்,'' தசரதரின் கலவரப் பார்வையை ரசித்த இராவணனின் குரலில் வறண்ட சிரிப்பின் சாயல். ''உன் ரத்தத்தைக் குடிக்கப்போகும் தருணத்தை நானும் எதிர்பார்க்கறேன்.'' தடாரென்று திரும்பி கூடாரத்தை

விட்டு வெளியேறினான். இலங்கை மெய்க்காப்பாளர்கள் பின்தொடர, அவன் பின் விழுந்தடித்துக்கொண்டு தள்ளாடிச் சென்றார் குபேரன்.

தசரதரின் ஆவேசம் எல்லை மீறியது. ''நாளை இந்தப் புழுபூச்சிகளை அடியோடு வெட்டிச் சாய்ப்போம். ஆனால், அதோ போகிறானே,'' விரையும் இராவணனை சுட்டிக்காட்டினார். ''அவனை யாரும் தொட வேண்டாம்,'' உறுமினார். ''அவன் சாவு என் கையில். என் கையில் மட்டுமே!''

பொழுது சாய்ந்தபோதிலும், தசரதரின் ரௌத்ராகாரம் என்னவோ மட்டுப்படவில்லை. ''அவன் உடலைத் துண்டு துண்டாக்கி நாய்களுக்கு என் கைப்பட வீசி எறியப்போகிறேன்!'' கர்ஜித்தார்.

அயோத்யப் பாசறையின் அரச கூடாரத்திற்குள் குறுக்கும் நெடுக்குமாய் ஆவேசத்துடன் நடைபழகிக் கொண்டிருந்த கணவனை ஆர்வமின்றி ஏறிட்டாள் கைகேயி. தசரதரின் இராணுவப் பிரயாணங்களில் உடன் வருவது அவள் வழக்கம்.

''என்ன தைரியம் இருந்திருந்தால் அவன் என்னிடம் அப்படிப் பேசியிருப்பான்?''

சாவதானமாய் அவரைக் கண்களால் அளந்தாள் கைகேயி. ஆகிருதி, கருகருவெனக் கேசம், உயரம் என க்ஷத்ரிய குலத் தோன்றலுக்கான சகல லட்சணங்களுடன் அழகாய்த்தான் இருந்தார். நன்கு பராமரிக்கப்பட்ட மீசை, கவர்ச்சியான தோற்றத்தை எடுத்துக் காட்டியது. கட்டுமஸ்தான தேகம் கொண்ட பலிஷ்டர் என்றாலும் வயது தெரியத்தான் செய்தது. கேசத்தில் ஆங்காங்கே வெண்மை; தசைகள் சற்றே சற்று தொங்குவது போல் தோன்றியது. என்னதான் அரசகுலத்தாருக்கென பிரத்யேகமாய் முனிவர்கள் அளித்த அதிசய பானமான சோமரஸத்தைப் பருகினாலும், வாழ்நாள் முழுவதும் புரிந்த போர்களும், குடித்த சாராயமும் வேலையைக் காட்டாமல் போய்விடுமா என்ன?

''நான் சப்தசிந்துவின் சக்ரவர்த்தி!'' அடக்கமுடியாத ஆத்திரத்துடன் மார்பை ஓங்கியறைந்து கர்ஜனை புரிந்தார் தசரதர். ''என்ன தைரியம் அவனுக்கு?''

கணவருடன் தனிமையில் இருந்தபோதிலும் பொதுவில் காட்டும் சம்பிரதாயப் பணிவையும் அடக்கத்தையுமே கைக்கொண்டு அமர்ந்திருந்தாள் கைகேயி. அவர் இவ்வளவு கோபாவேசப்பட்டு அவள் கண்டதேயில்லை.

''சுவாமி,'' என்றாள். ''நாளைக்குன்னு கொஞ்சம் கோபத்தை சேமிச்சு வைக்கலாமே? இப்போ சாப்பிடுங்க. போருக்கு உங்க சக்தியெல்லாம் தேவைப்படும்.''

''யாரைப் பார்த்து அந்த வார்த்தையைச் சொன்னான் என்றாவது அந்த நாதியற்ற கொலைகாரப் பாவிக்குத் தெரியுமா?'' கைகேயி பேசாதது போல் தசரதர் தொடர்ந்து இரைந்தார். ''வாழ்நாளில் நான் ஒரு போரில் கூட தோற்றதில்லை!''

''நாளைக்கும் நீங்கதான் ஜெயிப்பீங்க.''

அவளை நோக்கித் திரும்பினார் தசரதர். ''ஆம், வெற்றி பெறுவேன். அவனைச் சிறு துண்டுகளாக நறுக்கி, சடலத்தை தெருநாய்களுக்கும் பன்றிகளுக்கு இரையாக்குவேன்!''

''நிச்சயம் அதான் முடிவு பண்ணிட்டீங்களே?''

ஆங்காரத்துடன் ஒரு ஹுங்காரம் செய்த தசரதர், கூடாரத்தினின்று ஆவேசமாய் வெளியேற யத்தனித்தார். அதற்கு மேல் கைகேயியால் பொறுமையைக் கடைபிடிக்க முடியவில்லை.

''தசரதா!'' கடிந்துகொண்டாள்.

அவர் ஆணியடித்தாற்போல் நின்றார். மனதுக்குகந்த மனைவி, காரணமின்றி அந்தத் தொனியைப் பயன்படுத்துவதில்லை. அவரை நோக்கி நடந்த கைகேயி, கை பற்றி, சாப்பாட்டு மேஜையை நோக்கி அழைத்துச் சென்றாள். தோள் மீது கரம் பதித்து, நாசூக்கின்றி நாற்காலியில் தள்ளினாள். *ரொட்டியில்* ஒரு துண்டத்தைப் பிய்த்து, சில காய்கறிகளையும் இறைச்சியையும் மடித்து நீட்டினாள். ''ராத்திரி சாப்பிட்டு தூங்கலைன்னா, பகல்ல அந்த அரக்கனை வீழ்த்தமுடியாது,'' கிசுகிசுத்தாள்.

தசரதர் வாய் திறந்தார். கைகேயி ரொட்டியைத் திணித்தாள்.

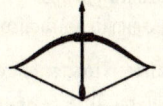

அத்தியாயம் 3

படுக்கையில் சாய்ந்திருந்த அயோத்ய அரசி கௌஸல்யா, அயர்ந்து, தளர்ந்து காணப்பட்டாள். நாற்பது வயதில் ஆங்காங்கே கேசத்தில் பூத்திருந்த சாம்பல், பளபளப்புக் குறையாத சருமத்துடன் ஒட்டாமல் தனித்துத் தெரிந்தது. உயரம் குறைவென்றாலும் ஒரு காலத்தில் கட்டான தேகம் படைத்தவள்தான். வாரிசு பெற்றால் மட்டுமே பெண் என மதிக்கப்பட்ட சமூகத்தில், குழந்தைப்பேறில்லாத கொடுமை அரசியின் உள்ளத்தைப் பிளந்தது உண்மை. பட்டமகிஷி என்றாலும், அரசு சம்பிரதாயங்களுக்குட்பட்ட நிகழ்வுகளில் மட்டுமே தசரதர் அவளைக் கண்டுகொள்வது வழக்கமாகி விட, பிற சமயங்களில் யாருமறியா அலட்சிய இருளில் தள்ளப்பட்டது அவளை உயிருடன் தின்றது. ஒன்றே ஒன்று மட்டும்தான் அவள் வேண்டியது: பிரிய மனைவி கைகேயி மீது தசரதர் பொழியும் அன்பிலும், நேரத்திலும் ஒரு சிறு பங்கு.

வாரிசு ஒன்றை - அதிலும் தசரதரின் முதல் மகனை - பெற்றெடுப்பது, தன் அந்தஸ்தில் உடனடியான மாற்றத்தை ஏற்படுத்தும் என்பதில் அவளுக்குச் சற்றும் ஐயமில்லை. உடல் தளர்ந்திருப்பினும், உள்ளம் ஆவேசத்துடிப்புடன் ஆர்ப்பரித்ததில் அதிசயம் இல்லையல்லவா? பிரசவ வேதனை துவங்கி பதினாறு மணி நேரம் கடந்தும், வலி அவளை வீழ்த்தியிருக்கவில்லை. கருவிலிருந்து குழந்தையை அறுவை சிகிச்சை மூலம் மீட்க மருத்துவர் அனுமதி கேட்டும் மறுத்து, கடமை தவறாத வீராங்கனையாக வலியைச் சஞ்சலமின்றி எதிர்கொண்டாள்.

''என் குழந்தை இயற்கையாகத்தான் பிறப்பான்,'' என்றாள் நிதானமாக.

இயற்கையில் நிகழும் பிரசவமே உத்தமம்; மங்கலம் என்பது பரவலாய் வழங்கி வந்த கருத்து; பிறக்கப் போகும்

குழந்தையின் வருங்காலத்தைக் கேள்விக்குறியாக்கும் எண்ணம் அவளுக்குச் சற்றும் இல்லை.

''என்றேனும் அவன் மன்னனாவான்,'' கௌஸல்யா தொடர்ந்தாள். ''அதிர்ஷ்டம் அவன் பக்கம் இருக்க வேண்டும்.''

நீலாஞ்சனா பெருமூச்செறிந்தாள். குழந்தை ஆண் என்பதற்கு எந்த உத்தரவாதமும் இல்லை. அதே சமயம், அவநம்பிக்கை தெரிவித்து எஜமானியின் உற்சாகத்தைக் குலைக்கும் எண்ணம் அவளுக்குச் சிறிதும் இல்லை. அரசியாருக்குச் சில மூலிகை வலி நிவாரணிகளைப் புகட்டிவிட்டுக் காத்திருக்கலானாள். பிரசவம் மதியத்திற்கு முன் நிகழ்ந்தால் உத்தமம் என்பது மருத்துவரின் கருத்து. மதியம் கடந்துவிட்டால், வாழ்நாள் முழுதும் பேரிடர்களைக் குழந்தை சந்திக்கும் என்று இராஜாங்க ஜோதிடர் வேறு எச்சரித்திருந்தார். அதே சமயம், சூரியன் நடுவானுக்கு வருமுன் பிறந்தாலோ, உலகமே புகழ்ந்தேற்றும் உத்தமனாய், உயர்ந்த ஆத்மாவாய், புருஷோத்தமனாய் ஆயிரமாயிரம் வருடங்களுக்கு மக்கள் மனதில் நிலைத்து நிற்பான்.

ஆறு மணி நேரக் கணக்கில் காலத்தை பிரித்துச் சொல்லும் *ப்ரஹார்* விளக்கை நீலாஞ்சனா சட்டென ஏறிட்டாள். சூரியன் உதித்துவிட்டான்; இது இரண்டாவது *ப்ரஹாரின்* மூன்றாவது மணி. இன்னும் மூன்று மணி நேரத்தில் மதிய வேளை. அதற்கு அரை மணி முன்புவரை காத்திருப்பது என முடிவெடுத்தாள். குழந்தை அதற்குள் பிறக்கவில்லையென்றால், அறுவை சிகிச்சைக்கு ஏற்பாடு செய்யவேண்டியதுதான்.

பேறு கால வேதனை சட்டென அதிகரிக்க, உதட்டைக் கடித்துக்கொண்டு, குழந்தைக்கு அவளே தேர்ந்தெடுத்திருந்த பெயரை கௌஸ்லயா மனதிற்குள் ஜபிக்கத் துவங்கினாள். மனதில் உடனடியாகப் புத்துணர்ச்சி புகுந்தது. சாதாரணப் பெயரல்லவே அது? ஆறாவது விஷ்ணுவின் நாமமல்லவா?

நன்மையை வாழ்க்கைமுறையாகவே பரப்பி, சமூகத்தை முன்னேற்றும் தலைவர்களிலே உத்தமோத்தமர்களுக்கு 'விஷ்ணு' என்ற பட்டம் அளிக்கப்படுவது வழக்கம். இதை அடைந்த ஆறாம் நபரே பகவான் பரசுராமர். பொதுமக்கள் அப்படித்தான் அவரை நினைவுகூர்வது வழக்கம். மாபெரும் கோடரியைச் சர்வசாதாரணமாய்ப் பிரயோகித்து எதிரிகளை வீழ்த்தும் வல்லமை படைத்தவர் என்பதால், கோடரி என்று அர்த்தம் கொண்ட வார்த்தையான *பரசு*, ஆறாம் விஷ்ணுவின்

பெயருடன் இணைந்தது. கௌஸல்யாவின் மனதிலும் இடைவிடாது ரீங்கரித்தது அவரது இயற்பெயர்தான்.

ராம... ராம... ராம... ராம...

இரண்டாம் *ப்ரஹாரின்* நான்காம் மணி நேரம், தயாராய்ப் போர்க்கோலத்தில் நின்ற தசரதரைக் காட்டியது. அறச்சீற்றம் பொங்கும் மனதைக் கட்டுப்படுத்தி, கோபம் தணிய மெத்த நேரம் பிடித்ததால், இரவு சரியான தூக்கம் இல்லை. வாழ்நாளில் அவர் எந்தப் போரிலும் தோற்றதில்லை - ஆனால், இம்முறை அவர் வேண்டியது வெற்றி மட்டுமல்லவே? கொலைவாளை வாடகைக்கு விடும் அந்தத் திமிர் பிடித்த வியாபாரியை மிதித்து, நசுக்கி, உயிரைக் கொஞ்சம் கொஞ்சமாய்ப் பிழிந்தெடுப்பதில் அல்லவா விடிமோட்சம்?

ஊசி போன்ற ஸூசி யுத்த வியூகத்தில் படைகளை நிறுத்தியிருந்தார் அயோத்ய மன்னர். கரச்சாபா கோட்டையைச் சுற்றி அடர்ந்த முட்புதர்களை குபேரனின் ஆட்கள் நட்டுவிட்டதால், நிலம் வழியாய்த் துறை முகத்திற்குள் படைகளைச் செலுத்துவது ஏறக்குறைய நடக்காத காரியம். முட்செடிகளை எரித்து நகர் வரை தசரதரின் படைகள் பாதை அமைத்திருக்கலாம் - ஆனால், அதற்கான முயற்சி பல வாரங்களைக் குடித்திருக்கும். கரச்சாபாவைச் சுற்றிய நிலப்பகுதியைக் குபேரனின் படைகள் சாம்பராக்கிவிட்டதில் உணவு, குடிநீருக்கு வழியற்ற நிலையில், காலம் தாழ்த்தக்கூடிய நிலையில் தசரதரின் படைகள் இல்லை. மிஞ்சியிருந்த உணவும் தீர்வதற்குள் தாக்கியே ஆக வேண்டிய கட்டாயம்.

எல்லாவற்றையும் விட முக்கியக் காரணம் - பொறுமையின் எல்லையை தசரதர் கடந்திருந்ததுதான். ஆகையினால், கரச்சாபா துறைமுகத்திற்கு வழியளித்த ஒரே நிலப்பரப்பு - அதன் கடற்கரை - வழியே தாக்குதலைத் தொடங்க முடிவெடுத்தார்.

சாதாரண கடற்கரைகளுடன் ஒப்பிட்டால் கரச்சாபாவினுடையது அகலமென்றாலும், பெரும் படையின் ஆக்கிரமிப்பைத் தாங்குமளவு விஸ்தீரணம் படைத்ததல்ல; இதுவே தசரதரின் *ஸூசி வியூகத்திற்கான* காரணம்.

பொறுக்கியெடுத்த வீராதி வீரர்கள் சகிதம் சக்ரவர்த்தி முன்னணியில் செல்ல, படைகளின் மீதம் நீண்ட வரிசையாகத் தொடரும். அலையலையாகத் தாக்குதல் நடக்கும்: முதல் அணி இலங்கைப் படைகளுடன் இருபது நிமிடப் போரில் மோதிப் பின்வாங்கியதும் இரண்டாவது அணி 'தடா'லென நுழையும். சப்தசிந்துவின் வீர சைன்யம், குபேரனது படைகள் மூச்சுவிடக் கூட நேரம் தராது மேலே விழுந்து தகர்த்துத் தரைமட்டமாக்கும்.

குதிரையைச் சற்றே தட்டிவிட்டு தசரதரை நெருங்கினார் அஸ்வபதி. ''அரசே, இந்த வியூகம் குறித்து...'' இழுத்தார். ''நிச்சயம்தானா?''

''யோசனையாய் இருக்கிறதென்று நீரும் சொல்லி விடாதீர், அஸ்வபதி,'' ஆக்ரோஷ மூர்த்தியான மாமனாரிடமிருந்து வந்த எச்சரிக்கை தசரதரை அதிசயத்தில் ஆழ்த்தத்தான் செய்தது. இந்தியாவில் இதுவரை வெற்றிகரமாய் நடத்திய எத்தனையோ படையெடுப்புக்களில் உடனிருந்து நம்பிக்கையான கூட்டாளியாய் நிரூபித்துக் கொண்டவராயிற்றே?

''நம்மிடமுள்ள எண்ணற்ற படைவீரர்களை முழுமையாய்ப் பயன்படுத்தப் போவதில்லையே என்று நினைத்தேன். பெரும்பான்மையோர், முதல் அணியின் பின்னால் வால் பிடித்தல்லவா செல்லவேண்டியிருக்கும்? ஏககாலத்தில் எல்லோரும் போர் புரியாமல் வைத்திருப்பது உசிதம்தானா?''

''இது மட்டுமே உசிதம், நம்புங்கள்,'' என்றார் தசரதர் ஆணித்தரமாக. ''முதல் அணியின் தாக்குதல் பலிக்கவில்லையென்றாலும், தொடர்ந்து வரும் வீரர்கள் எதிரி மீது அலையலையாகப் பாய்வார்கள். குபேரனது நபும்சகக் கூட்டத்தின் கடைசி ஆளை அடித்து நொறுக்கும் வரை நம்மால் தாக்குப்பிடிக்க முடியும். அவ்வளவு தூரத்திற்கு வருமா என்பதே சந்தேகம்தான் - முதல் அணியைக் கொண்டே மூழ்கடித்துவிட மாட்டேனா?''

இடப்பக்கம் திரும்பி, கடலில் ஏறக்குறைய இரண்டு கிலோமீட்டர் தூரத்தில் நங்கூரமிட்டிருந்த குபேரனின் கப்பல்களை அஸ்வபதி நோக்கினார். முன்புறம் தேவைக்கதிகமாய் அகண்டு, அவற்றின் வடிவமைப்பே சற்று வித்தியாசமாயிருந்தது:. ''போரில் அந்தக் கப்பல்களுக்கு என்ன வேலை?''

''எதுவும் இல்லை!'' மரக்கலங்களை அலட்சியம் செய்த தசரதர், வாஞ்சையுடன் மாமனாரை ஏறிட்டார். கப்பல் போர்களில் தனக்கிருந்த குறைந்தபட்ச அனுபவம் கூட அஸ்வபதிக்கு இல்லை என்பது நினைவுக்கு வந்தது. ''அந்தப் பைத்தியங்கள் கப்பலிலிருந்தே இன்னமும் படகுகளை இறக்கவில்லை. அப்படியே மரக்கலங்களில் அதிக வீரர்கள் இருப்பினும், சமயத்திற்குத் தங்கள் படைகளுடன் இணைய அவகாசம் ஏது? கப்பலிலிருந்து படகுகளை இறக்கி, அவற்றில் வீரர்களை ஏற்றி, போரில் சேர்ந்துகொள்ளப் படகோட்டி... இத்தனையும் நடக்கவேண்டும். அதற்குள் கோட்டைக்குள் பதுங்கியுள்ள வீரர்களைத் துவம்சம் செய்திருக்க மாட்டோமா?''

''கோட்டைக்கு வெளியே,'' திருத்திய அஸ்வபதி, கரச்சாபாவைச் சுட்டிக் காட்டினார்.

விசித்திரம்! சற்றேறக்குறைய ஐம்பதினாயிரம் வீரர்கள் கொண்ட தன் படையைக் கொத்தளங்களின் மீது அணிவகுப்பதற்கு பதில், சம்பிரதாயமான வியூகத்தில், நகருக்கு *வெளியே*, கடற்கரையில் நிறுத்தியிருந்தான். நேர்த்தியாய் வடிவமைக்கப்பட்ட கோட்டைச்சுவர்களின் பாதுகாப்பை இராவணன் நிராகரித்ததன் காரணம் புரியவில்லை.

''இம்மாதிரியான போர்த்தந்திரத்தை நான் கண்டதே யில்லை,'' அஸ்வபதியின் குரலில் எச்சரிக்கை. ''அவனுக்குச் சாதகமான விஷயத்தை ஏன் புறந்தள்ளுகிறான்? படைக்குப் பின்புறம் கோட்டைச்சுவர்கள்; பின்வாங்க வேண்டுமென்றால் கூட இடமில்லை. எதற்காக இப்படி வகுத்திருக்கிறான் ராவணன்?''

''புரட்சி செய்யும் பைத்தியம் அல்லவா?'' தசரதர் கெக்கலி கொட்டினார். ''சூளுரைத்ததை என்னிடம் சாதித்துக் காட்டவேண்டும் என்ற முரட்டுப் பிடிவாதம். போகட்டும். என் வாளை அவன் மார்பில் பாய்ச்சும் போது எல்லாம் புரிந்துபோகிறது.''

இலங்கைப் படைவீரர்களை ஆராய்ந்தபடி, மீண்டும் கோட்டை மதில்களை ஏறிட்டார் அஸ்வபதி. கொம்பு பதித்த பயங்கரத் தலைக்கவசம் அணிந்த இராவணன், தன் படைகளுக்குத் தலைமையேற்று நடத்தி வருவதை இங்கிருந்தே காணமுடிந்தது.

திரும்பி, தன் படையை நோட்டம் விட்டார் அஸ்வபதி. பெரும் போருக்கான சம்பிரதாய முஸ்தீபுகளுக்குட்பட்டு, வீரர்கள் எதிரிகள் மீது ஆபாச வார்த்தைகளையும் அசிங்கப் பேச்சுக்களையும் ஆரவாரக் கூச்சலுடன் வீசிக்கொண்டிருந்தனர். மீண்டும் இராவணனின் படைகளை நோக்கிப் பார்வையைச் செலுத்தினார். சிறு சப்தமும் இல்லை. படைவீரர்களுக்கேயுரிய அசாத்திய ஒழுங்குமுறையுடன், சலனமின்றி வியூகம் காத்தனர்.

அஸ்வபதியின் முதுகுத்தண்டில் சில்லிட்டது.

தசரதரைப் பொறிக்குள் சிக்க வைக்கப்போகும் சாமர்த்தியத் தூண்டில் இந்த வீரர்கள் என்ற எண்ணத்தை அகற்றமுடியவில்லை.

நீ தூண்டிலை நோக்கிப் பாயும் மீன் என்றால், உனக்குத் தலையெழுத்து நன்றாக இல்லையென்று அர்த்தம்.

கவலையைப் பகிர்ந்துகொள்ள அவர் தசரதரை நோக்கித் திரும்ப, சப்தசிந்து சக்ரவர்த்தியோ, அதற்குள் குதிரையைத் தட்டிவிட்டுச் சென்றுவிட்டார்.

குதிரை மீதமர்ந்து தன் படைகளின் முன்னணியில் நின்ற தசரதர், வீரர்களை மிக்க கர்வத்துடன் பார்வையிட்டார். வாட்களை உருவி 'காச்மூச்'சென்று ஊளையிட்டபடி போருக்கென ஏறக்குறைய குதித்துக்கொண்டிருந்த கூட்டத்தின் உற்சாகம் குதிரைகளுக்கும் தொற்றிவிட்டது போலும்; முன்னும் பின்னுமாக அலைந்தவற்றைத் தெறிகெட்டு முன்னேறாமல் இருக்க முகக்கயிற்றைப் பிடித்து வீரர்கள் இழுத்த வண்ணம் இருந்தனர். குருதித் தாண்டவத்தில் சிந்தப் போகும் இரத்தத்தின் வாடை தசரதர் மற்றும் வீரர்கள் நாசியில் இப்போதே ஏறிவிட்டது போல் தோன்றியது. என்ன கோரம் - என்ன வேட்டை! ஆகா, அற்புதமாயிருக்கும்! வெற்றித் தேவதை எப்போதும் போல் அவர்களுக்கு ஆசி கூறி ஜெயம் வழங்கத் தயாராக இருப்பதாகவே நம்பினார்கள். *போர் முரசங்கள் அதிரட்டும்!*

தூரத்தில் அணிவகுத்திருந்த இலங்கைப் படைகளையும், தலைமையேற்று நின்ற இராவணனையும் சுருங்கிய கண்களுடன் கவனித்தார் தசரதர். நரம்புகள் முறுக்கேறின; நாளங்களில் ஆத்திரம் கொதித்துக்கொண்டு

இரத்தத்தில் கலந்தது. வாளைச் 'சரக்'கென உருவி உயர்த்தியவர், தன் இராஜ்யமான கோசலை மற்றும் தலைநகர் அயோத்யாவிற்குரிய போர்க் கர்ஜனையை சந்தேகத்திற்கிடமின்றி ஓங்காரமாய் வெளியிட்டார்: *''அயோத்யதா விஜேதார!''*

வீழ்த்தமுடியாத நகரின் வெற்றிவீரர்கள்!

அவரது படைவீரர்களில் எல்லோரும் அயோத்யர்கள் இல்லைதான்; ஆனால், மகத்தான கோசலைப் பதாகையின் கீழ் போர் புரிவது எந்தப் போர்வீரனுக்காவது கசக்குமா? *''அயோத்யதா விஜேதார!''* என்ற போர்க்குரல் அவர்களது கண்டங்களினின்றும் மிகுந்த பெருமிதத்துடன் எதிரொலித்தது.

''கொல்லுங்கள்!'' காற்றைக் கிழித்துத் தன் வாளை இறக்கிய தசரதர், குதிரையின் விலாவை உதைத்தார். ''கருணை வேண்டாம்!''

''கருணை வேண்டாம்!'' ஆவேசமாய்க் கூக்குரலிட்ட முதல் அணி, குதிரைகளைத் தட்டிவிட்டு, அச்சத்தின் சுவடே அறியாத தங்கள் தலைவரைத் தொடர்ந்தது.

நிலைமை தலைகீழாகத் துவங்கியது இதற்குப் பின்னர்தான்.

தசரதர் மற்றும் பொறுக்கியெடுத்த மிகச் சிறந்த வீரர்களாலானது சப்தசிந்து ஊசி வியூகத்தின் ஆணித்தரமான முனை. இலங்கை வீரர்களை நோக்கி அவர்கள் கடற்கரையில் நாலுகால் பாய்ச்சலில் ஓட, இராவணனின் படை அசையாமல் நின்றது. சில நூறு மீட்டர் நெருக்கத்தில் தசரதர் ஆட்கள் வந்தவுடன், படைவீரர்கள் உறுதியாய் நின்றபோதே, இராவணன் எதிர்பாராவிதமாய் குதிரையைத் திருப்பிக்கொண்டு 'தடா'லென்று முன்னணியிலிருந்து பின்வாங்கினான். அவனது செயல் தசரதரின் ஆவேசத்தைக் கிளற, இலங்கைப்படையின் முன்னணியை மிதித்து நசுக்கி அவனை அடையும் உத்தேசத்துடன், ஆக்ரோஷக் கூச்சலிட்டபடி குதிரையை விலாவில் எட்டி உதைத்து வேகம் கூட்டினார்.

இராவணன் எதிர்பார்த்ததும் இதையே. ஓங்காரமாய் கர்ஜித்த இலங்கையர், பற்றியிருந்த வாட்களை சட்டெனக் கீழே போட்டுவிட்டு காலடியில் கிடந்த, வழக்கத்தை விட நீளமாய், கிட்டத்திட்ட இருபதடி இருந்த வேல்களை

எடுத்துக்கொண்டனர். மரம் மற்றும் உலோகத்தால் மிகுந்த கனத்துடன் வடிவமைக்கப்பட்டிருந்த அவற்றைக் கையிலெடுக்கவே இரு வீரர்கள் தேவைப்பட்டனர். பாய்ந்து வந்த தசரதரின் படையை நோக்கித் தாமிரத்தால் கூராக்கப்பட்ட முனைகளை இலங்கைப்படை நீட்ட, இதைச் சற்றும் எதிர்பாராத குதிரைகளும், வீற்றிருந்த வீரர்களும் குதறப்பட்டனர். தடாலென்று சரிந்த புரவிகளின் மீதிருந்த வீரர்கள் தலைகுப்புற கவிழ்ந்து தசரதரின் குதிரைப்படை ஸ்தம்பித்த கணத்தில், கரச்சாபா கோட்டையின் உயர்ந்த மேல்தளத்தில், இலங்கைப் படை வில்லாளிகள் சட்டென வெளிப்பட்டனர். நீண்ட வளைவாய் கொத்தளங்களினின்று அவர்கள் விடுத்த அம்புகள் தசரதரது குதிரைப்படையின் பின் அடர்ந்து குழுமியிருந்த சப்தசிந்து வீரர்கள் மத்தியில் மாரியெனப் பொழிந்து கிழித்தன.

கூர்வேலால் பிளக்கப்பட்ட குதிரைகளினின்று விழுந்த தசரதரின் வீரர்களில் பலர், உடனடியாகக் குதித்தெழுந்து எதிரிகளுடன் ஆக்ரோஷமாகப் பொருதினர். எல்லோருக்கும் முன்னால் சென்ற தசரதர், அசட்டுத் தைரியத்துடன் தன் பாதையில் குறுக்கிட்டோரை தயவு தாட்சண்யமின்றி வாளுக்கு இரையாக்கினார். என்றாலும், இலங்கை வில்லாளிகள் மற்றும் அற்புதமாய்ப் பயிற்சியளிக்கப்பட்ட வாள்வீரர் தாக்குதலுக்குத் தன் ஆட்கள் கணக்கில்லாமல் பலியாகிக் கொண்டிருப்பதையும் அயோத்ய மன்னர் அறியாமலில்லை. பின்னால் குழுமியிருந்த சப்தசிந்து வீரர்கள் உடனடியாக வியூகத்தை உடைத்து முன்னணிக்கு ஆதரவாகப் போரில் குதிக்கும்படி உத்தரவிடும் எண்ணத்துடன், நிழல்போல் தன்னைத் தொடர்ந்த கொடிவீரன், பதாகையை உயர்த்திச் சைகையளிக்கக் கட்டளையிட்டார்.

ஆனாலும், நிலைமை மோசமானதுதான் மிச்சம்.

தூரத்தில் காத்திருந்த இலங்கைக் கப்பல்படை சட்டென நங்கூரமெடுத்து, வீசும் காற்றை முழுவதுமாய் வாங்கிக்கொள்ளப் பாய்மரங்களை விரித்தவாறு, வெகுவேகமாய்த் துடுப்பு வலித்துக் கடற்கரை நோக்கி விரைந்தது. அடுத்த சில நொடிகளில், நெருக்கமாகக் கரையில் குழுமிய தசரதர் படைகளுக்குள் இலங்கைக் கப்பலிலிருந்து அம்புகள் சரமாரியாகப் பொழியத் துவங்கின. சப்தசிந்து வீரர்களைக் கப்பலின் மீதிருந்தே இலங்கை வீரர்கள் துவம்சம் செய்தனர்.

எதிரிக் கப்பல்கள் கரையிறங்கக்கூடிய சாத்தியக்கூறை தசரதரின் எந்தத் தளபதியும் கணித்திருக்கவில்லை; கரை தட்டினால், முகப்பு சுக்குநூறாகிவிடும் என்பதே அவர்கள் எண்ணம். ஆனால் இவையோ, குபேரனின் சாதுர்யமான கப்பல் நிபுணர்கள் பிரத்யேகமாய் வடிவமைத்தவை; தண்ணீர், தரை இரண்டையுமே சமாளிக்கக் கூடியவை. அவற்றின் வித்தியாசமான முகப்புக்கள், கரையேறுவதால் ஏற்படும் தாக்கத்தை ஏற்கும் பலம்கொண்டவை. புயலைப் போல் அவை கரையடைந்த நொடியில், முகப்பின் அகண்ட வெளிப்பலகைகள் சட்டென்று மேற்புறத்தினின்று கழன்றன. சாதாரணக் கப்பலின் முகப்புப்பலகைகள் அல்ல இவை; பிரத்யேக, பிரம்மாண்டமான கீல்கள் மூலம் அடிப்பாகத்துடன் இணைக்கப்பட்டிருந்தன. கரை தொட்டவுடன் பிரிந்து, ஆட்கள் வெளியேற வசதியாக, பலகைப்பாலம் போல் மணல் மீது விரிந்தன. மேற்கேயிருந்து இறக்குமதி செய்த இராட்சதக் குதிரைகளின் மீது இலங்கை வீரர்கள் 'திமுதிமு'வென்று கப்பலுக்குள்ளிருந்து வெளியே குவிந்தனர். கரையின் மீது தடதடத்து, எதிர்ப்பட்டவர்களையெல்லாம் தாட்சண்யமின்றி வெட்டி வீழ்த்தி முன்னேறினர்.

கோட்டைக்கருகே தன் படைகளின் மீது நடந்த ஊழித் தாக்குதலைப் பார்த்துக்கொண்டிருந்த தசரதருக்கு, பின்புறம் ஏதோ பயங்கரம் நிகழ்ந்துகொண்டிருப்பதாகச் சட்டென உள்ளுணர்வு உறுத்தியது. குதிரையிலிருந்தே நிமிர்ந்து கண்களைத் தீட்டி, கீழே போரிட்டுக் கொண்டிருந்த ஆவேச மனித வெள்ளத்தைத் தாண்டி நோக்க முயற்சித்த நொடியில், இடப்புறம் ஏதோ அசைவைக் கணித்து 'விர்'ரென்று கேடயத்தை உயர்த்தி ஒரு இலங்கை வீரனின் கடுந்தாக்குதலை சமாளித்தார். ஓங்கார கர்ஜனை புரிந்த அயோத்ய மன்னர், தன்னைத் தாக்கியவன் மீது ஆக்ரோஷமாய் வீசிய வாள் அவன் கவசத்தின் சிறிய பிளவில் குறி தவறாமல் இறங்கியது. இரத்தம் பொங்கி, வயிறு கிழிந்து குடல்கள் ஈரமாய், இளஞ்சிவப்பாய் வெளியில் விழ, குருதிக்குளத்தில் சாய்ந்தான் இலங்கை வீரன். இரத்தம் கொட்டிக் கொஞ்சம் கொஞ்சமாய் உயிர் விட்ட அந்த பரிதாபத்திற்குரியவனிடம் சற்றும் இரக்கம் தோன்றாமல், அவனை மறந்து திரும்பினார் தசரதர்.

''இல்லை!'' கதறியவர் கண்முன் விரிந்த காட்சி, எப்பேர்ப்பட்ட வயிர நெஞ்சம் படைத்த மாவீரனையும் தகர்த்திருக்கும்.

வீழ்ச்சியே கண்டிராத அவரது படை, இலங்கை வில்லாளிகளின் கொடுக்கு போன்ற வியூகத் தாக்குதல் - கரச்சாபா கோட்டை வாயில் காலாட்படை - பின்னாலிருந்து வெட்டி வீழ்த்திய ஆக்ரோஷ இலங்கைக் குதிரைப்படை என எல்லாவற்றுக்குமிடையே சிக்கிச் சின்னாபின்னமடைந்து கொண்டிருந்தது. தோல்வியே அறியாத வீரர்களின் பிரதம சேநாதிபதியாக அதுவரை பெருமிதத்துடன் வலம் வந்த தசரதர், கனவிலும் நினையாத காட்சி கண்முன் நடந்தேறுவதை நம்பமுடியாமல் வெறித்தார்: புகழ்வாய்ந்த அவரது வீரர்கள் அணி உடைந்து, பின்வாங்கிக் கொண்டிருந்தது.

''நில்லுங்கள்!'' தசரதர் அலறினார். ''சண்டையிடுங்கள்! போரிடுங்கள்! நாம் அயோத்யர்கள்! நம்மை வீழ்த்துவோர் எவருமில்லை!''

பிரம்மாண்டமான இலங்கை வீரனொருவன் தலையை வாளால் துண்டித்தார் தசரதர். ஓயாது அலையலையாக விழுந்த இராவணனின் வீரர்களை எதிர்கொள்ளத் தன்னைத் தயார் செய்துகொண்ட கணத்தில், இந்த கொடூர பயங்கரத்தின் காரணகர்த்தாவும், படையெடுப்பைச் செயல்படுத்திய வனுமான யுக்திவான் மீது அவரது பார்வை பதிந்தது. இடப்பக்கக் கரையில், கடலை ஒட்டித் தன் புரவிப்படையை நடத்திக்கொண்டு குதிரை மீது ஆரோகணித்துக் கொண்டிருந்தான் இராவணன். இதுதான் சமயம்! இலங்கை வீரர்களில் இந்த ஒரு கூட்டம் மட்டுமே அயோத்ய காலாட்படை தாக்கத் தக்கதாய், பாதுகாப்பின்றியிருந்தது. அதே சமயம், அசுரப் பயிற்சி பெற்ற தன் புரவிப்படை சகிதம் அயோத்யாவின் காலாட்படையை ஆவேசக் கதறலுடன் வெட்டிச் சாய்த்துச் சென்ற இராவணன், மீண்டும் அவர்கள் சண்டைக்கு ஆயத்தமாய் இணைய முடியாதபடி பார்த்துக்கொண்டான். இது போரேயல்ல; ரணகளம்.

யுத்தம் கைமீறிவிட்டதை தசரதர் உணர்ந்தார். தோல்வியை விட, மரணம் உத்தமம் என்று உள்ளம் சுட்டிக்காட்டினாலும் ... ஒரே ஒரு கடைசி ஆசை. அந்த இலங்கை அரக்கனின் துண்டித்த தலையின் மீது காறி உமிழ்வதுதான், தனக்கான ஒரே பிராயச்சித்தம்.

''யாஆஆஆஆ!'' அலறிய தசரதர், தன் மேல் பாய்ந்த இலங்கை வீரனின் கையை மணிக்கட்டிற்கு மேல் சீவி, நெட்டித் தள்ளி எப்படியாவது இராவணனை அடைய முண்டியடித்து முன்னேறினார். ஆடுசதையில் ஒரு கேடயம்

வந்து மோத, எலும்பு முறியும் சப்தம் போரின் ஆவேசக் கூச்சல்களுக்கிடையிலும் அவரை எட்டியது.

ஆங்கார கர்ஜனையுடன் சுழன்ற சப்தசிந்துவின் நிகரற்ற சக்ரவர்த்தி, யுத்தக் கோட்பாடுகளைச் சற்றும் இலட்சியம் செய்யாமல் கேடயம் பிரயோகித்த இலங்கை வீரனின் தலையை லாகவமாய்த் துண்டித்தார். முதுகில் கடினமாய் மோதிய ஏதோ ஒன்றின் தாக்கத்தைச் சமாளிக்கும் வீச்சுடன் திரும்ப முயன்றாலும், முறிந்த கால் ஒத்துழைக்கவில்லை. முன் பக்கம் சாய்ந்தபோதே, மார்பில் கூர்மையாய் ஏதோ பாய்வதை உணர்ந்தார். *யாரோ குத்திவிட்டார்கள்.* கத்தி ஆழமாய்ச் சென்றாற்போலத் தோன்றவில்லை. *ஒரு வேளை, நினைத்ததைவிட ஆழமாகப் புகுந்துவிட்டதோ? என் உடல்தான் வலியை அமிழ்த்திவிட்டதோ?*

இருள் சூழ்வதை தசரதர் உணர்ந்தார். விழத் துவங்கி விட்டவரை, நெருங்கிய கைக்கலப்பில் அலைமோதிய வீரர் கூட்டத்தில் எவனது உடலோ தாங்கியது. கண்கள் தாமாய் மூடிக்கொள்ள, மனதிற்குள் இறுதிப் பிரார்த்தனையை தான் மிக மதித்த கடவுளுக்கு - உலகை ஒவ்வொரு நொடியும் இரட்சிக்கும் வலிமை கொண்ட சூரிய பகவானுக்குச் - செலுத்தினார்.

இந்தக் கேவலத்தை நான் உயிருடன் இருந்து அனுபவிக்கும்படி சபித்துவிடாதீர்கள், சூரியப் பெருமானே. என்னை மரணம் தழுவட்டும். மரணம் தழுவட்டும்...

சர்வநாசம்!

கலவரம் இதயத்தில் இருளாய்ப் பரவ, பொறுக்கியெடுத்த அசகாயச் சூரர்களைச் சேகரித்துக்கொண்டு, குதிரை மீதேறிப் போர்க்களத்தைப் புயல்வேகத்தில் கடந்தார் அஸ்வபதி. தரையில் கொசகொசத்த ஏராளச் சடலங்களினூடே வழியேற்படுத்திக்கொண்டு, தசரதர் மிக மோசமாய்க் காயம்பட்டோ - அல்லது உயிரற்றோ - கிடக்கக்கூடிய மரணக்கிடங்கான கரச்சாபா கோட்டை வெளிப்புறத்தை எட்ட முயன்றார்.

யுத்தம் மகத்தான தோல்வி என்பதை அவர் உணர்ந்தேயிருந்தார். கண்முன்னே சப்தசிந்துவின் கணக்கற்ற வீரர்கள் கருணையின்றி நசுக்கப்பட்டுக் கொண்டிருந்தனர்.

இப்போது அவரது ஒரே நோக்கம், சக்ரவர்த்தியும், தன் மருமகனுமான தசரதரை எப்படியேனும் மீட்பதுதான். கண்மணி கைகேயி கைம்பெண்ணாகக் கூடுமா?

கரச்சாபா கோட்டையினின்று இன்னமும் ஓயாமல் பொழிந்த சரமாரியினின்று காத்துக்கொள்ள கேடயங்களை உயர்த்தியவாறு, போர்க்களத்தைக் அஸ்வபதியின் குழு கடக்க முயன்றது.

''அதோ!'' ஒரு வீரன் கூவினான்.

தசரதரின் அசைவற்ற உடல், இரு வீரர்களின் சடலங்களுக்கிடையில் சிக்கியிருந்ததை அஸ்வபதி கண்டார். மருமகனின் கைகள் வாளை இறுகப் பற்றியிருந்தன. ஒரே தாவலில் குதிரையினின்று கேகய மன்னர் இறங்கிய நொடியில் அவர் பாதுகாப்பிற்கு இரு வீரர்கள் முன்னால் பாய்ந்தனர். தசரதரைத் தன் குதிரை நோக்கி இழுத்த அஸ்வபதி, கடுமையாய்க் காயமடைந்திருந்த சக்ரவர்த்தியின் உடலை சேணத்தின் குறுக்காகப் படுக்க வைத்தார். தானும் பாய்ந்து ஏறியவரின் வேகத்திற்கு ஈடுகொடுக்கமுடியாமல் திணறிய பரிவாரத்தை அலட்சியம் செய்தவராய், முட்புதர்கள் படர்ந்த வெற்றிடம் நோக்கி வெகுவேகமாய் முன்னேறினார்.

அதே திறந்தவெளிக்கருகே, புதர் வரிசை ஓரமாய், அதிசயிக்கத்தக்க நிதானத்துடன் தேரில் தீர்மானமாய்க் காத்திருந்தாள் கைகேயி. தந்தையின் குதிரை நெருங்கியதும் சட்டென்று முன்னால் சாய்ந்து தசரதரின் சலனமற்ற உடலைத் தேருக்குள் இழுத்துக்கொண்டாள். அம்புகள் ஏகமாய்த் தைத்துக் காயம்பட்டிருந்த அப்பாவை நிமிர்ந்து கூடப் பாராமல் சேணக்கயிற்றைப் பற்றி, தேருடன் பூட்டிய நான்கு குதிரைகளைச் சாட்டையால் வீறினாள்.

''ஹ்யாஆஆஆ!'' ஆவேசக் கூச்சலுடன் புதருக்குள் பாய்ந்தாள். தயவு தாட்சண்யமின்றி குதிரைகளைக் கிழித்த முட்கள், தோல் மட்டுமல்லாது பாவப்பட்ட விலங்குகளின் சதையையே பதம் பார்த்தாலும் பொருட்படுத்தாத கைகேயி, அவற்றை மேலும் விரட்டினாள். இரத்தம் சொட்டச் சொட்ட முட்புதர் வரிசையைக் கடந்த புரவிகள், பெரும் இரைப்புடன் விரைவில் மறுபுறமிருந்த திறந்தவெளியை அடைந்தன.

ஒரு வழியாக சேணக்கயிற்றைப் பிடித்திழுத்த கைகேயி, திரும்பிப் பார்த்தாள். முட்காட்டின் மறுபுறம் தந்தையும்,

மெய்க்காப்பாளர்களும் இராவணனின் குதிரைவீரர்களால் தீவிரமாய்த் துரத்தப்படுவதைக் கண்டாள். தந்தையின் உத்தேசம் கைகேயிக்குச் சட்டென விளங்கியது. அவளிடமிருந்து இராவணன் வீரர்களைத் திசைதிருப்பிக் கொண்டிருந்தார்.

சூரியன் ஏறக்குறைய உச்சிவானை வந்துவிட்டான். கிட்டத்தட்ட நடுப்பகல்.

சூரிய பகவான் ஒழிக, கைகேயி சபித்தாள். *உன்னுடைய பக்தர்களிலேயே உத்தமமானவனை இந்தக் கதிக்கு ஆளாக்கத் தகுமா?*

உணர்வின்றிக் கிடந்த கணவனருகே மண்டியிட்டவள், பீதியிலாழ்த்துமளவு மார்புக் காயத்தினின்று பெருகி வழிந்த குருதியை நிறுத்தும் முயற்சியில் *அங்கவஸ்திரத்தில்* பெரும்பகுதியைக் கிழித்து, கட்டுப்போட்டாள். இரத்தப்போக்கைச் சற்றே மட்டுப்படுத்தியவள், நிமிர்ந்து, சேணக்கயிற்றைப் பற்றினாள். அழவேண்டும் போல் அடக்கமுடியாமல் துக்கம் பீறிட்டாலும் - கூடாது. முதலில் கணவனைக் காப்பாற்றவேண்டும். மதியிழக்க இது சமயமல்ல.

குதிரைகளை நோக்கினாள். விலாவில் இரத்தம் பிரவாகமாய்ப் பெருக்கெடுக்க, தோல் பிய்ந்த இடங்களில் சதை நாராய்த் தொங்கியது. அடர்ந்த முட்காட்டின் வழியே தேரை அசுர வேகத்தில் இழுத்து வந்ததில் மூச்சிரைத்துத் தத்தளித்துக் கொண்டிருந்தன. ஆனால், சாவகாசத்திற்கு இது சமயமல்லவே?

''மன்னிச்சிருங்க,'' முணுமுணுத்த கைகேயி, சாட்டையை உயர்த்தினாள்.

[illegible] சீறிய மாட்டுத்தோல் இரக்கமின்றி கு[illegible]தம் பார்த்தது. கருணை காட்டும்படி பரிதாபமாக கனைத்தவை, நகர மறுத்தன. கைகேயி மீண்டும் சாட்டையை விளாச, ஒரே ஒரு எட்டு வைத்தன.

''நகருங்க!'' மீண்டும் மீண்டும் சாட்டையைக் கருணையின்றி வீசியவளின் அடி தாங்க முடியாமல் அசுரகதியில் கண்மண் தெரியாமல் ஓடத் துவங்கிய குதிரைகளின் வேகம் பயங்கரமானதாய் இருந்தது.

கணவனைக் காப்பாற்றியே ஆகவேண்டும்.

திடீரென ஒரு அம்பு தேரின் முகப்பில் 'படா'ரென்று குத்திட்டு நின்றது. பீதியுடன் திரும்பினாள். குழுவினின்று பிரிந்த இராவணனின் குதிரைவீரர்களில் ஒருவன் அவளைத் துரத்திக்கொண்டிருந்தான்.

திரும்பிய கைகேயி, மறுபடியும் சாட்டையைப் பிரயோகித்தாள். "வேகம்! வேகம்!"

பித்துப்பிடிக்கும் நிலைக்குக் குதிரைகளை விரட்டினாலும், சற்றே நகர்ந்து தன்னுடலைக் கேடயமாக்கி, வீழ்ந்துபட்டுக் கிடக்கும் கணவனைக் காக்கும் சாதுர்யம் கைகேயிக்கு வாய்த்தது.

இராவணனுடைய அரக்கர்கள் கூட, நிராயுதபாணியான பெண்ணைத் தாக்கமாட்டாங்க இல்லையா?

அவள் கணிப்பு தவறாயிற்று.

'சீய்க்'கென இன்னொரு அம்பு காற்றைக் கிழிக்கும் மிரட்டல் த்வனி கேட்ட நொடியில், சரம் முதுகில் பயங்கரமாய்த் தாக்கியது. அம்பு தைத்த வேகத்தில் உடல் முன்னால் சாய, கைகேயியின் தலை 'படக்'கென்று பின்னால் வெட்டியது. கண்கள் வான் நோக்கி ஒரு கணம் உயர, உயிர் போகும் வலியில் தன்னிச்சையாய் கதறல் புறப்பட்டது. ஒரு நொடிதான். ஆபத்தில் உடல் வெள்ளமாய்ச் சுரக்கும் அட்ரீனலின் உபயத்தில் உடலும் மனமும் ஒருமுகப்பட, நிதானித்தாள்.

"வேகம்!" குதிரைகளை ஆக்ரோஷமாய் விளாசினாள்.

இன்னொரு சரம் காதோரமாய்ச் சீற, நூலிழையில் தலை தப்பியது. கரடுமுரடான நிலப்பகுதியில் தேர் மேடுபள்ளம் அறியாமல் ஆடிய ஆட்டத்தில், கணவனின் உடல் நிலைகொள்ளாமல் குலுங்குவதைக் கண்டாள்.

"வேகம்!"

நான்காம் அம்பின் சீற்றம் கேட்ட நொடியில் வலக்கரத்தில் பாய்ந்ததில் ஆள்காட்டி விரல் நறுக்கப்பட்டு சிறு கல்லைப்போல் தரையில் எங்கோ உருண்டது. கைகேயியின் பிடி தளர்ந்து சாட்டை நழுவியது. ஆனால், மோசமான காயங்களுக்கு மனம் ஆயத்தமாயிருந்ததில், இப்போது வலியின் ஓலமில்லை; கண்ணீரும் இல்லை.

சட்டெனக் குனிந்து சாட்டையை இடக்கையால் பொறுக்கியவள், சேணக்கயிற்றை இரத்தம் வழியும்

வலக்கரத்திற்கு மாற்றிக்கொண்டாள். இயந்தர கதியில் மீண்டும் விளாசத் துவங்கினாள்.

''நகருங்க! சக்ரவர்த்தியின் உயிர் ஊசலாடிக்கிட்டிருக்கு!''

அம்பு பாயும் கொடூர ஒலி மீண்டும் கேட்க, இன்னொரு தாக்குதலுக்குத் தயாரானாள். என்ன அதிசயம்! வலி நிறைந்த ஓலம் கேட்டது - பின்புறமிருந்து. சட்டெனப் பக்கவாட்டில் திரும்பிப் பார்த்தவள், எதிராளி அடிபட்டதைக் கண்டாள்; அவனது வலக்கண்ணில் அம்பு ஆழப் புதைந்திருந்தது. அவளைக் காக்க ஒரு வீரர் குழு புகுந்துவிட்டதையும் ஓரக்கண்ணால் கவனித்தாள்: யார்? தந்தையும், விசுவாசமான மெய்க்காப்பாளர்களும்தான். அவர்கள் விடுத்த அம்புமாரியில் இலங்கைப் பகைவன் 'தடா'லென்று குதிரை மீதிருந்து விழுந்தது மட்டுமல்லாமல், கால் சேணக்கயிற்றில் மாட்டிக்கொண்டது. கல்லும் பாறையுமான நிலத்தில் தலை இடிபட, இன்னமும் தலைதெறிக்க ஓடிக்கொண்டிருந்த குதிரையால் இராவணனின் வீரன் பல மீட்டர் இழுத்துச் செல்லப்பட்டான்.

கைகேயி மீண்டும் முன்னே நோக்கினாள். தன்னை காயப்படுத்திய மூர்க்கனின் கொடூர மரணத்தை ரசிக்கக்கூட அவகாசமில்லை அவளுக்கு. *தசரதரைக் காப்பாற்றியாக வேண்டும்.*

சாட்டை விளாசப்படும் சப்தம் ஓயாமல் ஒலித்தது.

''வேகம்! வேகம்!''

நீலாஞ்சனா எவ்வளவோ முதுகில் தட்டிக்கொடுத்தும், குழந்தையிடம் சுவாசமில்லை.

''மூச்சு விடு! ம்!''

நடப்பதைக் கவலையுடன் கவனித்த கௌஸல்யா, வழக்கத்திற்கு மாறாக நீண்ட நேரம் நிகழ்ந்த பிரசவத்தினால் அயர்ந்திருந்தாலும், முழங்கையை ஊன்றி எழ முயற்சித்தாள். ''என்னாயிற்று? என்ன பிரச்சனை என் மகனுக்கு?''

''அரசியாரைச் சற்று ஓய்வெடுக்க வைக்கமாட்டாயா?'' தோள் மீது எட்டிப் பார்த்துக்கொண்டிருந்த பணிப்பெண்ணைச் சிடுசிடுத்தாள் நீலாஞ்சனா.

உடனடியாக விரைந்த பணிப்பெண், கௌஸல்யாவின் தோள் மீது கரம் பதித்து, படுக்க வைக்க முயன்றாள். உடலால் தளர்ந்திருந்தும், அரசியார் உடன்படவில்லை. ''அவனைக் கொடுங்கள்!''

''தேவி...'' நீலாஞ்சனாவின் கண்களில் கண்ணீர் ததும்பியது.

''என்னிடம் கொடுங்கள்!''

''இதனால் எந்தப் பயனும்...''

''என்னிடம் கொடுங்கள்!''

அவளருகே விரைந்த நீலாஞ்சனா, உயிரற்ற சிசுவை கௌஸல்யாவிற்குப் பக்கத்தில் வைத்தாள். அசைவின்றிக் கிடந்த மகனை மார்போடு அணைத்துக்கொண்டாள் அரசி. அடுத்த நொடி, குழந்தை நகர்ந்து கௌஸல்யாவின் நீண்ட கூந்தலைக் கெட்டியாகப் பற்றியது.

''ராமா!'' கௌஸல்யா கூவினாள்.

சக்தி நிறைந்த உரத்த அலறலுடன், இந்தப் பிறவியின் முதல் மூச்சை இராமன் இழுத்தான்.

''ராமா,'' மீண்டும் கூவிய கௌஸல்யாவின் கன்னங்களின் கண்ணீர் வழிந்தோடியது.

சின்னஞ்சிறிய கரங்கள் தாயின் கூந்தலைக் கெட்டியாகப் பற்றிக்கொண்டிருக்க, முன்னைவிட அதிக பலத்துடன் இராமன் முழுமூச்சாய் அழுதுகொண்டிருந்தான். அவனது செப்பு வாய் திறந்து, தன்னிச்சையாக உறிஞ்ச முயன்றது.

நெஞ்சுக்குள் அணை போட்டுத் தடுத்த உணர்ச்சிப் பிரவாகம் சட்டெனப் பீறிட, தானே ஒரு குழந்தையாகி நீலாஞ்சனா கதறத் துவங்கினாள். அவளது அரசிக்கு அழகான ஆண் குழந்தை. இளவரசன் பிறந்துவிட்டான்!

மகிழ்ச்சிப் பெருக்கில் திக்குமுக்காடினாலும், அவள் தன்னிலையிழக்கவில்லை; பயிற்சியையும் மறந்து விடவில்லை. குழந்தை பிறந்த நொடியைத் துல்லியமாய்த் தீர்மானிக்க அறைக்கோடியில் இருந்த ப்ரஹார் விளக்கை நோக்கினாள். இராஜகுல ஜோதிடருக்கு இந்த விவரம் தேவைப்படுமென்பது அவளுக்குத் தெரியும்.

நாழிகையைக் கணித்தவள், மூச்சைப் பிடித்துக் கொண்டாள்.

இக்ஷ்வாகு குலத்தோன்றல்

ருத்ரபகவானே, கருணை புரியுங்கள்!

நேரம் மிகச் சரியாக நடுப்பகல்.

"இதற்கு என்ன அர்த்தம்?" நீலாஞ்சனா கேட்டாள்.

ஜோதிடர் கல்லாய்ச் சமைந்திருந்தார்.

சூரியன் ஜோதிமயமாய்த் தொடுவானில் இறங்கத் தயாராக, கௌஸல்யாவும் இராமனும் ஆழ்ந்த உறக்கத்தில் இருந்தனர். இளவரசனின் எதிர்காலம் குறித்து ஆலோசிக்க நீலாஞ்சனா அரசாங்க ஜோதிடரின் அறைக்கு ஒருவழியாக வந்து சேர்ந்தாள்.

"மதியத்திற்கு முன் பிறந்தால் வரலாறு அவனை மனிதர்களில் முதன்மையானவனாக, சாதனையாளனாக, மாணிக்கமாய் நினைவில் கொள்ளும் என்று சொன்னீர்கள்," என்றாள் நீலாஞ்சனா. "அதுவே பிறகென்றால், துரதிர்ஷ்டத்தின் சிகரமாய் இருப்பான்; தனிப்பட்ட வாழ்க்கையில் சந்தோஷமிருக்காது என்றீர்கள்."

"மிகச்சரியாக நடுப்பகலில் பிறந்தான் என்பது நிச்சயம்தானா?" என்றார் ஜோதிடர். "முன்னேயும் அல்ல; பின்னேயும் அல்ல. இல்லையா?"

"நிச்சயம்தான். மிகச்சரியாக நடுப்பகல்."

நீளமாய் மூச்சை இழுத்து விட்ட ஜோதிடர், மீண்டும் மோனத்தில் ஆழ்ந்தார்.

"இதற்கு என்னதான் அர்த்தம்?" என்றாள் நீலாஞ்சனா. "அவனது எதிர்காலம் எப்படி? சாதனையாளனாவானா? அல்லது துரதிர்ஷ்டம்தான் தலையெழுத்தா?"

"தெரியவில்லை."

"என்ன? என்னதான் சொல்ல வருகிறீர்கள்?"

"தெரியவில்லை என்றுதான்!" மண்டிய எரிச்சலை ஜோதிடரால் அதற்கு மேல் மறைக்கமுடியவில்லை.

பல ஏக்கர்களில் விஸ்தாரமாய்ப் பரந்து விரிந்து எழில் கொஞ்சிய அரண்மனைத் தோட்டங்களை ஜன்னல் வழியே வெறித்தாள் நீலாஞ்சனா. அயோத்யாவின் மிக

உயரமான பகுதியாய் விளங்கிய மலைச்சிகரத்தின் மீது அமைந்திருந்தது இராஜமாளிகை. நகரின் கோட்டைச் சுவர்களுக்கு வெளியே படர்ந்திருந்த நீர்ப்பரப்பை வெற்றுப் பார்வை பார்த்தவளுக்கு, செய்யவேண்டியது சட்டென்று தெளிவாகியது. குழந்தை பிறந்த நேரத்தைத் தீர்மானிக்க வேண்டியது அவளுடைய கடமை - அதே சமயம், நடுப்பகல் என்று கணிக்க வேண்டிய நிர்ப்பந்தம் என்ன? வேறு யாருக்கு இவையெல்லாம் தெரிந்துவிடப் போகிறது? ஒரு தீர்மானத்திற்கு வந்தாள்: மதியத்திற்கு சரியாக ஒரு நிமிடம் *முன்பு* இராமன் பிறந்துவிட்டான்.

ஜோதிடரிடம் திரும்பினாள். ''குழந்தை பிறந்த சமயம் குறித்து யாரிடமும் வாய் திறக்க வேண்டாம்.''

இவ்விதமான எச்சரிக்கைக்கெல்லாம் அவசியமிருக்க வில்லை. கௌஸல்யாவின் பிறந்த தேசத்தைச் சேர்ந்த அரசாங்க ஜோதிடருக்கு வற்புறுத்தல் தேவையாயுமிருக்க வில்லை. நீலாஞ்சனாவைப் போலவே, அவரது விசுவாசத்தைப் பற்றிய சந்தேகத்திற்கே இடமில்லை.

''நிச்சயம்.''

அத்தியாயம் 4

மெய்க்காப்பாளர்கள் மிக்க பணிவுடன் சற்று தூரத்தில் தொடர, அயோத்யாவின் கோட்டைக் கதவுகளை மஹரிஷி வஸிஷ்டர் நெருங்கினார். 'தடா'ரென வாயிற்காவலர்கள் விறைப்புடன் நின்றபோதே, இவ்வளவு அதிகாலையில் அயோத்யாவின் *பிரசித்தி பெற்ற இராஜகுரு* எங்கே கிளம்பிவிட்டார் என்று அதிசயிக்காமலும் இல்லை. மிகப் பணிவுடன் குனிந்து, கைகூப்பி நமஸ்கரித்த அவர்களின் தலைவன், *"மஹரிஷிஜி,"* என *ஞானத்தின் உறைவிடத்திற்குரிய* மரியாதைவிளி பிரயோகித்தான்.

பணிவான "நமஸ்தே"வுடன் அவனை வஸிஷ்டர் அங்கீகரித்தாலும், நடையின் வேகத்தைக் குறைக்கவில்லை.

ஒடிந்து விழுகிற தேகக்கட்டும், அதீத உயரமும் படைத்தவரது உறுதியான நடையில் தீர்மானம் மிளிர்ந்தது. *தோத்தியும் அங்கவஸ்திரமும்* தூய வெண்ணிறம் கொண்டிருந்தன. தலையில் முக்கால் பகுதி முண்டனம் செய்திருந்தாலும், அந்தணர்களுக்குரிய உச்சிக் குடுமி முடிந்திருந்தது. பனிப்படலம் போன்ற வெண்தாடி; அமைதியும் சாந்தமும் ததும்பும் கண்கள்; ஞான ஒளி சிந்தும் முகம் என அவரது அங்க அடையாளங்கள் அனைத்தும், பரம்பொருளைத் தன்னுள்ளே வரித்து அமைதியடைந்த சித்தத்தைக் காட்டின.

இருந்தாலும், *வீழ்த்தமுடியாத நகரான அயோத்யாவின்* கோட்டையை வளைத்துச் சென்ற பெருங்கால்வாயை நோக்கி மெல்ல நடைபோட்டுக்கொண்டிருந்த அத்தருணத்தில், வஸிஷ்டர் உள்ளம் கவலையில் ஆழ்ந்திருந்தது உண்மை. செய்தே தீர வேண்டுமென்று சந்தேகமின்றி அவர் உணர்ந்திருந்த செயல் குறித்த யோசனை அவ்வளவாக அவரை ஆட்கொண்டிருந்தது.

சப்தசிந்து படைகளை இராவணனின் அரக்க சேனை துவம்சம் செய்து ஆறு வருடங்கள் கடந்துவிட்டன. வட

இந்தியாவின் அநேக இராஜ்யங்கள் அன்றைய தினம் சிந்திய இரத்தம் ஏராளமென்றாலும், கௌரவம் குறைந்த அயோத்யாவின் தலைமையைத் தட்டிக் கேட்கவோ, அதிகாரத்தினின்று விலகவோ முயலவில்லை. காயம்பட்டு வீழ்ந்திருந்த சாம்ராஜ்ய சிற்றரசுகள், பலவீனமடைந்த அயோத்யாவை எதிர்க்கும் சக்தியற்றிருந்தன. ஆக, செல்வமும் செல்வாக்கும் குறைந்த நிலையிலும், இன்னமும் தசரதரே சப்தசிந்து சக்ரவர்த்தி.

இராவணனோ, சற்றும் கருணையின்றித் தன் பங்குச் சதையை அயோத்யாவிடமிருந்து வெட்டி எடுத்துக் கொண்டான் என்றுதான் சொல்லவேண்டும். வெட்கக்கேடான அந்தப் பெருந்தோல்வியைத் தொடர்ந்து, வழக்கமாய்ச் செலுத்தப்பட்ட வர்த்தகத் தொகையில் பத்தில் ஒரு பங்கையே இப்போது இலங்கை வீசியெறிந்தது மட்டுமின்றி, சப்தசிந்துவிடமிருந்து முன்னைவிடக் குறைந்த விலையில் சரக்குகள் கொள்முதல் செய்யப்பட்டன. இலங்கையில் செல்வம் பொங்கிப்பெருக, அயோத்யா மற்றும் வட இந்தியாவின் பிற நகரங்களில் ஏழ்மை தலைதூக்கத் துவங்கியது. அசுரர்களின் தலைநகர்த் தெருக்களில் கூட தங்கம் பதித்திருந்தார்களாமே? இவ்விதம் பரவிய வதந்திகளுக்கும் குறைவில்லை.

மெய்க்காப்பாளர்கள் பின்தொடரா வண்ணம் கையுயர்த்திய வஸிஷ்டர், பெருங்கால்வாயை எதிர்நோக்கிய மூடிய முற்றம் நோக்கி நடந்தார். கால்வாயின் நீளத்திற்கு மேலே படர்ந்த வேலைப்பாடமைந்த கூரையை அண்ணாந்து பார்த்தார். பின்னர், கண்முன்னே, எல்லையற்று விரிந்த நீர்ப்பரப்பின் மீது பார்வை நிலைத்தது. ஒரு காலத்தில் அயோத்யாவின் செல்வச் செழிப்பிற்கு எடுத்துக்காட்டாய் விளங்கிய கால்வாய், இப்பொழுது ஏழ்மையின் வீழ்ச்சியைக் குறிப்பது போல் பாழடையத் துவங்கியிருந்தது.

குதூகலக் கொந்தளிப்புடன் பாய்ந்த ஸரயூ நதி நீரை வரவழைத்து, சில நூற்றாண்டுகளுக்கு முன், சக்ரவர்த்தி அயுதாயுஸ் காலத்தில் வடிவமைக்கப்பட்டது இந்தக் கால்வாய். மகத்தான பரிமாணங்களுடன், அயோத்யாவின் மூன்றாவது வெளிப்புற மதிலைக் கிட்டத்திட்ட ஐம்பது கிலோமீட்டர் தூரம் அணைத்துச் சென்றது. இரு கரைகளுக்கிடையே இருந்த இடைவெளி, பிரம்மாண்டமான இரண்டரை கிலோமீட்டர். அஜகஜாந்திரக் கொள்ளளவினால், கட்டிமுடிக்கப்பட்ட முதல் சில வருடங்களில் சுற்றுப்பட்டு

இக்ஷ்வாகு குலத்தோன்றல்

இராஜ்யங்கள் தண்ணீர்ப் பற்றாக்குறையால் முறையிட்டாலும், செல்வாக்குள்ள அயோத்யாவின் முரட்டுப் போர்வீரர்கள் கையாண்ட அடக்குமுறையில், அடங்கி ஒடுங்கின.

கால்வாய்க்கிருந்த பயன்களில், இராணுவ முக்கியத்துவம் பிரதானம்; ஒரு வகையில், அது அகழியும்கூட. அவ்வளவு ஏன், நகர் முழுவதையுமே காக்கும் அகழிகளுக்கெல்லாம் அகழி. நதி போல் பரந்து விரிந்திருந்த அதைப் படகில் கடந்தால் மட்டுமே நகரைப் பகைவர்களால் எட்டமுடியும். அம்முயற்சியில் இறங்கும் முட்டாள்களும் வெட்டவெளியில் பாதுகாப்பின்றி இருப்பார்களாதலால், வீழ்த்தமுடியாத நகரின் உயர்ந்த மதில் மீதிருந்து வெற்றிவீரர்கள் பொழியும் சரங்களிலிருந்து காத்துக்கொள்ள முடியாமல் சிக்கிக்கொள்வார்கள்.

திசைக்கொன்றாய் நான்கு பாலங்கள் கால்வாயின் மீது அமைந்திருந்தன. இவற்றினின்று பிறந்த வீதிகள், வடக்கு, கிழக்கு, தெற்கு மற்றும் மேற்கு வாசல் என வெளிச்சுற்றில் மிகப் பிரம்மாண்டமாய் அமைந்திருந்த வாயில்களின் வழியே, நகருக்குள் வழி செய்தன. பாலங்கள் ஒவ்வொன்றும் இரு பகுதிகளாய்ப் பிரிக்கப்பட்டு, அவ்வவற்றுக்கென கோபுரம் மற்றும் பலகைப்பாலத்துடன், நகருக்குள் நுழையுமுன்னரே பாதுகாப்புத் தளங்களாய்ச் செயல்பட்டன.

இத்தனை சிறப்புகள் கொண்ட பெருங்கால்வாயை தற்காப்புச் சாதனமாய் மட்டுமே நினைப்பது நியாயமல்ல. அயோத்யர்கள் விஷயத்தில், அது மதச் சின்னமாகவே மாறிவிட்டிருந்தது. ஆழமறிய முடியாத அந்தப் பிரம்மாண்டக் கால்வாயின் அமானுஷ்ய அமைதியும், கருநிறம் போர்த்த நீர்ப்பரப்பும் அயோத்யர்களுக்குக் கடலை நினைவுபடுத்தின. சாதாரணக் கடலல்ல - பிரபஞ்சத்தில் உயிர்களைத் தோற்றுவித்த, முதலும் முடிவுமற்ற ஆதிக்கடல். புராண இதிகாசங்கள் சொல்லும் இந்தக் கடலின் மத்தியில்தான் ஏகம், அதாவது ஒன்றேயான பரம்பொருள், பெருவெடிப்பில் பலவாய்ப் பிளந்து, பல்லாயிரம் வருடங்களுக்கு முன் அண்டசராசரங்களைத் தோற்றுவித்து, பிறப்பும் இறப்புமான சுழற்சிக்கு வித்திட்டதாக ஆழ்ந்த நம்பிக்கை.

ப்ரம்மம், அல்லது *பரமாத்மா* என்று நிகழ்காலத்தில் பரவலாய் வழங்கப்பட்டு வரும் ஸ்வரூபமே, உருவமற்ற, தெய்வத்திற்கெல்லாம் தெய்வமாய் அறியப்பட்ட ஏகம்; இதன் புவி வடிவமாகவே வீழ்த்தமுடியாத அயோத்யா தன்னைக் கருதியது. உயிருள்ளது, உயிரற்றது என சகலத்திற்குள்ளும்

பரமாத்மா உறைவதாக நம்பிக்கை. அப்பேர்ப்பட்ட *பரமாத்மா*வையே தங்களுக்குள் உயிர்ப்பிக்கும் சக்தி படைத்த சில ஆண்களும் பெண்களும் கடவுள்தன்மை அடைந்தனர். இப்பேர்ப்பட்ட மனித தெய்வங்களுக்கு மிகப்பெரும் கோயில்கள் அமைத்து அயோத்யர்கள் அமரத்துவம் அளித்திருந்தனர். பெருங்கால்வாயின் நடுவே சிறு தீவுகள் அமைக்கப்பட்டு, இத்தெய்வங்களுக்குக் அவற்றில் ஆலயங்களும் எழுப்பப்பட்டிருந்தன.

இவ்வாறு தெய்வ சக்தியின் பிரதிநிதியாகவும், கற்பனைக் காவியங்களின் பாடுபொருளாகவும் உன்னதமான சிறப்புக்கள் பெற்றுத் திகழ்ந்த பெருங்கால்வாயின் உண்மையான பயன் சாதாரணமானதென வஸிஷ்டர் உணர்ந்தேயிருந்தார். வட இந்தியாவில் வெள்ள அபாயம் அதிகம். கரைபுரண்டோடும் ஸரயூவைத் தடுப்பரண்களின் உபயத்தில் வரவழைக்க முடியுமாதலால், வெள்ளப்பெருக்கைக் கட்டுப்படுத்துவதில் கால்வாய்க்குப் பெரும்பங்கு உண்டு.

வெறி பிடித்தோடும் ஸரயூவை விடக் கால்வாயின் சாந்தமான நீர்ப்பரப்பே நீரெடுக்க சௌகர்யமளித்தது. விவசாயம் 'குபீ'ரென்று முழுவீச்சில் செயல்படப் பெருங்கால்வாயினின்று புறப்பட்டு அயோத்யாவின் உட்பகுதிவரை நீண்ட சிறிய பல வாய்க்கால்கள் உதவின. விளைபொருட்கள் மிகுந்ததால் அநேக விவசாயிகள் நேரடியாக நிலத்தில் இறங்கி உழவேண்டிய அவசியம் நீங்கியது; கோசல மக்கள் அனைவருக்கும் உணவளிக்க அவர்களில் ஒரு சிலர் போதுமென்ற நிலை ஏற்பட்டது. மிகுதியான உரமிக்க மனிதர்களை, திறமையான தளபதிகள் பயிற்சியளித்து சிறந்த படைவீரர்களாக்கினர். அவர்களைக் கொண்டு கணக்கற்ற போர் புரிந்து சுற்றுவட்டாரத்தை யெல்லாம் ஆக்கிரமித்ததில் சப்தசிந்து முழுவதும் காலடியில் விழ, தசரதரின் பாட்டனாரான மகாபிரபு ரகு, *சக்ரவர்த்தி ஸாம்ராட்*டாக அறியப்பட்டார்.

கோசல நாட்டிற்குள் பிரவகித்த செல்வச்செழிப்பின் விளைவாகப் பெருகியது கட்டுமானம்: பிரம்மாண்டக் கோயில்கள், அரண்மனைகள், பொதுக் குளியலறைகள், அரங்குகள், அங்காடிகள் எங்கெங்கும் உயர்ந்தன. கல்லிலே கவிதையாக பார்ப்போர் மனங்களில் ஜால வித்தை புரிந்த இம்மாட மாளிகைகளும் கூட கோபுரங்களும், அயோத்யாவின் அதிகாரம் மற்றும் அதிபலத்திற்கு சாட்சியாக பெருமிதத்துடன் விளங்கின. இவற்றில்

ஒன்றுதான், பெருங்கால்வாயின் உட்கரை மீது கவிந்த பெரும் உப்பரிகை. கங்கை நதி தாண்டி அகழ்ந்தெடுக்கப்பட்ட சிவப்பு மணற்கல்லால் முழுவதுமாய் நிர்மாணிக்கப்பட்டு, பல அழகிய தூண்கள் நிறைந்த கூடம்; ஓயாது வந்து சென்ற சுற்றுலாப்பயணிகளுக்குத் தேவையான நிழல் தந்தது, இம்மாபெரும் உப்பரிகையின் மேற்புறத்தை முழுவதும் மூடிய வளைந்த, உயர்ந்த கூரை.

பழம்பெரும் கடவுளரான இந்திரன் முதல், குலம் தோற்றுவித்த உத்தமன் இக்ஷ்வாகு வரை, அயோத்யாவைப் பண்டைய காலங்களில் ஆண்ட மன்னர்களின் வாழ்க்கைச் சரிதங்கள், கூரையின் ஒவ்வொரு அங்குலத்திலும் கண்ணைப் பறிக்கும் பல வர்ணச் சித்திரங்களாக அழகுறத் தீட்டப்பட்டிருந்தன. கூரை பல பகுதிகளாய்ப் பிரிக்கப்பட்டு ஒவ்வொன்றின் மத்தியிலும் தகதகக்கும் சூரியன்; அதனின்று புறப்பட்டு அனைத்துத் திசைகளிலும் ஊடுருவிய ஜொலிக்கும் கிரணங்கள். சித்திரத்திற்குப் பிரத்யேக அர்த்தம் இல்லாமலில்லை: சூரியக் கடவுளின் தோன்றல்களான சூர்யவம்சிகளாய்த் தங்களைக் கருதிய அயோத்யர்களின் அதிகாரமும், அவர்கள் வழிபட்ட கடவுளின் கதிர்களைப் போல் எங்கெங்கும் சென்று வெற்றிக் கொடிநாட்டுவதாகப் பொருள். ஒரேயடியாக இந்தச் செல்வாக்கையெல்லாம் இலங்கை அசுரன் வீழ்த்துவதற்கு முன்புதான்.

பெருங்கால்வாய் முழுதும் ஆங்காங்கே பொட்டு வைத்தது போல் மிதந்த செயற்கைத் தீவுகளில் ஒன்றை வஸிஷ்டர் கண்ணுற்றார். மற்றவற்றை போல் இதில் கோயில் இல்லை; ஒன்றுக்கொன்று முதுகு காட்டி வெவ்வேறு திசைகளை நோக்கிய வண்ணம் மூன்று பெரும் சிலைகள் நிறுவப்பட்டிருந்தன. ஒன்று, படைப்பின் கர்த்தாவும், உலகின் மிகச் சிறந்த விஞ்ஞானியுமான பிரபு ப்ரம்மாவினுடையது. வேதசார வாழ்க்கைக்கு ஆதாரமான எத்தனையோ கண்டுபிடிப்புக்களுக்குக் காரணமானவர் வகுத்த வாழ்க்கை முறையையே அவரது சிஷ்யர்களும் பின்பற்றினர்: ஓயாத ஞானத் தேடலும், ஒழியாத சமூக சேவையுமே அவர்களது கடன். கால ஓட்டத்தில் ப்ரம்ம குலமாக, அதாவது பிராமணர்களாக உருவெடுத்தது இவர்களே.

வலப்பக்கத்தில் இருந்தது, ஆறாம் விஷ்ணுவாக வணங்கப்பட்ட பிரபு பரசுராமரின் சிலை. ஒரு சமூகத்தின் வாழ்வியல் காலவெள்ளத்தில் சிக்கி ஒழுங்குமுறையற்றோ, ஊழல் நிறைந்தோ, அடிப்படைவாத வெறிகொண்டோ

சீரழிந்தால், புதிதாக ஒரு தலைவன் உருவெடுத்து, சமூகத்தை இன்னொரு சிறந்த வாழ்க்கைமுறையை நோக்கி நடத்துவான். நல்வழிக்கு இட்டுச் செல்லக் கூடியவர் என்று மக்கள் நம்பும் ஒருவருக்கு, தலைவர்களுக்கெல்லாம் தலைவராய் விளங்குபவருக்கு ஆதி நாளிலிருந்து வழங்கி வரும் பழைமையான பட்டம்தான் விஷ்ணு; இவர்கள் கடவுளாகவே வழிபடப்பட்டனர். கொடூர வன்முறையின் சீற்றத்திற்குக் கொஞ்சம் கொஞ்சமாய்த் தன்னை இழந்துகொண்டிருந்த பண்டைய இந்தியாவை, எத்தனையோ நூற்றாண்டுகளுக்கு முன் மீட்டெடுத்தவர்தான் முந்தைய விஷ்ணுவான பிரபு பரசுராமர். அந்தணர்களின் பொற்காலமான ஞானயுகத்திற்குக் கதவுகளைத் திறந்துவிட்டவரும் அவரே.

பிரபு பரசுராமருக்கடுத்து, ப்ரம்மதேவரின் இடப்பக்கம், முப்பெரும் கடவுளரில் மூன்றாம் அங்கமாய் அறியப்பட்டு நின்றவர் முந்தைய மகாதேவர் ருத்ரபகவான். தீமையை ஒழிப்பவர்களுக்கு ஆதி நாளிலிருந்து வழங்கி வந்த பட்டம், மகாதேவர். சமூகத்தை நல்வழி நோக்கி இட்டு வருவது இவர்களின் பணி அல்ல; அந்தக் கடன் விஷ்ணுவிற்கே உரியது. தீமையை இனம் கண்டு அழிப்பதுதான் மகாதேவரின் கடமை. அப்போதுதான் நன்மை புது வீர்யத்துடன் பொங்கிப் பிரவகிக்கும். விஷ்ணுவைப் போலன்றி, மகாதேவர் இந்த தேசத்தவராக இருக்க முடியாது; இந்தியர் என்றால், இந்நாட்டின் மிகப்பெரும் இராஜ்யங்களில் ஏதேனும் ஒன்றின் மீது பிடிப்பு ஏற்படும்; நடுநிலை தவறும். தீமை எழும் போது சரியாக அடையாளம் காண அவர் அந்நியராக இருத்தல் அவசியம். இந்தியாவின் மேற்கு எல்லையைத் தாண்டிய பரிஹா என்ற தேசத்தைச் சேர்ந்தவரே ருத்ரபகவான்.

நிகழ்கால வேதசார வாழ்க்கைமுறைக்கே ஆதாரமாய் இன்றளவும் விளங்கிய இம்மூவரின் அருளை வேண்டி, வஸிஷ்டர் மண்டியிட்டு, நிலத்தில் நெற்றி பட வணங்கினார். தலை நிமிர்த்தி, கரங்களை நமஸ்கரிப்பாய்க் குவித்தார்.

''முப்பெரும் தேவரீர் வழி காட்டவேண்டும்,'' முணுமுணுத்தார். ''ஏனென்றால்... நான் கலகம் செய்யப்போகிறேன்.''

மூன்று தெய்வங்களையும் வைத்த கண் வாங்காமல் பார்த்தவரின் காதுகளில் சட்டென்று எழுந்த காற்று ரீங்கரித்தது. முன்பைப் போல் இல்லை, பளிங்கு. இப்பொழுதெல்லாம் அயோத்ய இராஜ வம்சத்தாரால் வெளிப்பூச்சைச் சரிவர பராமரிக்க முடிவதில்லை. ப்ரம்மதேவர், பிரபு பரசுராமர்

மற்றும் ருத்ரபகவான் ஆகியோரின் க்ரீடங்களைப் போர்த்திய தங்கச் சரிகை பெயர்ந்து வரத் துவங்கிவிட்டது. உப்பரிகைக் கூரையில் உயிர்ப்புடன் துலங்கிய ஓவியங்களின் வண்ணம் உதிரவும் - ஏன், மணற்கல்லே ஆங்காங்கே பெயரவும் துவங்கிவிட்டன. பெருங்கால்வாய் சிற்சில இடங்களில் தூர்வாரப்படாமல், வறண்டு காணப்பட்டது. செப்பனிட எந்த முயற்சியும் எடுக்கப்படவில்லை. அயோத்ய அரசாங்கத்தின் நிதிநிலை இடம்கொடாமல் இருந்திருக்கலாம்.

ஆனால், வஸிஷ்டருக்கு இன்னொன்றும் தெள்ளத் தெளிவாய்ப் புரிந்தது: அயோத்ய அரசாங்கத்திடம் பற்றாக்குறையில் இருந்தது பொதுப்பணிக்கான நிதி மட்டுமல்ல, உத்வேகமும்தான். பெருங்கால்வாயில் நீர் குறைந்து வெளிப்பட்ட வறண்ட நிலத்தை ஆக்கிரமிப்புச் செய்வோரின் கூட்டமும் அதிகரித்துவிட்டது. பிதுங்கி வழிந்து, நகர் போதாத நிலைமைக்கு வந்துவிட்டது அயோத்யாவின் அபரிமித மக்கள் தொகை. இவ்வாறு கால்வாய் தூர்வாராமல்; ஏழைகளுக்கு புது வீடுகள் நிர்மாணிக்கப்படாமல் இருப்பதெல்லாம் சில வருடங்களுக்கு முன்பு கூட நினைத்துப் பார்க்கமுடியாத விஷயங்கள். இன்றோ... கற்பனையில் கூட நிகழாத பல சம்பவங்கள் வழக்கிலேயே வந்துவிட்டன..

பிரபு பரசுராமா, எங்களுக்கு இப்பொழுது வேண்டியது, புதிய வாழ்வியல். தேசத்திற்காக வியர்வையும் இரத்தமும் சிந்தி புத்துணர்ச்சியூட்டக்கூடிய மாமனிதர்கள். நான் கேட்கப்போவது புரட்சிகரமானது. ஆனால், வரலாற்றின் இறுதித் தீர்வு கிடைக்கும் வரையில், பல புரட்சியாளர்கள் அவர்கள் சேவை செய்த மக்களாலேயே துரோகிகளாகத்தான் முத்திரை குத்தப்பட்டிருக்கிறார்கள்.

உப்பரிகைப் படிகளில் படிந்திருந்த கால்வாய் மணலில் சிட்டிகை எடுத்து, கட்டை விரலால் நெற்றியில் நீளவாக்காய் இட்டுக்கொண்டார் வஸிஷ்டர்.

இந்த மண் எனக்கு உயிரிலும் மேலானது. என் நாட்டை நேசிக்கிறேன். இந்தியாவை நேசிக்கிறேன். செய்ய வேண்டியதை நிச்சயம் நிறைவேற்றித் தீருவேன். இது உறுதி. எனக்குத் தைரியம் கொடுங்கள், பிரபு.

சீராய் மந்திரங்கள் ஜபிக்கப்படும் சப்தம் காற்றில் எழ, மெல்ல வலப்பக்கம் திரும்பிப் பார்த்தார். தூரத்தில், தெய்வீகத்தைக் குறிக்கும் நீலவர்ண ஆடைகள் அணிந்து

ஒரு சிறிய கூட்டம் வந்துகொண்டிருந்தது. இந்தக் காலத்தில் இத்தகைய காட்சி அபூர்வம். செல்வம், செல்வாக்கோடு சேர்ந்து சப்தசிந்து மக்கள் பக்தியையும் இழந்துவிட்டதுதான் சோகம். தெய்வங்கள் தங்களை உதாசீனம் செய்து விட்டதாகவே பலர் நம்பினர். இல்லையென்றால், இவ்வளவு பெரிய அவலம் அவர்களைத் தாக்குமா?

இந்த பக்தர்கள், ஆறாம் விஷ்ணுவான பரசுராமரின் நாமத்தை ஜபித்துக் கொண்டிருந்தனர்.

''ராம், ராம், ராம் போலோ; ராம், ராம், ராம். ராம் ராம் ராம் போலோ; ராம் ராம் ராம்.''

மிக எளிமையான மந்திரம்: ''ராம நாமம் துதி.''

வஸிஷ்டர் முகத்தில் புன்னகை. அவரைப் பொறுத்தவரை, இதுதான் சமிக்ஞை.

நன்றி, பிரபு பரசுராமா. தங்கள் ஆசிக்கு மிக்க நன்றி.

ஆறாம் விஷ்ணுவின் நாமம் கொண்ட அயோத்யாவின் மூத்த இளவரசன், ஆறு வயது இராமன்தான் இப்போது அவரது நம்பிக்கை நட்சத்திரம். அரசி கௌஸல்யா தேர்ந்தெடுத்த பெயரை விரித்து, இராமச்சந்திரா எனச் சூட்டும்படி முனிவர் வற்புறுத்தியிருந்தார். கௌஸல்யாவின் தாய்தந்தையர் - தென்கோசலை மன்னர் பானுமன் மற்றும் குரு வம்சத்தைச் சேர்ந்த ராணி மஹேஷ்வரி - சந்திரனின் வழித்தோன்றல்களான சந்திரவம்சிகள். தாய் வீட்டிற்கும் விசுவாசமாய் இராமனின் நாமம் அமையவேண்டும் என்பது வஸிஷ்டரின் எண்ணம். சூரியனின் ஒளியை வரித்துப் பிரதிபலிப்பவனே சந்திரன் அல்லவா? இராமச்சந்திரன் என்னும் நாமத்திற்கு, நிலவைப் போல் குளிர்ச்சியுடைய முகம் கொண்டவன் என்று பொருள். கவிதாச்சாரத்தின் கற்பனை வடிவத்தைப் பயன்படுத்தினால், சூரியனே முகம்; அதன் பிம்பமே சந்திரன்; ஆகையினாலே, சந்திரன் ஒளிபெற்று அழகுறத் திகழ யார் காரணம்? *சூரியன்தானே?* பெயர்ப்பொருத்தம் அபாரம் என்பது பெருவாரியான எண்ணம். தசரதர் சூர்யவம்சியாதலால், இராமச்சந்திரன் என்பது சூரியனின் வழித்தோன்றல்களுக்கு உரிய பெயராகவும் கருதப்பட்டது.

அவரவர் விதிக்கு வாழ்நாள் முழுதும் பெயர்களே வழிகாட்டியாய் அமையும் என்பது பண்டைய நம்பிக்கை. ஒரு குழந்தையின் பெயரே அதன் பிறவிப்பயனை -

ஸ்வதர்மத்தை - வெளிச்சமிட்டுக் காட்டும். ஆறாம் விஷ்ணுவின் பெயர் சூட்டப்பட்ட இக்குழந்தை அடைய வேண்டிய உயரங்களும், நிறைவேற்ற வேண்டிய காரியங்களும்தான் எத்தகையவை!

இன்னொரு பெயர் குறித்தும் வஸிஷ்டர் மிகுந்த நம்பிக்கை கொண்டிருந்தார்: இராமனுக்கு ஏழு மாதம் இளையவனான தம்பி பரதன். இராவணனுடனான மிகப்பெரும் போரின் பொழுது, தசரதரின் குழந்தையை வயிற்றில் சுமந்துகொண்டிருந்தது கைகேயிக்குத் தெரியாது. உணர்ச்சிவசப்பட்ட பிடிவாதக்காரி அவள் என்பதை வஸிஷ்டர் நன்கறிவார்; தனக்கும், தன்னைச் சேர்ந்தவர்களுக்குமென பல தனிப்பட்ட இலட்சியங்களைக் கொண்டிருந்தாள். அரசி கௌஸல்யா தன் மகனுக்கு மிகப் பெருமைவாய்ந்த பெயரைச் சூட்டிவிட்டதால், கைகேயியின் செல்வாக்குக் குறையக்கூடுமா? குறையத்தான் விட்டுவிடுவாளா? இல்லவே இல்லை. கைகேயியின் மகன், எத்தனையோ ஆயிரம் வருடங்களுக்கு முன் இதே பாரதத்தைத் திறம்பட ஆண்ட மிகப்பெரும் சக்ரவர்த்தி பரதர் பெயரால் அறியப்பட்டான்.

பண்டைய காலத்தில் ஆட்சி செலுத்திய பரத மன்னர், சண்டையும் சச்சரவுமாய்ப் புரண்ட சூர்யவம்சிகளையும், சந்திரவம்சிகளையும் ஒரு குடையின் கீழ் இணைத்ததில், அவ்வப்போது அடித்துக் கொண்டாலும், ஓரளவு சமாதானமாய் வாழவும் இவ்விரு குலங்களும் பழகின. இன்றைய சூர்யவம்சிச் சக்ரவர்த்தி தசரதரின் இரு மனைவியர் - கௌஸல்யா மற்றும் கைகேயி - சந்திரவம்சி குலத் தோன்றல்களாயிருந்ததே, ஆண்டுக்கணக்காய் நீண்ட சமரசத்தின் ஆதாரம். கைகேயியின் தந்தையும், கேகய நாட்டின் சந்திரவம்சி மன்னருமான அஸ்வபதி, சக்ரவர்த்தியின் மிக நெருங்கிய ஆலோசகர்களில் ஒருவர்.

இந்த இரு பெயர்களில் ஒன்றாவது என் இலட்சியத்திற்கு நிச்சயம் உதவும்.

சக்தியேற்றிக்கொள்வது போல் மீண்டும் பிரபு பரசு ராமரின் சிலையை நோக்கினார்.

என் எண்ணங்கள் தவறென்று சொல்வார்கள். என்னை நிச்சயம் குற்றம் சாட்டுவார்கள். என் ஆன்மாவையே சபிப்பார்கள். ஆனால்,

உயிரினும் மேலாகத் தன் நாட்டைத் தலைவன் நேசிக்கவேண்டும் என்று கூறியவரே தாங்கள்தானே, பிரபு?

அங்கவஸ்திரத்தின் மடிப்பில் மறைந்திருந்த உறையை எடுத்து உள்ளிருந்த கத்தியை உருவிய வஸிஷ்டர், அதில் பண்டைய எழுத்துருவில் பொறித்திருந்த பெயரைப் பார்த்தார்: பரசுராமன்.

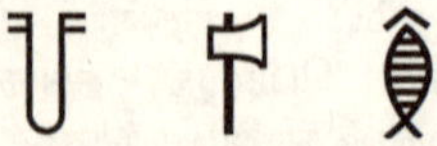

மூச்சை ஆழ இழுத்துவிட்டவர், இடது கைக்குக் கத்தியை மாற்றிக்கொண்டு, இரத்தம் துளிர்க்குமளவு ஆள்காட்டிவிரல் நுனியைக் குத்திக்கொண்டார். கட்டை விரலால் காயத்திற்குச் சற்று கீழே அழுத்தி, இரத்தத் துளிகள் சிலவற்றைக் கால்வாய்க்குள் விழச் செய்தார்.

நான் செய்யப்போகும் கலகத்தில் வெற்றியடைந்தே தீர்வேன். அல்லது, நிறைவேற்றும் முயற்சியில் வீரமரணம் அடைவேன். இது நான் பெற்ற ஞானத்தின் மீது – சொட்டும் இந்த இரத்தத்தின் மீது ஆணை.

கடைசியாக ஒரு முறை பிரபு பரசுராமரின் திருவுருவச் சிலையை நோக்கிய வஸிஷ்டர், சிரம் தாழ்த்தி, கை குவித்து. மிகுந்த பணிவுடன் விஷ்ணுவின் பக்தர்கள் அடிக்கடி உச்சரிக்கும் மந்திரத்தை மெல்ல முணுமுணுத்தார். *"ஜெய் பரசுராமா!"*

பரசுராமர் நாமம் வாழ்க!

அத்தியாயம் 5

அரசி கௌஸல்யா மகிழ்ச்சியாகவே இருந்தாலும், அன்னை கௌஸல்யாவின் மனம் துக்கசாகரத்தில் மூழ்கியிருந்தது. அயோத்யா அரண்மனையினின்று இராமன் வெளியேற வேண்டியதன் அவசியம் அவளுக்குப் புரியாமலில்லை. அவன் பிறந்த அன்று இராவணனிடம் அடைந்த அவக்கேடான தோல்விக்கு இராமனைத்தான் குற்றம் சாட்டினார் தசரதர். போரில் தோல்வியை அன்றைய கொடூர தினத்திற்கு முன் அவர் சந்தித்ததில்லை; ஏன், அவரை நிகர்த்த அரசர் இந்தியாவிலேயே கிடையாது. மோசமான கர்மபலனுடன் இராமன் பிறந்ததே தன் தோல்விக்குக் காரணம்; உத்தமமான இரகுகுலமே அவனால் வீழ்ச்சியடையப் போகிறதென்ற எண்ணம் அவர் மனதில் வேரூன்றியிருந்தது. இந்த மனநிலையை மாற்றுமளவுக்குக் கௌஸல்யாவிற்குச் செல்வாக்கு ஏது?

கைகேயிதான் என்றும் பிரிய மனைவி; அதுவும், கரச்சாபா போரில் உயிரைத் துச்சமாக மதித்து அவரைக் காப்பாற்றிய பிறகு, தசரதரின் மீதான அவளது ஆதிக்கம் அதிகரித்தது நிஜம். இராமனின் பிறப்பே துரதிர்ஷ்டகரமானது என்ற தசரதரின் நம்பிக்கையை கைகேயி மற்றும் அவளது பரிவாரத்தினர் பரப்பத் தயங்கவில்லை. வெகு விரைவில் அயோத்யா முழுவதும் இந்தக் கருத்தை ஏற்று, நம்பவும் தவறவில்லை. எப்பேர்ப்பட்ட அரிய நற்செயல்களைப் புரிந்தாலும், பிரபு மனு வகுத்த நாள்காட்டியின்படி, 7032 ஆம் வருடம் ஏற்பட்ட கொடிய, மோசமான களங்கத்தை - தசரதர் தோற்ற, இராமன் பிறந்த கறையை - நீக்குவது நடக்காத காரியம்.

இராஜகுரு வஸிஷ்டருடனே இராமன் அரண்மனை யினின்று வெளியேறுவது சாலச் சிறந்ததென கௌஸல்யா அறிந்திருந்தாள். எப்படியும் அவனை ஏற்காத அயோத்ய பிரபுவர்க்கத்திடமிருந்து விலகியிருப்பது மட்டுமல்லாது, வஸிஷ்டரின் *குருகுலக்* கல்விச் செல்வமும் நிச்சயம்

கைகொடுக்கும். *குருகுலம்* என்றால் குருவின் குடும்பம் என்பது பொதுவழக்கு என்றாலும் மாணாக்கர்கள் குருவுடன் தங்கிப் படிக்கும் தலம் என்றும் பொருள் கொள்ளலாம். தத்துவம், விஞ்ஞானம், கணிதம், பண்பாட்டு நாகரீகம், போர்த்தந்திரம் மற்றும் கலைகளை இராமன் பயில்வான்; பல வருடம் கழித்து, வாழ்க்கையின் இலக்கை இனம்கண்டு அடையக்கூடிய திறனுள்ளவனாக மாறி வருவான்.

அரசிக்கு இது புரிந்தாலும், அன்பான அன்னையால் அவனைப் பிரியமுடியவில்லை. மகனை உச்சி மோந்து, கட்டியணைத்து கண்ணீர் உகுத்தாள். அவளது உணர்ச்சிப்பெருக்கால் சிறிதும் குலையாமல், அணைப்பிலும் கண்ணீரிலும் கரையாமல் அமைதியாக நின்றான் இராமன். சிறு வயதே என்றாலும், வழக்கத்தை மீறிய நிதானம் அவனைச் சித்தரித்தது.

அவனுக்கு நேர்மாறாய், அம்மாவைப் பிரியமுடியாமல் பரதன் கதறியழுதுகொண்டிருந்தான். மகனை எரிச்சலுடன் முறைத்தாள் கைகேயி. ''என் பிள்ளை நீ! கோழை மாதிரி பிழியப் பிழிய அழுது தொலைக்காதே! என்னைக்காவது அரசாளப் போற மன்னனா கொஞ்சம் புத்தியோட இரு! போ, போய் அம்மா பெருமைப்படற மாதிரி நடந்துக்க!''

நடப்பதையெல்லாம் கவனித்துக் கொண்டிருந்த வஸிஷ்டரின் முகத்தில் புன்னகை.

உணர்ச்சிமயமான குழந்தைகளின் செயல்கள் அனைத்திலும் உணர்ச்சி பீறிடவே செய்யும். உரக்கத்தான் சிரிப்பார்கள்; அணை உடைவது போல்தான் அழுவார்கள்.

தன் இலட்சியம் நிறைவேறப்போவது அழுத்தமான கடமையுணர்வினாலா - கரைபுரண்டோடும் உணர்ச்சி வெள்ளத்தினாலா? யோசித்தபடி, சகோதரர்களை ஆராய்ந்தார். தசரதரின் நான்கு மகன்களில் கடைக்குட்டிகளான இரட்டையர் லக்ஷ்மணன் மற்றும் ஷத்ருக்னன், பாவம், நடப்பது புரியாமல் விழித்தபடி அன்னை சுமித்ராவுடன் பின்னால் நின்றனர். மூன்றே வயது நிறைந்திருந்தாலும், அவர்களை இங்கேயே விட்டுவிட்டுச் செல்வது நியாயமல்லவென்று வஸிஷ்டருக்குத் தோன்றியது. இராமன், பரதன் இருவரது கல்விகேள்விகளும் இதர பயிற்சிகளும் முடிவடைய பத்து வருடங்களுக்கு மேல் கூட ஆகலாம். அத்தனை காலமும் இந்த இரட்டையரை அரண்மனையில் விட்டுவைப்பது ஆபத்து; அயோத்யாவில் கோலோச்சிய ஏனைய அரசியல் குழுக்களில் ஒன்று இவர்களைக்

இக்ஷ்வாகு குலத்தோன்றல் 49

கபளீகரம் செய்துவிடக்கூடும். வன்மமும் சூழ்ச்சியும் தலைக்கேறியிருந்த பிரபு வர்க்கம் அயோத்யாவைச் சுரண்டித் தங்கள் கஜானாக்களை நிறைத்துக்கொண்டிருந்தது; சக்ரவர்த்தியோ, பொறுப்பு மறந்து, கவனம் குலைந்து, பலவீனராயிருந்தார்.

வருடத்திற்கிருமுறை, கோடை மற்றும் பனிக்கால திருப்புநிலைகளின் போது, ஒன்பது நாட்கள் மட்டுமே இளவரசர்களுக்கு விடுமுறை. வடக்கு-தெற்கு என சூரியபகவான் மேற்கொள்ளும் பயணத்தின் விளைவாய் ஆறு மாதத்திற்கொருமுறை ஏற்படும் திசைமாற்றத்தைக் குறிக்க பண்டைய காலத்திலிருந்து நடைபெற்று வரும் *நவராத்ரி* பண்டிகை, சீரும் சிறப்புமாய்க் கொண்டாடப்படுவது வழக்கம். சோகத்தில் ஆழ்ந்து கிடக்கும் தாய்மார்களுக்கும் மகன்களுக்கும் இந்தப் பதினெட்டு நாட்கள் போதும் என்பது வஸிஷ்டரின் துணிபு. இளவேனில் மற்றும் இலையுதிர் காலங்களது திருப்புநிலைக்கான *நவராத்ரி* பண்டிகைகள், குருகுலத்திலேயே கொண்டாடப்படும்.

இராஜகுரு, கவனத்தை தசரதரிடம் திருப்பினார்.

கடந்த ஆறு வருடங்கள் சக்ரவர்த்தியைச் சூறையாடி விட்டன என்றுதான் சொல்லவேண்டும். காகிதத்தாள் போன்ற சருமம் சோகக் குழி விழுந்த கன்னங்களை இழுத்து மூடியிருக்க, முடி நரைத்திருந்தது. போரில் ஏற்பட்ட கொடிய புண் புரையோடி நாளடைவில் காலில் விகார ஊனமாகிவிட்டதில் தசரதர் மிகுந்த ஆர்வத்துடன், ஆசையுடன் மேற்கொண்ட வேட்டை மற்றும் உடற் பயிற்சிகளில் ஈடுபடமுடியாமல் போயிற்று. மனச்சோர்வை குடியில் மறக்க முயன்றவரின் இன்றைய கூன்போட்ட உடலைப் பார்த்தால், ஒரு காலத்தில் கட்டுமஸ்தான தேகமும், அழகு வாய்ந்த முகவெட்டும் கொண்டிருந்தவர் என்பதை நம்பமுடியவில்லை. இராவணன் அவரை வீழ்த்தியது அன்று மட்டும் அல்ல; அந்த கொடிய தினத்தைத் தொடர்ந்த ஒவ்வொரு நாளும்தான்.

''அரசே,'' என்றார் வஸிஷ்டர் உரக்க. ''தங்கள் அனுமதியுடன் ...''

அசட்டையாகக் கையாட்டிய தசரதர், ஆணையை ஊர்ஜிதம் செய்தார்.

பனிக்கால திருப்புநிலைக்கு மறு நாள்; அரையாண்டு விடுப்பில் இளவரசர்கள் அயோத்யா திரும்பியிருந்தனர். முதன்முதலில் *குருகுலம்* சென்று மூன்றாண்டுகள் நிறைந்துவிட்டன. வானில் சூரியனின் வடதிசைப் பிரயாணமான *உத்தராயணம்* துவங்கிவிட்டது. ஆறு மாதங்கள் கழித்து மீண்டும் திசை மாறி, தெற்கு நோக்கிய பயணமான *தக்ஷிணாயனம்* ஆரம்பமாகும்.

விடுமுறையே ஆனாலும், மாணவர்களுடன் அரண்மனைக்குத் திரும்பிவிட்ட குரு வஸிஷ்டருனேயே இராமன் பெரும்பாலும் பொழுதைக் கழித்தான். மகனது போக்கைக் குற்றம் கூறுவதைத் தவிர கௌஸல்யாவினால் ஆகக்கூடியது ஒன்றுமில்லை. கைகேயியின் அறைகளை விட்டு வெளியே வர அனுமதியில்லாத பரதனோ, தீர்மானம் நிறைந்த தாயின் பலத்த கண்காணிப்பில், ஓயாத விசாரணை மற்றும் பாடம் படிப்பைச் சமாளிக்க வேண்டிய கட்டாயத்தில் மறுகினான். குதிரைக்குட்டிகளின் மீது மோகம் கொண்டுவிட்ட லக்ஷ்மணன் அவற்றை ஓட்டிப் பழகுவதில் காலம் கழிக்க, ஷத்ருக்னனுக்கோ ... புத்தகப்பித்து தலைக்கேறிவிட்டது!

வழக்கமான குதிரையேற்றப் பயிற்சிக்குப் பிறகு, ஆவலாய் ஒரு நாள் அம்மா சுமித்ராவின் அறைகளைத் தேடி ஓடிய லக்ஷ்மணன், வெளியே பேச்சுக்குரல் கேட்டு, ஆணியடித்தாற்போல் நின்றான். திரைச்சீலைகளுக்குப் பின்னாலிருந்து எட்டிப் பார்த்தான்.

''ஒரு விஷயத்தைப் புரிஞ்சிக்கணும், ஷத்ருக்னா. அண்ணன் பரதன் உன்னை எவ்வளவு கிண்டலடிச்சாலும், உன் மேலதான் அவனுக்குப் பிரியம். எப்பவும் நீ அவன் பக்கம்தான் இருக்கணும்.''

அம்மாவின் பேச்சைக் கேட்பதாகப் பெயர் செய்துகொண்டிருந்த போதே, ஷத்ருக்னன் அவசரமாய்க் கையிலிருந்த ஓலைச்சுவடியைக் கண்களால் கபளீகரம் செய்ய முயன்றுகொண்டிருந்தான்.

''சொல்றது காதுல விழுதா, ஷத்ருக்னா?'' என்றாள் சுமித்ரா பட்டென்று.

''விழுதும்மா,'' குரலில் அடக்கம் சொட்ட அம்மாவை ஏறிட்டான் மகன்.

''எனக்குத் தோணலை.''

அம்மா கடைசியாகச் சொன்னதை அட்சரம் பிசகாமல் ஒப்பித்தான் ஷத்ருக்னன். அவன் வயதுக்கு, குரலும் உச்சரிப்பும் ஸ்பஷ்டமாக, கணீரென்று இருந்தன. மகன் தன் பேச்சில் துளியும் கவனம் செலுத்தவில்லையென்பதை சுமித்ரா அறிந்தேயிருந்தாலும், அதைக் குறித்து அவள் செய்யக்கூடியது எதுவுமில்லை!

மலர்ந்த முகத்துடன் ஓடி வந்த லக்ஷ்மணன், உற்சாகக் கூச்சலுடன் அவள் மடி மீது தாவியேறினான். ''நான் கேக்கதேன், *மா*!'' மழலைச் சொற்களை உதிர்த்தன அவன் குழந்தை உதடுகள்.

புன்னகையுடன் அவனைக் கட்டிக்கொண்டாள் சுமித்ரா. ''என் பேச்சைத் தட்டமாட்டேன்னு நல்லாத் தெரியும். நீதான் என் சமர்த்துப் பிள்ளையாச்சே?''

அம்மாவை ஒரு பார்வை பார்த்த ஷத்ருக்னன், மீண்டும் ஓலைச்சுவடிக்குள் மூழ்கினான்.

''நீ என்ன *தொன்னாலும் தெய்வேம்மா*,'' லக்ஷ்மணனின் ஆர்வம் நிறைந்த கண்களில் பாசமும் கூடியது. ''எப்பவுமே.''

''அப்ப கேளு,'' முகத்தில் பொய்யான சதியும், கண்களில் குறும்பும் மின்ன - லக்ஷ்மணனுக்கு இவையெல்லாம் மிகப் பிடித்தம் - அவனிடம் கோமாளித்தனத்துடன் குனிந்தாள். ''உங்கண்ணன் ராமனுக்கு உன் துணை தேவை.'' சட்டென அவள் முகபாவம் மாறி, ஆற்றாமை கலந்த ஆதுரம் தோன்றியது. ''எளிமையான, கள்ளமறியா ஆத்மா அது. அவனுக்குக் கண்ணும் காதுமா யாராவது இருக்கணும். யாருக்கும் அவனை அவ்வளவாப் பிடிக்கலை.'' மீண்டும் லக்ஷ்மணனை உற்றுப் பார்த்தாள். ''நீதான் அவனைக் காக்கணும்,'' என்றாள் மெல்லிய குரலில். ''தன்னைப் பத்தி முதுகுக்குப் பின்னாடி கேவலமாப் பேசறவங்க கிட்டக்கூட அவன் நல்லதை மட்டுமேதான் பாக்கறான். அவனுக்கு எத்தனையோ எதிரிகள். யார் கண்டது? அவன் வாழ்க்கையே உன் கையிலதானோ, என்னமோ ...''

''நிஜமாவா?'' இன்னதென்று புலப்படாத பீதி கண்களில் பரவ, அம்மாவை வெறித்தான் லக்ஷ்மணன்.

''ஆமா! அவனைப் பாதுகாக்க உன்னைவிட நல்ல ஆள் இருக்கிறதா எனக்குத் தோணலை. ராமனுக்கு நல்ல மனசு - ஆனா, மத்தவங்களை ரொம்ப சுலபத்துல நம்பறான்.''

''கவலப்படாதே, *மா*,'' அதிமுக்கியப் பொறுப்பு ஒப்படைக்கப்பட்ட போர்வீரனின் இறுமாப்புடன், முதுகு நிமிர்ந்து, உதடுகளை மடித்துக் கொண்டான் லக்ஷ்மணன். ''தாமனண்ணாவை நானு எப்பவுமே பாத்துக்கதேன்.''

அவனை இறுக்கிக் கட்டிக்கொண்ட சுமித்ராவின் முகம் மலர்ந்தது. ''எனக்குத் தெரியும்.''

''அண்ணா!'' வேகம் வேண்டிச் சிறிய கால்களால் அமர்ந்திருந்த குதிரை விலாவை உதைக்க முயன்றான் லக்ஷ்மணன். குழந்தைகளுக்கென பிரத்யேகமாய்ப் பழக்கப்பட்டிருந்த அந்தப் புரவியோ, கட்டளைக்குக் கீழ்ப்படிய மறுத்தது.

சற்று வேகமான, பெரிய குதிரையில், அவனுக்கு முன்னால் சென்றான் ஒன்பது வயது நிறைந்த இராமன். பயிற்சியளித்திருந்தபடி, குதிரை ஒவ்வொரு முறை கால் மாற்றிய போதும் துல்லியமாக இணைந்து, ஓட்டத்திற்குத் தோதாக, லேசாக உட்கார்ந்தவாக்கிலிருந்து ஒயிலாக எழுந்து அமர்ந்தான். வேறு வேலையேதுமில்லாத இந்தப் பரந்த மதியப் பொழுதில் பயிற்சி வேண்டி, தனியாக அயோத்ய அரசகுலத்திற்குரிய குதிரை மைதானத்திற்கு வந்திருந்தனர் இருவரும்.

''அண்ணா! நிதுத்து!'' குதிரையேற்றம் பழகும் பாவனையைத் துறந்து, கற்ற சில பாடங்களைத் மறந்து அலறிய லக்ஷ்மணன், புரவியை உதைத்து, சாட்டையால் அடித்து விரட்ட முயன்றான்.

உற்சாகக் கூச்சலுடன் பின்னால் வந்துகொண்டிருந்த தம்பியைப் பார்த்த இராமனின் முகம் மலர்ந்தது. ''மெதுவா, லக்ஷ்மணா. ஒழுங்கா ஓட்டு.''

''நிதுத்து!'' லக்ஷ்மணன் கத்தினான்.

அந்தக் கூவலில் நிறைந்திருந்த பீதியை உடனடியாக உணர்ந்த இராமன், சேணக்கயிற்றை இழுத்துப் பிடிக்க, லக்ஷ்மணன் பாய்ந்து வந்து குதிரையினின்று இறங்கினான். ''அண்ணா, எதங்கு!''

''என்னது?''

''எதங்கு, அண்ணா!'' கையைப் பற்றிக் கொண்ட லக்ஷ்மணன், பயமும் பதற்றமுமாய்க் கீழே இறக்க முயன்றான்.

சுருங்கிய முகத்துடன் இறங்கினான் இராமன். ''என்ன, லக்ஷ்மணா?''

''பாது!'' குதிரையின் வயிற்றைச் சுற்றிக் கட்டும் பாதுகாப்புக் கயிற்றின் பிடியுடன் இணைந்த இன்னொரு கயிற்றை ஆவேசத்துடன் சுட்டிக்காட்டினான் லக்ஷ்மணன். சேணம் நகராமல் தடுக்கக் கட்டியிருந்த இடைக்கயிற்றின் பிடி, ஏறக்குறைய கழன்றிருந்தது.

''ருத்ரபகவானே!'' இராமனின் உதடுகள் முணுமுணுத்தன. குதிரை மீதிருக்கும் போது பிடி அவிழ்ந்திருந்தால், பிரிந்து வந்த சேணத்திலிருந்து தூக்கியெறியப்பட்டு மோசமாகக் காயம்பட்டிருப்பான். மிகப் பெரிய விபத்திலிருந்து லக்ஷ்மணன் காப்பாற்றிவிட்டான் என்பது உண்மை.

அம்மாவின் வார்த்தைகள் மூளைக்குள் ரீங்கரிக்க, கண்களைத் தழைத்துக்கொண்டு சற்றுக் கலவரத்துடன் அங்குமிங்கும் பார்த்தான் லக்ஷ்மணன். ''யாரோ உன்னைக் கொல்லப் பாக்கதாங்க, அண்ணா.''

இடைக்கயிற்றையும், இணைந்த பிடியையும் கவனமாய் ஆராய்ந்த இராமனுக்கு, பல நாள் பயன்பாட்டினால் அவை இற்றுப்போயிருந்ததாகத்தான் தெரிந்ததேயொழிய, யாரும் மெனக்கெட்டு வெட்டியது போல் தோன்றவில்லை. எது எப்படியிருந்தாலும், லக்ஷ்மணன் தன்னை மிக மோசமான காயத்திலிருந்து - ஏன், மரணத்திலிருந்தே கூட - காப்பாற்றிவிட்டான் என்பதில் மட்டும் சந்தேகமில்லை. மெல்ல லக்ஷ்மணனை அணைத்துக்கொண்டான். ''ரொம்ப நன்றிடா.''

''எந்த *ததி தித்தம்* பத்தியும் கவலப்படாதே, அண்ணா,'' லக்ஷ்மணனின் முகத்தில் தீவிரம். அம்மாவின் எச்சரிக்கையெல்லாம் உண்மைதான் போலிருக்கிறதே? ''நான் உன்னைக் காப்பாத்தறேன், அண்ணா. எப்பவும்.''

முகத்தில் மலர முயன்ற புன்னகையைக் கட்டுப்படுத்த இராமன் மிகுந்த பிரயத்தனம் செய்யவேண்டியிருந்தது. ''அடடே, சதித் திட்டமா? இவ்வளவு பெரிய வார்த்தையெல்லாம் உனக்கு யார் கத்துக் குடுத்தாங்க?''

''தத்துக்னன்,'' லக்ஷ்மணனின் கண்கள் இன்னமும் எதிரிகளைத் தேடி, சுற்றுவட்டாரத்தைச் சலித்துக் கொண்டிருந்தன.

''ஷத்ருக்னனா? ஹ்ம்ம்?''

''ஆமா. கவலப்பதாதே, அண்ணா. லக்த்மணன் உன்னைக் காப்பாத்ததேன்.''

அவன் நெற்றியில் முத்தமிட்ட இராமன், தன் குட்டி மெய்க்காப்பாளனைத் தட்டிக்கொடுத்தான். ''இப்பவே ரொம்ப பத்திரமா இருக்கிறாப்புலதான் இருக்கு.''

குதிரைச் சேணக்கயிற்றுச் சம்பவம் நிகழ்ந்த இரண்டு நாட்களுக்கெல்லாம், சகோதரர்கள் மீண்டும் *குருகுலம்* திரும்புவதாக ஏற்பாடு. மறுநாள் காத்திருந்த நீண்ட பிரயாணத்தை முன்னிட்டு, குதிரைக்குச் சருமப் பராமரிப்பும் வேறு சில சிசுருஷைகளும் செய்ய முந்தைய இரவு இராஜகுலத்திற்குரிய குதிரைலாயம் வந்து சேர்ந்தான் இராமன். பணியாளர்கள் நிரம்ப உண்டுதான் - ஆனால், மனதை அமைதிப்படுத்தும் இவ்வித வேலைகள் இராமனுக்குப் பிடிக்கும். அயோத்யாவில், தன்னைப் பற்றித் தவறான அபிப்ராயம் கொள்ளாத வெகு சிலவற்றில் இந்த விலங்குகளும் அடக்கம். அவ்வப்போது, அவற்றுடன் சற்று நேரம் கழிப்பதும் இராமனின் வழக்கம்.

குதிரைக் குளம்படிச் சப்தம் கேட்க, திரும்பிப் பார்த்தான்.

''லக்ஷ்மணா!'' பீதி நிறைந்த கூவல் அவனிடமிருந்து புறப்பட்டது. குதிரை மீது மெல்ல உள்ளே நுழைந்த சிறுவன் காயம்பட்டிருந்தது அப்பட்டமாய்த் தெரிய, விரைந்து சென்ற இராமன், லக்ஷ்மணன் இறங்க உதவினான். தம்பியின் மோவாயில் அடிபட்டு ஏறக்குறைய பிளந்திருந்ததில், தையல் போடாமல் முடியாது போலும். முகம் இரத்தத்தில் முழுக்காட்டப்பட்டிருந்தாலும், இராமன் காயத்தை ஆராய்ந்த போது, சுபாவத்திற்குரிய மன உறுதியுடன் லக்ஷ்மணன் சிறிதும் சுணக்கம் காட்டவில்லை.

''ராத்திரியில இப்படிக் குதிரையில போகக்கூடாதுன்னு உனக்குத் தான் தெரியுமே?'' இராமன் லேசாய்க் கடிந்துகொண்டான்.

லக்ஷ்மணன் தோள்களைக் குலுக்கிக் கொண்டான். ''மன்னித்துக்கோ... குதுதைதான் திடீதுன்னு...'' தடுமாறினான்.

''ஷ்,'' இரத்தம் 'குபுகுபு'வெனப் பெருகியதைக் கண்ட இராமன் அவசரமாய் இடைமறித்தான். ''என்னோட வா.''

அடிபட்ட சகோதரனை இழுத்துக்கொண்டு, இராமன் நீலாஞ்சனாவின் அறைகளை நோக்கி விரையும்போதே, வெகு நேரமாய் மகனைக் காணாமல் தேடிக்கொண்டிருந்த சுமித்ரா மற்றும் பணிப்பெண்கள் கூட்டம் வழிமறித்தது.

முகத்தில் இரத்தம் வழிய நின்ற மகனைக் கண்ட சுமித்ரா, கத்தினாள். ''என்னாச்சு?''

உதடுகளை இறுக்க மூடிக்கொண்டு, தீர்மானமாய் நின்றான் லக்ஷ்மணன். *நல்லா மாட்டிக்கிட்டேன்,* என்றான் மனதிற்குள். அண்ணா *பொய்யே சொல்லமாட்டான். எதையாவது கற்பனை செஞ்சு கதைகட்டவும் இப்ப வழியில்லை. உண்மையை ஒத்துக்கிட்டுத்தான் ஆகணும். கிடைக்கிற தண்டனையிலேர்ந்து தப்பிக்க வேற புதுசா ஏதாவது யோசனை செய்யணும்...*

''பெரிசா ஒண்ணுமில்ல, சின்னம்மா,'' இராமன் இளைய தாயாருக்குச் சமாதானம் சொன்னான். ''ஆனா, நீலாஞ்சனாஜி கிட்ட உடனே கூட்டிக்கிட்டுப் போகணும்.''

''என்னதான் ஆச்சு?'' சுமித்ரா வற்புறுத்தினாள்.

சமீபத்தில் தன் உயிரைக் காப்பாற்றிய லக்ஷ்மணனை, இப்போது அவனது தாயின் கோபத்திலிருந்து மீட்கவேண்டும் என்ற உள்ளுணர்வு இராமனை உந்தித் தள்ளியது. மனசாட்சியின் குரலுக்குக் கட்டுப்பட்டு, பழியைத் தன் மீதே போட்டுக்கொண்டான். ''தப்பு என்னோடதுதான் சின்னம்மா. குதிரையைக் கவனிக்க லக்ஷ்மணனுடன் லாயத்துக்குப் போயிருந்தேன். விளையாட்டுத்தனமா திடீர்னு எகிறி அவனை உதைச்சிடுச்சு. லக்ஷ்மணன் என் பின்னாடி நிக்கும்படிப் பார்த்துக்கிட்டிருந்திருக்கணும். என் தப்புதான்.''

சுமித்ரா உடனடியாக விலகிக்கொண்டாள். ''சீக்கிரம் நீலாஞ்சனாகிட்டே கூட்டிக்கிட்டு போ.''

இராமன் அண்ணா பொய்யே சொல்லமாட்டான்னு அம்மாவுக்குத் தெரியும், என எண்ணமிட்ட லக்ஷ்மணனின் மனதில் குற்றவுணர்வு ஏராளமாய்ப் பூத்தது.

இராமலக்ஷ்மணர்கள் அங்கிருந்து ஓட்டம் பிடிக்க, பின்தொடர முயன்ற பணிப்பெண்ணைக் கையுயர்த்தித் தடுத்த சுமித்ரா, தம்பியின் கரத்தை இறுக்கப் பற்றியபடி தமையன் செல்வதைப் பார்த்தாள். அவள் முகத்தில் திருப்தி மலர்ந்தது.

இராமனின் கையைக் கெட்டியாகப் பிடித்த லக்ஷ்மணன், இதயத்தின் மேல் பதித்துக்கொண்டான். ''அண்ணா, நாம ஒண்ணுதான். எப்பவுமே ஒண்ணுதான்...''

''பேசாதே லக்ஷ்மணா. ரத்தம் ரொம்ப...''

அயோத்ய இளவல்கள் *குருகுலம்* சேர்ந்து ஐந்து வருடங்கள் கடந்துவிட்டன. முழு வீரன் ஒருவனுடன், பதினோரே வயதான இராமன் போர்ப்பயிற்சி செய்வதைப் பார்த்த வஸிஷ்டரின் பார்வையில் பெருமிதம் பொங்கியது. இராமபரதர்களுக்கு இந்த வருடமே போர்ப்பயிற்சி முழுமையாய்த் துவங்கிவிட்டாலும், லக்ஷ்மணஷத்ருக்னர்கள் இன்னும் இரு வருடங்கள் காத்திருத்தல் அவசியமாயிருந்தது. இப்பொழுதைக்கு, தத்துவம், கணிதம், அறிவியல் பாடங்களுடன் அவர்கள் திருப்தியடைய வேண்டியதுதான்.

''வா, அண்ணா!'' லக்ஷ்மணன் கூவினான். ''முன்னால வந்து அவனைப் போட்டுத் தாக்கு!''

அவனைக் கவனித்த வஸிஷ்டரின் முகத்தில் வாத்ஸல்யப் புன்னகை. லக்ஷ்மணனது மழலையின் மறைவை எண்ணி அவர் அவ்வப்போது வருந்தினாலும், முரட்டுத் துணிச்சல் மட்டும் குறையவில்லை என்பதைக் கவனித்தார். அது மட்டுமா? உயிருக்குயிராய் அன்பு செலுத்திய இராமனிடத்தில் லக்ஷ்மணனுக்கிருந்த விசுவாசமும்தான். கண்மண் தெரியாத இந்த அவசரக்குடுக்கையை இராமனால் என்றேனும் வழிக்குக் கொண்டு வர முடியுமோ, என்னவோ?

மென்மையான சொல்லும் சாந்த சொரூபமும் கொண்டு *இஷாவாஸ்ய உபநிஷதத்தில்* மூழ்கியபடி, லக்ஷ்மணனுக்கருகில்

அமர்ந்திருந்த ஷத்ருக்னன், ஒரு ஸமஸ்க்ருத ஸ்லோகத்தை உரக்கப் படித்தான்.

புஷண்ணேகர்ஷே யம சூர்ய ப்ரஜாபத்ய வ்யூஹா ரஷ்மீன் சமுஹ தேஜாஹ்;

யத்தே ரூபம் கல்யாணதமம் தத்தே பஷ்யாமி யோ'ஸாவஸௌ புருஷாஹ் ஸோ'ஹமஸ்மி.

சூரிய பகவானே! உயிர் காக்கும் ப்ரஜாபதி புத்திரனே! வானில் தனியே உலவுபவனே! உலகங்களை வழிநடத்துபவனே! உன் கிரண சக்தியைக் குறைத்துக்கொள்; ஒளி சற்றே குன்றட்டும்;

ஜோதியைத் தாண்டி, ஜாஜ்வல்யமான உன் ரூபத்தை நான் காணவேண்டும்; உன்னுள் இருக்கும் தெய்வம் நானே என்பதை உணரவேண்டும்.

அந்தத் தத்துவத்தில் பொதிந்திருந்த அழகில் தன்னை இழந்த ஷத்ருக்னன், புன்னகைத்துக்கொண்டான். அவனுக்குப் பின்னால் அமர்ந்திருந்த பரதன், குனிந்து தம்பியின் தலையில் தட்டி, இராமனைக் காட்டினான். எதிர்ப்புணர்ச்சியும் எரிச்சலுமாய் பரதனை நோக்கினான் ஷத்ருக்னன். பரதன், அவனை முறைத்தான். வேறுவழியின்றி ஓலைச்சுவடிக்கற்றையை தரையில் வைத்த ஷத்ருக்னன், இராமனை நோக்கி கவனத்தைத் திருப்பினான்.

அயோத்யாவின் மூத்த இளவலுடன் பயிற்சி செய்ய வஸிஷ்டர் தேர்ந்தெடுத்த வாள்வீரன், வஸிஷ்டரின் குருகுலமருகே வாழ்ந்த காட்டுவாசிகளில் ஒருவன். கங்கைக்குத் தெற்கே வெகு தூரத்தில், ஷோன் நதிப்பாதையின் மேற்கு முனையருகே மனிதர் புக முடியாத அடர்வனத்தின் மத்தியில் *குருகுலம்* அமைந்திருந்தது. அங்கிருந்து சட்டென கிழக்கு முகமாய் வளைந்த ஷோன் நதி, வடகிழக்காய்ப் பாய்ந்து, மீண்டும் கங்கையுடன் இணைந்தது. ஆயிரக்கணக்கான வருடங்களாய் குருமார்களால் பயிற்சிக் களமாகப் பயன்படுத்தப்பட்ட இந்த இடத்தை, காட்டுவாசிகள் பெருந்தன்மையுடன் பராமரித்து, தேவைப்பட்டபோது வாடகைக்கும் அளித்துவந்தனர்.

*குருகுல*த்திற்கென்றிருந்த ஒரே பாதை, முதலில் அடர்வனத்தாலும், பிறகு பிரம்மாண்ட ஆலமர விழுதுகளாலும் மறைக்கப்பட்டிருந்தது. அதன்பின் சிறிய திறந்தவெளி; மத்தியிலிருந்து கொஞ்சம் கொஞ்சமாய்

இறங்கிய மண் படிகள் செடிகொடி மூடிய நீண்ட, ஆழமான பதுங்குகுழியில் முடிந்தன. சற்று தூரம் சென்ற பிறகு, இதே குழி சுரங்கப்பாதையாக மாறி, செங்குத்தான மலைப்பகுதியின் அடியில் நீண்டது. இந்த இரகசிய வழி ஓடைக்கரையில், வெளிச்ச வெள்ளத்தில் முடிய, அதன் மேலிருந்த மரப்பாலத்தைக் கடந்தால், மலைச்சாரலின் ஒரு பக்கம் செதுக்கியிருந்த ஒரே கல்லாலான எளிய *குருகுலம்*.

பெரிய கனசதுரத்தை மலைக்குள்ளிருந்து வெட்டியெடுத்தது போல் துல்லியமாய்க் காட்சியளித்தது, மலைச்சரிவு. வாயிலைப் பார்க்குமுகமாய் வடிக்கப்பட்டிருந்த இருபது சின்னஞ்சிறிய ஆலயங்கள் சிலவற்றில் தெய்வங்கள் இருந்தன; சிலவற்றில் இல்லை. ஆறில், இதற்குமுன் தோன்றிய விஷ்ணுக்களின் திருவுருவச் சிலைகள்; இன்னொன்றில் முந்தைய மகாதேவரான ருத்ரபகவான்; மற்றொன்றில் உலகம் போற்றிய விஞ்ஞானி ப்ரம்மதேவர். தேவர்களின் தலைவரும், வானவெளிக்கும் இடிமுழக்கத்திற்கும் அதிபதியுமான இந்திரன், தமக்குரிய மத்திய ஆலயத்தில் இதர தெய்வங்களால் சூழப்பட்டு கொலுவீற்றிருந்தார். ஒன்றையொன்று பார்த்த இரு கல் சுவர்களுள் ஒன்றில் சமையலறை மற்றும் கிடங்குகளும், மற்றொன்றில் குரு மற்றும் மாணாக்கர்களுக்கான சிறிய அடுக்குகளாகப் படுக்கைகளும் உரிய அளவுகளில் வெட்டப்பட்டிருந்தன.

ஆசிரமத்தைப் பொறுத்தவரை, அரசகுமாரர்களாக அல்லாமல், உழைக்கும் வர்க்கத்தைச் சேர்ந்தோரின் புத்திரர்களாகவே அயோத்ய இளவரசர்கள் வாழ்ந்தனர்; அவர்களது அரசகுலப் பின்புலம் முற்றும் மறைக்கப்பட்டு, ஆசிரம வழக்கப்படி *குருகுலப்* பெயர்களே கொடுக்கப்பட்டிருந்தன: இராமனுக்கு ஸுடாஸ்; பரதனுக்கு வாசு; லக்ஷ்மணனுக்குப் பௌரவ்; ஷத்ருக்னனுக்கு நளதர்டக். இராஜகுலத்திற்குரிய எந்த அடையாளமும் அவர்களிடம் இல்லை. பாடம், படிப்பு தவிர, *குருகுலத்தைச்* சுத்தம் செய்து, சமையல் முடித்து குருவுக்கும் படைத்தனர். சாஸ்த்ரியக் கல்வி அவர்களது பிற்கால வாழ்க்கை இலக்குகளை அடைய உதவுமென்றால், இவ்வகைக் காரியங்கள் பணிவைக் கற்றுக்கொடுத்து, *உத்தமமான* வாழ்க்கை இலக்குகளைத் தேர்ந்தெடுக்கக் கை கொடுக்கும்.

‘‘சூடு பறக்கத் தயாராகிவிட்டாற் போல் தெரிகிறதே, ஸுடாஸ்?’’ தனது இரு நட்சத்திர மாணவர்களில் ஒருவனான

இக்ஷ்வாகு குலத்தோன்றல்   59

இராமனை நோக்கிய வஸிஷ்டர், பின், காட்டுவாசிகளின் தலைவர் வருணனைப் பார்த்தார். ''போரைச் சற்று கண்டு களிப்போமா?''

அந்தப் பக்கங்களின் காடுகளில் வசித்தோர் விருந்தோம்பலில் மட்டுமல்ல, யுத்தத்திலும் தேர்ந்தவர்கள். தன் மாணாக்கர்கள் போர் என்னும் உன்னத சாஸ்திரத்தில் அதிசயிக்கத்தக்க தேர்ச்சியடையும் பொருட்டு வஸிஷ்டர் இவர்களைப் பணியில் அமர்த்தியிருந்தார். இம்மாதிரியான தேர்வுச் சமயங்களில், வீரத்தைப் பரீட்சிக்கும் பொருட்டு அவர்களே எதிராளிகளாகவும் அமைந்தனர்.

இராமனுடன் பயிற்சியிலிருந்த வீரனை அழைத்தார் வஸிஷ்டர். ''மத்ஸ்யா ...''

பார்வையாளர் வரிசையை நோக்கி உடனடியாகத் திரும்பிய இராமனும் மத்ஸ்யனும், வஸிஷ்டர் மற்றும் வருணனுக்கு வணக்கம் செலுத்தினர். மேடையின் ஓரத்திற்கு வந்து, ஓவியம் தீட்டுதலுக்குரிய துடைப்பங்கள் இரண்டை எடுத்து, சிவப்புச் சாயம் நிறைந்த பாத்திரத்தில் தோய்த்து, மர வாட்களின் முனை மற்றும் பக்கவாட்டில் தீட்டினர். போரிடும் போது சாயம் உடலில் ஏறி, காயம் எத்தகையதெனச் சுலபமாய்க் காட்டும்.

மேடை மீதேறிய இராமன், மத்ஸ்யன் தொடர, மையத்திற்கு வந்தான். நேருக்கு நேர் பார்த்துக்கொண்டு, மிகுந்த மரியாதையுடன் ஒருவரையொருவர் வணங்கினர்.

''உண்மை. கடமை. கௌரவம்,'' வஸிஷ்டரிடம் கற்று உள்ளத்தில் ஆழப் பதிந்திருந்த வார்த்தைகளை உதிர்த்தான் இராமன்.

அவனை விட ஏறக்குறைய ஒரு அடி உயர்ந்து நின்ற மத்ஸ்யனின் முகத்தில் புன்னகை மலர்ந்தது. ''எந்த நிலையிலும் வெற்றி.''

குரு வஸிஷ்டர் கற்றுத் தந்திருந்தபடி, முதுகு நிமிர்ந்து, உடல் பக்கவாட்டில் திரும்பி, கண்களை வலத்தோள் தாண்டிச் செலுத்தியவாறு போருக்குத் தயாராய் நின்றான் இராமன். அவன் நின்ற நிலை, உடலைத் தாக்க எதிராளிக்கு மிகச் சிறிதளவே இடம் கொடுக்கும். சொல்லிக் கொடுத்திருந்தபடி சீராய், தளர்வாய் இயங்கியது சுவாசம். ஸ்திரமாய் நிற்கும் பொருட்டு உடலுக்கருகே, சற்று புறம்பாக இறுகியிருந்தது இடது கை. வாளைப் பற்றி முன்னால் நீண்டிருந்த வலக்கை,

படுக்கவாட்டிலிருந்து சற்றே உயர்ந்திருக்க, முழங்கை மடங்கியிருந்தது. வாளைச் சமாளிக்கும் பொருட்டு கைகளை இராமன் அசைக்க, கனத்தை உடனடியாக முதுகு மற்றும் மேற்கையின் தசைகள் வாங்கிக் கொண்டன. எத்திசையிலும் சட்டென நகர ஏதுவாய் முழங்கால் சற்றே மடங்க, உடல் கனத்தைக் குதிகால் தாங்கியது.

மத்ஸ்யனின் கண்களில் மரியாதை கூடியது. *இந்தச் சிறுவன் யுத்த விதிகளையெல்லாம் மிகச் சரியாகப் பின்பற்றுகிறானே?*

இவனது கண்கள்தான் எத்தகையவை! எஃகைப் போன்ற உறுதியுடன் அல்லவா மத்ஸ்யன் மீது அசையாது நிலைத்திருந்தன? *குரு வஸிஷ்டர் பிரமாதமாத்தான் இந்தப் பையனுக்குப் பயிற்சியளிச்சிருக்கார்,* மத்ஸ்யன் வியந்தான். *கைக்கு முந்தி கண் அசையுதே?*

மத்ஸ்யனின் கண்கள் அணுவத்தனை விரிந்தன. தாக்குதல் எந்த நொடியும் வரலாம் என்பதை இராமன் உணர்ந்தான். சட்டென முன்னே பாய்ந்த மத்ஸ்யன், உயரத்தைப் பயன்படுத்திக்கொண்டு, இராமனின் மார்பை நோக்கி வாளை வீசினான். கொலைவீச்சாக இருந்திருக்கும் - இராமன் வலப்பக்கம் பாயாதிருந்தால். வெற்றிகரமாக வீச்சைத் தவிர்த்த இளங்கோ வலக்கரத்தை நாசூக்காக ஒடிக்க, வாள் மத்ஸ்யனின் கழுத்தைப் பதம் பார்த்தது.

அவன் உடனடியாகப் பின்வாங்கினான்.

''ஓங்கியடிச்சிருக்க வேண்டியதுதானேண்ணா?'' லக்ஷ்மணன் கத்தினான். ''கொலைவீச்சா இருந்திருக்கும்ல?''

அவனுக்கு விளங்காத சூட்சுமம் மத்ஸ்யனுக்குப் புரிய, ரசித்துப் புன்னகைத்தான். இராமன் தன்னைச் சோதிப்பதை அவன் அறிவான். இயற்கையில் எச்சரிக்கை நிரம்பிய அயோத்ய இளவல், எதிராளியின் போர்முறையுடன் மிக்கப் பரிச்சயமடைந்தால் மட்டுமே, கொலைவீச்சுகளைப் பிரயோகிக்கக் கூடியவன். மத்ஸ்யனின் மதிப்பையோ, புன்னகையையோ லட்சியம் செய்யாத இராமனின் கண்கள் அசையாமல் நிலைத்திருந்தன; மூச்சும் ஒரே கதியில் இயங்கியது. எதிராளியின் பலவீனங்களை ஆராய வேண்டும். கொலைவீச்சிற்குத் தயாராக வேண்டும்.

வாளை ஆக்ரோஷமாய் ஓங்கி மத்ஸ்யன் வலப்புறமிருந்து பாய்ந்தான். சற்றே பின்வாங்கிய

இராமன், சிறிய உடற்கட்டால் முடிந்தளவு தாக்குதலைச் சமாளித்தான். வலப்பக்கம் சாய்ந்த மத்ஸ்யன், இராமனுக்கு இடப்புறமிருந்து வாளைக் கடுமையாய்ச் சுழற்றி தலையை நோக்கி வீசினான். இம்முறையும் இராமன் பின்வாங்கி, வீச்சை வாளால் தடுத்தான். மீண்டும் மீண்டும் வாளை வீசிய மத்ஸ்யன், இளவலைக் கொஞ்சம் கொஞ்சமாய்ப் பின்னுக்குத் தள்ளி, சுவரோரமாய் நெருக்கி, 'கொல்லும்' உத்தேசத்துடன் முன்னேறினான். அதற்கேற்றாற்போல், தாக்குதல்களைச் சமாளித்தவாறு இராமன் பின்வாங்கிக்கொண்டே வந்தான். சட்டென்று வலப்பக்கம் தாவியவன், மத்ஸ்யனின் வீச்சிலிருந்து விலகி, லாகவமாய்ச் சுழன்று 'படா'ரென்று ஓங்கியடிக்க, மத்ஸ்யனின் புஜத்தில் பளீரெனச் சிவப்பாய்த் தீற்றியது. 'காயம்'தான் என்றாலும், யுத்தத்தை முடிக்கக் கூடியதல்ல.

இராமனின் கண்களினின்று தன்னுடையதை விலக்காத மத்ஸ்யன், பின்னால் ஒரு அடி எடுத்துவைத்தான். *பையன் தேவைக்கதிகமா எச்சரிக்கையா இருக்கானோ?*

''பாய்ஞ்சு அடிக்க தைரியமில்லையா?''

இராமன் இதற்கு பதிலளிக்கவில்லை. மீண்டும் தன்னிடத்திற்கு வந்து நின்றவன், சற்றே முழங்கால்களை மடித்து, இடக்கையை இடையில் தளர்வாய் வைத்துக்கொண்டு வாள் பிடித்த வலக்கரத்தை நீட்டித் தயாராய் நின்றான்.

''விளையாட்டுக்கே வரலைன்னா எப்படிப்பா ஜெயிக்கிறது?'' மத்ஸ்யன் கிண்டலடித்தான். ''வெற்றி யடையணும்கிற எண்ணம் கொஞ்சமாவது இருக்கா? இல்லை, தோற்காம இருந்தாப் போதும்னு நினைக்கறியா?''

கவனம் சிதையாமல், அயராமல் நின்றான் இராமன். மௌனம். சக்தியைச் சேமித்துக்கொண்டிருந்தான்.

இந்தப் பையனை அசைக்க முடியாது போலிருக்கே, மத்ஸ்யன் எண்ணமிட்டான். மீண்டும் முன்னால் பாய்ந்தவன், தன் உயரத்தைச் சாதகமாக்கிக் கொண்டு, 'தடார்' 'தடா'ரெனத் தொடர்ந்து வாளால் இராமனை வீழ்த்த முயன்றான். வீச்சுக்களைத் தடுத்துக்கொண்டே வந்த இளவரசன், பக்கவாட்டில் வளைந்தும் நெளிந்தும், கொஞ்சம் கொஞ்சமாய்ப் பின்நோக்கி நடந்தான்.

அவனது உத்தேசத்தை உணர்ந்த வஸிஷ்டரின் முகத்தில் புன்னகை அரும்பியது.

மெல்லப் பின்வாங்கிக் கொண்டிருந்த போதே வழியில் இருந்த சிறிய கற்குட்டானைப் பக்கவாட்டில் இராமன் லாகவமாய்க் கடந்ததைக் கவனிக்காத மத்ஸ்யன், அதே கற்கள் தடுக்கி நிலை தடுமாறினான். சந்தர்ப்பத்தைப் பயன் படுத்திக்கொண்ட இராமன், முழந்தாளிட்டு, மத்ஸ்யனின் கால்களுக்கிடையில் மிகப் பலமாய்த் தாக்கினான். கொலைவீச்சு!

தொடைகளுக்கிடையே தீற்றியிருந்த சிவப்பைக் குனிந்து பார்த்தான் மத்ஸ்யன். மரவாள் புண்ணியத்தில் இரத்தம் இல்லையென்றாலும், வலி உயிர் போயிற்று. தன்மானம் மிகக்கொண்டவனாதலால், அதை வெளிக்காட்டிக் கொள்ளவில்லை.

இளம் மாணாக்கனின் திறமையைக் கண்டு வியந்தவன் ஓரடி முன்னால் வைத்து, இராமன் தோளைத் தட்டினான். ''யுத்தத்துக்கு முன்னால் களத்தை இண்டு இடுக்கு விடாம ஆராய்ஞ்சு மனப்பாடமாத் தெரிஞ்சி வெச்சிருக்கணும். இந்த ஆதார விதியை நீ கடைப்பிடிச்சிருக்கே; நான் செய்யலை. அருமை.''

வாளைக் கீழே வைத்த இராமன், இடது கையால் வலது முழங்கையைப் பற்றி, முஷ்டி மடக்கிய வலக்கரத்தை நெற்றியில் பதித்து, மத்ஸ்யனின் வீரக் குலத்திற்குரிய சம்பிரதாய வணக்கத்தைத் தெரிவித்து, காட்டில் வாழ்ந்த பெருமைமிக்க மரபிற்கு மரியாதை செலுத்தினான். ''உங்களோட போரிட முடிஞ்சது என் பாக்கியம், *ஆர்யா*.''

புன்னகைத்த மத்ஸ்யன், கரம் குவித்து வணங்கினான். ''இல்லை, இளைஞனே. பாக்கியம் என்னுடையது. பின்னாள்ள நீ செய்யப் போறதையெல்லாம் பார்க்க நிஜமாவே ஆவலா இருக்கேன்.''

வருணர், வஸிஷ்டரை நோக்கித் திரும்பினார். ''நல்ல மாணவன், *குருஜி*. அருமையான வாள்வீரன் மட்டுமில்ல, குணத்திலேயும் உத்தமன். யாரிவன்?''

''அதைத் தெரிவிக்க முடியாதென்பது உமக்குத் தெரியும்தானே, தலைவரே?'' வஸிஷ்டர் புன்னகைத்தார்.

இன்னொரு பக்கம், மேடையின் ஓரத்திற்கு வந்த மத்ஸ்யனும் இராமனும் சாயம் தீற்றியிருந்த வாட்களைக் கழுவும் பொருட்டு தண்ணீர்த் தொட்டிக்குள் வீசினர். இவற்றை உலர்த்தி, எண்ணெய் ஏற்றி, சுத்தியால் அடித்ததும் மீண்டும் உபயோகத்திற்குத் தயாராகும்.

தன் குலத்தைச் சேர்ந்த இன்னொரு வீரனை நோக்கித் திரும்பினார் வருணர். ''கௌடா, அடுத்தது நீதான்.''

குருகுல நாமம் கொண்டு பரதனை அழைத்தார் வஸிஷ்டர். ''வாசு!''

மரியாதை நிமித்தம் நிலத்தைத் தொட்டு பயபக்தியுடன் வணங்கி மேடையேறினான் கௌடா. பரதனோ, அவ்விதம் ஏதும் செய்யாமல் வாட்கள் அடுக்கியிருந்த பெட்டியை நோக்கிப் பாய்ந்தான். இருப்பதிலேயே மிக நீளமான வாளை முன்னமேயே குறித்து வைத்திருந்தான். எதிராளியின் உயரத்திற்கு, இந்த வாளின் நீட்சி பிரமாதமாய் ஈடுகொடுக்கும்.

தன்னுடன் போரிடப் போகும் குழந்தையைக் கண்ட கௌடா, சற்றே அலட்சியத்துடன் புன்னகைத்துக் கொண்டான். மரவாளைத் தேர்ந்தெடுத்து மையத்திற்குச் சென்றவன், பரதனை அங்கே காணாமல் திகைத்தான். அந்த வீரக் குழந்தையோ, மேடையின் ஒரு கோடியில் சிவப்புச் சாயமும் துடைப்பங்களும் இருந்த இடத்தில் நின்றுகொண்டு, வாளின் பக்கங்களையும் முனையையும் கருத்தாகத் தீட்டிக்கொண்டிருந்தான்.

''பயிற்சி வேண்டாமா?'' கௌடா சற்று திகைத்தான்.

பரதன் திரும்பினான். ''எதுக்கு நேரத்தை வீணாக்கணும்?''

மெல்லிய புன்னகையுடன் புருவமுயர்த்திய கௌடா, சாயத்தை அடைந்து தன் வாளையும் தீற்றிக்கொண்டான்.

போட்டியாளர்கள் இருவரும் மேடையின் மையத்திற்கு வந்து சேர்ந்தனர். சம்பிரதாயப்படி, ஒருவரையொருவர் வணங்கினர். பரதன் தனக்குரிய தாரகமந்திரத்தை உச்சரிக்கக் கௌடா காத்திருந்தான். நிச்சயம் அண்ணனுடையதைப் போல்தான் இருக்கும்.

''சுதந்திர வாழ்வு - அல்லது மரணம்,'' பரதன் மார்தட்டிக் கொண்டான்.

இதற்கு மேலும் அடக்க முடியாத கௌடா 'பகபக'வென சிரித்துவிட்டான், ''சுதந்திர வாழ்க்கை... இல்லை சாவு! இதுவா உன் மந்திரம்?''

கலப்படமற்ற அசூயையுடன் பரதன் அவனை முறைத்தான். இன்னமும் சிரித்துக்கொண்டிருந்த

காட்டுவீரனோ, தலை வணங்கி, தன் தாரகமந்திரத்தை உச்சரித்தான். ''எந்த நிலையிலும் வெற்றி.''

மேடையின் மத்தியில் பரதன் நின்ற விதம் பார்த்து கௌடா சற்று திடுக்கிடத்தான் செய்தான். அண்ணனைப் போல் அல்லாமல், உடல் முழுவதையுமே எதிராளிக்குக் காட்டியபடி, பகைவனை தைரியமாகச் சந்தித்தான் தம்பி. ஆயுதத்தைத் தளர்வாய்ப் பற்றிய கை, பக்கவாட்டில் அசட்டையாய்த் தொங்கியது. முகத்தில் கடும் எதிர்ப்புணர்ச்சி.

''சண்டைக்குத் தயாராகலை?'' தன் தாக்குதலின் பலனாக அஜாக்கிரதையான இந்தப் பையனுக்கு உண்மையிலேயே அடிபட்டுவிட்டால் என்ன செய்வது என்பது கௌடாவின் கவலை.

''நான் எப்பவுமே தயார்தான்,'' அலட்சியப் புன்னகையுடன் முணுமுணுத்தான் பரதன்.

தோள்களைக் குலுக்கிக் கொண்ட கௌடா, தன்னிடத்திற்கு வந்தான்.

அவன் நகர்த்தபோகும் முதல் காயை எதிர்நோக்கி காட்டுவீரனைச் சற்றே சோம்பலுடன் பார்த்தவாறு நின்றான் பரதன். சட்டென்று முன்னே பாய்ந்த கௌடா, வாளை பரதன் வயிற்றில் செருக முயல, அவனோ லாகவமாய்ச் சுழன்று, வாளை மேலிருந்து ஆக்ரோஷமாய் இறக்கி, 'தடே'ரென்று கௌடாவின் வலது தோளைப் பதம்பார்த்தான். புன்னகைத்த கௌடா, வலியைக் காட்டிக் கொள்ளாமலிருக்க முயன்றவாறு ஜாக்கிரதையாகப் பின்வாங்கினான்.

''குடலை உருவியிருப்பேன்,'' பையனின் வயிற்றுக்கு நடுவே கிழித்திருந்த சிவப்புக் கோட்டைச் சுட்டிக் காட்டினான் கௌடா.

''அதுக்கு முன்னால உன் கை அறுந்து விழுந்திருக்கும்,'' கௌடாவின் தோளில் தன் வாளின் சிவப்புக் கைங்கர்யத்தை நோக்கிக் கைநீட்டினான் பரதன்.

சிரித்துக்கொண்ட கௌடா, மீண்டும் பாய்ந்தான். அவனே அதிசயிக்கும் வகையில் சட்டென்று வலப்புறம் உயரத் தாவிய பரதன், வாளை மீண்டும் ஓங்கினான். அருமையான வீச்சு; தன் வாள்கரத்தின் பக்கமிருந்து வராததால், கேடயமின்றி அந்த உயரத்திலிருந்து கௌடாவினால் தாக்குதலைத் தடுத்திருக்கவே முடியாது. ஒரே ஒரு பிரச்சனை

தான்: இத்துணை சாதுர்யமான வீச்சை வெற்றிகரமாய்ச் செயல்படுத்தக்கூடிய உயரம் பரதனுக்கு இல்லை.

கௌடாவிற்கு இருந்தது. பின்னால் சற்றே சாய்ந்து, தன் உயரத்தைச் சாதகமாக்கிக் கொண்டு ஓங்கியடித்தான்.

அவனது வாள் பரதனின் பாதுகாப்பற்ற மார்பை மோசமாய்த் தாக்கி, பின்னால் தள்ளியது. தலைகுப்புற விழுந்தவனின் நெஞ்சுப் பகுதியில், இருதயம் துடித்த மார்புக் கூட்டின் மேல் கொலைவீச்சு கச்சிதமாக விழுந்ததன் அறிகுறி தீற்றியிருந்தது.

துள்ளிக் குதித்து எழுந்தான் பரதன். தோலுக்குக் கீழிருந்த நுண்ணிய இரத்தநாளங்கள் அடியின் வீர்யத்தால் வெடித்து, மார்பில் சிவப்பாய் புண்ணாகியிருந்தது. மரவாள் என்றாலும், வலித்திருக்கத்தான் வேண்டும். அதை அவன் பொருட்படுத்தாதது கௌடாவின் மனதில் மரியாதையை ஏற்படுத்தியது. அவன் கண்களில் துளிர்த்த மதிப்பைக் கண்டுகொள்ளாத பரதனோ, ஆத்திரமும் அவமானமுமாய் எதிராளியை நோக்கி மீண்டும் போருக்குத் தயாராய் நின்றான்.

''நல்ல வீச்சு,'' என்றான் கௌடா. ''இதுக்கு முந்தி நான் பார்த்ததில்ல. ஆனா, உயரமிருந்தாத்தான் சரியா செய்யமுடியும்.''

''ஒரு நாள் நிச்சயம் உயரமாவேன்,'' பரதனின் கண்களில் ஆத்திரம் கொதித்தது. ''மறுபடியும் களத்துல சந்திப்போம்.''

கௌடாவின் முகம் மலர்ந்தது. ''சந்திப்போம், பையா. நிச்சயம் காத்துக்கிட்டிருப்பேன்.''

வருணர் வஸிஷ்டரை நோக்கித் திரும்பினார். ''ரெண்டு பேருமே திறமைசாலிகள்தான், குருஜி. இவங்க வளர்ந்து பார்க்கணும்னு எனக்கு இப்பவே ஆசையாயிருக்கு.''

வஸிஷ்டர் முகத்தில் திருப்திப் புன்னகை. ''எனக்கும்தான்.''

அந்தி சாயும் பொழுதில், ஆசிரமத்திற்குச் சற்று தள்ளி சலசலத்த சிறிய ஓடையின் கரையில் இராமன் யோசனையுடன் அமர்ந்திருந்தான். வழக்கமான நடைப்

பயிற்சிக்குத் தயாராகிக் கொண்டிருந்த குரு, தூரத்திலிருந்தே அவனைக் கண்டுகொண்டு, மாணாக்கனருகே வந்து சேர்ந்தார்.

அவரது விரைவான காலடிகளை அறிந்த இராமன், சட்டென்று எழுந்து நமஸ்கரித்தான். "குருஜி."

"அமர், அமர்," என்ற வஸிஷ்டர், இராமனுக்கருகில் உட்கார்ந்தார். "எது குறித்து இத்தனை ஆழ்ந்த யோசனை?"

"நாங்க யார்னு தலைவர் வருணர்கிட்டே நீங்க சொல்லாதது ஏன்னு யோசிச்சிக்கிட்டிருந்தேன்," என்றான் இராமன். "நல்லவராத்தான் தெரியறார். அவர்கிட்டே உண்மையை மறைப்பானேன்? எதுக்குப் பொய் சொல்றோம்?"

"உண்மையை மறைப்பதற்கும், பொய் சொல்வதற்கும் வித்தியாசமுண்டு!" வஸிஷ்டர் கண்கள் மின்னின.

"உண்மையை மறைக்கிறது பொய்க்குச் சமம்தானே, குருஜி?"

"இல்லை. உண்மை, சில சமயம் வலியும் வேதனையும் உண்டாக்கக்கூடும். அப்படிப்பட்ட சந்தர்ப்பங்களில் மௌனமே உத்தமம். இன்னும் சொன்னால், வெள்ளைப் பொய்யோ - ஏன், அப்பட்டமான பொய்யோ - சமயத்தில் நன்மைக்கே வித்திடும்."

"எப்பேர்ப்பட்ட பொய்க்கும் பின்விளைவுகள் உண்டே. குருஜி. மோசமான கர்மவினைக்கு அது வழிவகுக்கும்."

"உண்மைக்கும் சில சமயத்தில் மோசமான விளைவுகள் ஏற்படுவதுண்டு. இப்படி யோசித்துப் பார்: பொய் சொல்வதால், யாருடைய உயிரேனும் காப்பாற்றப்பட்டால்? எவரையேனும் பெரும்பதவிக்கு இட்டுவந்து, அதன் மூலம் பல நன்மைகள் நடக்கக்கூடிய சந்தர்ப்பம் கிடைத்தால்? அப்போதும் பொய் கூடாது என்பாயா? நல்ல தலைவனுக்கு அழகு, உயிருக்கும் மேலாகத் தன் மக்களை நேசித்தல். அப்படிப்பட்டவனின் மனதில் சந்தேகத்தின் நிழல் கூடப் படியாது. மக்களின் நன்மைக்காக அவன் பொய்யுரைக்கத் தயங்கமாட்டான்."

இராமனின் புருவங்கள் முடிச்சிட்டன. "ஆனா, குருஜி... தலைவனைப் பொய் சொல்லும் கட்டாயத்துக்கு ஆளாக்கும் ஜனங்க காப்பாத்தத் தகுதியானவங்கதானா?"

இக்ஷ்வாகு குலத்தோன்றல்

"விவகாரத்தை யோசனையின்றி எளிமையாக்குகிறாய். நீயும் ஒரு சமயம் லக்ஷ்மணனுக்காகப் பொய் சொன்னவன்தானே?''

"அவனைக் காப்பாத்தணும்கிற உள்ளுணர்வினாலே அப்படி செஞ்சேன். அதைப் பத்தின குற்றவுணர்வு எனக்குள்ள உறுத்திக்கிட்டேதான் இருக்கு. அதனாலதான் உங்ககிட்டே அதைப் பத்திப் பேசணும்னு நினைச்சேன், குருஜி.''

"அப்போது சொன்னதைத்தான் இப்போதும் சொல்கிறேன்: நீ குற்றவுணர்வைச் சுமக்கவேண்டிய அவசியமேயில்லை. எதிலும் மிதமாக இருப்பதே, சமநிலையை நாடுவதே உண்மையான ஞானம். சில திருடர்களிடமிருந்து ஒரு அப்பாவியைக் காக்கப் பொய் சொல்லவேண்டி வந்தால், அது குற்றமா?"

"ஏதோவொரு சந்தர்ப்பத்துல, சூழ்நிலை கருதி சொல்ற பொய்யினால நன்மை உண்டானா, அதுவே சரின்னு ஆகிடாது, குருஜி,'' இராமன் விடுவதாக இல்லை. "ஒரு சமயம், அப்பாவோட கோபத்துலேர்ந்து என்னைக் காப்பாத்த அம்மா ஒரு பொய் சொன்னாங்க. அப்பா சீக்கிரமே உண்மையைக் கண்டுபிடிச்சிட்டார். எங்கம்மாவைப் பார்க்க அடிக்கடி வந்துகிட்டிருந்தவர், அந்த சம்பவத்துக்கப்புறம் பார்க்கறதையே நிறுத்திட்டார். அவங்களை மொத்தமா விலக்கிட்டார்.''

சிஷ்யனை ஆராய்ந்த குருவின் பார்வையில் ஆதுரம் துளிர்த்தது. *இராவணனிடம் அடைந்த மாபெரும் தோல்விக்கு சக்ரவர்த்தி தசரதர் இராமன் மீது பழி சுமத்தினார் என்பதுதான் உண்மை. கௌஸல்யாவை அலட்சியம் செய்ய தசரதர் எப்படியும் காரணம் தேடியிருப்பார் என்பதில் சந்தேகமில்லை.*

வார்த்தைகளை வஸிஷ்டர் ஜாக்கிரதையாகத் தேர்ந்தெடுத்தார். "பொய் சொல்வது உத்தமம் என்பது என் வாதமல்ல. ஆனால், குறைந்தளவு விஷம் கூட மருந்தாவது போல், சிறிய பொய்களும் சமயத்தில் நன்மை பயக்கும். உண்மையை மட்டுமே பேசும் உன் குணம் மெச்சப்படவேண்டியதே. ஆனால், அதற்கான உன் காரணம்? சட்டப்படி சரியென்பதாலா? அல்லது, இந்தச் சம்பவம் உன் மனதில் பொய் குறித்து மூட்டிய பயமா?"

மௌனமாயிருந்த இராமன், யோசனையில் இறங்கினான்.

''இதற்கும், தலைவர் வருணருக்கும் என்ன சம்பந்தம் என்றுதானே யோசிக்கிறாய்?''

''ஆமா, குருஜி.''

''தலைவரின் கிராமத்திற்குச் சென்றோமே, நினைவிருக்கிறதா?''

''நிச்சயமா.''

குரு வஸிஷ்டருடன் மாணவர்கள் ஒரு சமயம் வருணரின் கிராமத்திற்குச் சென்றிருந்தனர். ஏறக்குறைய ஐம்பதினாயிரம் ஜனத்தொகை கொண்டு சிறிய பட்டணமாகவே விளங்கிய அந்தக் குடியிருப்பில் கண்ட காட்சிகள் இளவரசர்களை அதிசயத்தில் ஆழ்த்தின. பட்டணங்களை ஒத்து நேர்த்தியான வாழ்விடங்களுடன் சதுரங்களாய்ப் பிரிக்கப்பட்ட சதுக்கங்களைத் தெருக்கள் அலங்கரித்தன. மூங்கிலால் கட்டப்பட்டாலும் உறுதியாய் விளங்கிய வீடுகள், தலைவர் முதல் கடைசி கிராமத்தான் உட்பட எல்லோருக்கும் ஒரே போலத்தான். குற்றம் என்பதே கிடையாததலால், அனைத்து வீடுகளும் கதவின்றி திறந்திருந்தன. பெற்றோர் மட்டுமின்றி, சமூகமே குழந்தைகளனைத்தையும் வளர்த்தது.

குடியிருப்பிற்கு இளவரசர்கள் விஜயம் செய்தபோது, தலைவரின் உதவியாளரிடம் சுவாரசியமான பேச்சுவார்த்தை நடத்தும் சந்தர்ப்பம் வாய்க்க, ஒரு கேள்வி எழுந்தது: குடியிருப்பின் வீடுகள் அனைத்தும் யாருக்குச் சொந்தம்? கிராமவாசிகளுக்கா? தலைவருக்கா? அல்லது சமூகம் முழுவதற்குமா? உதவியாளனின் பதிலோ, மிக விசித்திரம். *''நிலம் எப்படி எங்களுக்குச் சொந்தமாகும்? நாங்கதானே நிலத்துக்குச் சொந்தம்?''*

''அந்த கிராமத்தைப் பற்றி என்ன நினைத்தாய்?'' இராமனை நிகழ்காலத்திற்கு இழுத்து வந்தது வஸிஷ்டரின் கேள்வி.

''என்ன அருமையான வாழ்க்கைமுறை. நகரவாசிகளான நம்மைவிட, அங்கே அதிக நாகரீகம் இருக்கறாப்புல தோணுது. அவங்ககிட்டேயிருந்து நாம எவ்வளவோ கத்துக்கலாம்.''

''ஹ்ம்ம். அம்மாதிரியான வாழ்க்கைமுறைக்கு எது ஆதாரம் எனக் கருதுகிறாய்? தலைவர் வருணரின் குடியிருப்பு

நிச்சலனமாய், அமைதியாய் இருக்க என்ன காரணம்? நூற்றாண்டுகளாய் அவர்கள் ஏன் மாறவேயில்லை?''

''ஒருத்தருக்காக ஒருத்தர் வாழறாங்க, குருஜி. சுயநலம்கிறது அணுவளவும் உடம்புலயோ, மனசுலயோ, இல்லை.''

வஸிஷ்டர் மறுப்பாய்த் தலையசைத்தார். ''இல்லை, ஸுடாஸ். அடிப்படையில் அவர்கள் சமூகம் மிக எளிமையான சட்டதிட்டங்களைக் கொண்டுள்ளது என்பதுதான் உண்மை. இவற்றை எக்காரணம் கொண்டும் மீறமுடியாது; பின்பற்றியே தீரவேண்டும்.''

வாழ்க்கை இரகசியத்தையே கண்டுகொண்டது போல் இராமனின் கண்கள் விரிந்தன. ''சட்டங்கள்...''

''ஆம், ராமா. சட்டங்கள்! நிம்மதியான, திருப்தியான, முழுமையான வாழ்க்கை வேண்டும் எந்தச் சமூகத்திற்கும், சட்டங்களே ஆதாரம். சட்டங்கள் தான் பதில்.''

''சட்டங்கள் ...''

''எப்போதாவது, மிகச் சிறிய விதியை மீறுவது - அதுவும், மிகப்பெரிய நன்மை விளையுமென்றால் - தவறில்லையென்றுதானே நினைக்கத் தோன்றும்? உண்மையை ஒப்புக்கொள்கிறேன்: நானே சில சந்தர்ப்பங்களில், நன்மையின் பொருட்டு சிலபல விதிகளை உடைத்திருக்கிறேன். ஆனால், தலைவர் வருணரின் சிந்தனை வேறு விதம். சம்பிரதாயத்தின் பொருட்டோ, தர்மநியாயம் கருதியோ மட்டும் அவர்கள் சட்டங்களைக் காப்பதில்லை; காரணம் அதையும் தாண்டியது: குழந்தைப் பருவத்தில் ஆழமாகப் பதிந்துவிட்ட குற்றவுணர்வுதான். அவர்கள் சமூகத்தில், முதல் முறையாகச் சட்டத்தை - அது எவ்வளவு அற்பமாக இருந்தாலும் - உடைக்கும் குழந்தை, தண்டனையின் கடுமையை உணரவேண்டும். எந்தக் குழந்தையும் இதற்கு விலக்கல்ல. தொடர்ந்து சட்டத்தை மீறினால், அவமானங்கள் அதிகரிக்கும். பொய்யுரைத்தால் நல்லது நடக்கலாம் என்று தெரிந்தும், உன் தாய்க்கு நேர்ந்ததால் பொய் சொல்ல நீ தயங்குகிறாயல்லவா? அதே போலத்தான் வருணனுக்கும்.''

''நாங்க யார்ங்கிறதைச் சொல்லாததுக்கும், அவங்க சட்டங்களுக்கும் சம்பந்தம் இருக்குங்கறீங்களா? எங்க

அடையாளம் தெரிஞ்சதுன்னா, அது சட்டத்தை மீறினதாய் ஆகும்னு சொல்றீங்களா?"

"ஆம்!"

"என்ன சட்டம்?"

"அயோத்ய இராஜகுலத்திற்கு எவ்வகையிலும் உதவக்கூடாது என்பது அவர்களது சட்டங்களில் ஒன்று. ஏன் என்று எனக்குத் தெரியாது. அவர்களுக்கே தெரியுமா என்பது சந்தேகம். ஆனால், நூற்றாண்டுக் கணக்காய் வழக்கில் இருந்து வருகிறது. இப்பொழுது அதற்கு அர்த்தமேயில்லையென்றாலும் அட்சரம் பிசகாமல் காப்பாற்றுகிறார்கள். நான் எந்த ஊரைச் சேர்ந்தவன் என்று அவர்களுக்குத் தெரியாது; தெரிந்துகொள்ள விருப்பம் இல்லையென்றுதான் சிலசமயம் தோன்றும். பெயர் வஸிஷ்டன் என்பதுதான் அவர்கள் அறிந்தது."

இராமனின் முகத்தில் கவலை ரேகைகள் படிந்தன. "நாம இங்கே பத்திரமாத்தானே இருக்கோம்?"

"குருகுலத்தைச் சேர்ந்தோரைக் காக்க வேண்டியது அவர்களது கடன். அதுவே சட்டமும். நம்மை ஏற்ற பிறகு, தீங்கு விளைவிக்க முடியாது. ஆனால், உங்கள் நால்வரைப் பற்றிய உண்மை தெரிந்தால், நம்மை விலக்கவும் சாத்தியம் இருக்கிறது. அதே சமயம், நம் நோக்கத்திற்குப் பெரும் ஆபத்தாய் இருக்கக் கூடிய வேறு சில பகைவர்களிடமிருந்து இங்கே பாதுகாப்பாய்த்தான் இருக்கிறோம்."

இராமன் யோசனையில் ஆழ்ந்தான்.

"ஆக, நான் பொய் சொல்லிவிடவில்லை, ஸுடாஸ். உண்மையை மட்டுமே மறைத்தேன். வித்தியாசம் இருக்கிறது."

அத்தியாயம் 6

முதல் *ப்ரஹா*ரின் ஐந்தாவது மணியில் உதித்த சூரியனுக்குப் புட்கள் உற்சாகக் கட்டியம் கூறின. காட்டில் இரவு முழுதும் சஞ்சரித்த விலங்குகள் அவ்வவற்றின் பகல் நேர வளைகளுக்குள் ஒடுங்க, மற்றவை, புதிய நாளின் பாரத்தைச் சுமக்கத் தயாராய் வெளிக் கிளம்பின. அயோத்யாவின் நான்கு இளவரசர்களுக்கோ, அதிகாலைக்கும் முன்னரே பொழுது புலர்ந்துவிட்டது. *குருகுல*த்தைப் பெருக்கி, சுத்தமாய்க் குளித்து, சமையல் முடித்து காலைப் பூஜையும் ஆகிவிட்டது. வணக்கத்துடன் கைகுவித்து வஸிஷ்டரைச் சுற்றி அடக்கத்துடன் அரை வட்டத்தில் மாணாக்கர்கள் அமர்ந்திருக்க, பெரிய ஆலமரத்தின் அடியிலிருந்த மேடை மீது *பத்மாசன*த்தில் ஆசான் வீற்றிருந்தார்.

பாடங்கள் துவங்கும் முன் சம்பிரதாயப்படி *குருஸ்தோத்திரம்* நிகழ்ந்தது.

முடிந்ததும் எழுந்த மாணவர்கள் மிகுந்த பணிவுடன் வஸிஷ்டரின் பாதங்களைத் தொட்டு வணங்கினர். ஒவ்வொருவரையும் அவர் ஒரேபோல் ஆசிர்வதித்தார்: ''நான் அளிக்கும் ஞானம் உங்களுள் வளர்ந்து, செழிக்கட்டும்; என்றேனும், உங்களை என் ஆசானாக்கட்டும்.''

அவரவருக்குரிய ஆசனங்களில் இராமன், பரதன், லக்ஷ்மணன் மற்றும் ஷத்ருக்னன் அமர்ந்தனர். இராவணனுடனான கொடூரப் போர் முடிந்து பதின்மூன்று வருடங்கள் உருண்டோடிவிட்டன. இராமனுக்கு இப்போது பிராயமும் பதின்மூன்று. பதின்மவயதிற்கேற்ப அவனுக்கும் பரதனுக்கும் குரல்கள் உடைந்து, கீழ்த்தொனியில் ஒலிக்கத் துவங்கியிருந்தன. மீசையின் மெல்லிய அடையாளமாய் உதட்டிற்கு மேல் பூனைமுடி; 'குபுக்'கென உயரம் கூடி, சிறுவருக்குரிய உடற்கட்டில் சற்றே கடினம் ஏறியிருந்தது.

அவர்களது வயதையும், உடற்கட்டையும் எட்டாததால் சற்றே சிரமப்பட்டாலும், லக்ஷ்மணனும் ஷத்ருக்னனும்

போர்ப்பயிற்சி துவக்கிவிட்டனர். தத்துவம், விஞ்ஞானம் மற்றும் கணிதத்தின் ஆதாரக் கோட்பாடுகள் பாடமாகி, தேவபாஷை ஸமஸ்க்ருதத்திலும் தேர்ச்சி கிடைக்க, ஆரம்பகட்ட வேலைகள் முடிந்துவிட்டன. நிலம் பண்பட்டு, விதைக்க வேண்டிய கட்டம் வந்துவிட்டதை குரு உணர்ந்தார்.

''நம் நாகரீகத்தின் துவக்கம் பற்றி உங்களுக்குத் தெரியுமா?'' வஸிஷ்டர் வினவினார்.

எந்தப் பாடத்தையும் சரியாகப் படிக்காவிட்டாலும், அனைத்துக் கேள்விகளுக்கும் பதில் சொல்ல வேண்டுமென்ற அடங்கா ஆர்வம் கொண்டிருந்த லக்ஷ்மணன் கையுயர்த்தினான். ''ஆரம்பத்திலே பிரபஞ்சம் என்பதாகப்பட்டது -''

''இல்லை, பௌரவ்,'' லக்ஷ்மணனின் *குருகுல* நாமத்தைப் பிரயோகித்தார் வஸிஷ்டர். ''என் கேள்வி பிரபஞ்சம் பற்றியேயல்ல. நம்மை - இந்த யுகத்தின் வேதமனிதர்களைக் குறித்தது.''

இராமனும் பரதனும் ஏககாலத்தில் ஷத்ருக்னனை நோக்கித் திரும்பினர்.

''குருவே,'' ஷத்ருக்னன் துவங்கினான். ''ஆயிரக்கணக்கான ஆண்டுகளுக்கு முன் தழைத்த பாண்டிய குலத்தின் இளவல் பிரபு மனுவினின்று இந்த வரலாறு துவங்குவதாகச் சொல்லலாம்.''

''ஆசான் செல்லம்,'' பரதன் குறும்பாய் முணுமுணுத்தான். ஓலைச்சுவடியும் கையுமாக ஷத்ருக்னன் திரிவதை தயவுதாட்சண்யமின்றி கிண்டலடித்தாலும், தம்பியின் அசாத்திய அறிவின் மீது அவனுக்கு உள்ளூர மரியாதை இல்லாமலில்லை.

பரதனை ஏறிட்டார் வஸிஷ்டர். ''நீயும் ஏதேனும் சொல்ல விரும்புகிறாயா?''

''இல்லை, *குருஜி*,'' பரதன் சற்றே வெட்கிப் பின்வாங்கினான்.

''நளதர்டக்,'' ஷத்ருக்னனிடமும் *குருகுல* நாமத்தையே பயன்படுத்தினார் வஸிஷ்டர். ''தயவுசெய்து தொடரவும்.''

''ஆயிரக்கணக்கான வருடங்களுக்கு முன், உலகின் நிலப்பரப்பில் பெரும் பெரும் பகுதிகளைப் பனிப்படலம்

போர்த்தியிருந்ததாய் நம்பப்படுகிறது. நீரில் பெரும்பான்மை பனிக்கட்டியாக இறுகியிருந்ததால், கடல் மட்டம் இக்காலத்தை விடவும் தாழ்வாகவே இருந்தது.''

''உண்மை,'' வஸிஷ்டர் ஒப்புக்கொண்டார். ''ஒரு விஷயம்: 'நம்பப்படுகிறது' என்றாயல்லவா? இல்லை, நளதர்டக். 'பனிக்காலம்' என்பது உண்மையில் நிகழ்ந்த சம்பவம்.''

''சரி, குருஜி,'' என்றான் ஷத்ருக்னன். ''கடல் மட்டம் தாழ்வாய் இருக்கவே, இந்திய நிலப்பரப்பும் கடலுக்குள் வெகு தூரம் நீண்டிருந்தது. அரக்க மன்னன் இராவணனின் இராஜ்யமான இலங்கை அக்காலத்தில் இந்திய நிலப்பரப்புடன் இணைந்திருந்தது. குஜராத் மற்றும் கொங்கனும்கூட கடலுக்குள் நீண்டிருந்தன.''

''அப்புறம்?''

''அதற்கப்புறம், அதாவது, நான் நினைப்பது என்னவென்றால் -''

வஸிஷ்டர் அவன் மீது கடும்பார்வை வீச, ஷத்ருக்னன் தயங்கி, பிறகு சிறிய புன்னகையுடன் கரம் குவித்தான். ''மன்னிக்க வேண்டும் குருஜி. நினைப்பதல்ல. உண்மையில் நடந்தது.''

வஸிஷ்டர் முகமலர்ந்தார்.

''பனியுகத்தில், இந்தியாவில் இரு பெரும் நாகரீகங்கள் நிலைபெற்றிருந்தன. தென்கிழக்கில், சங்கம்தமிழ் என்ற பெயருடன் இலங்கை நிலப்பரப்பில் ஒரு சிறிய பகுதியும் கொண்ட அந்த சாம்ராஜ்யத்தின் பெரும்பகுதி இப்பொழுது நீருக்கடியில். காவிரி நதியின் விஸ்தீரணமும் அப்போது பெரிது. செல்வமும் செல்வாக்கும் கொண்ட இந்த மகாராஜ்யம், பாண்டிய அரச வம்சத்தாரால் ஆளப்பட்டு வந்தது.''

''பிறகு?''

''மற்றொன்றான த்வாரகை, இன்றைய குஜராத் மற்றும் கொங்கன் பிரதேசங்களில் பெரும்பகுதிகளை உள்ளடக்கிக் கடல் வரை நீண்டிருந்தது. இதுவும் இப்பொழுது கடலுக்கடியில்தான். யதுவின் வம்சாவளியைச் சேர்ந்த யாதவர்கள் இந்த சாம்ராஜ்யத்தை ஆட்சி செய்து வந்தனர்.''

''மேலே சொல்.''

''பனியுகத்தின் முடிவில், கடல் மட்டம் மிகத் துரிதமாக உயர்ந்தது. அழிவைச் சந்தித்த சங்கத்தமிழ் மற்றும் த்வாரகை மகாசாம்ராஜ்யங்களின் இதயம் இப்போது கடலுக்கடியில்தான். இந்தப் பேரிடரிலிருந்து தப்பியவர்கள், நம் தேசப்பிதா பிரபு மனுவின் தலைமையில் வடக்கே குடி பெயர்ந்து புதுவாழ்வு துவங்கினர். காலப்போக்கில் *வித்யா*வின், அதாவது *ஞானத்*தின் மக்களாக, வேதகுலமாகத் தங்களை உருவகப்படுத்திக்கொண்டனர். அவர்களது பெருமிதத்திற்குரிய சந்ததியினரே நாம்.''

''மிக்க நன்று, நளதர்டக்,'' வஸிஷ்டர் பாராட்டினார். ''இன்னொரு விஷயம்: பூமித்தாயின் விஸ்தாரக் கணக்கின்படி, பனியுகம் சட்டென முடிந்திருக்கலாம் ... மனிதர்களுக்கோ, அவ்வளவு விரைவில் நடக்கவில்லை; பத்து, ஏன் நூறு நூறு ஆண்டுகளாகக் கூட நமக்கு ஏராள எச்சரிக்கைகள் கிடைத்தன. ஆனால், தப்பிக்க எந்த முயற்சியும் செய்யவில்லை.''

மிகுந்த சுவாரசியத்துடன் குழந்தைகள் கேட்டுக்கொண்டனர்.

''சங்கத்தமிழ், த்வாரகை போன்ற மிக முன்னேறிய சமுதாயங்கள் கூட தகுந்த சந்தர்ப்பத்தில் பாதுகாப்பு நடவடிக்கைகளில் இறங்காதது ஏன்? வரப்போகும் பேரிடர் குறித்த தெளிவும் அவர்களுக்கு இருந்ததற்கான போதிய சான்றுகள் கிடைத்துள்ளன. பூமித்தாயும், வேண்டிய எச்சரிக்கை அளித்தாள்; தங்களைக் காத்துக்கொள்ளக்கூடிய தொழில்நுட்ப ஞானமும் அவர்களுக்கு இருக்கவே செய்தது. இருந்தும், அவர்கள் செய்தது பூஜ்யம். பிரபு மனுவின் திறமையான தலைமையின் கீழ் சிலர் மட்டுமே தப்பிப் பிழைத்தனர். ஏன்?''

''சோம்பேறிங்க,'' தீவிர யோசனைக்குப் பெயர் பெறாத லக்ஷ்மணன் சட்டென்று சொன்னான்.

வஸிஷ்டர் ஆழ்ந்த பெருமூச்செறிந்தார். ''பௌரவ், நீ மட்டும் சற்றே யோசித்துப் பேசும் வழக்கம் கொண்டவனாக இருந்தால்...''

லக்ஷ்மணன் குன்றிப் போய் மௌனமானான்.

''உனக்கு யோசிக்கத் தெரியாமலில்லை,'' என்றார் வஸிஷ்டர். ''ஆனால், தேவையின்றி அவசரப்படுகிறாய்.

முந்திக் கொள்வதை விட, சிந்திப்பதே மேல் என்பதை நினைவில் கொள், பௌரவ்.''

''சரி, குருஜி,'' கண்களைத் தாழ்த்திக் கொண்ட லக்ஷ்மணன், உடனடியாக மீண்டும் கையுயர்த்தினான். ''ஜனங்க ஒழுக்கமில்லாம, சோம்பேறிங்களாத் திரிஞ்சாங்களா?''

''இப்போது குத்துமதிப்பாகச் சொல்கிறாய். கதவை நகத்தால் பெயர்க்க முயலாதே. சாவியைப் பயன்படுத்து.''

லக்ஷ்மணன் 'திருதிரு'வென்று விழித்தான்.

'''பதில் என்று நீ ஊகிக்கும் விஷயத்தை நோக்கி விழுந்தடித்து ஓடாதே,'' வஸிஷ்டர் புரியவைத்தார். ''முதலில் 'சரியான கேள்வி'யைத் தெரிந்துகொள்ள முயற்சி செய்.''

''குருஜி,'' இராமன் இடைமறித்தான். ''நான் ஒண்ணு கேட்கலாமா?''

''தாராளமாய், ஸுடாஸ்,'' என்றார் வஸிஷ்டர்.

''பத்து, ஏன், நூற்றாண்டுக் கணக்கா அவங்களுக்கு எச்சரிக்கை கிடைச்சிருக்கும்னு சொன்னீங்க. அதையெல்லாம் விஞ்ஞானிகள் பதிவு செஞ்சு, புதிரை விடுவிச்சிருப்பாங்க இல்ல?''

''ஆம். செய்தார்கள்.''

''இராஜகுலத்தார் உட்பட எல்லோருக்கும் இந்த எச்சரிக்கையைப் பரப்பியிருப்பாங்கதானே?''

''உண்மை.''

''அப்ப பிரபு மனு மன்னரா, இல்ல இளவரசரா? ரெண்டு விதமாவும் கேள்விப்பட்டிருக்கேன். எது சரின்னு தெரியலை.''

வஸிஷ்டர் முகமலர்ந்தார். ''இளைய இளவரசர்களில் பிரபு மனுவும் ஒருவர்.''

''மக்களைக் காப்பாத்தினது அவர்தானேயொழிய, மன்னரில்லை.''

''ஆம்.''

''மக்களை வேறிடம் கொண்டு போய் பாதுகாக்க வேண்டியவர் வேலையை வேற ஒருத்தர்தான்

நிறைவேத்தியிருக்கார்னா, விஷயம் பளிச்சுன்னு விளங்குது. மன்னர் தன் கடமையைச் செய்யலை. சங்கத்தமிழ், த்வாரகை, இரண்டும் சீரழிஞ்சதுக்கு மோசமான தலைமைதான் காரணம்.''

''மோசமான மன்னன், மோசமான மனிதனாகவும் இருக்கவேண்டும் என்று நினைக்கிறாயா?'' வஸிஷ்டர் கேள்வியை முன்வைத்தார்.

''இல்ல,'' என்றான் பரதன். ''மரியாதைக்குரிய மனிதர்கள்கூட, மட்டமான தலைவர்களா இருந்திருக்காங்க. அதுக்கு மாறா, குணமே கேள்விக்குறியா இருக்கிற மனிதர்கள்தான் சில சமயம் நாட்டுக்கு அத்தியாவசியமா இருக்காங்க.''

''மிகச் சரி! மக்களுக்கு என்ன செய்திருக்கிறான் என்பதை வைத்துத்தான் ஒரு மன்னனை நிறுத்துப் பார்க்கவேண்டும். அவனது தனிப்பட்ட வாழ்க்கை முக்கியமில்லையென்றாலும், பொதுவாழ்க்கைக்கு ஒன்றேதான் குறிக்கோள்: மக்களுக்குச் சேவை செய்து, வாழ்க்கையை மேம்படுத்துவது.''

''உண்மை,'' பரதன் ஒப்புக்கொண்டான்.

வஸிஷ்டர் மூச்சை இழுத்துவிட்டார். இதுதான் சரியான சமயம். ''இப்போது சொல்லுங்கள்: ராவணன் நல்ல மன்னனா?''

அதிர்ச்சி நிறைந்த மௌனம்.

இராமன் பதில் சொல்வதாயில்லை. இராவணன் மீது அவனுக்கிருந்த வெறுப்பு, வார்த்தைகளில் வடிக்கமுடியாதது; வேதனையும், வலியும் நிறைந்த ஆறாப் புண். இராவணன் வீழ்த்தியது அயோத்யாவை மட்டுமா? இராமனின் எதிர்காலத்தையும்தானே? அவனது பிறப்பு, காலாகாலத்திற்கும் இராவணனின் வெற்றியென்னும் 'கறை'யுடன் சம்பந்தப்பட்டிருக்குமே? இராமன் இனி என்ன செய்தாலும், தந்தைக்கும், அயோத்ய மக்களுக்கும் அபசகுனமாகத்தான் தெரிவான்.

இறுதியில் பரதன் பேசினான். ''ஏத்துக்க நமக்குக் கஷ்டமாயிருந்தாலும், தன் மக்களால் மதிக்கப்படும் நல்ல மன்னன்தான் ராவணன். திறமையான ஆட்சியாளனா கடல்வழி வாணிபம் மூலமா வர்த்தகத்தை அதிகரிச்சது மட்டுமில்லாம, துறைமுகங்களைக் கூட சுயகட்டுப்பாட்டுக்குக்

கொண்டுவந்துட்டான். அவனுடைய நகரத் தெருக்கள்ளே கூட தங்கம் பாவியிருக்கிறதுனால, ''ஸ்வர்ண லங்கை''ன்னே பட்டப் பெயர் ஏற்பட்டிருக்காம். நல்ல மன்னன்னு ஒப்புக்கத்தான் வேணும்.''

''மிக நல்ல மனிதனாக, மன்னனாக இருந்த ஒருவன் மனச்சோர்வுக்கு ஆளானதைப் பற்றி உன் கருத்து? தனிப்பட்ட இழப்பை மக்கள் மீது திணித்ததால், அவன் கஷ்டத்தை அவர்களும் அனுபவிக்கிறார்கள். இப்படிப்பட்டவன் நல்ல வேந்தனா?''

வஸிஷ்டர் குறிப்பிடும் நபரை ஊகிப்பது கடினமாக இல்லை. பதில் சொல்ல வழியில்லாத மாணாக்கரிடையே கலவரம் கலந்த மௌனம் நிலவியது.

இறுதியாகக் கையுயர்த்தியது பரதன் என்பதில் அதிசயம் என்ன? ''இல்ல. நல்ல மன்னன் இல்ல.''

வஸிஷ்டர் தலையசைத்து ஆமோதித்தார். *பிறவிப் புரட்சிக்காரனின் தைரியத்திற்குக் கேட்கவா வேண்டும்?*

''இன்றைக்கு இவ்வளவுடன் நிறுத்திக் கொள்வோம்,'' விவாதிக்க விஷயமிருந்தும், சட்டென்று பாடத்தை முடித்துக்கொண்டார் வஸிஷ்டர். ''வழக்கம் போல், இன்றைய கலந்துரையாடல் குறித்துச் சிந்திப்பதுதான் வீட்டுப்பாடம்.''

''இப்ப என் முறை, அண்ணா,'' இராமன் தோளைப் பரதன் லேசாய்த் தட்டினான்.

உடனடியாகத் தன் சுருக்குப்பையை மீண்டும் இடையில் முடிச்சிட்டான் இராமன். ''மன்னிச்சுக்கோ.''

காயம்பட்டுத் தரையில் கிடந்த முயலிடம் திரும்பினான் பரதன். முதலில் மயக்கமருந்தளித்தவன், பிறகு பாதத்தில் குத்தியிருந்த முள்ளை விரைவாகப் பிடுங்கியெறிந்தான். காயம் அழுகத் துவங்கியிருந்தாலும், இட்ட மருந்து, புரையோடிப் போகாமல் தடுக்கும். உடனடியாக உலகைச் சந்திக்க முடியாவிட்டாலும், ஓரளவு தேறிய நிலையில் அந்தச் சிறிய விலங்கு கண் விழிக்கும்.

பச்சிலை கொண்டு கைகளைப் பரதன் சுத்தம் செய்தபோதே, அடிபட்ட முயலைக் கவனமாக எடுத்த

இராமன், மிருகங்களுக்கு இரையாகாமல் தடுக்க ஒரு மரக்கிளையின் இடுக்கில் பதுக்கிவிட்டு, பரதனை ஏறிட்டான். ''சீக்கிரம் முழிக்கும். பிழைச்சிக்கும்.''

''ருத்ரபகவான் காப்பாத்தினார்,'' பரதன் முகமலர்ந்தான்.

பதினைந்து நாட்களுக்கு ஒரு முறை அடர்வனம் சென்று அடிபட்ட விலங்குகளுக்கு மருந்திடுவது இராமபரதலக்ஷ்மணஷத்ருக்னர்களின் வழக்கம். வேட்டையாடுவது மிருகங்களின் இயல்பாகையால் அவற்றின் இரையைத் தொடாமல், காட்டில் காயம்பட்டுக் கிடப்பவற்றை மட்டும் இயன்றவரை மருந்திட்டுக் காப்பாற்ற முயன்றனர்.

''அண்ணா,'' தூரத்திலிருந்து அண்ணன்மாரைக் கூர்ந்து கவனித்துக்கொண்டிருந்த ஷத்ருக்னன் அழைத்தான்.

இராமனும் பரதனும் திரும்பினர். ஷத்ருக்னனுக்கும் பின்னால், கலைந்த தலையுடன் லக்ஷ்மணன் மரத்தின் மீது அசட்டையாய்க் கல்லெறிந்து கொண்டிருந்தான்.

''ரொம்ப விலகிப் போகாதே, லக்ஷ்மணா,'' இராமன் குரல் கொடுத்தான். ''இது ஆசிரமம் இல்லை; காடு. தனியா போறது ஆபத்து.''

எரிச்சலான பெருமூச்சுடன் அவர்களுடன் சேர்ந்துகொண்டான் லக்ஷ்மணன்.

''என்ன விஷயம், ஷத்ருக்னா?'' இராமன் இளைய தம்பியைக் கேட்டான்.

''பரதனண்ணா முயலோட காயத்துல *ஜாத்யதி தைலம்* தடவியிருக்கான். வேப்பிலையால மூடினாலொழிய, மருந்து பலனளிக்காது.''

''அதானே,'' நெற்றியில் தட்டிக்கொண்டான் இராமன். ''நீ சொல்றது சரிதான்.''

தோல்பையிலிருந்து சில வேப்பிலைகளை பரதன் உருவ, இராமன் மரத்தினின்று முயலை எடுத்தான்.

''ஏண்டா,'' காது வரை நீண்ட புன்னகையுடன் ஷத்ருக்னனைப் பார்த்தான் பரதன். ''உனக்குத் தெரியாததுன்னு இந்த உலகத்துல ஏதாவது உண்டா?''

ஷத்ருக்னன் புன்னகைத்தான். ''அதிகம் இல்லைதான்.''

இக்ஷ்வாகு குலத்தோன்றல்

காயத்தில் வேப்பிலையை வைத்துக் கட்டி, முயலை மீண்டும் மரத்தின் மீது வைத்தான் பரதன்.

"ரெண்டு வாரத்துக்கு ஒரு முறை காட்டுக்குள்ள வந்து இப்படி விலங்குகளுக்கு உதவறோமே," என்றான் இராமன். "நிஜமாவே இதுக்குப் பலன் இருக்கா? இல்ல, நம்ம மனசாட்சியை அடக்கத்தான் செய்யறோமா?"

"மனசாட்சியை அடக்கத்தான்," பரதன் முகத்தில் வெற்றுப் புன்னகை. "அற்ப விஷயம்தான் - ஆனா, அலட்சியம் செய்யாம இருக்கோம்ல?"

இராமன் தலையைக் குலுக்கிக் கொண்டான். "எல்லாத்தையும் ஏன் குதர்க்கமாவே பாக்கற?"

"நீ ஏன் அப்படிப் பாக்கறதில்லை?"

இந்த வாதத்தில் பலனில்லை என்பது போல் புருவங்களை உயர்த்தியபடி இராமன் நடக்கத் துவங்க, பரதன் சேர்ந்துகொண்டான். சற்றுப் பின்னால் லக்ஷ்மணனும் ஷத்ருக்னனும் தொடர்ந்தனர்.

"மனித இனத்தைப் பத்தித் தெரிஞ்சிருந்தும் உன் மனசுல அவநம்பிக்கை இல்லையே, ஏன்?"

"என்ன நீ," என்றான் இராமன். "நம்மால எவ்வளவோ முடியும், பரதா. உன்னதமான, ஊக்கமளிக்கக்கூடிய தலைவன் இருந்தாப் போதும்."

"மனுஷங்ககிட்டே நல்லதேயில்லைன்னு நான் சொல்லலைண்ணா," என்றான் பரதன். "இருக்குதான். அதுக்காக பாடுபடுறதுலையும் அர்த்தம் இருக்கு. ஆனா, அதே மனிதர்கள் மனசுல ஊறியிருக்கற விஷத்தைப் பாக்கறப்ப, நம்ம இனமே பூமியில இல்லாம இருந்தா நல்லதுன்னு சில சமயம் தோணுது."

"இதெல்லாம் ரொம்ப ஜாஸ்தி. எல்லாரும் அவ்வளவு மோசமில்லை."

பரதன் மெல்லச் சிரித்தான். "நான் சொல்ல வர்றது இதுதான்: பெரும்பாலான மனுஷங்ககிட்டே நன்மை, உன்னதம், மகத்துவத்துக்கான சாத்தியம்தான் இருக்கேயொழிய, செயல்திறன் இல்லை."

"என்ன சொல்ல வர்றே?"

''சட்டத்தைக் காப்பாத்தணும்கிற உத்வேகத்துனாலே மனுஷங்க உந்தப்படுவாங்கங்கிறது அதீத எதிர்பார்ப்பு. மனித சுபாவம் இயற்கையில சுயநலம் நிறைஞ்சதனால, சட்டங்களையும் சுயநல முலாம் பூசித்தான் அமல்படுத்தணும். அவங்களுடைய இந்த குணாதிசயத்தை நமக்குச் சாதகமாக்கிக்கிட்டு, நன்னடத்தைங்கிற கொட்டிலுக்குள்ளே நாமதான் இந்த ஆடுகளை ஓட்டிக் கொண்டு போய் அடைக்கணும்.''

''மகத்தான காரியங்களைச் செய்ய அழைப்பு வந்தா ஏற்கக் கூடிய மக்களும் உண்டு.''

''இல்லை, அண்ணா. ஒரு சிலர் இருக்கலாம்.; அநேகர் மாட்டாங்க.''

''சுயநலம்கிற பேச்சுக்கே இடமில்லாம ருத்ரபகவான் மக்களை வழிநடத்தலையா?''

''இருக்கலாம்,'' என்றான் பரதன். ''அதே சமயம், அவரைப் பின்பற்றின பலருக்குச் சுயநலக் காரணங்களும் இருந்திருக்கும். இதுதான் நிஜம்.''

இராமன் மறுப்பாய்த் தலையசைத்தான். ''இந்த விஷயத்துல நாம ஒத்துப்போகப் போறதேயில்லை.''

பரதன் புன்னகைத்தான். ''ஒத்துப் போகமாட்டோம்தான். ஆனா, அதனால உன் மேல எனக்கிருக்கிற அன்பு குறையாது!''

இராமனும் புன்னகைத்தாலும், பேச்சை மாற்றினான். ''விடுமுறை எப்படியிருந்தது? அங்கே இருக்கும்போது உன்கூட பேசவே சந்தர்ப்பம் கிடைக்கிறதில்லை...''

''ஏன்னு உனக்கே தெரியும்,'' பரதன் முணுமுணுத்தான். ''ஆனா, இந்த முறை அவ்வளவு மோசமில்லைன்னுதான் சொல்லணும்.''

தாய் வழி உறவுகள் அயோத்யாவிற்கு வருகை புரிந்தால், பரதனுக்குக் குதூகலம்; அடக்கியாளும் அம்மாவிடமிருந்து தப்பிக்க ஒரு சந்தர்ப்பமல்லவா? சகோதரர்களுடன் பரதன் அதிக நேரம் செலவழிப்பதில் கைகேயிக்குச் சம்மதமில்லை. முடிந்தால், ஊரில் இருக்கும் பொழுதத்தனையும் மகன் தன்னுடன் கழிக்குமாறு பார்த்துக்கொண்டிருப்பாள்; மகத்தான சாதனைகள் புரிந்து, தாயின் பெருமையை பரதன் காக்க வேண்டியதன் கட்டாயம் குறித்து அவனருகே அமர்ந்து ஓயாமல் பேசி, நிலைமையை மேலும் மோசமாக்குவாள்.

வேறு யாருடனாவது பரதனைப் பகிர்ந்துகொள்ள அனுமதித்தாளென்றால், அது அவளது இரத்த உறவுகளுடன் மட்டுமே. தாய்வழிப் பாட்டன், பாட்டி, மாமனது பாச அரவணைப்பில் ஏறக்குறைய விடுமுறை முழுவதையுமே கழித்த பரதன், அம்மாவின் தொந்தரவிலிருந்து இம்முறை தப்பித்துவிட்டான்.

விளையாட்டாய் அவனை வயிற்றில் குத்தினான் இராமன். ''உங்கம்மாதானே, பரதா. அவங்க எது செஞ்சாலும், உன் நன்மைக்குத்தான் இருக்கும்.''

''அதுக்கு பதில் கொஞ்சம் அன்பு கிடைச்சா நல்லாயிருக்கும், அண்ணா. எனக்கு மூணு வயசாகும் போது ஒரு முறை, குவளைப் பாலைக் கொட்டிட்டேன்னு அடிச்சாங்க! பணிப்பெண்கள் முன்னாடி என்னைப் 'பளார்'னு அறைஞ்சிட்டாங்க.''

''மூணு வயசும் போது நடந்ததெல்லாம் ஞாபகம் இருக்கா? எனக்கு மட்டும்தான் அப்படீன்னு நினைச்சேன்.''

''எப்படி மறக்கும்? நான் சின்ன பையன்; குவளை ரொம்பப் பெரிசு. கனமா வேற இருந்தது; கையிலேர்ந்து வழுக்கி விழுந்துடுச்சு! அதுக்காக என்னை அறையணுமா?''

இராமனுக்கோ, கைகேயியைப் புரிந்துகொள்ள முடிந்தது. எத்தனையோ வருத்தங்கள், கவலைகள் அவளுக்கு. குடும்பத்தில் அதிசாதுர்யம் படைத்தவள் அவளே. துரதிர்ஷ்டவசமாக, அவளது தந்தைக்கு இது மகிழ்ச்சியை அளிக்கவில்லை; மகன் யுதாஜித்தனை அவள் வீழ்த்துவதாக வருந்தினார்; மன உளைச்சலடைந்தார். திறமைசாலியான பெண்களைச் சமூகம் மதிக்காதது, இராமனுக்குப் பேரதிர்ச்சி. அறிவு படைத்த, ஆனால், ஆசைகள் நிறைவேறாத கைகேயி, மகன் மூலம் அங்கீகாரம் தேட முயன்றதில் என்ன அதிசயம்? அவன் வழியாகத் தன் இலட்சியங்களை அடைய முயன்றதில்தான் என்ன ஆச்சர்யம்?

இதையெதுவும் இராமன் வாய்மொழியாக வெளியிடவில்லை.

''உங்கம்மா மாதிரி எனக்குக் கிடைச்சிருந்தா எவ்வளவு நல்லா இருந்திருக்கும்?'' பரதன் குரலில் ஏக்கம் விரவியிருந்தது. ''பிரதிபலன் எதிர்பார்க்காம, எல்லாத்துக்கும் கடிச்சுத் துப்பாம என் மேல அன்பு செலுத்தியிருப்பாங்கல்ல?''

இதற்கும் இராமனிடம் பதில் இல்லை என்றாலும், பரதனின் மனதை ஏதோ ஒரு எண்ணம் தீவிரமாய் ஆட்கொண்டிருந்தது போல் தோன்றியது. தம்பியை நேருக்கு நேர் நோக்காமல், ''என்ன விஷயம், பரதா?'' என்றான்.

லக்ஷ்மணஷத்ருக்னர்களுக்குக் காதில் விழாதபடி, பரதன் குரலைத் தழைத்துக்கொண்டான். ''இன்னைக்கு குருஜி சொன்னதைப் பத்தி யோசிச்சுப் பார்த்தியா?''

இராமன் மூச்சைப் பிடித்துக் கொண்டான்.

''அண்ணா?'' தூண்டினான் பரதன்.

''இது துரோகம்.'' இராமனின் உடல் விடைத்துக்கொண்டது. ''இந்த மாதிரி எண்ணங்களுக்கு நான் இடம் கொடுக்கத் தயாரா இல்லை.''

''நம்ம நாட்டோட நலனைப் பத்தி யோசிக்கிறது துரோகமா?''

''அவர் நம்ப அப்பா! நமக்குன்னு சில கடமைகள்-''

''நிஜமாவே அவர் நல்ல அரசர்னு நினைக்கறியா?'' பரதன் இடைவெட்டினான்.

''*மனு ஸ்ம்ருதி*யில உள்ள ஒரு சட்டத்துல சந்தேகத்துக்கு இடமில்லாம சொல்லியிருக்கிறபடி, மகனாகப்பட்டவன் -''

''சட்டத்தையெல்லாம் என்கிட்டே ஒப்பிக்காதே,'' ஒரே ஒரு அசட்டைக் கையசைப்பில் *மனு ஸ்ம்ருதி*யை விலக்கினான் பரதன். ''அதையெல்லாம் நானும் படிச்சிருக்கேன். *நீ* என்ன நினைக்கறேன்னு சொல்லு.''

''சட்டம் மதிக்கப்படணும்னுதான்.''

''நிஜமாவா? அவ்வளவுதானா?''

''இன்னும் சில விஷயங்கள் சேர்க்க விரும்பறேன்.''

''ஆஹா, சொல்லு, சொல்லு!''

''*எந்தச் சூழ்நிலையிலும்* சட்டம் காப்பாத்தப்படணும்.''

பொறுமையின்றி பரதன் கண்களை உருட்டினான்.

''அது சாத்தியப்படாத அபூர்வ சந்தர்ப்பங்களும் இருக்கலாம்னு எனக்குப் புரியுது,'' என்றான் இராமன்.

''ஆனா, தீர்மானமா சட்டம் தொடர்ந்து காப்பாத்தப்பட்டா, காலப்போக்குல நல்ல சமுதாயம் உருவாகியே ஆகணும்.''

''அண்ணா, அயோத்யாவுல சட்டத்தைப் பத்தி யாருக்கும் கவலையில்லை! அழுகி நாசமாப் போயிட்டிருக்கிற சமூகம், நம்முடையது. இரட்டை வேஷம் போடறதுல இந்த உலகத்துல நம்மை மிஞ்ச யாரும் இருக்கமுடியாது. அடுத்தவங்களுடைய ஊழலை கடுமையா விமர்சிக்கிற நாம, மூக்குக்கடியில புழுத்து நெளியற பொய்யைக் கண்டுக்கறதேயில்லை. சின்னதும் பெரிசுமா நாம செய்யற எத்தனையோ கேவலச் செயல்களை மறந்துட்டு, பிற குற்றவாளிகளை வெறுக்கறோம். நம்மைச் சூழ்ந்திருக்கிற அனர்த்தங்களுக்கு காரணம் நாம்பதான்கிறதை ஒத்துக்கமுடியாம, எல்லாப் பிரச்சனைக்கும் ராவணன் மேல பழி போடறோம்.''

''இது எப்படி மாறும்னு நினைக்கறே?''

''மனுஷங்களுடைய ஆதார சுபாவம் இது. நம்ம பிரச்சனைகளுக்கு நாமளேதான் காரணம்னு புரிஞ்சிக்காம, அடுத்தவங்களை நோக்கி விரல் நீட்டுறதுதான் நம்ம குணம். முன்னாடியே சொல்லியிருக்கேன்; இப்பவும் சொல்றேன்: மனுஷங்களுடைய சுயநலத்தையே பொதுநலனுக்குப் பயன்படுத்தக்கூடிய சமூக அமைப்பையும் திட்டங்களையும் வகுக்கற அரசர்தான் நமக்குத் தேவை.''

''பேத்தல். நமக்கு வேண்டியது, தன் வாழ்க்கையையே படிப்பினையாக்கி, சமூகத்தை வழிநடத்தற - தங்களுக்குள்ளேயே தெய்வத்தை உணர மக்களுக்கு உந்துசக்தியா இருக்கும் தலைவன்! கண்டதே காட்சி; கொண்டதே கோலம்னு மக்களை அலையவிடறவனில்லை.''

''இல்லண்ணா. சரியாப் பயன்படுத்தினா, சுதந்திரம் நமக்கு உறுதுணையா அமையும்.''''

''சட்டமும் சுதந்திரமும் கைகோர்க்கவே முடியாது. சட்டத்தை ஆதாரமாக் கொண்ட ஒரு சமூகத்துடன் இணையலாமா, வேணாமாங்கிற சுதந்திரம் வேணும்னா நமக்கு இருக்கலாம். ஆனா, அப்படிப்பட்ட சமூகத்துல வாழ்ந்தா, சட்டத்துக்கு அடிபணிஞ்சுதான் ஆகணும்.''

''இன்னிக்கும், என்னைக்கும், சட்டம்கிறது பொதிமாடு,'' அடித்துச் சொன்னான் பரதன். ''இலக்கை அடைய பயன்படக்கூடிய கருவி மட்டுமே.''

வாத்ஸல்யச் சிரிப்புடன் இராமன் விவாதத்தை அத்துடன் முடிக்க, புன்னகையுடன் சகோதரனின் முதுகைத் தட்டிக்கொடுத்தான் பரதன்.

''அது சரி... மகத்தான தலைவன்னா மக்களுக்குள்ளே தெய்வத்தை உணர உதவும் உந்துசக்தியா தன் வாழ்க்கையையே படிப்பினையாக்கணும்னு விஸ்தாரமா சொன்னியே...'' பரதன் தொடர்ந்தான். ''அப்பா அப்படியெல்லாம் இருக்கார்னு நம்பறியா?''

தூண்டிலில் சிக்க விருப்பமில்லாமல், *இப்படிக் கேட்கலாமா?* என்ற பார்வையுடன் தம்பியை நோக்கினான் இராமன்.

''சரி, சரி,'' தமையனின் தோளை விளையாட்டாக ஒரு மொத்து மொத்தினான் பரதன். ''விடுண்ணா, விடு.''

இராமனின் மனம் சஞ்சலமடைந்தது என்றாலும், தன் வரையிலும்கூட தந்தையைக் குறித்த விமர்சனத்திற்கு இடங்கொடுக்க அவன் தயாராக இல்லை.

சில அடிகள் பின்னால் நடந்து வந்த லக்ஷ்மணனின் கவனம், காட்டின் ஓயாத சலசலப்பிலே ஆழ்ந்திருந்தது.

அண்ணன்மாரின் பேச்சில் ஆர்வமாய் லயித்திருந்த ஷத்ருக்னனின் மனதிலோ, ஒரு எண்ணம் ஆழப் பதிந்தது. *இராமன் அண்ணா நிஜ உலகத்துக்கு ஒத்து வராத கற்பனைவாதி. பரதன் அண்ணா, உண்மையை உணர்ந்த யதார்த்தவாதி.*

அத்தியாயம் 7

இன்னொண்ணா? நாக்கின் நுனி வரை முட்டிய வார்த்தைகளை நிறுத்தப் பிரயத்தனம் செய்தபடி ஆச்சர்யத்தை அடக்க முயன்றான் இராமன். *இவ அஞ்சாவது காதலி.*

கரச்சாபா போரில் தசரதர் தோற்றுப் பதினேழு வருடங்கள் உருண்டோடிவிட்டன. காதலின் அற்புத சுகத்தை பரதன் அறிந்த போது, அவனுக்குப் பிராயம் பதினாறு. அதிசய வசீகரமும், சுபாவமான கவர்ச்சியுமாய் வலம் வந்த அவனுக்குப் பெண்கள் மீதிருந்த ஈர்ப்பு, அவர்களுக்கும் இளவலிடமிருந்ததை மறுக்கமுடியாது. காட்டுவாசிகளின் இறுக்கமற்ற சம்பிரதாயங்களினால், குருகுலத்தாருக்கு விருந்தோம்பல் செய்துவந்த தலைவர் வருணரின் குலப்பெண்கள் அதிக சுதந்திரத்துடன் உலவியது மட்டுமல்லாமல், எவரிடமும் பிரியம் கொண்டு உறவாடும் உரிமை பெற்றிருந்தனர். பெரும்பாலோரை விடப் பரதன் அவர்கள் இதயங்களில் இடம் பிடித்திருந்ததில் அதிசயமல்லவே?

இதோ, சற்றே வயதில் பெரிய - இருபது பிராயம் இருக்கலாம் -தேவலோக மங்கையை ஒத்த அழகியின் கரங்களைப் பற்றிக்கொண்டு, இராமனிடம் வந்து கொண்டிருந்தான் பரதன்.

"எப்படி இருக்கே, பரதா?"

"இதை விடப் பிரமாதமா இருந்ததேயில்லை," பரதன் சிரித்தான். "இதுக்கு மேல போனா பார்க்கறவங்க எரிஞ்சு செத்துருவாங்க."

மரியாதை நிமித்தப் புன்னகையுடன், நளினமாய் அந்தப் பெண்ணிடம் திரும்பினான் இராமன்.

"அண்ணா," என்றான் பரதன். "தலைவர் வருணர் மகள் ராதிகாவை இந்த சந்தர்ப்பத்துலே உனக்கு அறிமுகம் செய்யறேன்."

''உங்களை சந்திச்சது என் பாக்கியம்,'' சம்பிரதாயமாக வார்த்தைகளை உதிர்த்த இராமன், கரம் குவித்துத் தலை வணங்கினான்.

புன்னகையுடன் அவனை ஆராய்ந்த ராதிகாவின் புருவங்கள் உயர்ந்தன. ''பரதன் சொன்னது சரி. நீங்க இவ்வளவு அந்நியம் பாராட்டறது அபத்தம்தான்.''

இந்தப் பட்டவர்த்தனமான பேச்சால் இராமனின் கண்கள் விரிந்தன.

''அந்த வார்த்தையை நான் பயன்படுத்தலை,'' அவள் கையை விடுவித்தவாறு பரதன் மறுத்தான். ''அண்ணாவைப் போய் அபத்தம்னு சொல்வேனா?''

அவன் தலையை ராதிகா செல்லமாய்க் கலைத்தாள். ''சரி, நானா சேர்த்துக்கிட்டதுதான். அதே சமயம், கொஞ்சம் சம்பிரதாயமா இருக்கிறதும் ஒரு வகையில வசீகரம். பரதனும் அப்படித்தான் நினைக்கறான். அது உங்களுக்கே தெரிஞ்சிருக்குமே?''

''நன்றி,'' சற்று விறைப்பாகவே *அங்கவஸ்திரத்தைச்* சீர் செய்துகொண்டான் இராமன்.

அவனது வெளிப்படையான சங்கடம் கண்டு 'களுக்'கெனச் சிரித்துவிட்டாள் ராதிகா. பெண்களிடத்திலோ, அவர்களது மயக்கும் களியாட்டங்களிலோ மனம் செல்லாத இராமனுக்குக் கூட, அது *அப்ஸர* மங்கையுடையதைப் போல் வசீகரமாகத்தான் தோன்றியது.

அவளுக்குப் புரியாமல் இருக்க வேண்டி, பழம் ஸமஸ்க்ருதத்தில் பரதனிடம் பேசினான். *''ஸா வர்த்தே லாவண்யவதி.''*

பண்டைய தேவ பாஷையில் அண்ணனளவு தேர்ச்சியில்லையென்றாலும், இராமனின் எளிய புகழாரம் பரதனுக்குப் புரியாமலில்லை. *''அற்புத அழகு படைத்தவள்.''*

அவன் பதில் சொல்லுமுன், ராதிகா முந்திக்கொண்டாள். *''அஹம் ஜானாமி.''*

''எனக்குத் தெரியும்.''

''ப்ரம்மதேவா!'' தர்மசங்கடமடைந்தான் இராமன். ''இந்த மொழி உங்களுக்கு நல்லாத் தெரிஞ்சிருக்கே.''

''இன்னைக்கு நாங்க நவீன ஸமஸ்க்ருதம் பேசலாம்,'' ராதிகா புன்னகை புரிந்தாள். ''ஆனா, பழங்கால தத்துவ நூல்களையெல்லாம் படிச்சுப் புரிஞ்சிக்க பழம்பாஷையும் தெரிஞ்சிருக்கணும்.''

இடைமறிப்பது உத்தமம் என்று பரதனுக்குத் தோன்றியது. ''இவ்வளவு அறிவாளியா இருக்காளேன்னு நினைச்சிடாதேண்ணா. பேரழகியும் கூட!''

பணிவான வணக்கத்துடன் கரங்களை மீண்டும் குவித்த இராமன் புன்னகைத்தான். ''எந்த விதத்திலாவது உங்களை நான் அவமதிச்சிருந்தா மன்னிக்கணும், ராதிகா.''

''சேச்சே.'' மறுப்பாய்த் தலையசைத்தவள், புன்னகை புரிந்தாள். ''அழகுக்குக் கிடைக்கிற நளினமான பாராட்டுக்கு எந்தப் பெண் வருத்தப்படுவா?''

''என் தம்பி அதிர்ஷ்டசாலி.''

''அதிர்ஷ்டத்துல எனக்கும் குறைவில்லைன்னுதான் சொல்லணும்,'' பரதனின் தலையை மீண்டும் கலைத்தாள் ராதிகா.

தம்பி காதல் சாகரத்தில் மூழ்கிக் கிடந்ததை இராமன் உணர்ந்தான். முந்தையோருடன் ஒப்பிட்டால் ராதிகா அவன் இதயத்தை அதிகம் கொள்ளை கொண்டிருப்பதாகத்தான் தோன்றியது. அதே சமயம், காட்டுவாசிகளின் பழமையான சம்பிரதாயங்களையும் அறிந்திருந்தான். பெண்மக்கள் அடைந்திருந்த சுதந்திரம் கணிசமென்றாலும், சமூகத்திற்கு வெளியே திருமணம் செய்துகொள்ளுமளவு இல்லை என்பதும் நிச்சயம். அவர்களது சட்டம் அதை ஒரு நாளும் அனுமதிக்காது. காரணம் இராமனுக்குப் புரியத்தான் இல்லை. காட்டில் வாழும் பழங்குடிகளின் தூய்மையைக் கட்டிக் காக்கவோ? அல்லது, நாட்டு மக்கள் இயற்கையன்னையை விட்டு வெகு தூரம் விலகித் தரம்தாழ்ந்துவிட்டார்கள் என்ற எண்ணமோ? வரவிருக்கும் உணர்ச்சிப் போராட்டத்தில் தம்பியின் இதயம் நொறுங்கிவிடக்கூடாதே என்ற கவலை அவனுக்கு.

''எவ்வளவு வெண்ணெய்தாண்டா முழுங்குவே?'' பரதனின் இந்தப் பித்து இராமனுக்கு விளங்கியதேயில்லை.

அந்தி சாயும் மூன்றாம் ப்ரஹாரின் கடைசி மணியில், குருகுலத்தின் ஒரு மரத்தடியில் அவர்கள் அமர்ந்திருந்தனர். கிடைத்த ஓய்வை வீணாக்காமல் லக்ஷ்மணனும் ஷத்ருக்னனும் குதிரையோட்டம் பழகிக்கொண்டிருந்தனர் என்பதைவிட, ஒருவரோடொருவர் திறந்தவெளியில் வீராவேசமாகப் போட்டியிட்டுக் கொண்டிருந்தனர். நால்வரில் குதிரையேற்றத்தில் நிகரற்று விளங்கிய லக்ஷ்மணன் தம்பியை வெளுத்து வாங்கிக்கொண்டிருந்தான் என்றுதான் சொல்ல வேண்டும்.

"எனக்குப் பிடிச்சிருக்கேண்ணா," தோள்களைக் குலுக்கிய பரதனின் வாயைச் சுற்றி வெண்ணெய்த் தீற்றல்.

"உடம்புக்கு நல்லதில்லைடா. எடை கூடும்."

மூச்சை இழுத்து மார்பை விரித்த பரதன், கைகளை முஷ்டியாக்கி, கட்டுமஸ்தான தன் தேகத்தைப் பார்த்துக்கொண்டான். "என்னைப் பார்த்தா உனக்கு குண்டா தெரியுதா?"

இராமன் முகத்தில் புன்னகை. "பெண்களுக்கு உன்னைப் பிடிக்காமலில்லைங்கிற போது, நான் நினைக்கிறதா முக்கியம்?"

"அதே!" ரசித்துச் சிரித்த பரதன், மண்பானைக்குள்ளிருந்து மேலும் வெண்ணெய் தோண்டியெடுத்து வாய்க்குள் திணித்துக்கொண்டான்.

மெல்ல அவன் தோளைத் தொட்டான் இராமன். அண்ணன் முகத்தில் படிந்திருந்த கவலை ரேகைகளைக் கண்ட பரதன், உண்பதை நிறுத்தினான்.

"பரதா, உனக்கே தெரியும் -" ஆரம்பித்த இராமனை உடனே இடைவெட்டினான் தம்பி.

"அப்படியெல்லாம் நடக்காதுண்ணா."

"ஆனா ..."

"நம்பு. உன்னைவிட எனக்குப் பெண்களை நல்லாத் தெரியும்."

"தலைவர் வருணரின் மக்கள் சம்மதிக்க மாட்டாங்கன்னு தான் உனக்குத் தெரி..."

"நான் அவளைக் காதலிக்கிற அளவு அவளும் என்னை

விரும்பறா, அண்ணா. எனக்காக ராதிகா நிச்சயம் சட்டத்தை உடைச்செறிவா. கைவிடமாட்டா. நம்பு.''

''எப்படி இவ்வளவு நிச்சயமா சொல்றே?''

''நிச்சயம்கிறதாலதான்!''

''பரதா ...''

''அண்ணா, கவலைப்படுறதை நிறுத்திட்டு, எனக்காகக் கொஞ்சமே கொஞ்சம் சந்தோஷப்படேன்.''

வாதத்தைக் கைவிட்ட இராமன், தோளைத் தட்டிக் கொடுத்தான். ''அப்ப சரி. மனம் கனிந்த வாழ்த்துகள்!''

நாடகத்தனமாய்த் தலைவணங்கினான் பரதன். ''என் உளமார்ந்த நன்றியைத் தெரிவித்துக் கொள்கிறேன்.''

இராமனின் முகத்தில் பிறந்த புன்னகை விரிந்தது.

''அது சரி,'' பரதன் தொடர்ந்தான். 'இதே மாதிரி நான் எப்போ *உன்னை* வாழ்த்தறது?''

அவனைப் பார்த்த இராமன் முகம் சுருக்கினான்.

''எந்தப் பெண்ணையுமே பிடிக்கலையா? இங்கே? அயோத்யாவுல? வருஷா வருஷம் விடுமுறையில எவ்வளவோ பேரை சந்திச்சிருக்கோமே?''

''எனக்குத் தகுந்தவளை நான் இதுவரைக்கும் பார்க்கலை.''

''ஒருத்தி கூடவா?''

''இல்லை.''

''என்னதான் எதிர்பார்க்கறே?''

தூரத்தில், வனத்தின் மர வரிசையை வெறித்தான் இராமன். ''நான் தேடறது பெண். சிறுமியில்லை.''

''ஆஹா, நினைச்சேன்! இந்த உம்மணாமூஞ்சிக்குப் பின்னால ஒரு காதல் அரக்கனே இருப்பான்னு சந்தேகப்பட்டேன்!''

கண்களை உருட்டிக்கொண்டு பரதன் வயிற்றில் விளையாட்டாய்க் குத்தினான் இராமன். ''அந்த அர்த்தத்துலே சொல்லலைன்னு உனக்கே தெரியும்.''

''வேற எந்த அர்த்தத்துலே சொன்னீங்க பிரபு?''

''பக்குவமில்லாத பெண் எனக்கு வேண்டாம். காதல் ரெண்டாம்பட்சம்தான். அதெல்லாம் முக்கியமில்லை. நான் மதிக்கக்கூடிய பெண்தான் எனக்கு வேணும்.''

''மதிப்பா?' பரதன் புருவம் சுருக்கினான். ''கொடூர அறுவையா இருக்கும் போலிருக்கே?''

''உறவுங்கிறது கூடிக் களிக்க மட்டுமில்லை. நம்பிக்கையும் விசுவாசமும்தான் அதன் உண்மையான அடித்தளம்; இவையெல்லாம் எனக்கான பெண்ணிடம் கிடைக்கணும். வெறும் காமம், இச்சையை ஆதாரமாக் கொண்ட உறவுகள் நிலைக்கிறதேயில்லை.''

''அடடே, நிஜமாவா?''

இராமன் சட்டென தன்னைத் திருத்திக் கொண்டான். ''நீயும் ராதிகாவும் நிச்சயம் அப்படி இருக்கமாட்டீங்க.''

''அதானே,'' பரதன் சிரித்துக்கொண்டான்.

''சொல்ல வர்றது என்னன்னா, என்னைவிட நல்ல பெண் வேணும்; அவளைப் பார்த்தாலே மதிப்பும் மரியாதையுமா நான் தலைவணங்கறாப்புல இருக்கணும்.''

''தலைவணங்கறதெல்லாம் பெரியவங்களுக்கும் பெத்தவங்களுக்கும்தான், அண்ணா. வாழ்க்கை, ஆசைகளைப் பகிர்ந்துக்கிறதுக்குத்தான் மனைவி,'' புருவங்கள் குறும்பாய் உயர, பரதன் முகத்தில் சகலமும் அறிந்த புன்னகை. ''ப்ரம்மதேவா! நீ கல்யாணம் பண்ணிக்கப் போற பெண்ணை நினைச்சு பரிதாபப்படறேன். உங்க ரெண்டு பேர் மணவாழ்க்கையும் அறுவையின் சிகரமா உலக சரித்திரத்தில் இடம்பெறும்!''

கலகலவெனச் சிரித்தபடி இராமன் அவனை மொத்த, பானையைத் தூக்கியெறிந்த பரதன், அண்ணனை ஒரு தள்ளு தள்ளிவிட்டு சட்டென எழுந்து ஓடினான்.

''உன்னால என்னை மீறிப் போக முடியாதுடா!'' இராமனும் தம்பியைத் துரத்திக்கொண்டு ஓடினான்.

''உங்கள் தேர்வு யார்?'' வந்தவர் வினவினார்.

மூன்றாம்பேர் அறியக்கூடாதென்ற வஸிஷ்டரின் எச்சரிக்கையை மதித்து, இரவு வெகு நேரம் கழித்து சற்றும் ஆரவாரமின்றி மர்ம விருந்தாளி ஒருவர் *குருகுலத்திற்கு* விஜயம் செய்திருந்தார். விதிவசத்தால் ஏறக்குறைய அதே சமயத்தில், தூங்கும் அறையினின்று இந்தப் பொழுதில் வெளியேறக்கூடாதென்ற சட்டத்தை சட்டை செய்யாமல் துடியாய்க் குதிரையேற்றம் பழகிவிட்டுத் திரும்பிய லக்ஷ்மணன், புதிதாக ஒரு புரவி ஆசிரமவளாகத்திற்கு வெகு தூரத்தில், மறைவாய்க் கட்டப்பட்டிருந்ததை கவனித்துவிட்டான்.

ஓசையெழுப்பாமல் தன் குதிரையை லாயத்திற்கு நடத்தி வந்த அயோத்ய இளவரசனுக்கு, ஆசிரமத்திற்குள் அயலார் நுழைந்திருக்கக் கூடிய சாத்தியம் குறித்து குருவிற்குத் தகவல் கொடுப்பது நலம் என்று தோன்றியது. வஸிஷ்டரின் அறையில் எவருமில்லை. மனதில் மூண்ட சந்தேகத்தை சமாளிக்க முடியாத லக்ஷ்மணன், விவகாரத்தை வேவு பார்ப்பதென முடிவெடுத்தான். ஒரு வழியாக, மர்ம விருந்தாளியுடன் பாலத்திற்கு அடியில் தாழ்ந்த குரலில் குரு பேசிக்கொண்டிருந்ததைக் கண்டான். மெல்ல மெல்ல அவர்களை நோக்கி அடியெடுத்து, புதர்களுக்கு நடுவே மறைந்துக்கொண்டு, பேச்சுவார்த்தையை கர்மசிரத்தையாக ஒட்டுக் கேட்கத் துவங்கினான்.

''இன்னமும் தீர்மானிக்கவில்லை,'' பதில் கூறினார் வஸிஷ்டர்.

''சீக்கிரத்தில் முடிவெடுக்க வேண்டும், குரு*ஜீ*.''

''ஏன்?''

வந்திருந்தவரைச் சரியாக பார்க்கமுடியாவிட்டாலும், உள்ளே கிளம்பிய பீதியை லக்ஷ்மணனால் அடக்கமுடியவில்லை. இருள் கவியும் அந்த வேளையிலும் விருந்தாளியின் அதிசய வெள்ளைத் தோலும், அசாத்திய உடற்கட்டும், திரண்ட தசைகளும் பளிச்சென்று கண்ணைக் கவர்ந்தன. உடலெங்கும் விலங்கைப் போல் முடி அடர்ந்திருக்க, கீழ்முதுகில் விசித்திரமாய் ஏதோ வளர்ந்திருந்தது. சப்தசிந்து மக்கள் பயந்து ஒதுக்கும் ஊன விகாரம் கொண்ட பயங்கர நாகா என்பதில் எள்ளளவும் ஐயமில்லை. அவர்களில் அநேகரைப் போல் முகமூடி கொண்டோ, நீண்ட அங்கியாலோ தன்னை மறைத்துக்கொள்ள அவர் முயலவில்லை. இந்திய

சம்பிரதாயப்படி, உடம்பின் கீழ்ப்பாகம் *தோத்தி*யால் மூடப்பட்டிருந்தது குறிப்பிடத்தக்கது.

''*அவர்கள்* உங்களைக் கண்டுகொண்டுவிட்டார்கள்,'' நாகாவின் பார்வையில் எத்தனையோ அர்த்தம்.

''அதனால் என்ன?''

''பயமில்லையா?''

வஸிஷ்டர் தோள்களைக் குலுக்கிக் கொண்டார். ''எதற்கு?''

நாகா மெல்லச் சிரித்தார். ''தைரியத்திற்கும், பைத்தியத்திற்கும் இடையே ஒரு மெல்லிய கோடுதான்.''

''அதுவும், எல்லாம் முடிந்த பிறகுதான் கண்ணுக்கே தெரியும், நண்பா. ஜெயித்தால், தைரியசாலி எனப் புகழ்வார்கள். தோற்றால் பித்துக்குளியென்பார்கள். என் மனதிற்குச் சரி என்று தோன்றுவதைச் செய்கிறேன். தீர்ப்பு, எதிர்காலத்தின் கையில்.''

இதில் துளியும் சம்மதமில்லாதது போல் மோவாயைத் துருத்திக்கொண்டாலும், நாகா விவாதத்தைக் கைவிட்டார். ''நான் என்ன செய்யவேண்டும் என்கிறீர்கள்?''

''இப்போதைக்கு, எதுவும் இல்லை,'' என்றார் வஸிஷ்டர். ''காத்திரும்.''

''உமக்குத் தெரியுமோ? ராவணன் -''

''தெரியும்.''

''தெரிந்தும், இங்கேயே இருந்து கையைக் கட்டிக் கொண்டிருப்பதுதான் உங்கள் முடிவா?''

''ராவணனாலும்...'' வார்த்தைகளை ஜாக்கிரதையாக அளந்தார் வஸிஷ்டர். ''... சில காரியங்கள் ஆக வேண்டியிருக்கலாம்.''

அதிர்ச்சியில் லக்ஷ்மணன் ஸ்தம்பித்தாலும், மௌனம் காக்கும் மனத்திண்மை அவனுக்கு எங்கிருந்தோ வாய்த்தது.

''சக்ரவர்த்தி தசரதருக்கு எதிரான புரட்சிக்கான ஆயத்தங்களில் நீர் இறங்கியிருப்பதாகச் சிலர் தீவிரமாக நம்புகிறார்கள்,'' நாகாவின் குரலில் அவநம்பிக்கை.

வஸிஷ்டர் மெல்லச் சிரித்தார். ''புரட்சியெல்லாம் அவசியமா? இராஜ்யம் அவர் கையைவிட்டு ஏறக்குறைய

நழுவிவிட்டது. நல்ல மனிதர் - ஆனால், தோல்வியும் இயலாமையும் சேர்ந்து, மனச்சோர்வின் எல்லைக்கே விரட்டியடித்துவிட்டது. என் இலக்கு இன்னும் பெரியது.''

''நம் இலக்கு,'' நாகா திருத்தினார்.

''ஆம்,'' புன்னகைத்த வஸிஷ்டர், தோளைத் தட்டிக் கொடுத்தார். ''மன்னிக்கவும். நமக்குப் பொதுவான இலக்கு. அதே சமயம், நம் இலட்சியம் அயோத்யா வரை மட்டுமே என்று மக்கள் பிடிவாதமாய்த் தீர்மானித்தால், தடுப்பானேன்?''

''அதுவும் உண்மைதான்.''

''என்னுடன் வாரும்,'' என்றார் வஸிஷ்டர். ''காட்ட வேண்டியது ஒன்று இருக்கிறது.''

இருவரும் நகர, லக்ஷ்மணன் அதுவரை இழுத்துப் பிடித்திருந்த மூச்சை வெளியிட்டான். இதயம் அசுர வேகத்தில் துடித்தது.

என்னதான் செய்யறார் குருஜி? இங்கே நாம பாதுகாப்பாத்தான் இருக்கோமா?

எவரும் இல்லையென ஊர்ஜிதம் செய்துகொண்டபின், அங்கிருந்து மெல்ல நகர்ந்த லக்ஷ்மணன், இராமனின் அறைகளை நோக்கி விரைந்தான்.

''டேய், போய்த் தூங்குடா,'' இராமன் எரிச்சலுடன் விரட்டினான். பதற்றமும் அழுகையுமாய் எழுப்பிய லக்ஷ்மணன் உதிர்த்த பீதி நிறைந்த செய்தியைத் தூக்கக் கலக்கத்துடன் கேட்டவன், சதித்திட்டம், சூழ்ச்சி என்று வழக்கமான பித்தில் தம்பி தன்னை இழந்துவிட்டதாக முடிவெடுத்தான்.

''நான் சொல்றேனேண்ணா? என்னமோ நடக்குது. அயோத்யா சம்பந்தப்பட்டது. அதுல குருஜிக்கும் ஏதோ தொடர்பு இருக்கு,'' லக்ஷ்மணன் வற்புறுத்தினான்.

''பரதன் கிட்டே சொன்னியா?''

''அதெப்படி? அவனுக்கும் இந்தச் சதியில பங்கிருந்தா?''

''அவனும் உனக்கு அண்ணன்தான், லக்ஷ்மணா,'' இராமன் முறைத்தான்.

''ரொம்ப அப்பாவியா இருக்கியேண்ணா. சூழ்ச்சிகளின் தலைநகரமா அயோத்யா கொந்தளிக்கிறதைப் பார்க்க மறுக்கறே. இதுல குருஜியும் சம்பந்தப்பட்டிருக்கார். வேற யார் யார்லாம் இருக்காங்களோ? நான் உன்னை மட்டும்தான் நம்பறேன். நம்ம எல்லாரையும் காப்பாத்த வேண்டியது நீ தான். உன்கிட்டே சொல்றதோட என் கடமை முடிஞ்சது. மேற்கொண்டு துப்பு துலக்க வேண்டியது உன் பொறுப்பு.''

''துப்பும் இல்லை; துலக்கமும் இல்லை, லக்ஷ்மணா. உன் அறைக்குப் போய்த் தூங்கு.''

''அண்ணா...''

''அறைக்குப் போறியா இல்லையா, லக்ஷ்மணா! கிளம்பு!''

அத்தியாயம் 8

''உன்னதமான வாழ்க்கைமுறை என்பது என்ன?'' வஸிஷ்டர் வினவினார்.

குரு வணக்கம் முடித்து அந்த அதிகாலையில் அயோத்ய இளவரசர்கள் நால்வரும் ஆசிரியர் முகம் பார்த்து அமர்ந்திருந்தனர்.

அமைதி மட்டுமே பதிலாய்க் கிடைக்க, ''சொல்லுங்கள்,'' எனத் தூண்டினார்.

முந்திரிக்கொட்டையாய் லக்ஷ்மணன் முந்திக் கொள்வது வழக்கமாகையால் அவனை நோக்கிய வஸிஷ்டர், அதிசயமடைந்தார். மனதில் மண்டிய வெறுப்பை மறைக்க முடியாமல் 'உர்'ரென்று சமைந்திருந்தான் அவன்.

''ஏதேனும் பிரச்சனையா பௌரவ்?'' வஸிஷ்டர் கேட்டார்.

இராமன் மீது குற்றம் சாட்டும் பார்வை வீசினாலும், லக்ஷ்மணன் தரையை வெறித்தான். ''அப்படியெல்லாம் எதுவுமில்லை குருஜி.''

''முயற்சியாவது செய்வாயா?''

''பதில் தெரியலை, குருஜி.''

வஸிஷ்டரின் புருவம் சுருங்கியது. அறியாமை ஒரு போதும் லக்ஷ்மணனின் ஆர்வத்திற்கு அணையாய் இருந்ததில்லை. பரதனின் பக்கம் திரும்பினார். ''வாசு, உன்னாலாவது முடியுமா?''

''குருவே,'' பரதன் துவங்கினான். ''ஆரோக்கியம், செல்வம், ஆனந்தம்னு சகலமும் அடைஞ்சு அவங்கவங்க பிறவிப்பயனுக்கு இயைந்த வாழ்க்கையை வாழறதுதான் உன்னதம்.''

''ஒரு சமூகம் இதைச் சாதிப்பது எவ்விதம்?''

''சந்தேகம்தான்! அப்படியே சாத்தியப்பட்டாலும், அது சுதந்திரத்தின் வழி மட்டுமே. தங்களுக்கான பாதையை வகுத்துக்கற உரிமை மக்களுக்குக் கிடைச்சா, உன்னதமான வழியையும் கண்டுக்குவாங்க.''

''சுதந்திரம் மட்டுமே போதுமா? ஒருவர் கனவுக்கு இன்னொருவருடையது முட்டுக்கட்டையானால்?''

பரதன் சற்று யோசனையில் ஆழ்ந்தான். ''நீங்க சொல்றது சரிதான். பலவீனமான ஒருத்தனின் முயற்சியை பலசாலியின் செயல் சுலபமா வீழ்த்திடும்.''

''ஆக?''

''பலவீனர்கள் நலனை அரசாங்கம்தான் பாதுகாக்கணும். பலம் படைச்சவங்களே தொடர்ந்து ஜெயிக்க அனுமதிக்க முடியாது. மக்களிடையே அதிருப்திதான் மிஞ்சும்.''

''ஏண்ணா?'' ஷத்ருக்னன் இடைவெட்டினான். ''பலசாலிகள் ஜெயிக்கலாம்னே சொல்வேன். ஒட்டுமொத்த சமூகத்துக்கும் நன்மைதானே?''

''இது காட்டிற்குரிய நியதியல்லவா?'' வஸிஷ்டர் குறுக்கிட்டார். ''பலவீனர்கள் அழிந்துபடுவர்.''

''காட்டின் சட்டம்னு நீங்க சொல்றதை நான் இயற்கை நியதிங்கறேன், குருஜி,'' என்றான் ஷத்ருக்னன். ''அதைத் தட்டிக் கேட்க நாம யார்? பலவீன மான்களை புலிகள் வேட்டையாடலைன்னா, மான்கூட்டம் கட்டுக்கடங்காம பெருகும்; கணக்கு வழக்கில்லாம புல்லும் தழையுமாத் தின்னு, காலப்போக்குல காட்டையே அழிக்கலாம். பலச ாலிகள் மட்டுமே தழைக்கிறது சமநிலையை உருவாக்கப் பிரபஞ்சம் ஏற்படுத்தின நியதி. இந்த இயற்கைச் சூழல்ல அரசாங்கம் தலையிடக்கூடாது. பலவீனர்களுக்குப் பாதுகாப்பளிச்சு, முன்னேறத் தகுந்த வாய்ப்புக்களை ஏற்படுத்தும் சட்டதிட்டங்களை உருவாக்கறதோட ஒரு நல்ல அரசின் பொறுப்பு முடியணும். மேற்கொண்டு எதிலும் தலையிடாம, சமூகம் தன் போக்கில போக வழி விடணும். மக்கள் அவங்கவங்களுக்குரிய கனவுகளை நிறைவேத்தறாங்களான்னு ஆராயறதெல்லாம் அரசாங்கத்தின் வேலையில்லை.''

''வேறெதற்குத்தான் அரசாங்கம்?''

''தனி மனிதர்களால முடியாத சில விஷயங்களுக்குத்தான். எல்லைகளைப் பகைவர்கள்கிட்டேயிருந்து காக்கும் இராணுவத்தைப் பராமரிக்கிறதிலிருந்து, பொதுமக்களுக்கு ஆதாரக் கல்வி அளிக்கும் வரை... விலங்குகளுக்கும் நமக்கும் உள்ள வித்தியாசமே, பலவீனர்களை நாம அழிக்காததுதான். அதே சமயம், அவங்க ஒரேயடியா தழைச்சு, பலசாலிகள் அடிவாங்குமளவு அரசாங்கம் தலையிட்டா, சமூகம் சின்னாபின்னமாகும். பொதுமக்களில் சில திறமைசாலிகளுடைய சூட்சுமத்தாலும், உன்னத செயல்திறனாலேயும் சமூகம் செழிக்கிறதை மறக்கக்கூடாது. பலசாலிகள் உரிமையிலே கை வெச்சு, பலவீனர்கள் பக்கம் தேவைக்கதிகமா சாய்ஞ்சாலும் சமூகம் சிதிலமடையும்.''

வஸிஷ்டரின் முகம மலர்ந்தது. ''பரத சக்ரவர்த்தியின் வம்சாவளியின் கீழ் இந்தியா சீரழிந்ததற்கான காரணங்களை மிகத் தீவிரமாக ஆராய்ந்திருக்கிறாயல்லவா?''

ஷத்ருக்னன் தலையசைத்தான். ஆயிரக்கணக்கான வருடங்களுக்கு முன் பேரும் புகழுமாய் ஆட்சிபுரிந்த சக்ரவர்த்தி பரதர், தேவர் தலைவன் இந்திரனுக்கடுத்து, இந்தியாவின் மிகச் சிறந்த மன்னராய் அறியப்பட்டவர். இந்தியா முழுவதையுமே ஒரு குடை நிழலில் கொண்டு வந்த இந்தச் சந்திரவம்சி மன்னரின் ஆட்சிதான், காலகாலமாய்க் கருணை மற்றும் வளர்ச்சிக்கும் பெயர் பெற்றிருந்தது.

''தங்கள் வாழ்க்கைமுறை ஜெயிக்காதது தெரிந்தும் பரதரின் வம்சத்தார் அதை மாற்றாதது ஏன்?'' வஸிஷ்டர் கேட்டார்.

''தெரியலை,'' என்றான் ஷத்ருக்னன்.

''சொல்கிறேன். சக்ரவர்த்தி பரதரின் சாம்ராஜ்யத்தை வழிநடத்திய சித்தாந்தம், அவர் காலத்திற்கு முன்னர் வெற்றிகரமாய் - ஆனால் முற்றிலும் மாறுபட்டு - இயங்கிய வாழ்வியலுக்கு மாற்றாய் உருவானதே. பெண்தன்மை சமூகத்தின் மகோன்னதமாய் - சுதந்திரம், உயிர்ப்பு, சௌந்தர்யம் ஆகிய சித்தாந்தங்களின் உச்சமாய் சக்ரவர்த்தி பரதரின் சாம்ராஜ்யத்தைக் கொள்ளலாம். மேற்சொன்ன இயல்புகளை ஆதாரமாய்க் கொண்ட சமூகம் உச்சத்தில் இருக்கும்போது, காருண்யமும், கற்பனா சக்தியும் மேன்மேலும் வளர்த்து, பலவீனர்களை நன்கு காக்கும். வீழ்ச்சியடையும் போது ஊழல் நிறைந்து, பொறுப்பின்மையும் அநாகரீகமும் மலியும்.''

''அப்படீன்னா,'' இராமன் இடைபுகுந்தான். ''இன்னொரு வாழ்க்கைமுறை - ஆண்தன்மை வாழ்வியல்னு ஒண்ணு இருக்குங்கறீங்களா, குருஜி?''

''ஆம். ஆண்தன்மையை உருவகப்படுத்தும் சமூகம் உண்மை, கடமை, கௌரவம் ஆகிய தத்துவங்களை ஆதாரமாகக் கொண்டது. உயர்ந்து விளங்கும் காலத்தில் சீரான ஒழுங்குமுறை, நியாயதர்மம், சகலருக்கும் சம உரிமை ஆகிய நற்குணங்களுடன் விளங்கும். தாழ்ந்து போகும் போது, விதிகளின் மீது வெறி மிகுந்து, இறுக்கமடைந்து, பலவீனர்களைக் காரணமின்றித் துன்புறுத்தும் மோசமான சமூகமாய்ச் சீர்கேடடையும்.''

''ஆக, பெண்தன்மை வாழ்வியல் தழையும் போது, ஆண்தன்மைதான் மாற்று,'' என்றான் இராமன். ''அதே போல, ஆண்தன்மைச் சமூகங்கள் சீரழியும்போது, பெண்தன்மையுடையவை உருவாகணும்.''

''அதே,'' ஆமோதித்தார் ஆசான். ''வாழ்க்கையே ஒரு வட்டம்தான்.''

''இன்றைய இந்தியாவின் பெண்தன்மைச் சமூகம் இப்ப சீரழிஞ்சுக்கிட்டு வருதுன்னு நிச்சயமா சொல்லலாமா?'' பரதன் கேட்டான்.

வஸிஷ்டர் அவனை உற்று நோக்கினார். ''உண்மையில், இந்தியா இன்று குழப்பத்தில் ஆழ்ந்த தேசம். ஆண்தன்மையும் பெண்தன்மையும் கலந்து போயிருக்கும் சமூகத்தின் சாரத்தை அதனாலேயே கண்டு கொள்ளமுடியவில்லை. என்னை வற்புறுத்திக் கேட்டால் - ஆம், பெண்தன்மையுடைய இந்த சமூகம், கொஞ்சம் கொஞ்சமாய் சிதிலமடைந்துகொண்டிருப்பதே நிஜம்.''

''ஆக, நம் முன்னாடி இருக்கற கேள்வி இதுதான்: ஆண்தன்மை சமூகத்துக்கு மாறணுமா? இல்லை, இருக்கும் பெண்தன்மைச் சமூகத்தை சீர்ப்படுத்தறதா?'' பரதன் விவாதித்தான். ''சுதந்திரமில்லாம இந்தியா ஜீவிக்குமான்னு தெரியலை. நம்முடையது புரட்சியாளர்கள் தேசம்; எல்லாத்துக்கும் வாதத்துலே இறங்கறோம்; சண்டை போடறோம். சுதந்திரத்தை அபேட்சிக்கிற பெண்தன்மை சமூகம் போட்டுக் குடுக்கற பாதையிலதான் நாம பயணிக்கமுடியும். ஆண்தன்மை சமூகம் குறுகிய காலத்துக்கு ஒத்து வரலாம்; நீடிச்சு நிலைக்காது. அப்படி

ஒரு வாழ்வியலைக் காப்பாத்தக்கூடிய கீழ்ப்படிதல் நமக்கில்லை.''

''இன்று அப்படி தோன்றலாம்,'' வாதிட்டார் வஸிஷ்டர். ''எப்போதும் இப்படியிருக்கவில்லை. ஆண்தன்மைச் சமூகமே இந்தியாவை உருவகப்படுத்திய காலமொன்று உண்டு.''

மௌனமான பரதன் யோசனையில் மூழ்கினான்.

இராமனுக்குள்ளோ, ஆவல் கிளர்ந்தெழுந்தது. ''குரு*ஜீ*, முதல்ல வழக்கிலிருந்த ஆண்தன்மை வாழ்வியலின் சீரழிவுக்கு மாற்றா பெண்தன்மை அமைஞ்சதுனாலதான், மாற வேண்டிய கட்டாயம் ஏற்பட்டும் சக்ரவர்த்தி பரதர் ஏற்படுத்தின சமூகத்தால் முடியாமல் போச்சுன்னு சொன்னீங்க இல்லையா? அப்படீன்னா, அன்றைய மக்கள் முந்தைய வாழ்வியலைக் கெடுதலாத்தானே நினைச்சிருப்பாங்க?''

''உண்மைதான் ஸூடாஸ்,'' இராமனின் *குருகுல* நாமத்தைப் பிரயோகித்தார் வஸிஷ்டர்.

''அப்ப வழக்குல இருந்த ஆண்தன்மை சமூகம் பத்திக் கொஞ்சம் சொல்லமுடியுமா? அந்த சாம்ராஜ்யம் எப்படி இருந்தது?'' இராமன் கேட்டான். ''நம்முடைய இப்போதைய பிரச்சனைகளுக்கான தீர்வு, அதில் கிடைக்க வாய்ப்பிருக்குமோ?''

''ஆயிரக்கணக்கான வருடங்களுக்கு முன் தோன்றிய அந்த சாம்ராஜ்யம், அதிசயிக்கத்தக்க வீர்யத்துடன் ஏறக்குறைய இந்தியா முழுவதைம் தன் ஆளுகையின் கீழ் இழுத்து வந்தது. அதன் வாழ்வியலே அதிசயமானது; பிராபல்யத்தின் உச்சத்தில், மகோன்னதம் கொண்டு விளங்கியதென்றே சொல்லலாம்.''

''அந்த மக்கள்?''

''நாம் இப்பொழுது இருக்கும் இடம்தான் ஒரு காலத்தில் அவர்களது களம். காலம் கடந்துவிட்டதில், இந்த *ஆசிரமத்*தின் முக்கியத்துவத்தை மறந்துவிட்டோம்.''

''இங்கேயா?''

''ஆம். அந்த சாம்ராஜ்யத்தைத் தோற்றுவித்த மாமனிதர்கள், தங்கள் புகழ்பெற்ற குருவிடம் கல்வி கற்றது இந்த இடத்தில்தான். உத்தமமான, எழுச்சிமிக்க ஆண்தன்மை

சமூகத்தின் ஆதாரத்தை அவர் அவர்களுக்குப் போதித்தார். இதுவே அவரது *ஆசிரமம்.*''

''யார் அந்த மாமுனி?'' இராமன் அதிசயித்தான்.

வஸிஷ்டர் மூச்சை இழுத்துக்கொண்டார். பதில், அதிர்வலைகளைக் கிளப்பும் என்பதில் எள்ளளவும் சந்தேகமில்லை. பண்டைய காலத்தில் உன்னதமாய் விளங்கிய அந்த மஹரிஷியின் பெயர், இன்று எவரும் உச்சரிக்கத் தயங்குமளவு பீதி கிளப்பியது. இராமனின் மீது பார்வையைப் பதித்தார் வஸிஷ்டர். ''*மஹரிஷி* சுக்ராச்சார்யார்.''

பரதன், லக்ஷ்மணன் மற்றும் ஷத்ருக்னன் விறைத்தனர். ஆயிரக்கணக்கான வருடங்களுக்கு முன், ஏறக்குறைய இந்தியா முழுவதையுமே தங்கள் கட்டுப்பாட்டிற்குள் கொண்டுவந்து ஆட்டிப்படைத்த வெறிகொண்ட அரக்கர்களான அசுரர் எனப்படும் இனத்தாரின் குருவாக விளங்கியவரே சுக்ராச்சார்யார். ஒரு குறிப்பிட்ட காலகட்டத்தில் நிகழ்ந்த பல கொடூரப் போர்களில், இன்று *தெய்வங்களாக* வழிபடப்படும் தேவர்களால் இறுதியில் அசுரர்கள் வீழ்த்தப்பட்டனர். அவர்களது சாம்ராஜ்யம் ஒட்டுமொத்தமாய் அழிந்தாலும் இந்தப் போர்களினால் இந்தியா சந்தித்த இழப்புக்கள் ஏராளம். கோடிக்கணக்கானோர் மரணத்தைத் தழுவ, பாழான சமூகத்தைச் சீரமைக்கப் பல காலமாயிற்று. இந்தியாவிலிருந்து அசுரர்களை முழுவதுமாய் விரட்டியடிக்கும் பொறுப்பை தேவர் தலைவரான இந்திரன் ஏற்றார். அசுரர் குரு சுக்ராச்சார்யாரின் பெயர், தர்மநியாயக் காவலர்களின் அறச்சீற்றத்திற்கும், தேவையற்ற பீதிக்கும் உட்பட்டுச் சின்னாபின்னமாகி, மண்ணோடு மண்ணாகிவிட்டது.

பேச்சற்று சீடர்கள் ஸ்தம்பித்து அமர்ந்திருந்தாலும், மற்றவர்களைப் போலன்றி இராமனின் கண்களில் ஆர்வம் மிளிர்ந்தது.

மாணவர்களைத் தூண்டும் பொருட்டே குரு சுக்ராச்சார்யார் குறித்துப் பேசிய வஸிஷ்டர், அவர்களிடையே பெரும் அமர்க்களத்தையே எதிர்பார்த்தபடி வெளிவந்தார். லக்ஷ்மணனும் ஷத்ருக்னனும் அவரவர் அறையில் ஆழ்ந்த

தூக்கத்தில் இருக்க, இராமன், பரதனை மட்டும் காணவில்லை. வானில் பாலாய்ப் பொழிந்த நிலவின் ஒளியில் ஆசிரமத்திற்குள் அவர்களைத் தேடுவதென முடிவெடுத்து நடந்தவர், சற்று தூரத்தில் மெல்லிய பேச்சுக்குரல் கேட்டு நெருங்கினார். உணர்ச்சிமயமாய் ஒரு பெண்ணுடன் பேசிக் கொண்டிருந்த பரதனின் உருவம் இருளில் நிழலாடியது.

''ஏம்மா...'' பரதன் அவளைக் கெஞ்சிக் கொண்டிருப்பதாய்ப் பட்டது.

''மன்னிச்சிடு, பரதா,'' அவள் நிதானமாகச் சொன்னாள். ''என் மக்களோட சட்டத்தை மீறமாட்டேன்.''

''நான் உன்னை நேசிக்கறேனே ராதிகா... நீயும் என்னை விரும்பறேன்னு எனக்கு நல்லா தெரியும்... மத்தவங்க நினைக்கிறதைப் பத்தி நமக்கென்ன கவலை?''

சட்டென்று திரும்பிய வஸிஷ்டர், நேர் எதிர்த் திசையில் விரைந்தார். தனிமையில் நிகழும் வேதனை நிறைந்த பேச்சு வார்த்தையைக் கவனிப்பது நாகரீகமன்று.

இராமன் எங்கே?

எதையோ நினைத்துக் கொண்டவராய், மீண்டும் திசை மாறி, மலையின் மையச்சுவற்றில் பதிந்த சிறிய கற்கோயில்களை நோக்கிச் சென்ற கல்பாவிய பாதையில் நடந்தவர், அசுரர்களை வீழ்த்திய இந்திரபகவான் கோயிலுக்குள் அடியெடுத்து வைத்தார். எல்லாவற்றிற்கும் நடுநாயகமாய் தேவர் தலைவரின் ஆலயம் விளங்க விசேஷக் காரணம் உண்டு; சுக்ராச்சார்யார் பாதுகாத்த பொக்கிஷத்தை நிர்மூலம் செய்த படையை நடத்திச் சென்றவரல்லவா?

பிரம்மாண்டமான திருவுருவச்சிலைக்குப் பின் கேட்ட மெலிதான சப்தத்தை நோக்கி வஸிஷ்டரின் உள்ளுணர்வு உந்தித் தள்ளியது. நான்கைந்து பேர் சௌகர்யமாய் நிற்குமளவு பின்புறம் இடமிருக்க, சுவற்றில் செருகிய ஒற்றைச் சுளுந்து வெளிச்சத்தில், வஸிஷ்டர் மற்றும் சிலையின் நிழல்கள் தரையில் நடனமாடின.

தெய்வத்தைத் தாண்டிச் சென்ற வஸிஷ்டரின் பார்வையில், மண்டியிட்டு, தரையில் என்றோ செதுக்கிய கல்வெட்டை மூடிய கனத்த கல்லைக் கடப்பாறையால் பெயர்த்தெடுக்க முயன்ற இராமனின் உருவம் மங்கலாகப் புலப்பட்டது. காரியத்தில் வெற்றியடைந்த நொடியில், வஸிஷ்டரின் இருப்பை அவன் உணர்ந்தான்.

''குருஜி,'' கடப்பாறையைப் போட்டுவிட்டு உடனடியாக எழுந்தான்.

அவனை நோக்கி நடந்தவர், தோளில் கரம் பதித்து, மெல்ல அமர வைத்தபோதே குனிந்து இராமன் வெளிப்படுத்திய கல்வெட்டை ஆராய்ந்தார். ''அதில் வெட்டியிருப்பதைப் படிக்க முடிகிறதா?''

என்றோ, எப்போதோ வழக்கொழிந்துவிட்ட எழுத்துரு அது.

''இந்த மாதிரி எழுத்துக்களை நான் பார்த்ததேயில்லை,'' என்றான் இராமன்.

''அசுரர்கள் பயன்படுத்தியதால், மிகப் பழமையான இந்த எழுத்துரு இந்தியாவில் தடை செய்யப்பட்டது.''

''நீங்க இன்னைக்குக் குறிப்பிட்ட மகோன்னதமான ஆண்தன்மை சாம்ராஜ்யம் அசுரர்களுடையதுதானே?''

''சந்தேகமென்ன?''

இராமன் கல்வெட்டை நோக்கிச் சைகை செய்தான். ''அதுல என்ன செய்தியிருக்கு, *குருஜி*?''

எழுத்துக்களின் மீது ஆள்காட்டி விரலை ஓட்டினார் வஸிஷ்டர். ''சுக்ராச்சார்யாரின் நாமத்தைப் பிரபஞ்சம் உச்சரிக்கவும் கூடுமா? அதுவோ மிகச் சிறிது; சுக்ராச்சார்யாரின் கீர்த்தியோ, பெரிது.''

இராமன் கல்வெட்டை லேசாய்த் தொட்டுப் பார்த்தான்.

''இங்கே, இதே இடத்தில் அவர் ஆசனமிட்டு அமர்ந்து, கல்வி புகட்டினார் என்று கதைகள் உண்டு,'' என்றார் வஸிஷ்டர்.

இராமன் அவரை ஏறிட்டான். ''அவரைப் பத்திச் சொல்லுங்க, *குருஜி*.''

''உலகின் மிகச் சிறந்த இந்தியர்களில் ஒருவர் என இவரை நம்பும் மிகச் சிறுபான்மையினர் இன்னமும் இருக்கிறார்கள். சுக்ராச்சார்யாரின் இளம்பருவம் பற்றி எனக்கு அதிகம் தெரியாது; எகிப்தில் அடிமைக் குடும்பத்தில் பிறந்தவரை, குழந்தையிலேயே அநாதையாக விட்டுவிட்டார்கள் என்று கர்ணபரம்பரைக் கதைகள் உலவியதுண்டு. அங்கே விஜயம் செய்த அசுரகுல இளவரசியால் தத்தெடுக்கப்பட்டு,

அவளது மகனாக இந்தியாவில் வளர்க்கப்பட்டார். அவரது படைப்புக்கள் பலவற்றை செல்வமும் செல்வாக்கும் படைத்த அன்றைய பிரபுவர்க்கம் வேண்டுமென்றே அழித்தோ, மிகத் தீவிரமாக திருத்தியோ மாற்றிவிட்டது. அபூர்வ ஆகர்ஷண சக்தியும், அதிசய சூட்சும அறிவும் படைத்த ஆன்மா; விளிம்புநிலைக்குத் தள்ளப்பட்ட இந்திய அரசகுலத்தோரை, தன் காலத்தின் பிரசித்தி பெற்ற வெற்றிவீரர்களாய் மாற்றிய பெருமை இவரைத்தான் சேரும்."

"விளிம்பு நிலைக்குத் தள்ளப்பட்ட *இந்திய* அரச குலமா? அசுரர்கள் அயல்நாட்டுக்காரங்க இல்லை?"

"பிதற்றல். தனிப்பட்ட விரோதம் பாராட்டிய சிலரால் வேண்டுமென்றே பரப்பப்பட்ட கட்டுக்கதை. அசுரர்களில் பெரும்பான்மையோர், தேவர்களுடன் உறவு பூண்டவர்களே. இன்னும் சொன்னால், இரு சாராரும் மனஸ்குல் என்ற பொதுவான முன்னோர்களிடமிருந்து தோன்றியவர்களே. ஆனால், பல கிளைகள் கொண்ட அந்த பிரம்மாண்டமான குடும்பத்தில் பலவீனத்தாலும் ஏழ்மையாலும் தாக்கப்பட்டு, இகழப்பட்டு, பின்பு மறக்கவும்பட்ட அங்கத்தினர். கடுமையான உழைப்பு, ஒழுக்கம், பிற அசுரர்களுடன் அறுக்கமுடியாத பந்தம் எனப் பல வலிய *சித்தாந்தங்களைப்* புகட்டி, புடம்போட்ட தங்கமாய் அவர்களை உருமாற்றினார் சுக்ராச்சார்யார்."

"தொடர்ச்சியா ஜெயக்கொடி நாட்டவும் அசைக்கமுடியாத ஆதிக்கம் செலுத்தவும் இதெல்லாம் மட்டும் போதாதே? அவங்களுடைய இமாலய வெற்றிகளெல்லாம் எப்படி சாத்தியம்?"

"காட்டுமிராண்டித்தனமான வெறிதான் என அவர்களை வெறுத்தவர்கள் முத்திரை குத்துவது வழக்கம்."

"நீங்க இதை *ஒத்துக்கலைன்னு* தெரியுது."

"தேவர்களும் கோழைகளல்ல. அது *க்ஷத்ரிய* யுகமல்லவா? வீர விளையாட்டுக்களுக்கும், போர்த்திறமைக்கும் அதீத முக்கியத்துவம் அளிக்கப்பட்ட காலம். போர்க்கலையில் அசுரர்களுக்குச் சற்றும் குறைவில்லாத - ஏன், அதை விடவும் அதிகமாய் - தேர்ச்சியடைந்திருந்தனர் தேவர்கள். இலட்சியம் ஒன்றாயிருந்த காரணத்தினாலேயே அசுரர்களுக்கு வெற்றி மேல் வெற்றி கிடைத்தது. தேவர்களுக்குள் பிரிவினை அதிகம்."

''அப்படீன்னா, இறுதியில அசுரர்கள் கொஞ்சம் கொஞ்சமா அழியக் காரணம்? மென்மையாயிட்டாங்களா? அவங்களைத் தேவர்கள் தோற்கடிச்சது எப்படி?''

''பல சந்தர்ப்பங்களில் நிகழ்வது போல், வெற்றிக்குக் காரணமான விஷயம்தான் காலப்போக்கில் வீழ்ச்சிக்கும் வித்திடுகிறது. ஒரே முழுமுதற் கடவுளான *ஏகம்* என்ற தத்துவம் கொண்டுதான் சுக்ராச்சார்யார் அசுரர்களை ஒன்றுபடுத்தினார். *ஏகத்தை* வழிபட்டோர் எல்லோருமே அவன் பார்வையில் சமம்.''

இராமன் புருவம் சுருக்கினான். ''அப்படியொண்ணும் இது புதுமையான தத்துவம் இல்லையே? *ஏகம்*, அதாவது ஒரே முழுமுதற்கடவுளைப் பத்தி *ரிக் வேதத்திலேயே* சொல்லியிருக்கே? இன்னிவரைக்கும் அந்த ஒன்றைத்தானே *அனைத்து ஆன்மாக்களின் கூட்டா, பரமாத்மாவா* உருவகப்படுத்தறோம்? தேவர்களைப்போல் பெண்தன்மையில நம்பிக்கையுள்ளவங்க கூட *ஏகம்*கிற சித்தாந்தத்தை ஏத்துக்கிட்டாங்க.''

''ஒரு நுணுக்கமான அம்சத்தை நீ கவனிக்கவில்லை, ஸுடாஸ். *ஏகம்* ஒரே முழுமுதற்கடவுளானாலும், என்றேனும் ஆன்மீக வளர்ச்சியடைந்து அவனது உண்மையான ஸ்வரூபத்தை உணர்வோம் என்கிற நம்பிக்கையில் அவன் நமக்குப் பலப்பல ரூபங்களில், பல தெய்வங்களாகக் காட்சி தருவதாக *ரிக் வேதம்* பளிச்சென விளக்குகிறது. இயற்கையே நம்மை எத்தனையோ ரூபங்களில் சூழ்ந்துள்ளதே? வேறுபட்ட உருவங்களை நம்மால் சுலபத்தில் ஏற்கமுடியும். ஆனால், சுக்ராச்சார்யாரின் சிந்தனை வேறு விதம். *ஏகம்* என்பதன் பல தோற்றங்கள் பொய்; *மாயை*க்குள் நம்மை இழுத்துச் செல்லக்கூடியவை. ஏகம் என்பது மட்டுமே உண்மை; கடவுளின் ஸ்வரூபம் என்பது அவர் கருத்து. அக்காலகட்டத்தில் மிக வித்தியாசமான தத்துவமாக இது கருதப்பட்டது. *ஏகம்* என்ற ஒன்றை எல்லோரும் நம்பத் துவங்க, திடீரென்று ஆன்மவிசாரம் என்னும் பெரும் பயணத்தில் ஏற வேண்டிய பலப்பல படிகளும், கடக்கவேண்டிய நிலைகளும் தூள்தூளாகின; சாஸ்திரங்களைக் கரைத்துக் குடித்தவனுக்கும் சாஸ்திரமே அறியாதவனுக்கும் பேதமில்லாமல் போயிற்று.''

''எல்லா மனிதர்களும் சமம்னு ஆயிருக்கும்.''

''ஆம். அசுரர்களிடையே உலவிய பிரிவினைகளை ஒழித்துக் கட்டியதால், சில காலத்திற்கு இந்த சித்தாந்தம் நன்கு

பலனளித்தது. போதாதென்று தேவர் மற்றும் பிற வகுப்பாரில் ஒடுக்கி உதாசீனப்படுத்தப்பட்டவர்கள் அசுரர்களைச் சேர, அவர்களது சமூக அந்தஸ்தும் சட்டென உயர்ந்தது. ஆனால், முன்பே சொன்னது போல், எந்த உத்திக்கும் உன்னதமான ஏற்றமும், மோசமான பின்விளைவும் உண்டு. *ஏகம்* என்ற தத்துவத்தில் நம்பிக்கை கொண்ட அனைவரும் சமம் என்பது அசுரர்களின் எண்ணம். நம்பிக்கை இல்லாதோரைப் பற்றி அவர்களது கருத்து?''

''அவங்களுக்குச் சமம் இல்லைங்கிறதா?'' இராமன் சற்றுத் தயக்கத்துடன் கேட்டான்.

''ஆம். பன்முகத்தன்மையை மதிக்காதோர் மீது *ஏகம்* என்ற தத்துவத்தை திணிப்பதால், சகிப்புத்தன்மை அற்றுப்போகும். உபநிஷதங்களே இது பற்றி எச்சரிக்கின்றன.''

''எனக்கும் நினைவிருக்கு. அதுவும், இந்தப் பாடல்: *கூர்மையான வாளை குழந்தையிடம் கொடுப்பது பெருந்தன்மையல்ல; பொறுப்பின்மை.* அசுரர்கள் விஷயத்திலும் அதுதான் நடந்ததா?''

''ஆம். சுக்ராச்சார்யாரால் நேரடியாகத் தேர்ந்தெடுக்கப்பட்டு அறிவிலும், பக்குவத்திலும் முதிர்ந்த மாணாக்கர்களுக்கு புத்தம்புதியதெனப் பளிச்சிட்ட *ஏகம்* என்னும் அபூர்வ தத்துவத்தை புரிந்துகொள்ளும் ஆற்றல் இருந்தது. அதே சமயம், வெகுவேகமாய் வளர்ந்த அசுர சாம்ராஜ்யத்திற்குள், எத்தனையோ விதமான மக்களும் வந்து இணைந்தனர். காலப்போக்கில், *ஏகத்தில்* ஊன்றியவர்கள் அதை இறுகப் பற்றி, வேறு வழிபாடு கூடாதென்று பிடிவாதம் செய்யத் துவங்கினர். அவர்களுடையதே உண்மையான, முழுமுதற்கடவுள்; மற்றவை பொய். *ஏகத்தில்* நம்பிக்கையில்லாதோரை வெறுக்கவும், ஒரு கட்டத்தில் கொல்லவுமே துணிந்தனர்.''

''என்ன?' இராமன் ஸ்தம்பித்தான். ''அக்கிரமம்! 'எவனொருவன் முழுமுதற்கடவுளை உண்மையில் உணர்கிறானோ, அவன் பிற உயிர்களின் மீது அளவற்ற அன்பு கொண்டவனாகவும் ஆகிறான்'ன்னு *ஏகம்* பற்றிய ஸ்லோகம் சொல்லுதே? இந்தத் தத்துவத்தின் ஆதாரமே இதுதானே? எல்லோருக்குள்ளும், எல்லாத்திலேயும் உறைவது *ஏகம்;* யார் மேலேயோ, எதன் மீதோ வெறுப்பு வந்தா, ஏகத்தையே வெறுக்கற மாதிரிதானே?''

"உண்மைதான். துரதிர்ஷ்டவசமாக, தங்கள் பணி உன்னதமானது என்ற எண்ணம் அசுரர்களிடையே வேரூன்றியிருந்தது. அவர்களது மக்கள்தொகை அதிகரிக்க, பல கர்மவீரர்கள் வீராவேசம் கொண்டு கோயில்களை இடித்துத் தள்ளி, திருவுருவச் சிலைகளை நொறுக்கி, பிற தெய்வ வழிபாட்டில் ஈடுபட்டோரை தயவு தாட்சண்யமின்றி கொல்லும் கொடூரத்திலும் இறங்கினர்."

இராமன் தலையைக் குலுக்கிக்கொண்டான். "எல்லாரையும் அவங்களுக்கு எதிராய்த் திருப்பியிருப்பாங்களே?"

"அதே! பிரபஞ்ச நியதிப்படி சமய சந்தர்ப்பங்கள் மாறியபோது, அசுரர்கள் பக்கம் எவருமே இல்லை. பன்முகத்தன்மையையே வாழ்வியலாய்க் கொண்ட தேவர்கள், தங்களது நம்பிக்கைகளை அடுத்தவர் மீது திணிக்கும் முயற்சியில் இறங்கவில்லை. எப்படி முடியும்? அவர்களது வாழ்க்கைமுறையைப் பற்றியே அவர்களால் ஒரு முடிவுக்கு வர முடியவில்லையே? ஆக, நல்லவேளையாக, கூட்டணி என்று கேள்வியெழுந்தபோது, ஆள்பலத்திற்குக் குறைவேயில்லை. அசுரர்கள், தங்களைச் சேராதவர் மீது ஓயாமல் நடத்திய தாக்குதல்களும், திணித்த காரணமற்ற அவமானங்களும் மக்களை அயரச் செய்திருந்தன; பரமவைரிகளான தேவர்களுடன் கூட்டு சேரத் தூண்டின. விசித்திரம் என்னவென்றால், அதீத வன்முறை மீது தங்கள் இனத்தாருக்கிருந்த வெறி குறித்து பல அசுரர்களே கேள்வியெழுப்பி, எதிரிகள் பக்கம் கட்சி மாறத் துவங்கினர். அசுரர்கள் தோற்றதில் என்ன அதிசயம்?"

இராமன் மீண்டும் தலையைக் குலுக்கிக் கொண்டான். "ஆண்தன்மை சமூகத்தின் ஆபத்தே இதுதான், இல்லை? ஒரு தத்துவத்தைப் பிடிச்சிக்கிட்டு தொங்கினால், நாளாவட்டத்தில், அதுவும் நிச்சயமற்ற காலகட்டத்தில், இறுக்கத்தை விளைவிக்கும்; சகிப்புத்தன்மையை விரட்டும். பெண்தன்மை சமூகம் இப்படிப்பட்ட சிக்கல்களைச் சந்திக்காது."

"ஆம். பிற நம்பிக்கைகளை மதிக்காத தன்மை உருவாக்கும் கடும் பகைவர்களுடன் எவ்விதப் பேச்சு வார்த்தையிலும் ஈடுபடமுடியாது. ஆனால், பெண்தன்மை சமூகங்களிலும் பிரச்சனை இல்லாமலில்லை: பொதுவான, உன்னதமான இலக்கை அடைய அந்த மக்களை இணைப்பது மிகக் கடினம்; மிகப்பெரும் அதிசயம் நிகழ்ந்தாலொழிய, சமூகத்தில் ஊடாடும் பிரிவினைகள் அவர்கள் ஒரு குடையின் கீழ் ஒன்றுபடாமல் தடுக்கும்."

தற்கால இந்தியப் பெண்தன்மை சமூகத்தில் தலை விரித்தாடும் வேற்றுமை, ஊழல், லஞ்ச லாவண்யங்களைக் கண்டு சலித்திருந்த இராமனுக்கு, ஆண்தன்மை சமூகத்தின் மீது உண்மையான ஆர்வம் ஏற்பட்டிருந்ததாகத் தோன்றியது. ''ஆண்தன்மை சமூகம் மறுபடியும் எழணும். இந்தியாவோட இன்றைய பல பிரச்சனைகளுக்கு அசுரர் வாழ்க்கைமுறை நல்ல தீர்வா அமையலாம். ஆனால், பழையதை அப்படியே நிறுவமுடியாது; கூடாது. சில மாற்றங்களும், முன்னேற்றங்களும் அவசியம். கேள்வியெழுப்பறதை ஊக்குவிக்கணும். தற்போதைய சூழ்நிலைக்கு ஏத்தமாதிரி, கொஞ்சம் வெட்டி ஒட்டி தைக்கணும்.''

''பெண்தன்மை வழி ஏன் உதவாது?'' வஸிஷ்டர் கேட்டார்.

''அதன் தலைவர்கள் பொறுப்புக்களைத் தட்டிக் கழிக்கறாங்கங்கிறது என் எண்ணம். எந்தத் தீர்மானத்தையும் ''நீதான் முடிவெடுக்கணும்''னு கீழேயுள்ளவங்க கிட்டே தட்டி விட்டுடறாங்க. நிலைமை சீரழியும்போது, பழியேத்துக்க யாருமில்லை. ஆண்தன்மை சமூகத்துல, தலைவர்கள் பொறுப்பெடுத்துக்கிட்டே ஆகணும்; அப்பதான் சமூகமும் இயங்கும். தெளிவான பாதையும், அடைய வேண்டிய இலக்கும் ஒட்டுமொத்த சமுதாயத்துக்கும் பிறக்கும். இல்லைன்னா, ஓயாத விவாதம்; விதண்டாவாதம்; கடைசியா முடக்குவாதம்.''

''தேவைக்கு மீறி நிலைமையை எளிமைப்படுத்துகிறாய்,'' வஸிஷ்டர் புன்னகை புரிந்தார். ''சமுதாயத்தைச் சட்டென முன்னேற்ற ஆண்தன்மை வாழ்வியல் நல்ல தீர்வென்பதை நானும் மறுப்பதற்கில்லை. பெண்தன்மை வாழ்வியல் பலனளிக்க நாளாகும் - ஆனால், காலப்போக்கில், அதுவே அதிக ஸ்திரத்தன்மையுடன் நிலைக்கும்.''

''கடந்தகாலத்திலிருந்து வேண்டிய பாடங்களைக் கத்துக்கிட்டா, ஆண்தன்மை சமூகமும் ஸ்திரமா நிக்கும்.''

''அப்படியொரு புதிய பாதையை வகுக்க நீ தயாரா?''

''நிச்சயம் முயற்சிப்பேன்,'' முகத்திலடிக்கும் நேர்மையுடன் இராமன் பதிலளித்தான். ''என் தாய்நாட்டுக்கு, இந்த உத்தமமான தேசத்துக்கு நான் செய்ய வேண்டிய கடமை அது.''

''ஆண்தன்மை வாழ்வியலை புகுத்துவதுதான் உன் எண்ணம் என்றால், தாராளமாகச் செய். ஆனால், 'அசுரர்' என்று

மட்டும் நாமகரணம் செய்துவிடாதே. அந்தப் பெயருடன் கலந்துவிட்ட வெறுப்பும் அசூயையும் உன் இலட்சியத்திற்கு முதல் படியிலேயே முட்டுக்கட்டைகளாகும்.''

''வேற என்னெ செய்யலாம்னு சொல்றீங்க?''

''பெயர்கள் முக்கியமல்ல; அவை குறிக்கும் தத்துவங்கள்தான். ஒருகாலத்தில் ஆண்தன்மை சமூகத்திற்கு அசுரர்களும், பெண்தன்மை சமூகத்திற்கு தேவர்களும் பிரதிநிதிகளாக விளங்கினர். பிறகு, அசுரர்கள் அழிந்து, தேவர்கள் மட்டுமே நிலைத்தனர். சூர்யவம்சிகளும், சந்திரவம்சிகளும், தேவர்களின் வழித்தோன்றல்கள்; இருவருமே பெண்தன்மை சமூகத்தை ஆகர்ஷிப்பவர்கள். ஆனால், நீ நினைப்பது மட்டும் நடந்துவிட்டால்... சொல்ல முடியாது: சூர்யவம்சிகள் ஆண்தன்மை சமூகத்தை ஏற்போராகவும், முன்னோர்களான தேவர்களது வாழ்க்கைமுறையை ஏற்று நடத்துவோர் சந்திரவம்சிகள் எனவும் ஏற்படலாம். சொன்னேனே? பெயர்களுக்கு எந்த அர்த்தமுமில்லை.''

கல்வெட்டை வெறித்த இராமன், எக்காலத்திலோ அதை வெட்டியவனைப் பற்றி யோசித்தான். பலமற்றவனின் புரட்சி போலிருந்தது அச்செயல். சுக்ராச்சார்யாரின் நாமம் தேசம் முழுதும் தடை செய்யப்பட்டு, அவரது விசுவாசிகள் கூட உச்சரிக்கமுடியாத நிலை. பொதுவில் குருவுக்குரிய மரியாதையைச் செலுத்தமுடியாததால், இம்மாதிரி ஏதோ செய்து மனசாட்சிக்கு மருந்திட்டுக்கொண்டார்கள் போலும்.

இராமனின் தோள்மீது கரம்பதித்தார் வஸிஷ்டர். ''சுக்ராச்சார்யார், அவரது வாழ்க்கை மற்றும் சித்தாந்தங்களைப் பற்றி விரிவாகச் சொல்கிறேன். மாமேதை, அந்த மனிதர். அவரிடமிருந்து அறிவதைக் கொண்டு நீ மாபெரும் சாம்ராஜ்யம் உருவாக்கலாம். ஒரு விஷயம்: சாதனையாளர்களின் வெற்றிகள் மூலம் எத்தனையோ தெரிந்துகொள்ள முடிந்தாலும், தவறுகள், தோல்விகளின் வழியே இன்னும் அதிகம் கற்கக்கூடும்.''

''சரி, குருஜி.''

அத்தியாயம் 9

''இதற்கப்புறம் நாம் வெகு காலம் சந்திக்கப்போவதில்லை, குருஜி,'' என்றார் நாகா.

இந்திரபகவான் ஆலயத்தில் சுக்ராச்சார்யார் குறித்து இராமனும் வஸிஷ்டரும் நடத்திய பேச்சுவார்த்தைக்குப் பிறகு சில மாதங்கள் கடந்துவிட்டன. குருகுலத்தில் இளவரசர்களின் சம்பிரதாயக் கல்வி முற்றுப்பெற்றுவிட்டதில், மறுநாள், அனைவரும் இறுதியாக இல்லம் திரும்புவர். கடைசியாக இராவேளைக் குதிரையேற்றத்தில் ஒருமுறை லயிக்கும் உத்தேசத்துடன் அன்றும் லக்ஷ்மணன் கிளம்பியிருந்தான். யாருமறியாமல் திரும்ப முயன்றவனுக்கு, குரு மற்றும் மர்ம நாகாவின் இரகசியச் சந்திப்பின் மறு ஒளிபரப்பைக் காணும் பிரமையேற்பட்டது.

அன்றிரவு போல் பாலத்திற்கடியில்தான் இன்றும் பேசிக்கொண்டிருந்தனர்.

''கஷ்டமாகத்தான் இருக்கும்,'' வஸிஷ்டர் ஒப்புக்கொண்டார். ''அயோத்ய மக்களுக்கு என் வாழ்க்கையின் மறுபக்கம், மூடிய புத்தகம். ஆனாலும், தொடர்புகொள்ள வேறு சில வழிகளைக் கண்டுபிடித்துக்கொள்கிறேன்.''

நாகா பேசியபோது, அடிமுதுகிலிருந்த சதைவளர்ச்சி வால் போல் இப்படியும் அப்படியும் சொடுக்கியது. ''உங்கள் முன்னாள் நண்பருக்கும் இராவணனுக்குமான நட்பு இறுகுவதாய்க் கேள்வி.''

கண்களை மூடிக்கொண்ட வஸிஷ்டர் மூச்சை ஆழ இழுத்துக்கொண்டார். ''அவன் என்றும் எனக்கு நண்பனே. நான் தன்னந்தனியனானபோது, என் பக்கம் நின்றவன்.''

ஆர்வம் கிளர்ந்தெழுந்த நாகாவின் கண்கள் இடுங்கின. ''என்றாவது இந்தக் கதையை முழுமையாகச் சொல்லவேண்டும், குருஜி. என்னதான் நடந்தது?''

வஸிஷ்டர் முகத்தில் வறண்ட புன்னகையின் சாயல். ''சில கதைகள் சொல்லப்படாமல் இருப்பதே உத்தமம்.''

வேதனையளிக்கும் நினைவலைகளுள் அவரை மூழ்கடித்துவிட்டதை உணர்ந்த நாகா, மேலும் தூண்டுவது உசிதமல்லவென்று முடிவெடுத்தார்.

''ஆனால், நீர் வந்திருக்கும் காரணத்தை அறிவேன்,'' வஸிஷ்டர் பேச்சை மாற்றினார்.

நாகாவின் முகம் மலர்ந்தது. ''எனக்குத் தெரியவேண்டும் ...''

''ராமன்,'' வஸிஷ்டர் சாதாரணமாய் வெளியிட்டார்.

நாகா அதிசயமடைந்தவர் போல் காணப்பட்டார். ''இளவரசன் பரதன் என்றல்லவா ஊகித்திருந்தேன்...''

''இல்லை. ராமனே. அவனாகத்தான் இருக்கவேண்டும்.''

நாகா தலையசைத்தார். ''அப்படியே. இளவரசன் ராமன்தான். எங்கள் ஆதரவு உங்களுக்கு உண்டென்பதை அறிவீர்கள்.''

''ஆகா, தெரியும்.''

சப்தமில்லாமல் சம்பாஷணையைக் கேட்டுக்கொண்டிருந்த லக்ஷ்மணனின் இதயத்துடிப்பு அதிகரித்தது.

''உனக்கு உண்மையிலேயே உலகம் புரியலியேண்ணா,'' லக்ஷ்மணன் அங்கலாய்த்தான்.

''இக்ஷ்வாகுபிரானே, போய்த் தூங்கேன்டா,'' எரிச்சலுடன் முனகினான் இராமன். ''எங்கே பார்த்தாலும் உனக்கு சதியும் சூழ்ச்சியும்தானா?''

''ஆனா ...''

''லக்ஷ்மணா!''

''உன்னைக் கொல்லவே முடிவு பண்ணிட்டாங்க - நிச்சயமா தெரியும்.''

''என்னை யாரும் கொல்ல முயற்சி செய்யலைன்னு என்னிக்குத்தான் நம்பப்போறே? எதுக்காக குருஜி என்னைத்

இக்ஷ்வாகு குலத்தோன்றல் 111

தீர்த்துக் கட்ட முயற்சிக்கணும்? கடவுளே, யாருக்குத்தான் என்னைக் கொல்ற எண்ணம் இருக்கமுடியும்?'' இராமன் அதட்டினான். ''அன்னிக்குக் குதிரைப்பயிற்சியின் போதும் யாரும் கொல்ல முயற்சிக்கலை. இன்னிக்கும் இல்லை. நான் அவ்வளவு முக்கியஸ்தனும் இல்லை. இப்ப போய்ப் படு!''

''ஏண்ணா எதையுமே புரிஞ்சிக்காம இருக்கே? இப்படியே இருந்தா நான் எப்படித்தான் உன்னைக் காப்பாத்தறது?''

''எப்படியாவது என்னை வாழ்நாள் முழுக்கக் காப்பாத்தத்தான் போறே,'' வாத்ஸல்யத்துடன் தம்பியின் கன்னத்தைக் கிள்ளினான் இராமன். ''இப்ப போய்த் தூங்கு, போ.''

''அண்ணா...''

''லக்ஷ்மணா!''

''வா மகனே, வா,'' கௌஸல்யா கூவினாள்.

கட்டுப்படுத்தமுடியாமல் கண்ணீர் பெருக்கியபடி பெருமிதம் விகசிக்க அணுவணுவாய் மகனை ஆராய்ந்த அரசியின் வெளிப்படையான உணர்ச்சிக் கொந்தளிப்பைச் சற்று தர்மசங்கடத்துடன் கவனித்த மகன், தயக்கத்துடனே அவளை அணைத்துக்கொண்டான். தாயிடமிருந்து தனயன் பெற்றிருந்த அப்பழுக்கற்ற கரிய சருமத்தை ஆரவாரமற்ற வெள்ளை வேட்டியும் *அங்கவஸ்திர*மும் எடுப்பாய்க் காண்பித்தன. அகன்ற தோள்களும், மெல்லிய தேகக்கட்டும், கட்டுமஸ்தான முதுகும் தேர்ந்த வில்லாளியைப் பறைசாற்றின. எளிமையாய் முடியிட்டுக் கேசம் சிரத்தில் அமர்ந்திருக்க, காதைச் சிறிய கடுக்கனும், கழுத்தை ருத்ராக்ஷ மாலையும் அலங்கரித்தன. சூரியபகவானின் வழித்தோன்றல்களான சூர்யவம்சிப் பரம்பரைக்கு எடுத்துக்காட்டாக, கதிர்கள் புறப்படும் ஆதவன் வடிவில் அமைந்திருந்தன கடுக்கன்கள். ஆயிரமாயிரம் ஆண்டுகளுக்கு முன் இந்தியாவைத் தீமையிலிருந்து விடுவித்த ருத்ரபகவான் நினைவாக, ருத்ராக்ஷ மரத்தினின்று பறித்த நீளவாக்கான கொட்டைகளைக் கொண்டு, கபில நிறத்தில் இருந்தது மாலை.

ஒரு வழியாக கௌஸல்யா அழுகையை நிறுத்த, இராமன் அவளிடமிருந்து விலகினான். தந்தையின் முன் பணிவுடன்

ஒரு காலால் முழந்தாளிட்டான். சம்பிரதாயமான இந்த அரசகுல நிகழ்வை முன்னிட்டு, முழுமையாய் நிறைந்திருந்த அவையில் அசாத்திய அமைதி. இம்மாதிரியான கூட்டம் வீழ்த்தமுடியாத வெற்றிவீரர் அவையில் கூடி வருடம் இருபதாவது இருக்கும். க்ஷத்ரிய குலவிளக்கு, ஆகர்ஷணசக்தி பொருந்திய இராமனின் கொள்ளுத் தாத்தா சக்ரவர்த்தி ரகுவால் நிர்மாணிக்கப்பட்டவை அரண்மனையும், அதைச் சேர்ந்த அரசவை மண்டபமும். 'இக்ஷ்வாகு குலம்' என தொன்றுதொட்டு வழங்கிவந்தது மலையேறிப் போய், 'ரகுகுலம்' என அரசவம்சத்தார் அறியப்படுமளவு வீராதி வீரராய், கண்ணில் கண்ட தேசங்களையெல்லாம் போர் புரிந்து மகோன்னதமாய் வென்று, அயோத்ய ராஜவம்சத்தின் மாட்சியை மீண்டும் வானளாவ உயர்த்தியவர். குலப்பெருமையைக் குறைப்பது போல் தோன்றிய இந்த பெயர்மாற்றத்தில் இராமனுக்குச் சம்மதமில்லைதான். எப்பேர்ப்பட்ட சாதனையும், முன்னோர் பெருமைக்கு ஈடாகுமா? ஆயிரம் இருந்தாலும், குலத்தைத் தோற்றுவித்தவர் அல்லவா இக்ஷ்வாகு? அவர் பெயரே வம்சாவளிக்கு நிலைத்திருந்தால் அவனுக்கு எவ்வளவோ திருப்தியாக இருந்திருக்கும். துரதிர்ஷ்டவசமாக இராமனுக்குத் திருப்தியளிக்கக்கூடியவை குறித்துக் கவலைப்படுவோர் வெகு சிலரே.

நேரம் கடந்துகொண்டிருந்தது; இராமனும் மண்டியிட்டே இருந்தான். சம்பிரதாய அங்கீகாரம் மட்டும் கிடைப்பதாக இல்லை. இராஜகுருவாய் சிம்மாசனத்திற்கு வலப்புறம் அமர்ந்திருந்த வஸிஷ்டர் சக்ரவர்த்தி மீது வீசிய மௌனப்பார்வையில் அதிருப்தி.

தசரதரோ, ஏதேதோ எண்ணங்களில் தன்னைத் தொலைத்தவராய் வெற்றுப்பார்வை பார்த்தபடி சமைந்திருந்தார். சிங்க வடிவம் கொண்ட ஆசனக் கைப்பிடிகளில் கரம் தளர்ந்திருக்க, விலைமதிப்பற்ற கற்கள் பதித்த தங்க நிற விதானம், சிம்மாசனத்தின் மீது கவிந்திருந்தது. பிரம்மாண்டமான அரசவை மண்டபமும், அரியணையும், அயோத்யாவின் செல்வச்செழிப்பிற்கும் செல்வாக்கிற்கும் கட்டியம் கூறிக்கொண்டிருந்தன - அல்ல, முன்னொரு காலத்தின் சிறப்புக்குக் கூறின. இன்றோ, உரியும் பூச்சும், பிரியும் மூலைகளும் ஒரு காலத்தில் பட்டொளி வீசிய அரசின் தற்போதைய தேயும் சீரழிவைத்தான் பறைசாற்றின. சிம்மாசனத்தில் முன்னர் பதித்திருந்த நவரத்தினங்களைக் காணவில்லை. கடன் கட்டப்

பெயர்த்திருப்பார்கள். மண்டபத்தின் ஆயிரம் தூண்கள் வரிசை கட்டி நின்ற காட்சி இன்னமும் அற்புதம்தான் என்றாலும், அவற்றிற்கிடையே, யுகம்யுகமாய் ஞான ஒளிவீசித் திகழ்ந்த ரிஷிகளின் சிற்பங்கள் ஒவ்வொன்றையும் ஒரு காலத்தில் பிரித்த அழகிய பட்டுப்பதாகைகள் இன்று காணாமல் போய்விட்டதைக் காணும் கண்களுக்கு, முந்தைய ஜாஜ்வல்யம் தொலைந்துவிட்டது தெளிவாகத் தெரியும். ரிஷிகளின் செதுக்கிய உருவங்களுமே சிக்குப் பிடித்துத்தான் போயிருந்தன.

இராமன் முழந்தாளிட்டவாறு காத்துக்கொண்டேயிருக்க, அவையில் பரவிய தர்மசங்கடம் வெட்டவெளிச்சமாகியது. அருகாமையில் நின்ற அமைச்சர் மற்றும் பிரதானிகளிடையே பரவிய முணுமுணுப்பு, ஊரறிந்த இரகசியத்தைப் பிரகடனப்படுத்தியது: இராமன், சக்ரவர்த்தியின் மனதுக்குகந்த மகன் இல்லை.

சம்பந்தப்பட்ட மகனோ, அயராமல், அசையாமல் இருந்தான். இது எதுவும் அதிசயமல்ல; அசூயையும், அவமானமும் அவனுக்குப் பழக்கம் என்பதுதான் உண்மை. குருகுலத்திலிருந்து வீடு நோக்கி வைத்த ஒவ்வொரு அடியும் சித்திரவதையே. அவனது பிறப்பின் குற்றத்தைக் கத்தியாய் இதயத்தில் செருக அநேகர் புத்தம்புதிய உபாயங்கள் பயன்படுத்தத் தயங்கவில்லை; மனுப்பிரபு ஆண்டுக்குறிப்பின்படி அவன் பிறந்த வருடமான 7,032யில் படிந்த மாசை யார் மறந்தார்கள்? இளம்பருவத்தில் இதனால் அவன் அடைந்த மனத்துயரத்திற்கு அளவேயில்லை; இப்போதும், தந்தையாகவே மதித்த குரு வஸிஷ்டர் ஒரு முறை சொன்னதை வறண்ட புன்னகையுடன் நினைவிற்கு அழைத்தான்.

கிமாபி நூ ஜநாஹா வதிஷ்யந்தி. தடேவ கார்ய ஜநானாம்.

மக்கள் பிதற்றத்தான் செய்வார்கள். அதுதானே அவர்கள் வேலை?

கணவனை நெருங்கிய கைகேயி, மண்டியிட்டு, பாதி செயலிழந்த தசரதரின் வலது காலை அதற்கென்றே இருந்த பீடத்தில் இழுத்துப் பதித்தாள். பொதுவில் பணிவும் கடமையுணர்வும் மேலிட்ட பத்தினியின் பாவனையை மேற்கொண்டவளின் அடக்கப்பட்ட ஆக்ரோஷம், சற்றே கிடைத்த தனிமையில் சீறிக் கிளம்பியது.

''இராமனை ஆசீர்வதிங்க,'' அடிக்குரலில் உறுமினாள். ''நினைவிருக்கட்டும். குலத்தோன்றல். காவலன் இல்லை.''

உயிர்ப்பின் தடயம் ஒரே ஒரு விநாடி சக்ரவர்த்தியின் முகத்தில் மின்னி மறைந்தது. மோவாயை அரசனுக்கேயுரிய கர்வத்துடன் உயர்த்தியவர், ''ராமச்சந்திரா, ரகுகுலத் தோன்றலே, எழு.''

கடுமை நிறைந்த பார்வையை அவர் மீது வீசிய வஸிஷ்டர், இராமனை நோக்கினார்.

அருகே வரிசை கட்டிய பிரபுவர்க்கத்தாரின் முதல் அணியில், கனத்த அடுக்குகளாய்த் தங்க ஆபரணங்களும் பட்டுப் பீதாம்பரங்களும் உடுத்தி, வெளுத்த தோலும், கூன் முதுகுமாய் ஒரு பெண் நின்றாள். என்றோ அழையா விருந்தாளியாக வந்த வியாதி முகத்தில் விட்டுச் சென்ற கோரமான வடுக்களுடன், கூன் முதுகும் சேர்ந்து அவளைச் சற்று பயங்கரமாக்கியது. அருகே நின்ற மனிதனிடம் லேசாய்த் திரும்பியவள், ''ஹ்ம்ம், புரிந்ததா, த்ருஹ்யூ? குலத்தோன்றல்தானாம். காவலன் இல்லை.''

செல்வாக்கும் செல்வமுமாய் சப்தசிந்துவின் வர்த்தகர்களில் முதன்மையானவளாய்க் கோலோச்சியவளின் வாக்கை மிக்க மரியாதையுடன் கேட்டுத் தலைவணங்கினான் த்ருஹ்யூ. ''உண்மை, மந்த்ராஜி.''

'காவலன்' என்ற அங்கீகாரத்தை தசரதர் அளிக்காதது, மூத்த மகனுக்கான பிரத்யேக உரிமை இராமனுக்கில்லையென்பதை அவையோருக்குத் தெள்ளெனத் தெரிவிக்க, ஏமாற்றத்தை வெளிக்காட்டிக்கொள்ளாத அவனோ, மனதிடத்தைக் கைவிடாமல் எழுந்தான். கரம்குவித்துப் பணிவாய்த் தலைவணங்கி நின்றவன், ''மகத்தான நம் தேசத்தின் தெய்வங்கள் தங்களைக் காக்கும் பணியைத் தொடரட்டும், தந்தையே,'' என்று சம்பிரதாயமாகச் சொல்லிவிட்டு, ஒற்றை அணியாய் நின்ற சகோதரர்களுடன் போய்க் கலந்துகொண்டான்.

அவனோடு ஒப்பிட்டால் உயரம் குறைவென்றாலும், கட்டுமஸ்தாய் விளங்கினான் பரதன். வருடக்கணக்காக உரமேற்றிய பயிற்சிகளின் விளைவு இறுகிய தசைக் கட்டுக்களில் நன்கு வெளியாக, ஆங்காங்கே பெற்ற விழுப்புண்களின் பயங்கரம்கூட, தோற்றத்திற்கு ஒரு வித வசீகரத்தையளித்தன. அம்மாவின் கொடையான

இக்ஷ்வாகு குலத்தோன்றல் 115

வெண்சருமத்தை மேலும் எடுத்துக்காட்டும் விதமாய், கண்ணைப் பறிக்கும் நீலநிறத்தில் தோத்தியும் அங்கவஸ்திரமும் அணிந்திருந்தான். நீண்ட கேசத்தைக் கட்டுக்குள் வைத்திருந்த சிரசாபரணத்தில், நுணுக்கமாய் நூல் வேலைப்பாடு செய்த தங்கநிற மயிற்பீலி மிளிர்ந்தது. உண்மையில் பரதனின் கவர்ச்சி, முகமும் கண்களும்தான்; கூர்த்த நாசியும், உறுதியான மோவாயும், குறும்பு கொப்பளிக்கும் கண்களும் அழகைத் தூக்கிக் காட்டின. அதே கண்களில் இப்போது சோகமே துளிர்த்தது. சகோதரன் இராமன் மீது கவலை நிறைந்த பார்வையை வீசியவன், தசரதரை முறைத்த முறைப்பில் ஆத்திரம்.

வரவழைத்துக்கொண்ட அக்கறையின்மையுடன் முகத்தைத் தூக்கிக்கொண்டு நடந்து சென்று தந்தை முன் ஒரு காலால் முழந்தாளிட்டான் பரதன். தலை வணங்காது அவரை விரோதத்துடன் அவன் வெறித்தது அவையினருக்குப் பெருத்த அதிர்ச்சி.

தசரதரின் அருகே தாமதித்திருந்த கைகேயி, மகனை வழிக்குக் கொண்டு வரும் வகையில் முறைத்தாள். இவ்விதமான மிரட்டலுக்குப் படியக்கூடிய வயதையெல்லாம் தாண்டிவிட்ட பரதன் மசியவில்லை. அடுத்தவர் அறியாதவண்ணம் கணவனருகில் குனிந்து, காதிற்குள் கைகேயி முணுமுணுக்க, தசரதர் சிரமேற்கொண்டு ஒப்பித்தார்.

"பரதா, ரகுகுலத்தோன்றலே, எழு."

'காவலன்' பட்டத்தைத் தானும் அடையாதது குறித்துக் குதூகலமடைந்த பரதன் முகத்தில் ஏராளப் புன்னகை. எழுந்தவன், "இந்திரபகவானும் வருணபகவானும் தங்களுக்கு நல்ல புத்தியளிக்க வேண்டுகிறேன், தந்தையே," என்று அலட்சியமாய் வீசிவிட்டு வேகமாய்ச் சகோதரர்கள் வரிசையில் சேர்ந்து அண்ணனைப் பார்த்துக் குறும்புடன் கண்ணடித்தான். இராமன் முகத்தில் உணர்ச்சியில்லை.

அடுத்து லக்ஷ்மணன் முறை. சபையின் மையத்திற்கு வந்து நின்றவனின் அசாத்திய உயரமும், வழக்கத்திற்கு மீறிய கட்டுமஸ்தான தேகமும் கூடியிருந்தவர்களை ஸ்தம்பிக்க வைத்தன. பரட்டைத்தலையும் கலைந்த உடையுமாய் நடமாடுவதே வழக்கமென்றாலும், இன்று அவனது வெண்ணிறத்திற்குத் தோதாய் நன்கு அலங்காரம் செய்து அனுப்பியிருந்தாள் சுமித்ரா. பிரியத்திற்குரிய

அண்ணனைப்போல், காதில் கடுக்கனும் கழுத்தில் ருத்ராக்ஷ மாலையும் தவிர்த்து லக்ஷ்மணனும் எந்த ஆபரணமும் அணிந்திருக்கவில்லை. அவனுக்குரிய சம்பிரதாயங்கள் சட்டென்று முடிவடைய, அடுத்து வந்தான் ஷத்ருக்னன். எல்லாவிதத்திலும் கடைக்குட்டியான இந்தத் தம்பி, எப்போதும் போல் நறுவிசாய் உடையணிந்து, கேசம் சீவி, நேர்த்தியாய் *தோத்தி*யும் *அங்கவஸ்திர*மும் தரித்து, படாடோபமற்ற அலங்காரத்துடன் பணிவுடன் வந்து நிற்க, ரகுகுலத் தோன்றலாக அவனும் அங்கீகரிக்கப்பட்டு, வரிசையில் நின்றான்.

கட்டியக்காரன் உச்சக்குரலில் அவையை முடிவுக்குக் கொண்டுவர, அருகே நின்ற உதவியாளனுக்குச் சைகை செய்தபடி சக்ரவர்த்திக்கு ஆதரவாக கைகேயியும் முன்னால் வந்தாள். பணியாளன் தோளில் கரம் பதித்த தசரதரின் பார்வை, ஆசனத்தினின்று எழுந்த வஸிஷ்டரின் மீது விழுந்தது. ''குரு*ஜி*,'' என விளித்து நமஸ்கரித்தார்.

வலக்கையை உயர்த்திய வஸிஷ்டர், ''இந்திரபகவான் நீண்ட ஆயுள் அருளட்டும்,'' என ஆசி வழங்கினார்.

தலையசைத்த தசரதர், சற்று தொலைவில் மிகத் தீர்மானமாய்க் குழுமி நின்ற மகன்களின் மீது அசட்டையாய் ஒரு பார்வை வீசினார். இராமனின் மீது விழிகள் பதிய, எரிச்சலுடன் இருமிவிட்டு, பணியாளனின் உதவியுடன் அங்கிருந்து விந்தி நடந்தார். அவரைத் தொடர்ந்து அவையினின்று வெளியேறினாள் கைகேயி.

சக்ரவர்த்தி நீங்கியதைக் கட்டியக்காரன் உரத்து அறிவிக்க, அரசவையினரும் உடனடியாக விலகத் துவங்கினர்.

தூரத்தில் இருந்த நான்கு இளவரசர்களைக் கண்கொட்டாமல் பார்த்தபடி நின்றாள் மந்தரை.

''என்ன விஷயம், அம்மணி?'' த்ருஹ்யூ கிசுகிசுத்தான்.

குரலிலும் உடல்பாஷையிலும் வெளிப்பட்ட பணிவிலிருந்து, அவள் விஷயத்தில் அவனுக்கிருந்த பீதியைக் கணிக்க முடிந்தது. மந்தரையின் செல்வம், சக்ரவர்த்தியுடையதையும் மிஞ்சக் கூடியது என்பது ஊரறிந்த இரகசியம். அது மட்டுமா? சாம்ராஜ்யத்திலேயே அதிக அதிகாரத்துடன் கோலோச்சிய இராணி கைகேயிக்கு மிக நெருக்கமானவர் என்றும் வதந்திகள் உண்டு. இவ்வளவு ஏன்? அம்மணி அரக்கமன்னன் இராவணனுடன் கூட

நட்பு பாராட்டுபவர் என்பது சில விஷமிகளின் கருத்து. சற்றே யோசிக்கும் திறன் படைத்தோர், இதை அதீதம் என்று நிராகரிக்கவும் தவறவில்லை.

''சகோதரர்கள் ஒற்றுமையாகத்தான் இருக்கிறார்கள்,'' மந்தரை கிசுகிசுத்தாள்.

''ஆம், அப்படித்தான் தோன்றுகிறது...''

''இதுவும் சுவாரசியமாகத்தான் இருக்கிறது. எதிர்பாராதது ... ஆனாலும் சுவாரசியம்தான்...''

முதுகுக்குப் பின்னால் ஒரு எச்சரிக்கைப் பார்வை வீசினான் த்ருஹ்யூ. ''என்ன சொல்ல வருகிறீர்கள், அம்மா?''

''சில காலமாகவே இது குறித்து யோசித்துக்கொண்டுதான் இருக்கிறேன். இராமனை அலட்சியமாகப் புறந்தள்ளிவிட முடியும் என்று எனக்குத் தோன்றவில்லை. பதினெட்டு வருடம் அவமானங்களையும் அசூயையையும் ஓயாமல் சந்தித்தும் உறுதியாய் நிற்கிறான் என்றால், மனதாலும் உடலாலும் திடகாத்திரன் என்பதுதான் உண்மை. எளிதில் யாருக்கும் அடங்காத பரதனும் அண்ணனுக்குத் தீவிர விசுவாசி என்பது தெளிவாகிவிட்டது.''

''ஆக, இப்போது நாம் செய்யவேண்டியது என்ன?''

''இருவரும் தகுதியானவர்களே. யார் மீது பந்தயம் கட்டுவது? அதைத் தீர்மானிப்பதுதான் கஷ்டம்.''

''பரதன், ராணி கைகேயியின் மகன் -''

''இளவரசர்களுடன் ரோஷ்னி பழக மேலும் சந்தர்ப்பங்களை உருவாக்க வேண்டிய நேரம் வந்துவிட்டது எனத் தோன்றுகிறது,'' மந்தரை தாட்சண்யமின்றி அவனை இடைவெட்டினாள். ''இவர்களது குணவிசேஷம் பற்றி இன்னும் எவ்வளவோ அறியவேண்டும்.''

த்ருஹ்யூ திடுக்கிட்டுப் போனான். ''அம்மணி, நான் சொல்வதைத் தவறாக எண்ணவேண்டாம்; தங்கள் மகள் தூய்மையே உருவானவர்; அடுத்தவர் கரமோ மனமோ படாத *கன்யாகுமரி*யைப் போன்றவர். அவரால் இந்தக் காரியம் முடியுமா என்று -''

''அவளது தூய்மைதான் முட்டாளே நம் ஆயுதம். விகற்பமில்லாத, உத்தம குணம் கொண்ட பெண் முன்

எந்த ஆண்மகனும் தன்னிலையிழப்பான். களங்கமே தீண்டாதவண்ணம் போற்றிப் பாதுகாக்கப்பட வேண்டிய கன்யாகுமரியின் மீது உரம்பெற்ற அனைத்து ஆண்களுக்குமே உள்ள அலாதி ஈர்ப்பு அது.''

அத்தியாயம் 10

"நன்றி," நுணுக்கமாய்த் தங்க இழை வேலைப்பாடு செய்து வலது மணிக்கட்டில் பளபளத்த *ராக்கி* கயிற்றை ரசனையுடன் ஆராய்ந்தான் பரதன். அவனருகில் நின்ற மெல்லியலாளின் பெயர், ரோஷ்னி.

அயோத்ய இளவரசர்களை அங்கீகரிக்கும் அரசு நிகழ்வுகள் நிறைவேறிச் சில வாரங்கள் கழிந்துவிட்டன. தங்கையை எந்த சந்தர்ப்பத்திலும் அண்ணன் காக்கவேண்டிய பந்தத்தின் சின்னமாய் விளங்கிய *ராக்கி*, ஏற்கனவே லக்ஷ்மணன் மற்றும் ஷத்ருக்னன் கரங்களில் ஏறியிருந்தது. வழக்கத்திற்கு மாறாக இளையவர்களில் ஆரம்பித்து மூத்தவர்களுக்குக் கட்டிக்கொண்டு வந்தாள் ரோஷ்னி. அயோத்யாவின் பிரதான அரண்மனையின் மகத்தான தோட்டத்தில் அவர்கள் அமர்ந்திருந்தனர். மலையுச்சியில் அமைந்திருந்த பிரம்மாண்டமான அரண்மனையிலிருந்து பார்த்தால் கீழே பரந்து விரிந்த நகரமும், மதில்களும், அவற்றைத் தாண்டி வளைந்த பெருங்கால்வாயும் பளிச்செனத் தெரியும். சப்தசிந்து மட்டுமின்றி உலகின் பல்வேறு மூலைகளில் ஸ்தாபிதமான பலப்பல சாம்ராஜ்யங்களினின்று வரவழைக்கப்பட்ட அற்புத அழகும் நறுமணமும் வாய்ந்த பூமரங்கள், சாதாரண தோட்டமாயில்லாமல் அந்த இடத்தைத் தாவரவியல் பூங்காவாக்கியிருந்தன. சப்தசிந்து மக்களின் பன்முகத்தன்மையையே உருவகப்படுத்துவது போல் பலவிதத் தோற்றங்களில் காட்சியளித்ததே அதன் கண்ணைப்பறிக்கும் அழகுக்குக் காரணம். வளைந்து நெளிந்த நடைபாதைகள், கச்சிதமாய் ஜியோமிதி பரிமாணங்களில் அமைந்திருக்கவேண்டிய பச்சைப்பசேல் புல்வெளிகளின் ஓரமாய்ப் பயணித்திருக்க வேண்டும். அயோத்ய அரசாங்கக் கஜானாவின் வறட்சி பூங்காக்களையும் சோதித்திருக்க, அடர் புல்வெளிகளில் அங்கங்கே சொட்டை விழுந்திருந்தது.

சம்பிரதாயமான சந்தனத்திலகத்தை பரதனின் நெற்றியில் தீற்றினாள் ரோஷ்னி. தாயின் தந்த நிறத்தை மகள்

பெற்றிருந்தாலும், பிற விஷயங்களில் அவர்களுக்குள் இருந்த வேற்றுமை பளிச்செனக் கவனத்தைக் கவராமலில்லை. சிறிய கூடு, மெல்லிய தேகம்; உருவத்திற்கேற்றாற்போல் மென்மையான குரலும், குழந்தை மனமும் கனிந்த உள்ளமும் கொண்டவள். வெள்ளை மேலாடை, தந்த நிற *தோத்தி* என அவளது உடை, குடும்பத்தில் கரைபுரண்டோடும் செல்வத்தைப் புறக்கணிப்பது போல் எளிமையை நுணுக்கமாய்ச் சுட்டிக்காட்டியது; தீவிர முகபாவத்தைக் காதில் சிறிய கடுக்கனும், மணிக்கட்டில் ருத்ராக்ஷ மணி கோர்த்த கங்கணமும் சற்றே மலர்த்த, அலையலையாய் புரண்ட நீண்ட கூந்தல், கச்சிதமாய் சுருக்கிட்டிருந்தது. இவையெல்லாம் விட வசீகரிக்கும் அம்சம், ரோஷ்னியின் கண்களே: கடவுளை உள்ளத்தினுள் கண்டுகொண்ட *யோகினி*யின் ஞான ஒளியும், களங்கமற்ற ஆன்மாவின் தூய்மையும், நிபந்தனையற்று சகல உயிர் மீதும் பொங்கும் காருண்யமும் அவளது விழிகளில் ஜொலித்தன.

இடுப்பிலிருந்து தங்க நாணயம் குலுங்கிய சுருக்குப் பையை உருவிய பரதன், ரோஷ்னியிடம் நீட்டினான். ''இந்தாம்மா சகோதரி. வெச்சுக்கோ.''

ரோஷ்னியின் முகத்தில் லேசான சுணக்கம் தென்பட்டது. இப்போதெல்லாம், *ராக்கி* பண்டிகையை முன்னிட்டு சகோதரர்கள் தத்தம் சகோதரிகளுக்குப் பணம் பரிசாகத் தரும் புதிய வழக்கம் முளைத்திருந்தது. அவளைப் போன்ற பெண்களுக்கு இதில் சம்மதமில்லை. அந்தணர், வைஸ்யர், சூத்ரர் என எக்குலத்திற்குரிய பணியும் - வித்தை கற்றுப் பகிர்வதோ; வர்த்தகத்தில் இறங்குவதோ, உடலுழைப்பில் ஈடுபடுவதோ - பெண்களாலும் தாராளமாக முடியும் என்ற உறுதியான நம்பிக்கை அவர்களுக்கு உண்டு. சிற்சில சமயங்களில் அயர வைத்த ஒரே பணி க்ஷத்ரியர்களுக்குரியதே. போருக்கான ஆக்ரோஷமோ, உடல்பலமோ அவர்கள் பெற்றிருக்கவில்லை; இயற்கையருளிய கொடை வேறுவிதம். ஆக, உடலால் பாதுகாப்பு என்ற ஒரு உத்தரவாதம் தவிர்த்து வேறு பரிசுகளை *ராக்கி* பண்டிகையில் பெறுவது, பெண்களின் தாழ்வை உறுதிபடுத்துவதாக அவர்கள் எண்ணம். அதே சமயம், நல்ல செய்கையை அவமரியாதை செய்வது போல நடந்துகொள்ளவும் ரோஷ்னிக்கு விருப்பமில்லை.

''உன்னை விட நான் வயசுல பெரியவ, பரதா,'' ரோஷ்னி புன்னகைத்தாள். ''எனக்கு நீ பணம் பரிசளிக்கிறது

இக்ஷ்வாகு குலத்தோன்றல் 121

சரியில்லைன்னு தோணுது. அதான் என்னைப் பார்த்துக்கறதா வாக்களிச்சிருக்கியே? அதை மனப்பூர்வமா ஏத்துக்கறேன்.''

''ஆகா,'' பரதன் அவசரமாய் தங்கத்தை இடையில் மீண்டும் செருகிக் கொண்டான். ''மந்த்ராஜியின் மகளுக்கெதுக்குப் பணமும் காசும்?''

உடனடியாக மௌனமான ரோஷ்னியைப் பார்த்த இராமனுக்கு, அவள் மனம் புண்பட்டுவிட்டது புரிந்தது. தாயாரிடம் மிதமிஞ்சிப் புழங்கிய செல்வத்தினால் மகள் அடைந்த மனக்கிலேசத்தை அவன் அறிவான். தேசத்தில் ஏழ்மையென்னும் புதைகுழியில் சிக்கிச் சீரழிவோர் குறித்த வேதனை அவளை ஆட்டிப்படைத்தது. அம்மா அடிக்கடியளித்த படாடோபமான கேளிக்கை விருந்துகளை முடிந்தவரை ரோஷ்னி புறக்கணிப்பது தெரிந்த விஷயம். மெய்க்காப்பாளர்களும் வைத்துக்கொள்வதில்லை. *மைத்ரேயி ஸ்ம்ருதி* என்னும் அற்புதச் சட்டநூல் விதித்தபடி உலகிலேயே உன்னதமெனக் கருதப்பட்ட, குழந்தைகள் ஆரோக்கியம் மற்றும் கல்வி சமூகநலத்திட்டங்களில் நேரத்தையும், பணத்தையும் பெருமளவு செலவிட்டாள். மருத்துவ பயிற்சி பெற்றிருந்தபடியால், ஏழை எளியோருக்கு வைத்தியம் செய்தும் முடிந்தவரை உதவினாள்.

''பரதனண்ணா உங்களை *ராக்கி* கட்ட அனுமதிச்சதே அதிசயம், ரோஷ்னிக்கா,'' தர்மசங்கடம் நிலவிய சூழலைச் சற்றுத் தளர்த்தும் விதமாய் தமையனைக் கிண்டலடித்தான் ஷத்ருக்னன்.

''அதானே,'' லக்ஷ்மணன் ஒத்தூதினான். ''எங்க அருமை அண்ணனுக்கு பொண்ணுங்க மேல பாசம் அதிகம். என்ன, சகோதரன்ங்கிற முறையிலதான் இல்ல.''

''நான் கேள்விப்பட்ட வரைக்கும், பொண்ணுங்களுக்கே உன் விஷயத்துலே அந்த எண்ணம் இல்லை,'' ரோஷ்னி வாஞ்சையுடன் பரதனை ஏறிட்டாள். ''உன்னைப் புயல் மாதிரி தாக்கி, கல்யாணம் பண்ணிக் குடியும் குடித்தனமுமா ஆக்கக்கூடிய கனவுக்கன்னி யாரையுமே சந்திக்கலையா?''

''கனவுக்கன்னி இருக்கத்தான் இருக்கா,'' பரதன் சிரித்தான். ''என்ன, தூக்கம் முழிச்சவுடனே காணாமப் போயிடறா.''

ஷத்ருக்னன், லக்ஷ்மணன் மற்றும் ரோஷ்னி கலகலவென்று ரசித்து சிரித்தாலும், இராமனால் அவர்களது

குதூகலத்தில் கலந்துகொள்ள முடியவில்லை. சிரிப்பிலும் களிப்பிலும் ஈடுபட்டு, உள்ளத்தின் வலியை பரதன் மறக்க முயல்வது அவனுக்குத் தெரியும். ராதிகாவை பரதன் இன்னும் மறக்கவில்லை. மென்மையுள்ளம் கொண்ட தம்பி, வாழ்நாள் முழுவதும் அவளை நினைத்து வருந்தாமல் இருக்கவேண்டுமே என்றிருந்தது இராமனுக்கு.

"இப்ப என் முறை," முன்னே வந்தவன், வலக்கரத்தை நீட்டினான்.

தூரத்தில் வஸிஷ்டர் நடந்து செல்வதைக் கண்ட லக்ஷ்மணன், உடனடியாக ஆபத்தை எதிர்நோக்கிச் சுற்றுவட்டாரத்தைப் பார்வையிட்டான். குருவின் மீது அவனது சந்தேகம் முழுமையாக நீங்கினபாடில்லை.

"என்னிக்கும் உனக்குப் பாதுகாப்பா இருப்பேன், சகோதரி," கையில் கட்டியிருந்த தங்க நிறக் கயிற்றைத் தீவிரமாகப் பார்த்தபடி, ரோஷ்னியையும் நோக்கினான் இராமன். "இது சத்தியம்."

அவன் மீது புன்னகையை வீசிய ரோஷ்னி, நெற்றியில் சந்தனத் திலகமிட்டுவிட்டு, திரும்பி, மேடை மீது ஆரத்தித் தாம்பாளத்தை வைக்க நடந்தாள்.

"அண்ணா!" அலறிய லக்ஷ்மணன் முன்னால் பாய்ந்து தமையனை ஒரு பக்கம் பிடித்துத் தள்ளினான்.

அவனது அசாத்திய பலம் இராமனைப் பின்புறம் இழுத்த நொடியில், மிகப்பெரிய ஒரு மரக்கிளை அண்ட சராசரமே இடிவது போன்ற சப்தத்துடன் அவன் சற்று முன் நின்ற இடத்தில் முறிந்து விழுந்தது. லக்ஷ்மணனின் தோளில் பட்டுக் கழுத்தைப் பதம் பார்த்ததில் எலும்பு நொறுங்கி தோலைக் கிழித்துக்கொண்டு வெளியே குத்திட்டு நிற்க, இரத்தம் 'குபுகுபு'வென்று ஆறாய்ப் பயங்கரமாய்ப் பெருகியோடியது.

"லக்ஷ்மணா!" அதிர்ச்சிக்கூவலுடன் சகோதரர்கள் அவனை நோக்கி விரைந்தனர்.

— |X| 🐟 ☀ —

அறுவை சிகிச்சை அறையை விட்டு வெளியேறிய ரோஷ்னி, "ஒண்ணும் ஆபத்தில்லை," என்றாள். ஆயுராலயத்தின்

வரவேற்பறையில் கவலையுடன் நின்றிருந்தனர் வஸிஷ்டர், இராமன், பரதன் மற்றும் ஷத்ருக்னன். சுவரோரமாய், கண்களில் கண்ணீர் முட்ட நாற்காலியில் சிலையாய் சாய்ந்திருந்த சுமித்ரா, உடனடியாக எழுந்து ரோஷ்னியை அணைத்துக் கொண்டாள்.

"நிரந்தரமான பாதிப்பு எதுவும் இருக்காது, தேவி," ரோஷ்னி ஆசுவாசப்படுத்தினாள். "எலும்பைப் பழையபடி திருத்திப் பதிச்சிட்டேன். உங்க மகன் எந்த பிரச்சனையு மில்லாம மீண்டு வந்துருவார். கிளை தலையைப் பதம் பார்க்காதது அதிர்ஷ்டம்தான்."

"லக்ஷ்மணனுடைய உடல் காளையை ஒத்திருப்பதும் நம் அதிர்ஷ்டம்," என்றார் வஸிஷ்டர். "கொஞ்சம் சுரத்தற்றவனாக இருந்திருந்தால் சமாளித்திருக்கமாட்டான்."

பிரபுவர்க்கத்தாருக்கென்றே ஏற்பட்ட பெரிய அறையில் லக்ஷ்மணன் கண் விழித்தான். படுக்கை விஸ்தாரமாய் இருந்தாலும், அடிபட்ட தோளை வருத்தாத வகையில், சற்று கடினமாக அமைந்திருந்தது. இருட்டில் சரியாகக் கண் தெரியவில்லை - ஆனால், ஏதோ லேசான சப்தம் கேட்டது. நொடியில், படுக்கையருகே சிவந்த கண்களுடன் இராமன் நிற்பதைக் கண்டான்.

அண்ணாவை எழுப்பிட்டேன், லக்ஷ்மணன் நினைத்துக்கொண்டான்.

படுக்கையை நோக்கி விரைந்த மூன்று செவிலியர், லக்ஷ்மணன் மறுப்பாய் மெல்லத் தலையசைத்ததில் பின்வாங்கினர்.

இராமன் அவன் சிரத்தை மெல்லத் தொட்டான். "தம்பி ..."

"அண்ணா... அந்த மரம்..."

"கிளை உளுத்துப் போயிருந்தது, லக்ஷ்மணா. அதான் முறிஞ்சிருக்கு. வெறும் துரதிர்ஷ்டம்தான். மறுபடியும் என் உயிரைக் காப்பாத்திட்டே ..."

"அண்ணா... குருஜி..."

"என் மேல விழுந்திருக்க வேண்டியது. நீ வாங்கிக்கிட்டே, தம்பி... எனக்கு விதிச்சிருந்த வலியை நீ ஏத்துக்கிட்டே," இராமன் குனிந்து, லக்ஷ்மணனின் நெற்றியை வருடினான்.

முகத்தின் மீது கண்ணீர்த்துளி விழுந்ததை உணர்ந்தான் லக்ஷ்மணன். "அண்ணா..."

"பேச வேண்டாம். தூங்க முயற்சி பண்ணு. ஓய்வெடுத்துக்கோ," இராமன் முகத்தைத் திருப்பிக் கொண்டான்.

இளவரசனுக்குச் சில மருந்துகளுடன் ரோஷ்னி ஆயுராலயத்திற்குள் நுழைந்தாள். விபத்து நடந்து ஒரு வாரம் கடந்துவிட்டது. லக்ஷ்மணனுக்கு உடலில் பலம் திரும்பியிருக்க, இருப்புக்கொள்ளாமல் புரண்டான்.

"எல்லோரும் எங்கே?"

"செவிலியர் இங்கேதான் இருக்காங்க," புன்னகைத்த ரோஷ்னி, ஒரு கிண்ணத்தில் மருந்துகளைப் பசையாகக் கலந்து, லக்ஷ்மணனிடம் நீட்டினாள். "குளிச்சு, உடுப்பு மாத்த சகோதரர்கள் அரண்மனைக்குப் போயிருக்காங்க. சீக்கிரமே வந்துருவாங்க."

மருந்தைச் சாப்பிட்ட லக்ஷ்மணனின் முகம் அவனையறியாமல் அஷ்டகோணலாகியது. "அய்யே!"

"அய்யேன்னாத்தான் அருமையான மருந்து!"

"வைத்தியர்கள் எல்லாரும் ஏன் சொல்லி வெச்ச மாதிரி நோயாளிகளை வறுத்தெடுக்கறீங்க?"

"நன்றி," கிண்ணத்தை செவிலிப்பெண்ணிடம் அளித்த ரோஷ்னி, "இப்ப எப்படி இருக்கு?" என்றபடி மீண்டும் லக்ஷ்மணனிடம் திரும்பினாள்.

"இடது தோள் இன்னமும் ரொம்ப மரத்துதான் இருக்கு."

"வலிநிவாரணிகளோட வேலை."

"எனக்குத் தேவையில்லை."

"நீ எவ்வளவோ தாங்கக்கூடியவன்னு எனக்கும் தெரியும். ஆனா, என் நோயாளியா இருக்கற வரைக்கும், வலியைப் பொறுத்துக்க வேண்டியதில்லை."

லக்ஷ்மணன் புன்னகைத்தான். ''எங்கக்கா மாதிரி பேசறீங்க.''

''இல்லை, வைத்தியரா பேசறேன்,'' லக்ஷ்மணன் வலக்கையில் இன்னமும் கட்டியிருந்த தங்க *ராக்கி*யை வாத்ஸல்யத்துடன் பார்த்தவாறே கடிந்துகொண்டாள் ரோஷ்னி. வெளியேற யத்தனித்தவள், நின்றாள்.

''என்னாச்சு?'' லக்ஷ்மணன் வினவினான்.

செவிலியரை விலகும்படி கேட்டுக்கொண்டவள், மீண்டும் படுக்கையருகே வந்தாள். ''உன் சகோதரர்கள் அநேகமா இங்கேயேதான் பொழுதைக் கழிச்சாங்க. உங்கம்மாவும், மற்ற தாய்மார்களும் கூடத்தான். ஒவ்வொரு நாளும் எல்லோரும் இங்கே வந்து, உன்னைப் பார்த்துட்டு, நாள்ள முக்கால்வாசி கழிச்சிட்டு, தூங்க மட்டும் அரண்மனைக்குத் திரும்பினதெல்லாம் அதிசயமில்லை; எதிர்பார்த்ததுதான். ஆனா, ராமன் ஒரு வாரம் வீட்டுக்கே போக மறுத்து, இங்கேயே இருந்ததை நீ தெரிஞ்சிக்கணும். இதே அறையிலதான் இரவைக் கழிச்சார். செவிலிமார்கள் நியாயமா செஞ்சிருக்க வேண்டிய எத்தனையோ காரியங்களை அவர் தான் பார்த்துக்கிட்டார்.''

''தெரியும். எங்கண்ணாவாச்சே ...''

ரோஷ்னி புன்னகைத்தாள். ''ஒரு நாள் இராத்திரி ரொம்ப நேரம் தாண்டி, உன்னைப் பரிசோதிச்சிட்டுப் போகலாம்னு வந்தேன். இவர் தூக்கத்துல பேசிக்கிட்டிருந்தார்: ''நான் செஞ்ச குற்றங்களுக்கு என் தம்பியைப் பழிவாங்காதே; என்னை தண்டிச்சிடு; என்னை தண்டிச்சிடு ...'''

''எல்லாத்துக்கும் தன் மேலே பழி சுமத்திக்குவான்,'' என்றான் லக்ஷ்மணன். ''அவன் வாழ்க்கையையே எல்லாரும் பாழடிச்சிட்டாங்க. உயிரோட நரகத்துல தள்ளிட்டாங்க.''

அவன் எதைப் பற்றிப் பேசுகிறானென்று ரோஷ்னிக்குப் புரியாமலில்லை.

''நம்ம தோல்விக்கு அண்ணாவைக் குற்றம் சொல்றது எந்த வகையில நியாயம்? அவன் பிறந்ததே அன்னைக்குத்தான். இலங்கை வீரர்கள் நல்லா சண்டையிட்டதனாலே ஜெயிச்சாங்க. நாம தோத்தோம்.''

''லக்ஷ்மணா, இதுக்காக நீ ஒண்ணும் ...''

''அபசகுனமாம்! சாபக்கேடாம்! துரதிர்ஷ்டசாலியாம்! அவன் மேல சுமத்தப்படாத அவமானம்னு ஏதாவது இருக்கா? எல்லாத்தையும் தாண்டி துணிச்சலா நிமிர்ந்து நிக்கறான். யார் மேலையும் வெறுப்போ, கொஞ்சம் கூட அசூயையோ இல்லை. இந்த உலகத்தை வெறுத்தே அவன் வாழ்நாளைக் கழிச்சிருக்கலாம். ஆனா, கௌரவமா வாழணும்னு நினைக்கறான். பொய் சொல்றதே கிடையாது. அது தெரியுமா உங்களுக்கு? பொய்யே சொல்லமாட்டான்!'' லக்ஷ்மணன் கண்களில் இப்போது கண்ணீர் கரகரவென்று வழிய, அழவே ஆரம்பித்துவிட்டான். ''அப்பேர்ப்பட்டவன், ஒரே ஒரு முறை பொய் சொன்னான் - எனக்காக! அனுமதி கிடையாதுன்னு தெரிஞ்சும் ராத்திரி குதிரையோட்டிக்கிட்டுப் போனேன். கீழே விழுந்து மோசமா அடிபட்டுக்கிட்டேன். அம்மா ரொம்ப கோவிச்சுக்கிட்டாங்க. ஆனா, என்னைக் காப்பாத்த அண்ணா பொய் சொன்னான். குதிரைலாயத்துல அவனோட நான் இருந்ததாகவும், என்னைக் குதிரை உதைச்சிட்டதாகவும் சாதிச்சான். அவன் பொய்யே சொல்லமாட்டான்கிறதால அம்மாவும் உடனே நம்பிட்டாங்க. அவனைப் பொறுத்தவரை, பொய் சொல்லி ஆன்மாவைக் கறைப்படுத்திக்கிட்டாலும், எங்கம்மாவோட கோவத்திலேர்ந்து என்னை மீட்கத்தான் செஞ்சான். அவனைப் போய் ஜனங்க எப்படியெல்லாம் ...''

சற்று முன்னே வந்த ரோஷ்னி, மெல்ல லக்ஷ்மணனின் முகத்தைத் தொட்டு, துடைத்துவிட்டாள்.

''அவன் எப்பேர்ப்பட்டவன்னு என்னிக்காவது இந்த உலகம் தெரிஞ்சிக்கத்தான் போகுது,'' ஒரு வித ஆவேசத்துடன் கன்னங்களில் கண்ணீர் ஆறாய்ப் பெருக லக்ஷ்மணன் பேசிக்கொண்டே போனான். ''ஜொலிக்கிற சூரியனை கரிய மேகங்கள் எத்தனை நாள்தான் மறைக்க முடியும்? ஒரு நாள் இருள் விலகும்; உண்மை ஜோதிமயமா காட்சியளிக்கும். அன்னிக்குத் தெரியும் எல்லாருக்கும், எங்கண்ணாவைப் பத்தி ...''

''எனக்கு ஏற்கனவே தெரியும்,'' என்றாள் ரோஷ்னி, மெதுவாக.

ஏறக்குறைய அரண்மனையின் பரிமாணங்களைக் கொண்ட இல்லத்தின் வர்த்தகக்கிளையின் கோடியில்,

அவளது பிரத்யேக உபயோகத்திற்கான அலுவலக அறையின் ஜன்னலோரமாய் நின்றாள் மந்தரை. சமச்சீராய், துல்லியமாய் வடிக்கப்பட்ட தோட்டமும், அதை உள்ளடக்கிய வளாகமும் அழகே உருவெடுத்திருந்தாலும், சக்ரவர்த்தியின் மனையை விடச் சிறியதாக முன்யோசனையுடன் அமைக்கப்பட்டிருந்தன. அவை அமர்ந்திருந்த மலையுச்சியும், இராஜவம்சத்தாரின் அரண்மனை இருந்த சிகரத்தை விடச் சற்று உயரம் குறைவே. சமூகத்தில் மந்தரையின் இடத்தைக் கச்சிதமாய் எடுத்துரைத்தது அவளது இல்லம்.

மந்தரை முட்டாளல்ல; மிகச் சாதுர்யமான வியாபாரியென்பதில் சந்தேகமுமில்லை. செல்வச்செழிப்பில் புரண்டாலும், வர்த்தகத்திற்குச் சாதகமல்லாத சப்தசிந்துவில் அவளின் அந்தஸ்து குறைவுதான். முகத்துக்கெதிரே சொல்லும் தைரியம் இல்லாவிட்டாலும் முதுகுக்குப் பின்னால் முணுமுணுக்கப்படும் வார்த்தைகள் அவள் கவனத்திற்கு வராமல் இருந்ததில்லை: *பரதேசி அரக்கன் இராவணனின் பணத்தாசை பிடித்த அடிவருடி.* உண்மை நிலை வேறு: சப்தசிந்துவிற்கு வெளியே நடைபெற்ற வர்த்தகம் அனைத்தும் அரக்கமன்னனின் ஏகபோகக் கட்டுப்பாட்டில் இருந்ததால், வியாபாரிகள் அவனது இலங்கை வர்த்தகர்களுடன் தொழில்முறை உறவு கொண்டாடியே ஆகவேண்டும். இப்படியொரு உடன்படிக்கையைச் செய்துகொண்டது சப்தசிந்து வேந்தர்களேயன்றி, வியாபாரிகள் அல்ல - ஆனால், அதைப் பின்பற்றுவதால் அவமானமடைவதும், பாதிக்கப்படுவதும் வர்த்தகர்கள்தான். அனைவருக்கும் முன்னணியில் வெற்றிகரமாய்ச் செயல்பட்ட மந்தரையை, வியாபாரிகள் மீதான பொதுவான அசூயை அதிகம் தாக்கியதில் அதிசயமில்லை.

ஆனால், சிறு வயதில் சந்தித்த கணக்குவழக்கில்லாத அவமானங்கள் இன்னும் எத்தனையோ பிறவிகளின் பயங்கரத்தைச் சந்திக்கும் திண்மையை அவளுக்குக் கொடுத்திருந்தன. ஏழைக் குடும்பத்தில் பிறந்த மந்தரையை குழந்தைப் பிராயத்தில் தாக்கிய பெரியம்மை, ஏற்கனவே சோகை படிந்த முகத்தைப் பொத்தலாக்கியது போதாமல், பதினோரு வயதில் இளம்பிள்ளைவாதமும் கைவரிசையைக் காட்டியதில், நாளாவட்டத்தில் வீர்யம் குறைந்தாலும் வலது பாதம் சற்றே விளங்காமல், ஒரு மாதிரி விந்தி விந்தித்தான் செல்ல முடிந்தது. சரியாக நடக்க முடியாததால் இருபது பிராயத்தில், தோழி வீட்டு உப்பரிகையினின்று

தவறி விழுந்ததில், முதுகும் கோரமாய் பாதிக்கப்பட்டது. இளமைப்பருவத்தில் கொடூரமாய் நிந்தித்தவர்களுக்குக் கணக்கில்லை; இப்போது நேருக்கு நேர் மட்டம் தட்டும் தைரியமில்லாவிட்டாலும், அருவருப்புடன் நோக்குபவர்கள் அநேகம். அவள் வசம் இருந்த செல்வம் கொண்டு கோசலை மட்டுமல்ல, மேலும் சில இராஜ்யங்களின் அரசாங்க செலவைக் கடன் என்ற பேச்சுக்கே இடமின்றி முழுமையாய்ச் சமாளிக்கலாம். நிலைமை இப்படியிருக்க, அவளிடத்தில் அதிகாரமும், ஆதிக்கமும் அபரிமிதமாய்ச் சேர்ந்ததில் அதிசயமில்லை.

''அம்மா, என்ன விஷயமாய் என்னிடம் பேச விரும்பினீர்கள்?'' மிகுந்த வினயத்துடன் சில அடிகள் விலகியே நின்று வினவினான் த்ருஹ்யூ.

மேஜையினருகே விந்திய மந்தரை, பிரத்யேகமாய் வடிவமைத்த மெத்தை தைத்த நாற்காலியில் அமர்ந்தாள். மறு கோடியில் நின்றான் த்ருஹ்யூ.

அவள் விரலைக் குறுக்க, உடனடியாக மேஜையைச் சுற்றி தளர்நடையிட்டவன், நெருங்கிய நொடியில் மண்டியிட்டான். அலுவலகத்தில் அச்சமயம் எவருமில்லை; அவர்களிடையே நிகழும் வார்த்தைப் பரிமாற்றத்தை கவனிப்பாரும் கிடையாது. காரியதரிசிகளின் வளாகத் தரைத்தளத்தில் உதவியாளர்கள் குழுமியிருந்தனர். ஆனால், த்ருஹ்யூவிற்கு அவளது மௌனங்கள் தெரியும்; எதிர்வாதம் புரியும் திராணியுமற்றவன். ஆகையால், காத்திருந்தான்.

''வேண்டியதைத் தெரிந்துகொண்டுவிட்டேன்,'' மந்தரை அறிவித்தாள். ''எனதருமை ரோஷ்னி, தன்னையுமறியாமல் இளவரசர்களின் பிரத்யேகக் குணாதிசயங்களைத் தெரிவித்துவிட்டாள். பலவாறாக ஆலோசித்து ஒரு முடிவுக்கு வந்துவிட்டேன். அரசின் வெளியுறவுத்துறை பரதன் பொறுப்பில் இருக்கும். ராமன், நகர்க்காவலைப் பார்த்துக்கொள்ளட்டும்.''

த்ருஹ்யூ திகைப்புடன் அவளை நோக்கினான். ''இளவரசன் ராமன் மீது தங்களுக்குப் பிடித்தம் ஏற்பட்டுவிட்டதென்றல்லவா எண்ணினேன்?''

பிற இராஜ்யங்களுடன் நல்லுறவு பூணும் வாய்ப்பை அளிப்பதன் மூலம் எதிர்கால சாம்ராஜ்யத்தை நிர்மாணிக்கும் அரிய, மகத்தான சந்தர்ப்பத்தை எந்த அயோத்ய

இளவரசனுக்கும் தரக்கூடியது வெளியுறவுத்துறை. சப்தசிந்து இராஜ்யங்கள் கூட்டமைப்பின் தலைமைப்பீடமாய் இருப்பினும், முன்பிருந்த செல்வாக்கோ, அதிகாரமோ இப்பொழுது அயோத்யாவிடம் இல்லை. சுற்றியுள்ள தேசங்களுடனான உறவை பலப்படுத்திக்கொள்ளக்கூடிய பொறுப்பில் இருப்பது, பின்னாளில் எத்தனையோ நன்மைகளுக்கு வழிவகுக்கும்.

நகர்க்காவல் பொறுப்போ, இளவரசனுக்கு எவ்வகையிலும் சாதகமாகவோ, நல்ல பயிற்சிக்களமாகவோ அமைய வாய்ப்பில்லை. குற்றங்கள் மலிந்து சட்ட ஒழுங்கு சீர்கேடடைந்திருந்த நிலையில், பல செல்வந்தர்கள் தனிப்பட்ட மெய்க்காப்பாளர் படையே பராமரித்து வந்தனர். இதனால் அதிகம் பாதிக்கப்பட்டது ஏழை வர்க்கம்தான். சிக்கலான இந்தச் சமூக நிலையை அளவுக்கு மீறி எளிமைப்படுத்துவது நியாயமில்லைதான். தற்போதைய குழப்பக் குளறுபடிகளுக்கு பெருமளவில் பொறுப்பாளிகள் மக்களே. சமுதாயத்தில் ஒரு சிறிய சதவிகிதம் குற்றம் செய்தால் சமாளித்துவிடலாம்; சட்டம் ஒழுங்கைக் காப்பாற்றிவிடலாம் - ஏறக்குறைய சமூகம் முழுவதுமே சட்டத்தை மதிக்காமலிருக்கவும், மீறவும் தலைப்பட்டால், எப்பேர்ப்பட்ட அரசாங்கத்தினாலும் சீர்கேட்டையோ, ஏற்ற தாழ்வையோ தடுக்கமுடியாது என்று குரு வஸிஷ்டரே ஒரு முறை கூறியதுண்டு. அதுவும், அயோத்யாவில் சட்டம் ஒழுங்கின் மீது கடைநிலை குடிமகனுக்குக் கூட மரியாதையில்லை என்பதுதான் நிஜம்.

அரசாங்க வெளியுறவுத்துறையை பரதன் ஏற்றுத் திறம்பட நிர்வகித்தால், தசரதரின் இறப்பின் பேரில், அரியணை ஏறி அவன் ராஜ்யபாரம் தாங்குவதற்கான வாய்ப்பு உறுதிப்படும். இராமனோ, பலனற்ற பணி கொடுக்கும் வெற்றிடத்தில் நிலைதடுமாற வேண்டிவரும். சட்டதிட்டங்களைக் கடுமையாய் அமல்படுத்தி குற்றங்களைக் கட்டுப்படுத்தினால், மக்கள் அவனது கெடுபிடியான நடவடிக்கைகளினால் வெறுப்படையக்கூடும்; அன்றி, மென்மையாக நடந்துகொண்டால், மட்டுப்படாமல் அதிகரிக்கும் குற்றங்களினாலும் அவன் மீது பழி வரும். அப்படியே மகத்தான சாதனையால் குற்றங்களையும் குறைத்து, மக்களின் பேராதரவையும் ஒருங்கே பெற முடிந்தாலும் பலனில்லை: அயோத்யாவின் அடுத்த மன்னனுக்கான தேர்வில் மக்களுக்கோ, அவர்களது நன்மதிப்பிற்கோ பங்கில்லை.

''பிடித்தமில்லாமலில்லை,'' மந்தரை அசட்டையாகச் சொன்னாள். ''ஆனால், அவனைவிட லாபத்தின் மீது பற்று அதிகம். வியாபாரப் பந்தயத்தில் ஜெயிக்க, சரியான குதிரை மீது பணம் கட்டவேண்டும். போட்டி ராமனுக்கும் பரதனுக்குமில்லை; அவர்கள் தாய்மார்களுக்கிடையில். கைகேயிதான் ஜெயிப்பாள் என்பதில் சந்தேகமில்லை. அதென்னவோ நிச்சயம். ராமன் எப்பேர்ப்பட்ட திறமைசாலியாக இருந்தாலும், அவளைச் சமாளிக்கக் கூடியவனில்லை.''

''உண்மை, அம்மணி.''

''இன்னொன்றையும் மறந்துவிடாதே: பிரபுவர்க்கம் அவனை வெறுக்கிறது. கரச்சாபா யுத்தத்தில் அடைந்த தோல்விக்கு அவனைக் குற்றம் சாட்டுகிறது. ராமனுக்கு ஆதரவளிக்கும்பட்சத்தில், அவனை நல்ல நிலைக்குக் கொண்டுவர கணக்கில்லாமல் லஞ்சமளிக்க வேண்டியிருக்கும். பரதனை வெளியுறவுத்துறைக்கு தலைவனாக்க, பிரபுவர்க்கத்தினருடன் போராட வேண்டியதில்லை.''

''நம் செலவினமும் சற்றுக் குறையும்,'' த்ருஹ்யூ புன்னகைத்தான்.

''ஆம். வர்த்தகத்திற்கு நல்லது.''

''ராணி கைகேயியும் நம்மிடத்தில் நன்றி பாராட்டுவார்கள் என்றே நினைக்கிறேன்.''

''அதுவும் நமக்குச் சற்றே சற்று சாதகம்தான்.''

''நான் பார்த்துக்கொள்கிறேன், அம்மா. இராஜ குரு வஸிஷ்டரும் அயோத்யாவில் இல்லையென்பதால், நம் காரியம் எளிதாகும். இளவரசன் ராமனுக்கு அவர் பலத்த ஆதரவு.''

வாயைவிட்டு வார்த்தைகள் வெளிவந்த அடுத்த கணம், இராஜகுருவைப் பற்றிப் பேச்செடுத்ததன் தவறை உணர்ந்தான் த்ருஹ்யூ.

''குரு*ஜி* இருக்குமிடத்தை இன்னுமா கண்டுபிடிக்க வில்லை?'' மந்தரை எரிச்சலுடன் வினவினாள். ''இத்தனை காலமாக விலகியிருக்குமளவு எங்கேதான் சென்றிருக்கிறார்? எப்போது திரும்பப்போகிறார்? ஏதேனும் தெரியுமா உனக்கு?''

"இல்லை, அம்மணி," தலைகுனிந்தான் த்ருஹ்யூ. "மன்னியுங்கள்."

"உனக்கு ஏன் இத்தனை பணம் கொடுத்து பராமரித்து வருகிறேன் எனப் புரியத்தான் இல்லை."

மறுவார்த்தை பேசத் துணிவின்றி, ஆணியடித்தாற்போல் நின்றான் த்ருஹ்யூ. அசட்டையாகக் கையசைத்து, அவனை விலக ஆணையிட்டாள் மந்தரை.

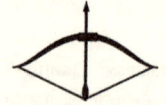

அத்தியாயம் 11

''நகர்க்காவல் தலைவர் பொறுப்பை பிரமாதமா ஏத்து நடத்தப் போறீங்க,'' ரோஷ்னியின் கண்களில் குழந்தைத்தனமான ஆர்வம் மின்னியது. ''குற்றமெல்லாம் கணிசமாக் குறைஞ்சு, பாவப்பட்ட மக்களுக்கும் கொஞ்சம் நிம்மதி கிடைக்கும்.''

இராணுவத்தில் துணைத்தலைவர் போன்று உயர்ந்த பொறுப்புள்ள பதவி கிட்டாத ஏமாற்றத்தையும் மனச்சோர்வையும் வெளிக்காட்டாமல் அரண்மனைத் தோட்டத்தில் அமர்ந்திருந்தவனுக்குத் துணையாய் உட்கார்ந்திருந்தாள்.

''என்னால ஆகக்கூடிய விஷயமான்னு தெரியல,'' என்றான் இராமன். ''நல்ல நகர்க்காவல் தலைவனுக்கு, மக்களின் ஆதரவு அவசியம்.''

''உங்களுக்கு அது இல்லைன்னு நினைக்கறீங்களா?''

''பொய் சொல்ற பழக்கம் உனக்குக் கிடையாதுன்னு எனக்குத் தெரியும், ரோஷ்னி,'' இராமன் சோகையாய்ப் புன்னகைத்தான். ''ஜனங்க உண்மையிலேயே என் பக்கம்னு நினைக்கறியா? இலங்கைகிட்டே அடைஞ்ச தோல்விக்கு என்னைத்தான் எல்லாரும் குற்றம் சொல்றாங்க. 7032ங்கிற கறை என்மேல அழுத்தமா படிஞ்சிருக்கு.''

''இது வரைக்கும் யாரோட உறவாடியிருக்கீங்க? நம்மைப் போல உயர் மட்டத்துல பிறந்த ''நல்லபிறப்பு''க்கள்கூடத்தானே?'' ரோஷ்னி முன்னே சாய்ந்து, தீவிரமாய் வினவினாள். ''அவங்களுக்கு உங்களைப் பிடிக்கலைங்கிறது உண்மைதான். ஆனால், இங்கே இன்னொரு அயோத்யா - ''நல்ல பிறப்பை'' அடையாத அயோத்யாவும் இருக்கு. அவங்களுக்கும், பிரபு வர்க்கத்தாருக்கும் என்னிக்கும் ஒத்துக்காது. உயர்மட்டம் இழிவுபடுத்தறவங்க மேலெல்லாம் கீழ்த்தட்டுக்குப் பாசம்

இக்ஷ்வாகு குலத்தோன்றல் 133

பிறக்கும். பெரிய மனுஷங்க ஒதுக்கறதுனாலேயே, சாதாரண மக்கள் உங்களை ஏத்துக்குவாங்க. அவ்வளவு ஏன், அதே காரணத்துக்காக உங்களைப் பின்பற்றுவாங்கன்னு கூட சொல்லலாம்.''

இதுவரை அரசகுல வாழ்க்கை என்னும் காற்றுக் கொப்புளத்திற்குள்ளேயே நாட்களைக் கழித்திருந்த இராமனுக்கு, அவள் சொன்னவற்றால் ஆர்வம் தோன்றியது.

''நம்மை போலுள்ளவங்க யதார்த்த உலகத்துல பிரவேசிக் கிறதே இல்லை. அங்கே நடக்குறது பரிச்சயமுமில்லை. ஆனா, சாதாரண மக்களோட பழகின எனக்கு அவங்களைக் கொஞ்சம் புரியவும் செய்யுது. உங்களை வெறுத்து ஒதுக்கறதன் மூலம், அடித்தட்டு மக்களுக்கு உங்க மேல பிடிப்பு ஏற்படக்கூடிய அரிய சந்தர்ப்பத்தை பிரபுவர்க்கம் உருவாக்கி உதவியிருக்காங்கன்னுதான் சொல்லணும். இதையே காரணமாக்கி, கீழ்த்தட்டு மக்களோட அன்பைச் சம்பாதிக்கலாம். உங்க சொல்பேச்சைக் கேக்கவும் வெக்கலாம். உங்களால நகரத்துல குற்றங்களை குறைக்க முடியும் - நல்லாவே முடியும்னு தோணுது. நீங்க நினைச்சா எத்தனையோ நன்மைகள் செய்யலாம். நான் உங்க மேல வெச்சிருக்கிற நம்பிக்கை உங்களுக்கே உங்க மேல வரணும், சகோதரரே.''

இராமன் வழக்கில் கொண்டு வந்த சமூகமாற்றங்கள், ஒரே வருடத்திற்குள் பலனளிக்கத் துவங்கின. மக்களை ஆட்டிப்படைத்த பிரச்சனைகளில் முதன்மையானதெனக் கருதியதையே அவன் நேருக்கு நேர் சந்தித்தான்: சட்டம் குறித்த பரிச்சயம் பலருக்குக் கொஞ்சமுமில்லை. இன்னும் சிலருக்கு, சட்ட நூல்களான *ஸ்ம்ருதி*க்களின் தலைப்புக்கள் தெரியவில்லை. இந்த அறியாமைக்குக் காரணமில்லாமலில்லை: பல நூற்றாண்டுகளாக மாறிக் கொண்டே வந்த சட்டங்கள் ஒவ்வொரு நூலிலும் ஒவ்வொரு விதமாக குறிக்கப்பட்டிருந்ததால், ஏகமாய்ப் புழங்கிய விதிமுறைகள் குறித்து யாருக்கும் சரிவரத் தெரிந்திருக்கவில்லை. *மனுஸ்ம்ருதி*யைப் பற்றிய பொதுப்படையான ஞானம் இருந்தாலும், அதன் வெவ்வேறு வடிவங்களை - உதாரணமாய், *ப்ரிஹத்மனு ஸ்ம்ருதி*; பிரபல *யாக்ஞுவல்க்ய ஸ்ம்ருதி*, *நாரத ஸ்ம்ருதி*,

ஆபஸ்தம்ப ஸ்ம்ருதி, அத்ரி ஸ்ம்ருதி, யம ஸ்ம்ருதி மற்றும் *வ்யாஸ ஸ்ம்ருதி* - எவரும் அறிந்திருக்கவில்லை. காவல்துறையினரோ, தெரிந்த சட்டங்களை அரையும் குறையுமாய், சமயத்திற்கேற்றாற்போல் பயன்படுத்தினர். அவரவர் பிறந்த குலத்தைப் பொறுத்து நீதிபதிகளுக்குப் பிற *ஸ்ம்ருதி*க்களைக் குறித்த குறைந்தளவு ஞானம் இருந்தது. ஒரு குறிப்பிட்ட *ஸ்ம்ருதி*யின் விதிகளின்பேரில் காவல்துறையினர் ஒருவரைக் கைது செய்தால், வழக்கை விசாரிக்கும் நீதிபதி, வேறொன்றின் விதிகளைக் கொண்டு நீதி வழங்க, குழப்பமும் குளறுபடியும் உச்சகட்டத்தை எட்டுவது வழக்கமாயிருந்தது. வெவ்வேறு *ஸ்ம்ருதி*க்களிலிருந்த பொத்தல்களைச் சாதகமாக்கிக் குற்றவாளிகள் தப்பிக்க, சட்டம் குறித்த அறியாமையால் கணக்குவழக்கில்லாமல் சிறைகளில் நிரம்பி வழிந்த நிரபராதிகள் வாடினர்.

சட்டத்தை எளிமையாக்கி, ஒன்றுபடுத்தவேண்டியதன் அவசியத்தை இராமன் உணர்ந்தான். *ஸ்ம்ருதி*க்களை ஆழ்ந்து ஆராய்ந்தவன், எளிய, நியாயமான, மக்களுக்கு இக்காலகட்டத்தில் பொருந்தக்கூடியதெனக் கருதிய கோர்வையான சட்டங்களைத் தேர்ந்தெடுத்துத் தொகுத்தான். இவையே இனி அயோத்யாவை வழிநடத்தும்; பிற *ஸ்ம்ருதி*க்கள் வழக்கொழியும். கற்பலகைகளில் பொறிக்கப் பெற்று நகரின் கோயில்களெங்கும் நிறுவப்பட்ட புதிய சட்டங்களில் முக்கியமானது, கடைசியில் குறிக்கப்பட்டிருந்தது: சட்டம் குறித்த அறியாமை எக்காரணம் கொண்டும் ஒப்புக்கொள்ளப்படமாட்டாது. ஒவ்வொரு நாள் காலையும், நகர்க் கட்டியக்காரர்கள் சட்டங்களை வாய்மொழியாகக் கூவிச் செல்லவேண்டியது; வெகு விரைவில் அவை மக்களுக்கு அத்துபடியாகிவிடும்.

சீக்கிரத்தில் இராமனுக்கு ஒரு புதிய மரியாதைவிளி மக்களிடையே ஏற்பட்டது: சட்டம் அளித்த இராமன்.

அடுத்து அவன் கொண்டு வந்தது மேலும் புரட்சி கரமான மாற்றம்: பயமோ, பாரபட்சமோ இன்றி சட்டங்களை அமல்படுத்தும் அதிகாரத்தைக் காவல்துறைக்கு வழங்கினான். ஒரு எளிய விஷயம் இராமனுக்கு நன்கு புரிந்தது: காவல்துறையினர் சமூகத்திடமிருந்து மரியாதையை எதிர்பார்த்தார்கள்; அது கிடைக்கும்படியான சந்தர்ப்பம் இதுவரை கிட்டியதில்லை. செல்வமும் செல்வாக்கும் படைத்த குற்றவாளிகளைத் தயவு தாட்சண்யமின்றி கைது செய்வதால் காவல்துறையின் மேல் பயபக்தி உண்டாகும். மக்களுக்கான

சட்டங்களுக்குத் தானும் விதிவிலக்கல்ல என்பதை இராமனும் மீண்டும் மீண்டும் நிரூபிக்கத் தவறவில்லை.

அடிக்கடி கதையாய்ச் சொல்லப்படும் ஒரு சம்பவம்: இருள் கவியும் நேரம் ஒரு சமயம் கோட்டைக்கதவுகளைச் சார்த்தியபின் நகருக்கு வந்து சேர்ந்தான் இராமன். இளவரசனைக் கண்டு கதவுகளைத் திறந்தான் வாயிற்காப்போன். எவர் பொருட்டும் இரவு கோட்டைக் கதவுகள் திறக்கப்படக்கூடாதென்ற சட்டத்தைத் தனக்காக மீறியவனை இராமன் கடிந்துகொண்டான். அன்றிரவு முழுவதையும் கோட்டைக்கு வெளியே கழித்தவன், மறு நாள் காலைதான் நகருக்குள் நுழைந்தான். இந்த நிகழ்வைக் கண்டுகொள்ளாமல் பிரபுவர்க்கம் பிடிவாதமாய் முகத்தைத் திருப்பிக்கொண்டாலும், சாதாரணர்கள் மாதக்கணக்காக பேசித் தீர்த்தனர். உண்மையில் மேல்தட்டு மக்களை ஆட்டிப் படைத்தது வேறொன்று: குற்றம் செய்து சட்டத்தின் கிடுக்கிப் பிடியில் சிக்கி, லஞ்சமும் மிரட்டலுமாய்க் காவல்துறையிடமிருந்து விடுவித்துக்கொள்ள முயலும்போது இராமன் குறுக்கிட்டதை அவர்களால் சகிக்கக்கூடவில்லை. சட்டத்தின் முன் குற்றவாளிகளாய்த் தாங்களும் நிற்கவேண்டி வந்ததைக் கண்டு வாயடைத்தாலும், கருணை எதிர்பார்ப்பது முட்டாள்தனம் என்பதை விரைவில் உணர்ந்தனர். இராமனின் மீது பிரபுக்களின் வெறுப்பு பொங்கிப் பெருகியது. ஆபத்தானவன்; சர்வாதிகாரி போன்ற குற்றச்சாட்டுகள் அதிகரித்துப் பரவத் துவங்கின. பொதுமக்களுக்கோ, அயோத்யாவின் மூத்த இளவரசன் மீது அபிமானம் கூடியது. குற்றவாளிகள் சிறைக்கோ, மேலுலகத்திற்கோ மூட்டை கட்டப்பட்டதில், குற்றங்களின் எண்ணிக்கை 'தடா'லெனக் குறைந்தது. நிரபராதிகள் மேன்மேலும் விடுவிக்கப்பட்டு, நகரில் பாதுகாப்பு கூடியது. இரவு நேரங்களில் பெண்கள் தனியே வெளிவரத் துவங்கினர். வாழ்க்கையின் இந்த அபார முன்னேற்றத்திற்குக் காரணகர்த்தாவான இராமனும், நியாயமாய் அதற்குரிய நற்பெயரை அடைந்தான்.

இராமனின் நாமம் மகத்தான காவியமாய் மாற எத்தனையோ வருடங்கள் ஆகலாம்; அதற்குரிய பயணம் ஆரம்பமாகிவிட்டது உண்மை. பொதுமக்களிடையே, ஒரு நட்சத்திரம் மெல்ல மெல்ல ஜொலிக்கத் துவங்கியிருந்தது.

''தேவைக்கு மீறிப் பகைவர்களைச் சம்பாதித்துக் கொள்கிறாய், குமாரா,'' என்றாள் கௌஸல்யா. ''சட்டத்தை அமல்படுத்துவதில் இவ்வளவு தீவிரம் காட்டுவது நல்லதல்ல.''

பிரபுக்களிடமிருந்து ஓயாமல் குற்றச்சாட்டுகள் குவிந்தவண்ணம் இருக்க, வேறு வழியின்றி மகனைத் தன் அறைகளுக்கு வரவழைத்திருந்தாள். கடமையைச் சரிவர நிறைவேற்றுவதில் இராமன் காட்டும் தீவிரம், அரசவையில் அவனுக்கிருந்த சில ஆதரவாளர்களையும் ஒழித்துவிட்டால் என்ன செய்வதென்பது அவள் கவலை.

''சட்டத்தை ஆளுக்கேத்த மாதிரி பிரயோகிக்க முடியாது *மா*,'' என்றான் இராமன். ''அது எல்லோருக்கும் பொது. பிரபுக்களுக்குப் பிடிக்கலைன்னா, மீறாமப் பார்த்துக்கணும்.''

''நான் பேசுவது சட்டம் பற்றியேயல்ல, ராமா. சேநாதிபதி ம்ருகஸ்யரின் பிரதம உதவியாளர்களில் ஒருவரை தண்டிப்பதால் உன் தந்தையின் நன்மதிப்பைப் பெற முடியுமெனக் கருதினால், அது பெரும் தவறு. கைகேயியின் மாய வலையில் முழுதும் சிக்குண்டிருக்கிறார் அவர்.''

மனச்சோர்வும் வெறுப்பும் தசரதரை வீழ்த்தியதன் பலனாய் அதிகாரத்தில் உயர்ந்துகொண்டே வந்தவர் இராணுவத் தலைவர் ம்ருகஸ்யர். செல்வாக்கில் சிறந்த இராணி கைகேயிக்கு எதிராய் அணி சேர்ந்த எதிரிகளென்னும் இரும்புத்துண்டங்களைக் கவர்ந்திழுத்த காந்தமும் இவரே. எப்பேர்ப்பட்ட முட்டாளும், திறனற்றவனும் தன் விசுவாசியாக இருக்கும்வரைத் தீவிரமாகப் போராடிப் பாதுகாப்பளிப்பது அவரிடத்தில் கண்மண் தெரியாத பக்தியை விளைவித்தது. தன் உள்ளக்கிடக்கைகளைப் பிடிவாதமாய் நிராகரித்ததால் அவர் மீது கைகேயிக்கு மூண்ட வெறுப்பு, சேநாதிபதி விஷயத்தில் தசரதரின் எண்ணப்போக்கையும் வெகுவாக பாதித்ததை ஒப்புக்கொள்ளவேண்டும்.

சமீபத்தில், ஏழை கிராமத்தார்களின் நிலத்தைச் சட்டத்திற்குப் புறம்பாய் ஆக்கிரமித்த ம்ருகஸ்யரது உதவியாளர்களில் ஒருவனிடமிருந்து நிலத்தை சட்டத்தின் உதவியுடன் மீட்டிருந்தான் இராமன். எவரும் அணுகப் பயந்த அதிகாரம் மிகுந்த சேநாதிபதியின் உதவியாளன் மீதும் நடவடிக்கை எடுக்க இளவரசன் தயங்கவில்லை.

''சேநாதிபதி ம்ருகஸ்யர், கைகேயி *மா*வின் அரசியல் பக்தியெல்லாம் எனக்குக் கவலையில்லை. அவருடைய

உதவியாளன் சட்டத்தை மீறினான். அவ்வளவுதான் விஷயம்.''

''உயர்தட்டுவர்க்கம் நினைத்ததைச் சாதிக்கும், ராமா.''

''நான் ஒருத்தன் இருக்கறவரைக்கும் நடக்காது!''

''ராமா ...''

''எல்லாத்திலேயும் உயர்ந்திருக்கறதுக்குப் பேர் தானேம்மா மேல்தட்டு? ஆர்யமார்க்கத்தைப் பின்பற்றணும்னுதான் அதுக்கு அர்த்தம். பிறப்பு முக்கியமில்லை; நடத்தைதான். பிரபுத்துவம்கிறது மிகப்பெரிய பொறுப்பும்*மா*; பிறப்புரிமையில்லை.''

''இத்தனை அறியாதவனாக இருக்கவேண்டுமா ராமா? நம் பக்கம் இப்போதிருக்கும் ஒரே நபர் ம்ருகஸ்யர்தான். மற்றவர்கள் அனைவரும் கைகேயியின் கட்சி. அவளை எதிர்க்கும் பலம் படைத்தவர் சேநாதிபதி மட்டுமே. ம்ருகஸ்யரும், அவரது ஆட்களும்தான் நமக்குப் பாதுகாப்பு.''

''இதுக்கும் சட்டத்துக்கும் என்னதாம்*மா* சம்பந்தம்?''

மண்டிய எரிச்சலைக் கட்டுப்படுத்தக் கௌஸல்யா மிகுந்த பிரயத்தனம் செய்ய வேண்டியிருந்தது. ''உன் கட்சிக்குப் பலம் சேர்க்க நான் படும்பாட்டை அறிவாயா? இலங்கையிடம் அடைந்த தோல்விக்கு உன்னைத்தான் எல்லோரும் குற்றம் சாட்டுகிறார்கள்.''

கல்லாய் இறுகிய மகனின் மௌனத்தைக் கண்டவள், சமாதானத்தில் இறங்கினாள். ''உன் தவறென்று சொல்லவில்லை, குழந்தாய். உண்மை நிலை இதுதான். நாமும் யதார்த்தவாதிகளாய் இருப்பது உத்தமம். இராஜ்யம் ஆளும் எண்ணம் உனக்கு உண்டா இல்லையா?''

''இருந்தா நல்ல மன்னனா இருக்கணும்மா. முடியலைன்னா, அரச பதவியிலே அர்த்தமில்லை, நம்பு.''

''உனக்குள்ளே ஒரு ஏட்டுச் சுரைக்காய் உலகை உருவாக்கிக் கொண்டு வாழ்கிறாய்,'' ஆற்றாமையுடன் கண்களை மூடிக்கொண்டாள் கௌஸல்யா. ''நிதர்சனத்தை என்றுதான் அறியப்போகிறாயோ? உன் மேல் எனக்குள்ள அன்பையும், உனக்கு உதவத்தான் இவ்வளவும் செய்கிறேன் என்பதையும் புரிந்து கொள்.''

''அது உண்மைன்னா, நான் எப்படிப்பட்டவன்கிறதை நீயும் புரிஞ்சிக்கத்தான் வேணும்,'' பேச்சில் நிதானமிருந்தாலும், இராமன் கண்களில் இரும்பொத்த தீர்மானம். ''இது நான் பிறந்த மண், *மா* - என் *ஜன்மபூமி*. நான் வந்தப்ப இருந்ததைவிட மேம்படுத்திட்டுப் போனாத்தான், என் பணியை செஞ்சதா அர்த்தம். அரசனோ, காவல்துறைத் தலைவனோ, சாதாரண கிராமத்தானோ - எப்படி வேணும்னாலும் என் கர்மாவை நிறைவேத்தலாம்.''

''இல்லை, ராமா -''

உரக்க எழுந்த அறிவிப்பொன்று, அவளது வார்த்தைகளைத் தடை செய்தது. ''அயோத்ய அரசி, மேன்மை தங்கிய மஹாராணி கைகேயி பிரவேசிக்கிறார், பராக், பராக்!''

சட்டென எழுந்த இராமனைப் பின்பற்றினாள் கௌஸல்யா. ஒரே ஒரு நொடி அவள் விழிகளில் மின்னி மறைந்த இயலாமை கலந்த ஆத்திரத்தை அவன் ஓரக்கண்ணால் கவனிக்கத் தவறவில்லை. கரங்களைக் குவித்தபடி, இதழ்களை புன்னகை அலங்கரிக்க வந்தாள் கைகேயி. ''நமஸ்தே, அக்கா. மன்னிக்கணும் - மகனுடனான தனிப்பட்ட நேரத்துல குறுக்கிடறேன்.''

''பாதகமில்லை, கைகேயி,'' வரவழைக்கப்பட்ட மலர்ச்சியுடன், பதிலளித்தாள் கௌஸல்யா. ''ஏதேனும் முக்கியமான காரணமாகத்தான் இருக்கவேண்டும்.''

''உண்மை,'' ஒப்புக்கொண்ட கைகேயி, இராமனை நோக்கினாள். ''அப்பா வேட்டைக்குப் போக முடிவெடுத்திருக்கார், ராமா.''

''வேட்டையா?'' இராமன் திகைத்தான்.

அவனுக்கு நினைவு தெரிந்து, தசரதர் ஆக்ரோஷ மிருக வேட்டைகளில் இறங்கியதே இல்லை. ஒரு காலத்தில், வேட்டையே மூச்சாய்க் களித்த சக்ரவர்த்தியின் காலில் பட்ட காயம், அம்மாதிரியான எளிய சந்தோஷங்களில் ஈடுபடமுடியாமல் செய்துவிட்டது.

''ஆமா. பரதனையும் அனுப்பியிருப்பேன் - எனக்குத்தான் மான்கறின்னா உயிராச்சே? ஆனா வெளியுறவுத்துறை விஷயமா பரதன் ப்ரங்கா போயிருக்கறதுனாலே, முடியாது. ஆக, இந்த அரிய, பெரிய பொறுப்பை

உன் உறுதியான தோள் மேலே சுமத்தலாமோன்னு யோசிச்சிக்கிட்டிருந்தேன்.''

அவளது உத்தேசம் புரிந்த இராமனின் முகத்தில் லேசான புன்னகை அரும்பியது. ருசியான இறைச்சியல்ல; தசரதரின் பாதுகாப்பே இராமனைக் கைகேயி அனுப்புவதன் நோக்கம் என்பதை அறியமாட்டானா? தசரதரை அந்நியர் முன் விமர்சிப்பது அவள் வழக்கமல்ல; அரச குடும்பத்தாரும் கைகேயியைப் பொறுத்தவரை அயலார்தான்.

''உங்களுக்கு எந்த வகையிலாவது உதவ முடிஞ்சது என் பாக்கியம், சின்னம்மா.'' இராமன் பணிவாகக் கைகூப்பினான்.

கைகேயி புன்னகைத்தாள். ''நன்றி.''

மௌனமாய் மகனை ஏறிட்ட கௌஸல்யாவின் முகபாவத்தைக் கணிக்கமுடியவில்லை.

—|太|🐟☀—

''இவளுக்கு இங்கேயென்ன வேலை?'' தசரதர் முறுக்கிக்கொண்டார்.

கைகேயியின் அறைகளுக்குரிய வாயில்காப்போன் கௌஸல்யா வரவை அறிவித்த போது, இருவரும் படுக்கையில் சாய்ந்திருந்தனர். கை நீட்டி, தசரதரின் நீண்ட குழலை காதுக்குப் பின்புறம் ஒதுக்கினாள் அவள். ''எதுவாயிருந்தாலும், சட்டுன்னு முடிச்சிட்டு வந்து சேருங்க.''

''நீயும் எழுந்திருக்கத்தான் வேண்டும், அன்பே,'' என்றார் தசரதர்.

எரிச்சல் மிகுந்த பெருமூச்சுடன் படுக்கையினின்று உருண்டு, அங்கவஸ்திரத்தை எடுத்துத் தோளில் மாட்டி மறுமுனையை வலது மணிக்கட்டில் சுற்றிக்கொண்டாள். தசரதரை நெருங்கி, எழ உதவியவள், மண்டியிட்டு வேட்டியைச் சீர் செய்தாள். இறுதியாக, அங்கவஸ்திரத்தை எடுத்துத் தோள் மீது சார்த்தினாள். வரவேற்பறைக்கு இட்டுச் சென்று, காத்திருக்கச் சொன்னாள்.

''அரசியாரை வரச் சொல்லலாம்,'' கைகேயி உத்தரவிட்டாள்.

இரு பணிப்பெண்கள் பின்தொடர கௌஸல்யா அறைக்குள் நுழைந்தாள். ஒருத்தி கையோடு எடுத்து வந்திருந்த பெரிய தங்கத் தாம்பாளத்தில், தசரதரின் போர்வாள் சம்பிரமமாய் வீற்றிருக்க, இன்னொருத்தியின் கரத்தில் சிறிய பூஜைத்தாலம். ஆச்சர்யத்துடன் நிமிர்ந்தாள் கைகேயி. தசரதர், எப்போதும் போல் தொலைந்து போன பார்வையுடன் திருதிருத்தார்.

''அக்கா,'' கைகேயி கரம் கூப்பினாள். ''ஒரே நாளில் இரண்டு முறை உங்க தரிசனமா? என்னே என் பாக்கியம்.''

''பாக்கியம் என்னுடையது, கைகேயி,'' கௌஸல்யா பதிலிறுத்தாள். ''மன்னர்பிரான் வேட்டைக்குச் செல்வதாகக் கூறினாயல்லவா? உரிய பூஜை புனஸ்காரங்களைச் செய்யவேண்டியதுதானே முறை?''

வீட்டை விட்டு நீங்கும் வீரனுக்குப் பட்டமகிஷியானவள் மரியாதை நிமித்தம் போர்வாளை எடுத்துக் கொடுக்கும் சம்பிரதாயம், வழிவழியாக வழக்கிலிருந்து வந்த ஒன்று.

''போர்வாளை நான் அளிக்காத சந்தர்ப்பங்களில் மன்னர்பிரானுக்கு நன்மை விளைந்ததில்லை,'' என்றாள் கௌஸல்யா.

பட்டவர்த்தனமான அவளது வார்த்தைகளில் பொதிந்திருந்த கூரிய உள்ளர்த்தம் உறைத்தது போல் தசரதரின் உணர்ச்சியற்ற முகம் சட்டென்று மாறியது. கரச்சாபா செல்லுமுன் கௌஸல்யா வாள் எடுத்துக்கொடுக்கவில்லை; அங்கு நேர்ந்ததுதான் முதல் தோல்வி. மெல்ல, முதல் மனைவியை நோக்கி ஒரு அடி எடுத்து வைத்தார்.

பணிப்பெண்ணிடமிருந்து தாலத்தைப் பெற்றுக்கொண்ட கௌஸல்யா, தசரதருக்கு ஏழு முறை ஆரத்தி சுற்றினாள். தட்டிலிருந்து குங்குமம் தொட்டெடுத்து நெற்றியில் திலகமிட்டாள். ''வெற்றியுடன் வாருங்கள்...''

'களுக்'கென்ற கைகேயியின் கேலிச்சிரிப்பு குறுக்கிட்டது. ''அவர் ஒண்ணும் போருக்குப் போகலையேக்கா.''

தசரதர் அவளைச் சட்டை செய்யவில்லை. ''வாக்கியத்தை முடி, கௌஸல்யா.''

சுமித்ரையின் அறிவுரையை கேட்டிருக்கக்கூடாதோ? பெரிய தவறு செய்துவிட்ட பதற்றம் கௌஸல்யாவை நடுங்க வைத்தாலும், சம்பிரதாயமான வாழ்த்தைப் பூர்த்தி செய்தாள். ''வெற்றியுடன் வாருங்கள் - இல்லையேல், வரவேண்டாம்.''

இக்ஷ்வாகு குலத்தோன்றல் 141

கணவனின் கண்களில் அக்னிக் கங்கு மின்னி மறைந்தது போன்ற பிரமையேற்பட, உற்சாக வெற்றிகளுக்கும் உடல் பதறும் மகத்தான வீரவிளையாட்டுக்களுக்குமே வாழ்ந்த இளம் தசரதர் கண்முன் நிற்பது போல் கௌஸல்யாவிற்கு ஒரு நொடி தோன்றியது. கைகளை நீட்டியவர், ''எங்கே என் வாள்?'' என்றார்.

உடனடியாகப் பூஜை தாலத்தை பணிப்பெண்ணிடம் நீட்டிய கௌஸல்யா, இரு கைகளால் வாளை எடுத்து கணவனை நோக்கித் திரும்பி, சம்பிரதாயமாக வணங்கி, நீட்டினாள். அதைப் பெற்றுக்கொண்ட தசரதர், வாளினின்றே சக்தி பெறுவது போல் பிடியை இறுக்கினார்.

அவரையும், பின் கௌஸல்யாவையும் தீர்க்கமாகப் பார்த்த கைகேயியின் கண்கள் சுருங்கின; மனம் தீவிர யோசனையில் ஆழ்ந்தது.

இதெல்லாம் சுமித்ராவின் வேலையாத்தான் இருக்கணும். கௌஸல்யாவுக்கு இத்தனை யோசனைத்திறன் கிடையாது. தசரதருக்குத் துணையா இராமனை போகச் சொன்னது தப்போ?

இராஜகுலத்தார் நடத்தும் வேட்டை, பல வாரம் நடைபெறும் பிரம்மாண்ட உற்சவமென்பது பிரசித்தம். அயோத்யாவிற்கு வடக்கே வெகு தூரம், அடர்கானகத்தின் நடுவில் அமைந்த வேட்டைமண்டபத்திற்கு விஜயம் செய்யும் மன்னருக்குத் துணையாய் மிகப்பெரும் பரிவாரம் வருவது மட்டுமல்லாமல், மந்திரிப் பிரதானிகளும் அரசவையையே காட்டிற்கு பெயர்த்து வருவது வழக்கம்.

எல்லோரும் வந்து சேர்ந்த மறுநாள், வேடிக்கை துவங்கியது. சமயத்தில் ஏறக்குறைய ஐம்பது கிலோமீட்டர் சுற்றளவுள்ள வட்டமாய்ப் பரவிய வீரர்கள் 'டமடம'வெனப் இரைச்சலாய் முரசங்களை ஓயாமல் சப்தித்துக்கொண்டு வட்டத்தைச் சுருக்குவர். சிக்கிய மிருகங்கள் வெளியேற வழியின்றி குறுகிய இடத்திற்குள் - அநேகமாக அருகேயிருந்த குளம் குட்டைக்கரையில் - அடைபடும். கொல்லும் பகுதிக்குள் முடங்கும் விலங்குகளை மன்னர் மற்றும் இதரர்கள் வேட்டையாடி, வீழ்த்திக் களிப்படைவார்கள்.

அரச யானையின் மீதிருந்த அம்பாரியில் நின்ற தசரதருக்குப் பின்புறம் அமர்ந்திருந்தனர் இராமலக்ஷ்மணர்கள். சுற்றியிருந்த ஆபத்தை அறியாத புலி ஒன்று அருகே நடமாடும் மெல்லிய மூச்சுச் சப்தம் கேட்பதாக சக்ரவர்த்திக்குத் தோன்ற, யானைப் பாகனை முன்னேறும்படி உத்தரவிட்டார். நொடியில், வேட்டைக்கூட்டத்திடமிருந்து தசரதரின் யானை பிரிந்து நகர்ந்தது; இப்போது மகன்களன்றி யாரும் அவருக்குத் துணையில்லை.

சுற்றிலும் செடிகொடிகள் அடர்ந்திருக்க, யானையை விட உயரமாய் வளர்ந்திருந்த பல மரங்கள் சூரிய வெளிச்சத்தை மறைத்தன. முதல் சில மரவரிசைகளைத் தாண்டி விரிந்த கும்மிருட்டினூடே கண்களைச் செலுத்துவதே முடியாத காரியமாயிருந்தது.

''அண்ணா,'' குனிந்து, இராமன் காதில் கிசுகிசுத்தான் லக்ஷ்மணன். ''இங்கே புலி இருக்கறதா எனக்குத் தெரியலை.''

மௌனம் காக்கும்படி சைகை செய்த இராமன், முன்னால் நின்ற தந்தையை ஏறிட்டான். தசரதருக்கு உற்சாகம் பிடிபடவில்லை; வலிமையான இடது பாதத்தின் மீது உடல்பாரத்தின் பெரும்பகுதி ஊன்றியிருந்தது. செயலற்ற வலப்பாதத்தை ஸ்திரமாய்த் தாங்கியது அம்பாரித் தளத்தில் அமைந்த சாதுர்யமான இயந்திரப்பொறி: நடுவே நட்டிருந்த உறுதியான கம்பத்துடன் சுழலும் தளம் பொருத்தப்பட்டிருக்க, அதனுடன் இணைந்த தோல் வார் பாதத்தை இறுக்கமாய்ப் பிணைத்தது மட்டுமில்லாமல், முழங்கால்வரை நீண்டு, எத்திசையிலும் சுழன்று தசரதர் காட்டிற்குள் அம்பு தொடுக்க உதவியது. என்றாலும், வில்லை உயர்த்தியே வைத்திருந்ததன் அயர்ச்சி முதுகுத்தசைகளில் நன்கு வெளியாயிற்று.

பலவீனமடைந்த தந்தை இவ்விதம் தன்னை வாட்டிக்கொள்வதில் இராமனுக்குச் சம்மதமில்லையென்றாலும், மன உறுதியின் துணை மட்டும் கொண்டு எல்லை தாண்டி உடலை மென்மேலும் செலுத்திய தசரதரின் மனத்திண்மையையும் பாராட்டாமல் இருக்க முடியவில்லை.

''சொல்றேனேண்ணா,'' லக்ஷ்மணன் அலுத்துக் கொண்டான். ''இங்கே ஒண்ணுமேயில்லை.''

''உஷ்,'' இராமன் முறைத்தான்.

லக்ஷ்மணன் மௌனமடைய, சட்டென்று வலது தோள் முறுக்கி நாணிழுத்தார் தசரதர். அந்தக் காட்சியைக் கண்ட

இராமனின் முகம் சற்று சுணக்கமடைந்தது. முழங்கை அம்பின் கோட்டில் இல்லாததால், தசரதரின் தோள் மற்றும் முதுகின் மேற்பகுதியில் அழுத்தம் அளவுக்கு மீறிக் கூடும். நெற்றியில் முத்து முத்தாய் வியர்வைத் துளிகள் தோன்றினாலும், சக்ரவர்த்தி அயராது நின்றார். அடுத்த கணம் விடுபட்ட அம்பு நொடியில் இலக்கை அடைந்துவிட்டதைக் காட்டையே கிடுகிடுக்க வைத்த கர்ஜனை காட்டியது. ஒரு காலத்தில் எதையும் ஜெயிக்கும் வெற்றிவீரராய் விளங்கிய தந்தையின் இன்றைய தீரம் கண்டுத் திளைத்தான் இராமன்.

சற்றே சிரமத்துடன் அம்பாரியின் மீது சுழன்ற தசரதர், லக்ஷ்மணனை ஏளனப் பார்வை பார்த்தார். ''என்னைக் குறைவாய் எடை போடுவது தவறு, இளைஞனே.''

''மன்னிச்சிருங்கப்பா,'' லக்ஷ்மணன் தலைகுனிந்தான். ''நான் ஒண்ணும் தப்பா ...''

''புலியின் உடலை இழுத்து வரும்படி வீரர்களுக்குச் சொல்லியனுப்பு. கண்ணைத் துளைத்த என் அம்பு, அதன் மூளையைச் சிதறடித்திருக்கும் எனத் தெரிந்து கொள்வார்கள்.''

''சரிப்பா. நான் வந்து -''

''அப்பா!'' கூவிய இராமன் இடையில் இருந்த கத்தியை சரக்கென்று உருவிக்கொண்டு முன்னே பாய்ந்தான்.

அம்பாரியின் மீது கவிழ்ந்திருந்த மரக்கிளையிலிருந்து இலைகளை சலசலத்தபடி ஒரு சிறுத்தை வெளிப்பட்டது. குயுக்தி படைத்த அந்த மிருகம், தாக்குதலை மிகச் சாதுர்யமாகத் திட்டமிட்டிருந்தது. கிளை மீதிருந்து அதன் பாய்ச்சலால் தசரதர் கவனம் சிதறினாலும், இராமனுடையது தவறவில்லை; துல்லியமாய்க் கணக்கிட்டுத் தாவியவன், அந்தரத்தில் இருந்த மிருகத்தின் மார்பில் கத்தியைச் செருகினான். கண நேரத்தில் நிகழ்ந்த தாக்குதலால் கத்தி இருதயத்தைப் பிளக்கவில்லை; சிறுத்தை காயம்பட்டதேயொழிய, சாகவில்லை. ஆங்கார கர்ஜனையுடன் நகங்களால் கிழித்தது. கத்தியை மீண்டும் உருவிப் பாய்ச்சும் உத்தேசத்துடன் இராமன் கட்டிப் புரண்டாலும், மிருகத்தின் உடலில் சிக்கியிருந்ததை எடுக்கமுடியவில்லை. கழுத்தைப் பின்னுக்கிழுத்த சிறுத்தை, இளவரசனின் இடது முதுகை வலிய பற்களால் பதம்பார்த்தது. வலியில் இராமன் அலறினான்; அம்பாரியினின்று சிறுத்தையைத் தள்ள முயற்சித்தான்.

சதையைப் பிய்த்தெடுத்தபடி சிறுத்தை தலையைச் சிலுப்ப, இரத்தம் 'குபுகுபு'வென்று பெருகியோடியது. கழுத்தைக் கடித்து உயிர் போக்கும்படி மிருகத்தின் உள்ளுணர்வு உந்தித் தள்ள, இராமன் வலக்கையை முஷ்டியாக்கி, சிறுத்தையின் தலையில் ஓங்கியடித்தான்.

இன்னொருபுறம், மையத்தில் நட்ட கம்பத்தால் கட்டுண்ட தசரதரை எப்படியெனும் தாண்டி இராமனை அடைய லக்ஷ்மணன் படாதபாடுபட்டுக் கொண்டிருந்தான். சட்டென்று உயரத் தாவியவன், மரக்கிளையின் உதவியுடன் அரைவட்டமாய்ச் சுழன்று தன்னை முன்னால் செலுத்திக்கொண்டு, அம்பாரியின் முன் பகுதியில், சிறுத்தைக்குப் பின்னால் குதித்தான். இராமனைத் தாக்க சிறுத்தை மீண்டும் தயாரான கணத்தில், லக்ஷ்மணன் உருவிப் பாய்ச்சிய கத்தி, அதிர்ஷ்டவசமாக மிருகத்தின் கண்ணைத் துளைத்தது. விழிப்பொந்து சிதைந்து குருதி பெருக, சிறுத்தை வலியில் ஓலமிட்டது. திரண்ட தோள்களின் முழுபலத்துடன் லக்ஷ்மணன் கத்தியை மூளைக்குள் அழுத்தினான். ஒரு நொடி போராடிய சிறுத்தை, சட்டெனச் செத்து விழுந்தது.

வெறுங்கையால் அதன் உயிரற்ற உடலைத் தூக்கித் தரையில் வீசினான் லக்ஷ்மணன். இராமன் இரத்த வெள்ளத்தில் மயங்கிக் கிடந்தான்.

''ராமா!'' கலவரத்தில் கதறினார் தசரதர். வலக்கால் கம்பத்துடன் கட்டப்பட்டிருந்ததில் அசைய முடியவில்லை.

லக்ஷ்மணன் யானைப்பாகனை நோக்கினான். ''பாசறைக்குத் திரும்பு!''

கண்ணிமைக்கும் நேரத்தில் நடந்துவிட்ட சம்பவங்களினால் பேயறைந்தது போல் உட்கார்ந்திருந்தான் பாகன். ''பாசறைக்குப் போ!'' தசரதர் தடதடத்தார். ''இப்பவே! ம்!''

இரவு வெகு நேரம் கழிந்த நிலையில், சுளுந்துகள் ஏற்றப்பட்ட வேட்டைப்பாசறையில் பதற்றமும் பரபரப்பும் நிலவியது. சக்ரவர்த்தியின் பிரம்மாண்டமான, சௌகர்யமான கூடாரத்தில் காயம்பட்ட அயோத்ய இளவரசன் கிடத்தப்பட்டிருந்தான். மருத்துவக் கூடாரத்தில் நியாயமாய் இருந்திருக்க வேண்டியவனுக்குத் தனது

இஷ்வாகு குலத்தோன்றல்

வசதியான இருப்பிடத்திலேயே வைத்தியம் செய்யும்படி தசரதர் வற்புறுத்தியதன் பேரில், ஏராள இரத்தப்போக்கினால் பலவீனமடைந்த உடல் முழுதும் கட்டுக்கள் போடப்பட்டு படுக்கையில் கிடந்தான்.

"இளவரசே," இராமனை லேசாய்த் தொட்டு எழுப்ப முயன்றார் இராஜ வைத்தியர்.

"அவனை எழுப்பித்தான் ஆக வேண்டுமா?" படுக்கைக்கு இடப்புறம் போடப்பட்ட வசதியான இருக்கையிலிருந்த தசரதர் வெடுக்கென்று கேட்டார்.

"ஆம், அரசே," என்றார் வைத்தியர். "இந்த மருந்தை அவர் உட்கொள்ள வேண்டும்."

மருத்துவர் மீண்டும் அழைத்ததில் விழித்த இராமன், வெளிச்சத்திற்குப் பழகக் கண்களைக் கொட்டினான். கையில் மருந்துக்கிண்ணத்துடன் வைத்தியர் நிற்பதைக் கண்டான். வாய் திறந்து பசையை விழுங்கியவன் முகம், கசப்பால் அஷ்டகோணலாகியது. முதுகு வளைத்து சக்ரவர்த்தியை வணங்கிய வைத்தியர், அறையினின்று வெளியேறினார். தூக்கத்தில் அமிழும் நொடியில், தலைக்கு மேல் கவிந்திருந்த அரசகுலத்தாரின் ஸ்வர்ணக்குடை இராமனின் கண்ணில் பட்டது. மையத்தில் நானாதிசையிலும் ரச்மிகளைப் பரப்பிய சூர்யவம்சிகளின் குலச்சின்னமான ஆதவன் நுணுக்கமான வேலைப்பாட்டில் ஒளி வீச, தான் எங்கிருக்கிறோமென்பதைச் சட்டென உணர்ந்த இராமன், விழிகள் விரிய, எழுந்து உட்கார முயன்றான். சக்ரவர்த்தியின் படுக்கையில் தூங்குவதாவது? இது அடுக்குமா?

"படு," கையுயர்த்தி உத்தரவிட்டார் தசரதர்.

படுக்கையருகே விரைந்த லக்ஷ்மணன், சகோதரனை அமைதிப்படுத்த முயன்றான்.

"சூர்யபகவான் பெயரால் சொல்கிறேன்," தசரதர் உறுமினார். "படு, ராமா!"

அவரைப் பார்த்தவாறு படுக்கையில் சாய்ந்தான் இராமன். "மன்னிச்சிருங்கப்பா. உங்க படுக்கையில நான் இருக்கக்கூடாது –"

நடுவாக்கியத்தில் அவனைக் கையசைத்து மறித்தார் தசரதர். தந்தையிடம் தோன்றிய லேசான மாற்றத்தை இராமன் கவனிக்கத் தவறவில்லை. கண்களில் பளிச்சிட்ட ஒளி.

குரலில் இரும்பொத்த உறுதி. எட்டுத் திக்கும் விட்டெறிக்க ஒரு காலத்தில் திகழ்ந்த தசரதர் பற்றி அம்மா எத்தனையோ முறை சொன்ன கதைகளையெல்லாம் நினைவுபடுத்தும் துடிப்பு. அதிகாரச் செருக்கு மிகுந்து, தன் உத்தரவுகள் மீறப்படுவதை சுலபத்தில் மன்னிக்காத வலிமையான மன்னனாய் இராமன் அவரைக் கண்டதேயில்லை.

தசரதர், பணியாளர்களை நோக்கினார். "விலகுங்கள்."

அவர்களுடன் செல்ல யத்தனித்த லக்ஷ்மணனை, "நீயில்லை," என்று அதட்டி நிறுத்தினார்.

ஆணியடித்தாற்போல் நின்ற லக்ஷ்மணன், அடுத்த உத்தரவுக்காகக் காத்திருந்தான். கூடாரத்தின் ஒரு மூலையில், தானும் தன் மகன்களும் வேட்டையாடியிருந்த புலி, சிறுத்தைகளின் விரித்த தோல்களை வெறித்தார் தசரதர். "ஏன்?"

"அப்பா?" இராமன் குழம்பினான்.

"எதற்காக என் பொருட்டு உன் உயிரைப் பணயம் வைத்தாய்?"

இராமன் ஒரு வார்த்தையும் பேசவில்லை.

"என் தோல்விக்கு உன்னைக் காரணமாக்கினேன்," தசரதர் தொடர்ந்தார். "என் நாடே உன்னைக் குற்றம் சாட்டியது; சபித்தது. வாழ்நாள் முழுவதும் கஷ்டப்பட்டும், ஒரு முறைகூட நீ எதிர்ப்புத் தெரிவித்ததில்லை. அதற்கு உன் பலவீனம்தான் காரணம் என்றெண்ணினேன். ஆனால், கொடுமைப்படுத்துபவர்களுக்கு விதிவசமாய் நேரும் ஆபத்தைக் கண்டு இன்புறுவதுதான் பலவீனர்களின் குணம். நீயோ, என்னைக் காப்பாற்ற உயிரைக் கொடுக்க முன்வந்தாய். ஏன்?"

"அதுதான்பா என் *தர்மம்*." இராமன் சாதாரணமாய்ச் சொன்னான்.

புரிபடாத பார்வையுடன் தசரதர் அவனை ஏறிட்டார். மூத்த மகனுடன் ஒளிவுமறைவற்ற பேச்சுவார்த்தையை அவர் மேற்கொள்வது இதுவே முதல்முறை. "அதுமட்டும்தான் காரணமா?"

"வேற என்ன இருக்கமுடியும்?"

''இது என்ன கேள்வி?'' அவநம்பிக்கையுடன் ஹூங்காரம் செய்தார் தசரதர். ''பட்டத்து இளவரசனாகும் ஆசையும் ஒரு மூலையில் இருந்திருக்கலாமல்லவா?''

இந்த விசித்திரத்தை எண்ணி இராமனால் சிரிக்காமலிருக்க முடியவில்லை. ''உங்க மனசை ஒரு வேளை மாத்த முடிஞ்சாலும், பிரபுவர்க்கம் என்னை ஒரு நாளும் ஏத்துக்காதுப்பா. அப்படிப்பட்ட எண்ணமும் என் மனசுலே இல்லை. இன்னைக்கு செஞ்சதைத்தான் எந்த சந்தர்ப்பத்திலேயும் செஞ்சிருப்பேன் - என் *தர்ம*த்தைக் காப்பாத்தியிருப்பேன். *தர்மம்* தவிர உலகத்துல வேற எதுவுமே முக்கியமில்லப்பா.''

''ஆக, ராவணன் கையில் நான் அடைந்த தோல்விக்கு நீ காரணமில்லை என்று நம்புகிறாய். அப்படித்தானே?''

''நான் நினைக்கிறது முக்கியமில்லை.''

''என் கேள்விக்கு நீ பதில் சொல்லவில்லை.''

இராமன் மௌனம் காத்தான்.

தசரதர் முன்னால் சாய்ந்தார். ''பதில், இளங்கோ.''

''நாம எடுக்கற பல பிறவிகளின் கர்மவினையை பிரபஞ்சம் எப்படி கணக்கிடுதுன்னு எனக்குப் புரியலப்பா. நீங்க தோல்வியடையற மாதிரி இந்த ஜன்மத்துல நான் எதுவும் செய்யலைன்னு உறுதியா தெரியும். முந்தின ஜன்மங்கள்ள செஞ்சேனோ, என்னமோ?''

மகனின் அசாதாரண நிதானம் கண்டு திகைத்த தசரதர், மெல்லச் சிரித்தார்.

''நான் யாரைக் குற்றம் சாட்டுகிறேன் தெரியுமா?'' என்றார். ''உண்மையை ஒப்புக்கொள்வதானால் - மனதின் அடியாழத்தை உற்று நோக்கும் தைரியம் இருக்குமென்றால் ... விடை பளிச்சென விளங்கும். இது என் தவறு - என் தவறு மட்டுமே. யோசனையின்றி, அறிவிழந்தேன். திட்டம் என்று எதையும் வகுத்துக்கொள்ளாமல், கண்மண் தெரியாத ஆத்திரத்தால் மட்டும் உந்தப்பட்டுத் தாக்கினேன். அதற்கான விலையையும் கொடுத்துவிட்டேன் அல்லவா? என் முதல் தோல்வியே ... இறுதிப் போராகவும் அமைந்துவிட்டது.''

''அப்பா, இன்னும் எவ்வளவோ -''

''இடைமறிக்காதே, ராமா. நான் இன்னும் முடிக்கவில்லை.'' அவன் மௌனமாக, தசரதர் தொடர்ந்தார். ''என் தவறுக்குப் பச்சைக் குழந்தையான உன்னைக் காரணமாக்கினேன். எவ்வளவு சுலபம்! நான் சொல்ல வேண்டியதுதான். தட்சணமே எல்லோரும் என் கூற்றை ஏற்றனர். நீ பிறந்த நாள் முதல் உன் வாழ்க்கையை நரகமாக்கினேன். நியாயப்படி நீ என்னை வெறுக்க வேண்டும். அயோத்யாவைக் கரிக்க வேண்டும்.''

''நான் யாரையும் வெறுக்கலைப்பா.''

தசரதர், மகனை உற்றுப் பார்த்தார். யுகயுகாந்திரம் எனத் தோன்றும்படியான நேரம் கடந்த பிறகு, விசித்திரப் புன்னகையொன்று அவர் முகத்தில் பரவியது. ''உணர்வுகளை மனதின் ஆழத்தில் குழிதோண்டிப் புதைத்துவிட்டாயா, அல்லது மக்கள் சுமத்திய கொடூர அவமானங்களைப் பற்றி உனக்கு உண்மையில் அக்கறையில்லையா என்று தெரியவில்லை. நிஜம் எதுவாயினும், உறுதியாய் இருந்திருக்கிறாய் என்பது நிச்சயம். பிரபஞ்சமே உடைக்க முற்பட்டும் இதோ, என் முன்னே நிமிர்ந்து நிற்கிறாய். மகனே ... எந்த உலோகம் கொண்டு புடம்போட்டார்கள் உன்னை?''

உள்ளத்தினுள்ளே பிரவாகமாய் உணர்ச்சி பெருக்கெடுக்க, இராமனின் கண்கள் பனித்தன. தந்தையிடம் அலட்சியமும், அக்கறையின்மையும் மட்டுமே சந்தித்தவனுக்கு அவற்றை சமாளிப்பது சிரமமல்ல. ஆனால் மரியாதை? அதை ஏற்பது கஷ்டமாகத்தான் இருந்தது. ''உங்களை உருவாக்கின அதே உலோகம்தாம்பா.''

தசரதர் மீண்டும் மெல்லச் சிரித்தார். மகனை இப்போதுதான் மெல்ல மெல்ல அறியத் துவங்கியிருந்தார்.

''ம்ருகஸ்யருடன் உனக்கென்ன பிரச்சனை?'' தசரதர் வினவினார்.

அரசாங்க நடப்புக்களைத் தந்தை இவ்வளவு தூரம் அறிந்து வைத்திருந்ததைக் குறித்துச் சற்றுத் திகைத்தான் இராமன். ''எதுவுமே இல்லப்பா.''

''அவரது ஆட்களில் ஒருவரைத் தண்டித்தது ஏன்?''

''சட்டத்தை மீறினார்.''

''ம்ருகஸ்யரின் பலம் தெரியுமா? சற்றும் பயமாக இல்லையா, உனக்கு?''

"சட்டத்துக்கு அப்பாற்பட்டவங்கன்னு யாருமே இல்லைப்பா. தர்மத்தை விட அதிக வலிமை யாருக்கும் கிடையாது."

தசரதர் சிரித்தார். "எனக்குக் கூடவா?"

"முன்னொரு காலத்துலே ஒரு பெரிய சக்ரவர்த்தி ரொம்ப அழகா ஒண்ணு சொன்னார்: எல்லோரையும், ஏன், மன்னர்களை விடவும் உன்னதமானது தர்மம். தெய்வங்களுக்கப்பாற்பட்டது தர்மம்."

தசரதர் புருவம் சுருக்கினார். "யார் சொன்னார்கள் இதை?"

"நீங்கதாம்ப்பா. எத்தனையோ வருஷத்துக்கு முன்னால, பட்டமேற்பு விழாவில் உறுதிமொழியளிக்கறப்ப சொன்னீங்க. புகழ் பெற்ற முன்னோர் பிரபு இக்ஷ்வாகுவுடைய வார்த்தைகளையே கொஞ்சம் மாத்தி சொன்னதாத் தெரிஞ்சிக்கிட்டேன்."

ஒரு காலத்தில் செல்வாக்கும் வலிமையுமான தன் இருப்பை நினைவுக்குக் கொண்டு வர முயன்றவராய் தசரதர், இராமனை வெறித்தார்.

"உறங்கு, மகனே," என்றார். "உனக்கு ஓய்வு தேவை."

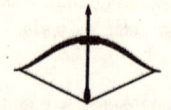

அத்தியாயம் 12

இரண்டாம் *ப்ரஹார்* தொடக்கத்தில் மீண்டும் மருந்துட்கொள்ள மருத்துவரால் எழுப்பப்பட்டான் இராமன். அறையைச் சுற்றுமுற்றும் பார்க்கையில், சம்பிரதாயமாய் *தோத்தி, அங்கவஸ்திரம்* அணிந்து, படுக்கையருகே மகிழ்ச்சி முகத்தில் துலாம்பரமாய்த் துலங்கிய லக்ஷ்மணன் கண்ணில் பட்டான். *அங்கவஸ்திர* நீளத்திற்கு சூர்யவம்சிச் சூரியன் செஞ்சூர்ண வண்ணமாய் கதிர் பரப்பிக் காட்சியளித்தது.

''மகனே?''

இடப்புறம் தலை திருப்பிய இராமன், தந்தை இராஜரீக உடைகளில் சர்வாலங்காரராய் விளங்கியதைக் கண்டான். பயணங்களில் பயன்படுத்தும் சிம்மாசனத்தில் அமர்ந்திருந்த தசரதரின் சிரசில் சூர்யவம்ச மகுடம் மின்னியது.

''அப்பா,'' என்றான் இராமன். ''இனிய காலை வணக்கம்.''

தசரதர் நாசூக்காகத் தலையசைத்தார். ''இனிதுதான். சந்தேகமில்லை.''

கூடார வாயிலை நோக்கித் திரும்பினார் சக்ரவர்த்தி. ''யாரங்கே?''

திரைச்சீலையை ஒதுக்கிக்கொண்டு உள்ளே விரைந்த காவலன், அவசரமாய் வணக்கம் செலுத்தினான்.

''பிரபுக்களை அழைத்து வா.''

மீண்டும் வணங்கிய காவல்வீரன், பின்வாங்கினான். நிமிடங்களில் ஒற்றைவரிசையில் பிரபுக்கள் கூடாரத்திற்குள் நுழைந்தனர். முக்கியமான வியாஜ்யத்திற்குரிய தீவிரம் விரவிய மௌனத்துடன், சக்ரவர்த்தியைச் சுற்றி அரைவட்டமாய்க் காத்து நின்றனர்.

''என் மகனைக் காண வேண்டும்,'' என்றார் தசரதர்.

இஷ்வாகு குலத்தோன்றல்

ஆணித்தரமாய்ப் புறப்பட்ட குரலில் தொனித்த அதிகாரத்தைக் கேட்டு அதிசயித்த பிரபுக்கள், உடனடியாக விலகினார்கள்.

தசரதர் இராமனை நேராய்ப் பார்த்தார். "எழு."

அவனுக்கு உதவ விரைந்த லக்ஷ்மணனை, தீர்க்கமாய் உயர்ந்த தசரதரின் கரம் நிறுத்தியது. பலவீனம் மிகுந்திருந்தாலும், பிரயாசையுடன் எழுந்து நின்று, தந்தையை நோக்கி பிரம்மப்பிரயத்தனத்துடன் இராமன் விந்தி விந்தி முன்னேறியதை பிரபுக்கள் கூட்டம் ஆணியடித்தாற்போல நின்று கவனித்தது. சக்ரவர்த்தியை அடைந்தவன், மெல்ல நமஸ்கரித்து நின்றான்.

அவனைக் கண்ணோடு கண் நோக்கிய தசரதர், மூச்சை ஆழமாக இழுத்து, கணீரென்ற குரலில் கட்டளையிட்டார். "மண்டியிடு."

அதிர்ச்சியும் அவநம்பிக்கையுமாக அவரை ஏறிட்ட இராமனால் அசையக்கூட முடியவில்லை. எவ்வளவோ முயன்றும் கண்களில் அடக்கமாட்டாமல் கண்ணீர் ததும்பியது.

தசரதரின் குரலில் இப்போது சற்று மென்மை. "மண்டியிடு, மகனே."

உள்ளத்தில் உணர்ச்சி வெள்ளம் பெருக்கெடுக்க, அருகேயிருந்த மேஜையின் உதவியை இராமன் நாட வேண்டியிருந்தது. சிரமத்துடன் ஒரு காலை முழந்தாளிட்டு, தலை குனிந்து, விதியின் அறைகூவலை செவிமடுக்கத் தயாரானான்.

அரச கூடாரத்திற்கு வெளியேயும் எதிரொலிக்கும் சிம்மக்குரலில், தசரதர் வார்த்தைகளைத் தெளிவாக உச்சரித்தார். "ராமச்சந்திரா, ரகுகுலக் காவலனே, எழு."

பலர் ஒருசேர மூச்சைப் பிடித்துக்கொண்ட சப்தம் கூடாரமெங்கும் எதிரொலித்தது.

தசரதர் ஒருமுறை சுற்றிலும் ஏறிட்டதில், அவையோர் இறுக்கமான மௌனத்திலாழ்ந்தனர்.

கண்களில் கோர்த்த கண்ணீரைப் பகைவர் பார்த்துவிடக்கூடாதென்ற எச்சரிக்கையுடன், குனிந்த தலை நிமிராமல் மண்டியிட்டிருந்தான் இராமன். புலன்கள் கட்டுப்பாட்டிற்குள் வரும் வரை தரையை வெறித்தவன்,

மெல்ல நிமிர்ந்து, தந்தையை நோக்கினான். ''மகத்தான நம் தேசத்தின் தெய்வங்கள் தங்களைக் காக்கும் பணியைத் தொடரட்டும், தந்தையே,'' என்றான், நிதானமான குரலில்.

மூத்த மகனின் உள்ளத்தையே துளைப்பது போல் ஊடுருவியது தசரதரின் பார்வை. பிரபுக்களைப் பார்த்தவரின் முகத்தில் கீற்றாய் புன்னகை அரும்பியது. ''எங்களைத் தனியே விடுங்கள்.''

''அரசே,'' ஏதோ சொல்ல வாயெடுத்தார் சேநாதிபதி ம்ருகஸ்யர்.

தசரதரின் முறைப்பு அவரைக் கட்டிப் போட்டது. '' 'தனியே விடுங்கள்' என்ற வாக்கியத்தின் எந்தப் பகுதி தங்களுக்குப் புரியவில்லை, ம்ருகஸ்யரே?''

''மன்னியுங்கள், மன்னா,'' என்ற ம்ருகஸ்யர், சக்ரவர்த்திக்கு வணக்கம் செலுத்தியபடி, பிரபுக்களை வெளியே அழைத்துச் சென்றார்.

விரைவில் தசரதரும் இராமலக்ஷ்மணர்களும் கூடாரத்தில் தனித்திருந்தனர். சுயமுயற்சியால் எழ முயன்று இடப்பக்கம் சாய்ந்த தசரதருக்கு உதவ முன் வந்த லக்ஷ்மணனை உறுமலுடன் தடுத்தார். ஒருவழியாக நின்றவர், அவனை அழைத்து, திரண்ட பெருந்தோள் மீது கையூன்றி, இராமனருகே விந்தி நடந்தார். இதற்குள் மெல்ல எழுந்திருந்த இளவலும், நிமிர்ந்து நின்றான். கண்களின் உணர்ச்சிக் கொந்தளிப்புடன் அசாதாரண அமைதியும் கலந்திருக்க, முகபாவத்தைப் படிக்கமுடியவில்லை.

தசரதர், அவன் தோள்களின் மீது கரம் பதித்தார். ''நான் ஆகியிருக்கக்கூடிய - ஆனால், ஆகமுடியாத மனிதனாய் நீ ஆக வேண்டும்.''

கண்கள் பனிக்க, இராமன் கிசுகிசுப்பான குரலில், ''அப்பா ...'' என்றான்.

''எனக்குப் பெருமை சேர்க்கும் வகையில் நடந்து கொள்ள வேண்டும்,'' தசரதரின் கண்களிலும் இப்பொழுது கண்ணீர் துளிர்த்தது.

''அப்பா ...''

''எனக்குப் பெருமை சேர், மகனே.''

அரசகுடும்பத்தையே தடம்புரட்டிய அதிசய மாற்றங்கள் குறித்த கொஞ்சநஞ்ச சந்தேகங்களும் அயோத்ய அரண்மனையில் கைகேயியின் அறைகளினின்று தசரதர் வெளியேறிய நொடியில் முற்றுமாய் விலகின. இராமனைத் திடீரெனப் பட்டத்து இளவரசனாக்கியதன் காரணம் குறித்துக் கைகேயி மீண்டும் மீண்டும் அழுத்தமாய்க் கேட்டும், தசரதரிடம் தீர்மானமான பதில் இல்லை. அந்தரங்கப் பரிவாரம் சகிதம் கௌஸல்யாவின் அறைகளுக்குப் பெயர்ந்தார். திகைப்பும் தவிப்புமாய் விழித்த அயோத்ய பட்டமகிஷிக்குத் தன் பதவி மீண்டுவிட்டது புரிந்தாலும், இயற்கையில் பதவிசான குணம் படைத்த கௌஸல்யா, தனக்கேற்பட்ட புதிய முக்கியத்துவம் குறித்து எச்சரிக்கை காப்பாற்றினாள். அரசாங்க அலுவல்களில் எந்த மாற்றமும் ஏற்படாததற்குக் காரணம் அவளது தன்னம்பிக்கையின்மையோ; மகிழ்ச்சியான நிலை நீடிக்க வாய்ப்பில்லை என்னும் நிராசைதானோ - யாரே அறிவார்?

இராமனின் சகோதரர்கள் அடைந்த சந்தோஷத்திற்கு அளவேயில்லை. ப்ரங்காவிலிருந்து திரும்பும் வழியிலேயே செய்தி கிடைத்துவிட, அயோத்யா வந்ததும் வராததுமாய் பரதனும் ஷத்ருக்னனும் இராமனது அறைக்குள் திடும் பிரவேசம் செய்தபோது, ரோஷ்னியும் உடனிருந்தாள்.

''வாழ்த்துகள், அண்ணா,'' முகத்தில் சந்தோஷம் விகசிக்க பரதன் இராமனைத் தாவிக் கட்டிக்கொண்டான்.

''நீ இதுக்குத் தகுதியுள்ளவன்தான்,'' ஷத்ருக்னன் சொன்னான்.

''நிச்சயமா,'' ரோஷ்னியின் முகத்தில் ஆனந்தத் தாண்டவம். ''வர்ற வழியில குரு வஸிஷ்டரைப் பார்த்தேன். ராமனுடைய உண்மையான சாதனைத் திறனோட ஒப்பிட்டா, அயோத்யாவில் குற்றங்கள் குறைஞ்சதெல்லாம் ஒண்ணுமேயில்லையாம்.''

''அதுல என்ன சந்தேகம்?'' லக்ஷ்மணன் உற்சாகமாய்ச் கூவினான்.

''சரி, சரி,'' என்றான் இராமன். ''ரொம்பப் புகழறீங்க. கூச்சமா இருக்காதா எனக்கு?''

''ஆ,'' பரதன் கடகடவெனச் சிரித்தான். ''அதுக்குத்தானேண்ணா இவ்வளவும்?''

''எனக்குத் தெரிஞ்சவரை,'' என்றான் ஷத்ருக்னன். ''உண்மை பேச எந்த சாஸ்திரத்திலும் தடை இல்லை.''

''நம்பறோம்,'' லக்ஷ்மணன் அட்டகாசமாய்ச் சிரித்தான். ''மனிதன் தோன்றின காலத்துலேர்ந்து உருவாகி, வழிவழியா வந்த *வேத, உபநிஷத, பிராமண, ஆரண்யக,* வேதாங்க *ஸ்ம்ருதி*யெல்லாத்தையும் ஷத்ருக்னனளவுக் கரைச்சுக் குடிச்சு ஏப்பம் விட்டவன் எனக்குத் தெரிஞ்சு யாருமில்ல!''

''மண்டையில இருக்கற மூளை அமுக்கி அமுக்கித்தான் மேற்கொண்டு வளராமப் போயிட்டான்!'' பரதனும் சேர்ந்துகொண்டான்.

பலகை போன்ற லக்ஷ்மணனின் இறுகிய வயிற்றில் விளையாட்டாய்க் குத்திய ஷத்ருக்னனுக்கும் சிரிப்பு வந்துவிட்டது.

''நீ மொத்தறதெல்லாம் எனக்கு உறைக்கும்னு நினைக்கறியா?'' லக்ஷ்மணன் 'ஓ'வெனச் சிரித்தான். ''அம்மா கருவிலே புத்திக்கான அத்தனை அணுக்களும் உனக்கு வந்திருக்கலாம்; பலமெல்லாம் எனக்குத்தான்!''

மேலும் ஆரவாரத்துடன் சகோதரர்கள் பேச்சை ரசித்துச் சிரிப்பதை ரோஷ்னி ஒரு வித திருப்தியுடன் கவனித்தாள். அயோத்ய அரசவையின் அமளிதுமளி; சதி, சூழ்ச்சிக் குழப்படிகளையெல்லாம் மீறி, இளவரசர்கள் நால்வருக்குமிடையில் ஆரோக்யமான தோழமை திளைத்ததை எண்ணி மகிழ்ந்தாள். தெய்வங்களே இராஜ்யத்தின் எதிர்காலத்திற்குத் துணை நிற்பதில் சந்தேகமில்லை.

இராமனின் தோள் தட்டினாள். ''கிளம்பறேன்.''

''எங்கே?'' என்றான் அவன்.

''ஸரையா. சுற்று வட்டாரத்துக் கிராமங்கள்ள மாசத்துக்கு ஒரு தடவை மருத்துவ முகாம் நடத்தறேன்னு உங்களுக்குத் தெரியாதா? இது ஸரையாவின் முறை.''

இராமன் முகத்தில் கவலை ரேகைகள் படிந்தன. ''மெய்க்காப்பாளர்களை அனுப்பறேன். ஸரையாவைச் சுத்தியிருக்கிற கிராமங்கள்ள பாதுகாப்பில்லை.''

ரோஷ்னியின் முகத்தில் புன்னகை. ''உங்க புண்ணியத்துலே குற்றங்கள் வெகுவா குறைஞ்சிருக்கு. சட்ட ஒழுங்கை சரியா அமல்படுத்தினப்புறம் என்ன பிரச்சனை?''

''அந்த இலக்கை நான் இன்னும் முழுமையா அடையலைன்னு உனக்கே தெரியும். எச்சரிக்கையா இருக்கறதுல எந்தத் தவறும் இல்லையே?''

என்றோ கட்டிய *ராக்கி* இன்னமும் அவன் மணிக்கட்டில் வீற்றிருப்பதைக் கவனித்தவள், முறுவலித்தாள். ''கவலைப்படாதீங்க. ஒரு நாள் பயணம்தானே? இருட்டறதுக்குள்ளே திரும்பிடுவேன். தவிர, நான் ஒண்ணும் தனியா போகப்போறதில்லையே? உதவியாளர்கள் கூடவே இருப்பாங்க. தேவைப்பட்ட குடியானவர்களுக்கு மருந்தும் வைத்தியமும் அளிப்போம். என்னை யாரும் எதுவும் செய்ய மாட்டாங்க. அப்படி ஒரு எண்ணம் ஏன் வரணும்?''

பேச்சுவார்த்தையைக் கேட்டுக்கொண்டு நின்ற பரதன், ஓரடி முன்னால் வைத்து, அவள் தோளை அணைத்துக்கொண்டான். ''நீ எவ்வளவு நல்லவ, ரோஷ்னி.''

''ஆமா,'' அவள் முகத்தில் குழந்தைக்கேயுரிய அப்பழுக்கற்ற மலர்ச்சி பரவியது.

அயோத்யாவின் மிகச் சிறந்த குதிரைவீரன் திறமையை மெருகேற்றிக் கொள்வதைச் சூரியனின் தகிப்பால் தடுக்க முடியுமா? லக்ஷ்மணன் அயரவில்லை; புரவியும் அதைச் செலுத்தும் வீரனும் போர்க்களத்தில் 'சடக்'கென்று நிற்கவேண்டியதன் அத்தியாவசியத்தை அறிந்தவனாதலால், நகரிலிருந்து சற்று தூரத்தில், ஸரயூவின் கரைபுரண்டோடும் பிரவாகத்தில் வந்து சரிந்த செங்குத்தான மலையைப் பயிற்சிக்களமாய்த் தேர்ந்தெடுத்திருந்தான்.

''வா!'' உச்சியை நோக்கிப் பறந்த குதிரையை விரட்டினான் லக்ஷ்மணன்.

மேலே, மேலே, ஆபத்தான ஓரத்திற்கே புரவி தடதடக்கும்வரை தாமதித்தவன், சட்டென சேணத்தினின்று முன்னால் சாய்ந்து, இடக்கையால் குதிரையின் கழுத்தை அணைத்த அதே நொடியில் வலக்கையால் சேணக்கயிற்றை இழுத்தான். சாதுர்யம் நிறைந்த விலங்கும் தடாரெனப் பின்னங்கால்களால் எழுந்தது. கரணம் தப்பினால் மரணம் என்னும்படி உச்சிக்குச் சில அடிகளில் குதிரை நிற்க, ஊன்றிய வேகத்தில் பின்னங்கால் குளம்படிகள் நிலத்தை உழுதன. லாகவமாய் முதுகினின்று வழுக்கிக் கொண்டு

இறங்கிய லக்ஷ்மணன், பாராட்டாய்ப் புரவியின் பிடரியைத் தடவிக் கொடுத்தான்.

"பிரமாதம் ... பிரமாதம்."

புகழுரையை ஏற்றதன் அறிகுறியாய்க் குதிரை வாலைச் சொடுக்கியது.

"மறுபடியும்?"

இதுவே அதிகமெனத் தோன்றிற்று போலும்; தலையை வெகு வேகமாய்ச் சிலுப்பி ஹூங்காரம் செய்தது புரவி. மெல்லச் சிரித்தபடி தட்டிக்கொடுத்த லக்ஷ்மணன், மீண்டும் முதுகிலேறி சேணக்கயிற்றைக் குலுக்கி எதிர்த்திசையில் செலுத்தினான். "அப்ப சரி. வீடு திரும்புவோம்."

காட்டினூடே அவன் பயணித்தபோதே சற்று தூரத்தில் நிகழ்ந்த சந்திப்பைப் பற்றி மட்டும் அறிந்திருந்தால், நிச்சயம் ஒட்டுக்கேட்க முயன்றிருப்பான். குரு வஸிஷ்டர் அதே மர்ம நாகாவுடன் தீவிர விவாதத்தில் ஆழ்ந்திருந்தார்.

"இது இப்படியிருக்க, எனக்கும் வருத்தம்தான் ..."

" ... நான் தோற்றதற்கா?" வஸிஷ்டர் முடித்தார். இன்ன காரணமென்று விளக்காமல் வெகு காலம் விலகியிருந்துவிட்டு சமீபத்தில்தான் அயோத்யா திரும்பியிருந்தார்.

"அந்த வார்த்தையைப் பயன்படுத்தியிருக்க மாட்டேன், குருஜி."

"எனினும், பொருத்தமானதுதான். ஆனால், இந்தத் தோல்வி நம்முடையது மட்டுமல்லவே? இது -"

ஏதோ சப்தம் கேட்டது போல் தோன்ற, வஸிஷ்டர் தயங்கினார்.

"என்னாயிற்று?" என்றார் நாகா.

"உமக்கு ஏதேனும் கேட்டதா?" வஸிஷ்டர் வினவினார்.

சுற்றுமுற்றும் பார்த்துச் சில நொடிகள் தீவிரமாய்க் காதைத் தீட்டிக்கொண்ட நாகா, மறுப்பாய்த் தலையாட்டினார். "இளவரசன் ராமனைப் பற்றிய சங்கதி என்ன?" பேச்சைத் தொடர்ந்தார். "உங்கள் நண்பர் அவனைத் தேடிக்கொண்டு இங்கே வந்து கொண்டிருக்கிறாரே, தெரியுமோ?"

"அறிவேன்."

''என்ன செய்வதாக உத்தேசம்?''

''என்ன செய்ய முடியும்?'' இயலாமையுடன் கையுயர்த்தினார் வஸிஷ்டர். ''ராமனேதான் நிலைமையைச் சமாளித்தாக வேண்டும்.''

'பட்'டெனக் குச்சி உடையும் ஓசை கேட்டது. காட்டு விலங்காக இருக்கக்கூடும். ''நான் கிளம்புவது உசிதம் எனத் தோன்றுகிறது.'' நாகாவின் குரலில் எச்சரிக்கை.

''ஆம்,'' வஸிஷ்டர் ஆமோதித்தார்.

சட்டென்று குதிரையேறி, அவரை நோக்கினார். ''விடை கொடுங்கள்.''

புன்னகைத்த வஸிஷ்டர், நமஸ்கரிக்கும் வகையாய்க் கைகளைக் குவித்தார். ''ருத்ரபகவான் துணை புரியட்டும், நண்பரே.''

நாகா பதிலுக்கு நமஸ்கரித்தார். ''ருத்ரபகவான் மீது நம்பிக்கையோடிருங்கள். குருஜி.''

குதிரையை மெல்லத் தட்டிவிட்டு, அகன்றார்.

''சாதாரணச் சுளுக்குதான்,'' கணுக்காலைச் சுற்றிக் கட்டுப்போட்ட ரோஷ்னி, குழந்தைக்குச் சமாதானம் சொன்னாள். ''ஒண்ணு ரெண்டு நாள்ள சரியாகிடும்.''

''நிச்சயமாத் தெரியுங்களா?'' அம்மா கவலையுடன் கேட்டாள்.

சுற்றுவட்டாரத்தைச் சேர்ந்த பலப்பல கிராமங்களினின்று மக்கள் ஸரையா சதுக்கத்தில் சாரிசாரியாகக் குழுமியிருக்க, அனைவருக்கும் ரோஷ்னி பொறுமையுடன் வைத்தியம் செய்தாள். இதுதான் கடைசி நோயாளி.

''ஆமா,'' ரோஷ்னி குழந்தையின் தலையை வருடினாள். ''இப்ப நான் சொல்றதைக் கேப்பியாம்,'' கன்னங்களை ஏந்திக்கொண்டாள். ''இன்னும் கொஞ்ச நாளைக்காவது மரம் ஏர்றது; ஓடிப் பிடிச்சு விளையாடறதெல்லாம் கூடாது, என்ன? கணுக்கால் சரியாகற வரைக்கும் ஜாக்கிரதையா இருக்கணும்.''

அம்மா குறுக்கே புகுந்தாள். ''அவன் வீட்டிலேயே இருக்கறபடிப் பார்த்துக்கறேன்.''

''நல்லது,'' என்றாள் ரோஷ்னி.

''என்ன, ரோஷ்னிக்கா,'' பையன் விளையாட்டுக் கோபத்துடன் உதட்டைப் பிதுக்கினான். ''மிட்டாய் எங்கே?''

சிரித்துக்கொண்டே உதவியாளனை அருகே அழைத்து, பையிலிருந்து இனிப்பை எடுத்துக் குதூகலித்த குழந்தையிடம் நீட்டியவள், செல்லமாய்த் தலையைக் கலைத்துவிட்டு, முக்காலியினின்று எழுந்தாள். முதுகை நெட்டிச் சோம்பல் முறித்தவாறு, ஊர்த்தலைவரிடம் திரும்பினாள். ''உத்தரவு கொடுத்தீங்கன்னா, கிளம்பறேன்.''

''நிச்சயமாகவா, தேவி?'' என்றார் அவர். ''நேரமாகிப் போச்சே? இருட்டுறதுக்குள்ளே அயோத்யா போயிட முடியுங்களா? கோட்டைக் கதவுகள் சார்த்தியிருக்குமே?''

''இல்லை, சரியா இருக்கும்,'' என்றாள் ரோஷ்னி தீர்மானமாக. ''போய்த்தான் ஆகணும். ராத்திரி அயோத்யாவுல இருக்கணும்னு அம்மா எதிர்பார்ப்பாங்க. விருந்து, கொண்டாட்டம்னு ஏதோ ஏற்பாடு செஞ்சிருக்காங்க. நான் இருந்தேயாகணும்.''

''உங்க இஷ்டம்மா,'' என்றார் அவர். ''என் மனமார்ந்த நன்றியை மறுபடித் தெரிவிச்சிக்கறேன். நீங்க இல்லாம என்ன செஞ்சிருப்போம்கிறதை நினைச்சுப் பார்க்கவே முடியலை.''

''உங்களுக்குப் பயன்படக்கூடிய திறமையை எனக்களிச்ச ப்ரம்மதேவருக்குத்தான் நீங்க நன்றி சொல்லணும்.''

எப்போதும் போல் மரியாதை நிமித்தம் அவள் பாதம் தொட ஊர்த்தலைவர் குனிய, வழக்கம்போல் ரோஷ்னியும் விலகிக் கொண்டாள். ''தயவு செஞ்சு என் காலைத் தொட்டுக் கும்பிட்டுத் தர்மசங்கடத்துக்கு உள்ளாக்க வேண்டாம். உங்களை விட நான் வயசுல சின்னவ இல்லையா?''

''ருத்ரபகவான் ஆசி உங்களுக்கு என்னைக்கும் இருக்கணும், தேவி,'' அவர் கரம் கூப்பினார்.

''அது எல்லாருக்கும்தான் வேணும்!'' என்றபடி குதிரையருகே சென்று தாவி ஏறிக்கொண்டாள். உதவியாளர்கள் முன்னமேயே சகலவித மருத்துவ உபகரணங்களையும் மூட்டை கட்டிக்கொண்டு, தத்தம்

குதிரைகளில் தயாராக அமர்ந்திருந்தனர். ரோஷ்னி சைகை செய்ய, கிராமத்தினின்று கிளம்பினர்.

அவர்கள் சென்ற சில நொடிகளுக்கெல்லாம் குதிரை மீதமர்ந்த எட்டு பேர் ஊர்த்தலைவர் வீட்டு வாசலை அடைந்தனர். அருகேயிருந்த இஸ்லா என்ற கிராமத்தில் பரவிய கடும் சுரத்திற்கு மருந்து வேண்டி, அன்று காலைதான் ரோஷ்னியிடம் மருந்து வாங்கிச் சென்றிருந்தனர். அவர்களில் ஒருவன், இஸ்லா கிராமத் தலைவர் மகனான பதின்ம வயதடைந்த தேனுகன்.

"சகோதரர்களே," என்றார் தலைவர். "வேண்டிய மருந்துகளை வாங்கிக்கிட்டீங்களா?"

"ஆகா," என்றான் தேனுகன். "ரோஷ்னி தேவி எங்கே? நன்றி சொல்லணும்னு ஆசைப்பட்டேன்."

கிராமத்தலைவர் இதைக் கேட்டுச் சற்று அதிசயித்தார். தேனுகனின் மரியாதையற்ற பேச்சும், பண்பற்ற குணமும் அந்தப் பக்கங்களில் பிரசித்தம். அதே சமயம் - இன்றுதான் அவன் ரோஷ்னியை முதன்முறையாய்ப் பார்த்தது; அநாகரீகமான இந்த வாலிபனையும் அவளது நற்குணமும் உயர்ந்த பண்பும் அசைத்துவிட்டதோ, என்னமோ? "அப்பவே கிளம்பிட்டாங்களே? இருட்டறதுக்கு முன்னாடி அயோத்யா போய்ச் சேர்ந்துடணும்னாங்க."

"அப்ப சரி," தேனுகனின் கண்கள் கிராமத்தினின்று வெளியேறும் சாலையை அளந்தன. புன்னகையுடன், குதிரையைத் தட்டிவிட்டான்.

—|×|🐟☼—

"உதவிக்கு வரலாமா, தேவி?" தேனுகன் வினவினான்.

எதிர்பாராத குறுக்கீட்டினால் ஆச்சர்யமடைந்த ரோஷ்னி, திரும்பினாள். விரைவுக் கதியில் வந்ததில் பல காதம் கடந்துவிட, ஸரயூ நதிக்கரையருகே ஓய்வுக்காகச் சற்று தாமதித்திருந்தனர். அயோத்யா ஒரு மணி நேரப் பயணத்தில் இருந்தது.

வந்தவனை முதலில் அடையாளம் தெரியாவிட்டாலும், கூடிய சீக்கிரத்தில் புரிய, அங்கீகரிக்கும் வகையில் புன்னகைத்தாள்.

''பரவாயில்லை, தேனுகா,'' என்றாள். ''குதிரைகளுக்கு ஓய்வு தேவைப்பட்டது. மருந்தைச் சரியா உட்கொள்ளும் விதம் பத்தி உங்கள் மக்களுக்கு என் உதவியாளர்கள் விளக்கினாங்க இல்லையா?''

''ஆகா, சொன்னாங்களே,'' தேனுகன் ஒரு மாதிரியாகப் புன்னகைத்தான்.

சட்டென்று ரோஷ்னிக்குள் சங்கடம் முளைத்தது. இங்கே தாமதிப்பது ஆபத்து; கிளம்பவேண்டும். ''உங்க கிராமத்துல எல்லாரும் சீக்கிரம் குணமாயிடுவாங்கன்னு நம்பறேன்.''

புரவியை நெருங்கி, சேணக்கயிற்றைப் பற்றினாள். உடனடியாகத் தன் குதிரையினின்று குதித்த தேனுகன், ரோஷ்னியின் கரத்தைப் பிடித்துப் பின்னுக்கிழுத்தான். ''அப்படியென்ன அவசரம், அம்மணி?''

அவனைத் தள்ளிவிட்டு மெல்லப் பின்வாங்கினாள். இதற்குள் தேனுகனின் குழுவினரும் தத்தம் குதிரைகளினின்று குதிக்க, அவர்களில் மூவர் அவளது உதவியாளர்களைக் குறி வைத்து நகர்ந்தனர்.

ரோஷ்னியின் முதுகுத்தண்டில் பயங்கரமாய்ச் சில்லிட்டது. ''நான் ... நான் உங்க மக்களுக்கு உதவினேன் ...''

''அடடே, எனக்குத் தெரியாதா?'' தேனுகனின் முகத்தில் அச்சமூட்டும் கோரப் புன்னகை நெளிந்தது. ''எனக்கும் உதவுவீங்கன்னு ஒரு நம்பிக்கை ...''

சட்டென்று தலைதெறிக்க ஓடியவளை மூன்று ஆண்கள் தொடர்ந்து சென்று நொடியில் கைப்பற்றினர். ஒருவன் முகத்தில் பளாரென்று அறைந்தான். ரோஷ்னியின் உதடு கிழிந்து இரத்தம் பீறிட, இன்னொருவன் கையை அரக்கத்தனமாய் முதுகுக்குப் பின் முறுக்கினான்.

மெல்ல நடைபயின்ற தேனுகன், கை நீட்டி அவள் முகத்தை வருடினான். ''உயர்குலப் பெண்ணாமே? ம்ம்... செம்மையா இருக்கப்போகுது.''

அவனது கூட்டம் உற்சாக ஊளையிட்டது.

''அண்ணா!'' அலறியபடி இராமனின் அலுவலகத்திற்குள் புயலாய் நுழைந்தான் லக்ஷ்மணன்.

மேஜை மீது பரப்பியிருந்த காகிதங்களினின்று இராமன் கண்களை அகற்றவில்லை. இரண்டாம் *ப்ரஹா*ரின் முதல் மணியாகையால், சற்று நேரமாவது நிம்மதி நிறைந்த அமைதியுடன் காரியத்தில் ஈடுபடவேண்டும் என்பது அவன் எண்ணம். ''இப்ப என்னடா விஷயம்?'' ஆவணம் படிப்பதை நிறுத்தாமல், சாவதானமாய்க் கேட்டான்.

''அண்ணா ...'' லக்ஷ்மணனுக்கு உணர்ச்சிப் பெருக்கில் தொண்டையடைத்தது.

''லக்ஷ் ...'' நிமிர்ந்தவன் பார்வையில் தம்பியின் கண்ணீர் வழியும் முகம் பதிய, வாக்கியம் பாதியில் சிக்கியது. ''என்னடா? என்னாச்சு?''

''அண்ணா ... ரோஷ்னிக்கா ...''

இராமன் எழுந்த வேகத்தில் நாற்காலி 'தடா'ரென்று பின்னால் எகிறி விழுந்தது. ''ரோஷ்னிக்கு என்ன?''

''அண்ணா ...''

''அவ எங்கே?''

அத்தியாயம் 13

அதிர்ச்சியில் உறைந்திருந்தான் பரதன். லக்ஷ்மணனும் ஷத்ருக்னனும் கவிழ்ந்து அடக்கமாட்டாமல் விசித்துக் கொண்டிருந்தனர். மகள் தலையை மடியில் ஏந்திக்கொண்டு, வறண்டு வீங்கிய கண்களுடன், எங்கோ வெறித்தபடி சிலையாய் அமர்ந்திருந்தாள் மந்தரை. இனி அழுவதற்குக் கண்ணீர் இல்லை. ரோஷ்னியின் உடலை வெள்ளைத் துணி போர்த்தியிருந்தது. பலாத்காரம் செய்யப்பட்டவளின் வெற்றுடம்பைக் கண்டெடுத்தது மந்தரையின் ஆட்கள். ரோஷ்னியின் உதவியாளர்களில் ஒருவனது சடலம் சற்று தூரத்தில் கிடந்தது. கொடூரமாக அடித்துக் கொல்லப்பட்டிருந்தான். மற்றொருவனும் மோசமாகத் தாக்கப்பட்டிருந்தாலும், சாலையருகே குற்றுயிரும் குலையுயிருமாக மீட்கப்பட்டான். மருத்துவர்கள் சிகிச்சையளிக்க, உணர்ச்சியற்ற முகமும், ஆத்திரத்தில் நடுங்கும் கரங்களுமாக இராமன் அருகே நின்றான். உதவியாளனைச் சில கேள்விகள் கேட்க வேண்டியிருந்தது.

மறுநாள் காலை வரை ரோஷ்னி திரும்பாததில், ஸரையாவிற்கே சென்று மகளை அழைத்து வரும்படி ஆட்களை அனுப்பினாள் மந்தரை. அதிகாலை கோட்டைக்கதவுகள் திறந்த மறு நொடி அவர்கள் புறப்பட்டார்கள். நகரிலிருந்து ஒரு மணி நேரப் பிரயாணத்தில் ரோஷ்னியின் பிணம் கண்டுபிடிக்கப்பட்டது. பலரால் கொடூரமாய்க் கற்பழிக்கப்பட்டிருந்தாள். தலை மீண்டும் மீண்டும் சமதளம் மீது மோதப்பட்டிருந்தது. மணிக்கட்டிலும், முதுகிலும் தெரிந்த சிராய்ப்புக்களினின்று, மரத்துடன் சேர்த்துக் கட்டப்பட்டிருந்தது புலனாயிற்று. உடல் முழுதும் வகை தொகையில்லாமல் காயங்கள்; கோரமான பல் தடங்கள். மனித மிருகங்கள் வயிற்றைச் சுற்றியும், கைகளிலிருந்தும் சதையைக் கடித்துக் குதறியிருந்தனர். நினைக்கவே கூசும் அருவருக்கத்தக்க விபரீதச் சடங்கில் மழுங்கின கட்டையால் உடலை அணு அணுவாய் அடித்திருந்தனர். உதட்டிலிருந்து கன்னத்து எலும்பு வரை முகத்தின் ஒருபுறம் கிழிந்திருந்தது.

இச்சித்திரவதைகள் நிகழ்ந்தபோது ரோஷ்னி உயிருடன் இருந்திருக்கவேண்டுமென்பதை வாயிலிருந்த காயங்களும் இரத்தக் கட்டிகளும் சுட்டிக்காட்டின. உடல் முழுவதும் விந்தின் எச்சங்கள். இறுதியாக, தாக்கியவர்களில் ஒருவன் தொண்டைக்குள் ஊற்றிய அமிலத்தால் கொடூரமான மரணம்.

மிகுந்த வேதனையிலிருந்த உதவியாளன் பெருமுயற்சி செய்து கண்விழிக்க, இராமன் குனிந்து உறுமினான். ''யார் அவங்க?''

''இவனால் பேச முடியும் எனத் தோன்றவில்லை, பிரபு,'' என்றார் மருத்துவர்.

அவரை சட்டை செய்யாத இராமன், அடிபட்டவனருகே மண்டியிட்டான். ''யார் அவங்க?'' என்றான் மீண்டும்.

ஒரே ஒரு பெயரை ரோஷ்னியின் உதவியாளன் முணுமுணுக்கவும், நினைவிழக்கவும் சரியாக இருந்தது.

மேல், கீழ் எனப் பாகுபாடின்றி இரு வர்க்கத்தின் நன்மதிப்பையும் பெற்ற அபூர்வப் பிறவி, ரோஷ்னி. சமூக சேவைக்கென வாழ்க்கையையே அர்ப்பணித்தவள். அப்பழுக்கில்லாத குணம், அமைதி, பண்பு, கண்ணை உறுத்தாத அழகு என சகல நற்குணங்களின் உறைவிடம். காவிய நாயகி *கன்யாகுமரி*யென்னும் கன்னித்தெய்வமாகவே அவளை உருவகப்படுத்தியவர்கள் பலர். அப்பேர்ப்பட்டவள் மீது நிகழ்த்தப்பட்ட கொடூரத்தினால் வெகுண்டெழுந்தவர்களின் ஆவேசமும், ஆத்திரமும் யாரும் பார்த்தறியாதவை. நகரமே பழி வாங்கத் துடித்தது.

தப்பிக்க முயற்சிக்கையில் குற்றவாளிகள் இஸ்லா கிராமத்தில் வளைத்துப் பிடிக்கப்பட்டனர். மகனைக் காக்கப் போராடிய தலைவரை, அவரது கிராமத்துப் பெண்களே நையப் புடைத்தனர். தேனுகனின் மிருகத்தனத்தினால் அவர்கள் மௌனமாக அனுபவித்த கொடுமைகள் கொஞ்சமல்ல. இராமன் மாற்றியமைத்த காவல்துறையின் செயல்திறனைக் கொண்டே கணித்தாலும் அசுரவேகத்தில் துப்பு துலக்கப்பட்டு, நீதிபதிகள் முன்னிலையில் வழக்கு சமர்ப்பிக்கப்பட்டு, ஏறக்குறைய நொடிப்பொழுதில் தீர்ப்பும் வழங்கப்பட்டது: ஒரு வாரத்திற்குள் குற்றவாளிகளுக்குத்

தண்டனை நிறைவேற்ற ஏற்பாடுகள் துவங்கின. ஒரே ஒருவனைத் தவிர, மற்றவர்களுக்கு மரணம். அந்த ஒருவன்: தேனுகன்.

கொடூரக் கற்பழிப்பிற்கும் கொலைக்கும் சூத்ரதாரியான தேனுகன் வயதில் சட்டவரம்பிற்குக் கீழ்ப்பட்டவனாதலால், அதிகபட்ச தண்டனையிலிருந்து தப்பித்தது இராமனுக்கு மிகப்பெரிய அடி. ஆனால் சட்டம் - இராமனின் பொறுப்பிலுள்ள சட்டம் - மீறப்படக்கூடியதல்ல. சட்டம் கொடுத்த இராமன், செய்ய வேண்டியதைச் செய்தே ஆகவேண்டும்; ரோஷ்னியின் *ராக்கி* சகோதரன் இராமனோ, குற்ற உணர்வில் மூழ்கிக் கொண்டிருந்தான். அருமைச் சகோதரியின் கொடூரக் கொலைக்குப் பழிவாங்க முடியாமல் புழுங்கித் தவித்துக்கொண்டிருந்தான். தன்னைத் தானே தண்டித்துக் கொள்ள வேண்டிய நிர்ப்பந்தத்திற்கு ஆளானவன், வலியில் தன்னை அமிழ்த்திக் கொண்டான்.

ரோஷ்னி என்றோ தன் மணிக்கட்டில் *ராக்கி* கட்டிய தோட்டத்தை வெறித்தவாறு, பிரத்யேக அறையின் ஜன்னலோரமாய் நாற்காலியில் தனியாகப் பொழுதைக் கழித்தான். கையில் மின்னிய தங்கக் கயிற்றைக் கண்களில் கண்ணீர் தளும்பப் பார்த்தான். மதியத்தின் கடும் வெயில் கருணையின்றி வெற்று மார்பைப் பதம் பார்த்தது. கண்களைக் கையால் மறைத்தபடி சூரியனை ஏறிட்டான். மூச்சை இழுத்துப் பிடித்துக்கொண்டு, காயம்பட்ட வலக்கையைப் பார்த்தான். அருகேயிருந்த மேஜை மீதிருந்த மரக்கட்டையை எடுத்தான். நுனி புகைந்துகொண்டிருந்தது.

வானை ஏறிட்டான். ''என்னை மன்னிச்சிடு, ரோஷ்னி,'' என்றான் மெல்ல.

தங்கையைக் காக்கப் பூண்ட விரதத்தின் சின்னமான புனிதக் கங்கணம் கட்டியிருந்த கையின் உட்பக்கம், எரியும் கொள்ளிக்கட்டையை அழுத்திக்கொண்டான். வலி நிறைந்த அரற்றலில்லை; கண்கள் இமைக்கக் கூட இல்லை. தீயில் சதை கருகும் நாற்றம் மெல்லக் காற்றில் பரவியது.

''என்னை மன்னிச்சிடு...''

கன்னங்களில் கண்ணீர் வழிய, இராமன் விழிகளை மூடிக்கொண்டான்.

இக்ஷ்வாகு குலத்தோன்றல் 165

பல மணி நேரங்கள் கடந்தும் மனதை நிரப்பிய வெறுமையிலிருந்து மீளமுடியாமல், வேதனையின் உச்சத்தில் அலுவலறையில் அமர்ந்திருந்தான் இராமன். காயம்பட்ட கரத்தை, வில்லாளிகளுக்குரிய பட்டை மூடியிருந்தது.

"இது தப்புண்ணா!"

அறைக்குள் நுழைந்த லக்ஷ்மணன் முகத்தில் எள்ளும் கொள்ளும் வெடித்தன. மேஜையினின்று நிமிர்ந்த இராமனின் கண்களில் பளிச்சிட்ட சோகம், நெஞ்சில் கனன்ற ஆத்திரத்தை மறைத்தது.

"சட்டத்தை மீறமுடியாது, லக்ஷ்மணா," என்றான் நிதானமாக. "அது உன்னதமானது; என்னையும் உன்னையும்விட முக்கியமானது. அவளை விட ..."

பெயரை உச்சரிக்கமுடியாமல் வார்த்தைகள் இராமனின் தொண்டையில் சிக்கிக்கொண்டன.

"சொல்லுண்ணா?" கதவருகே நின்ற பரதன் கோபாவேசத்தில் சீறினான்.

அவனை ஏறிட்ட இராமன், கையுயர்த்திய போது ஏற்பட்ட வலியில் முகம் சுருங்கியது. "பரதா ..."

கண்களில் கவிந்த சோகம்; உடலில் இறுக்கம்; விரல்களில் சுயகட்டுப்பாடில்லாத நடுக்கம். உள்ளத்தை அலைக்கழித்த உணர்ச்சிப் போராட்டத்தை வெளிக்காட்ட வழியில்லாமல் பரதன் அகங்காரமாய் உள்ளே நுழைந்தான். "ஆரம்பிச்ச வாக்கியத்தை முடியேண்ணா!"

"பரதா, நான் சொல்றதைக் கொஞ்சம் கேளு ..."

"சொல்லு! உன் சதிகாரச் சட்டம் ரோஷ்னியை விட முக்கியம்னு வாயைத் திறந்து சொல்லு!" பரதனின் கண்களிலிருந்து கொதிக்கும் அருவியாய்க் கண்ணீர் பெருகி ஓடியது. "உன் கையில இருக்கற *ராக்கியை* விட சட்டம் முக்கியம்னு சொல்லு." முன்னே சாய்ந்து இராமனின் வலக்கையைப் பிடுங்கினான். இராமனின் முகத்தில் சற்றும் சுணக்கமில்லை. "நம்ம ரோஷ்னியை வாழ்நாள் முழுக்கக் காப்பாத்தறதாக் கொடுத்த வாக்கை விட, உன் சட்டம்தான் முக்கியம்னு ஒத்துக்க."

"பரதா," தம்பியின் இரும்புப் பிடியினின்று கையை மெல்ல விடுவித்துக்கொண்டான் இராமன்.

''வயதுவராதவங்களுக்குத் தண்டனை மரணம் இல்லை; இது விஷயத்துல சட்டத்துல எந்த முரணும் இல்லை. தேனுகன் சட்டத்துக்குட்படும் வயசை எட்டலை. அவனைக் கொல்லமுடியாது.''

''உன் பழிகாரச் சட்டத்தைத் தூக்கி உடைப்புல போடு!'' பரதன் கத்தினான். ''நான் தர்மத்தைப் பத்திப் பேசறேன்! வித்தியாசம் உனக்கு உண்மையிலேயே புரியலையா, அண்ணா? அந்த மிருகம் செத்தே ஆகணும்!''

''சாகத்தான் வேணும்,'' ஆன்மாவைச் சித்திரவதைக் குள்ளாக்கிய குற்ற உணர்வு மேலிடச் சொன்னான் இராமன். ''ஆனா, கொல்லும் உரிமை அயோத்யாவுக்குக் கிடையாது. அதுதான் சட்டம்.''

''அண்ணா!'' மேஜை மீது ஓங்கியடித்தான் பரதன். ''உன் சட்டத்தை எடுத்து -''

''பரதா!'' பின்னாலிருந்து ஒலித்த குரல் அறையைக் கிடுகிடுக்க வைத்தது.

சகோதரர்கள் மூவரும் திரும்பியபோது, இராஜகுரு வஸிஷ்டர் வாயிலில் நிற்பதைக் கண்டனர். உடனடியாக நிமிர்ந்த பரதன், மரியாதை நிமித்தம் நமஸ்கரித்தான். கட்டுக்கடங்காமல் எல்லைமீறத் துடித்த ஆத்திரமனைத்தையும் குருவின் மீது குவித்த லக்ஷ்மணன், அசையவில்லை.

தீர்மானமாய், அறைக்குள் மெல்ல அடியெடுத்து வைத்த வஸிஷ்டரின் நடையில் நிதானம். ''பரதா, லக்ஷ்மணா, உங்கள் தமையன் சொல்வதே சரி. சந்தர்ப்பம் எப்படியிருப்பினும் சட்டம் மதிக்கப்பட வேண்டும்; மீறப்படாதிருக்க வேண்டும்.''

''அப்ப ரோஷ்னிக்கு செஞ்சு கொடுத்த சத்தியத்துக்கு என்னதான் அர்த்தம், குருஜி? அதுக்கு மதிப்பில்லையா?'' பரதன் படபடத்தான். ''அவளைக் காப்பாத்தறதா வாக்குக் கொடுத்தோம். அந்தக் கடமையில தவறிட்டோம். இப்ப அவளுக்காகப் பழி வாங்கணும்.''

''உன் வாக்குறுதி சட்டத்திற்கு அப்பாற்பட்டதில்லை.''

''ரகுகுலத்தோன்றல் கொடுத்த வாக்கை உடைக்கிறதுங்கிற பேச்சுக்கே இடமில்லை, குருஜி.'' பண்டைய குலவழக்கை மேற்கோள் காட்டினான் பரதன்.

''அளித்த வாக்கும், வழக்கிலுள்ள சட்டமும் முரண்பட்டால், வாக்கை முறித்து அவமானத்தை ஏற்கவேண்டும்,'' என்றார் வஸிஷ்டர். ''அதுதான் *தர்மம்.*''

''குருஜீ!'' சுயகட்டுப்பாட்டையும் பண்பையும் ஏறக்குறைய இழக்கும் நிலைக்கே வந்தான் லக்ஷ்மணன்.

''பாருங்கள்!'' இராமனை நெருங்கிய வஸிஷ்டர், 'சரக்'கென்று விற்பட்டையை உருவி எல்லோரும் பார்க்கும் வண்ணம் வலக்கரத்தை உயர்த்தினார். அவன் கையைப் பிடுங்கிக்கொள்ள முயன்றும் விடவில்லை.

மோசமாய்க் கருகியிருந்த வலக்கையின் உட்புறம் கண்டு பரதனும் லக்ஷ்மணனும் அதிர்ந்தனர். காயத்தைச் சுற்றிய சருமம் தீயினால் நிறம் மாறியிருந்தது.

''சட்டம் அனுமதிக்காததால் தேனுகனுக்கு மரணதண்டனை இல்லையென நீதிபதி அறிவித்ததிலிருந்து ஒவ்வொரு நாளும் இதைச் செய்து வந்திருக்கிறான்,'' என்றார் வஸிஷ்டர். ''தடுக்க எவ்வளவோ முயன்றேன்; பலிக்கவில்லை. ரோஷ்னிக்குக் கொடுத்த வாக்கை மீறியதற்கு தனக்குத்தானே அவன் கொடுத்துக் கொண்ட தண்டனை. எது எப்படியிருந்தாலும் - சட்டத்தை மீறமாட்டான்.''

கற்பழிப்பாளர்கள் எழுவரின் மரணதண்டனை நிறைவேற்றப்பட்டபோது இராமன் அங்கில்லை.

முக்கியக் குற்றவாளியின் உயிரை எடுக்க முடியாத ஆத்திரத்தில், நியாயமாய்த் தங்களுக்குள்ள தர்மாதிகாரத்தை நீதிபதிகள் தாராளமாகவே மீற முற்பட்டதில், மற்றவர்களுக்கான தண்டனை விஸ்தாரமாக விவரிக்கப் பட்டிருந்தது. மரண தண்டனை குறித்து இராமன் வகுத்த புதிய சட்டத்தின்படி, சாகும் வரை குற்றவாளி தூக்கிலிடப்படவேண்டியது; சிறைவளாகத்தில் இதற்குரிய பிரத்யேகமான பகுதியில் தண்டனை நிறைவேற்றப்பட வேண்டியது; மேற்படி விஷயங்களின் செயல்முறை நீதிபதியின் அதிகாரத்திற்குட்பட்டது. கடைசியாய்க் கூறப்பட்ட விதிமுறையளித்த சுதந்திரத்தை ஆவேசம் அடைந்திருந்த நீதிபதிகள் முழுவதுமாகப் பயன்படுத்திக்கொண்டதில், மரண தண்டனை நிறைவேற்றப்பட வேண்டிய செயல்முறை வழக்கிலில்லாதபடி மிக விரிவாய் எடுத்துரைக்கப்பட்டிருந்தது:

தண்டனை, பொதுமக்கள் முன்னிலையில் நிறைவேற்றப் படவேண்டும்; இரத்தப்போக்கின் மிகுதியால் மரணம் நேர வேண்டும்; அவ்வாறு நிகழும் மரணமும் அதிகபட்ச வலி, வேதனை கொண்டதாய் இருக்கவேண்டும். எதிர்காலக் குற்றவாளிகளுக்கு இத்தகைய கொடூரம் பாடமாய் இருக்கவேண்டுமென்ற உத்தேசத்துடனேயே தண்டனையை உருவாக்கியதாய்த் தங்கள் அத்துமீறலைப் பொதுவில் நீதிபதிகள் நியாயப்படுத்தினர்; மக்கள் மனங்களில் கனன்ற அறச்சீற்றத்தை ஆற்றும் வடிகாலாய்ச் செயல்படுமென தனிப்பட்ட முறையில் சமாதானம் சொல்லிக்கொண்டனர். இத்தீர்ப்பை நிறைவேற்றுவதைத் தவிர காவல்துறைக்கும் வேறு வழி இருக்கவில்லை.

வெகுதூரத்திலிருந்தும் நன்கு காண வசதியாய், கோட்டைச் சுவர்களுக்கு வெளியே நான்கடி உயரத்தில் மரண மேடை அமைக்கப்பட்டது. சம்பவத்தை ரசிக்க அதிகாலையிலிருந்து ஆயிரக்கணக்கானோர் நகருக்கு வெளியே குழுமத் துவங்கினர். குற்றவாளிகள் மீது எறிய பலர் முட்டை மற்றும் அழுகிய பழம் சகிதம் தயாராய் வந்திருந்தனர்.

நடமாடும் சிறைக்கூண்டுகளினின்று ஏழு குற்றவாளிகளும் இறக்கியழைத்துவரப்பட்டபோது, கூட்டத்திலிருந்து ஆக்ரோஷ உறுமல் வெளிப்பட்டது. ஏற்கனவே பட்டிருந்த பல காயங்களினின்று, குற்றவாளிகள் சிறையிலேயே பலத்த அடி வாங்கியிருந்தது புலனாயிற்று; இராமன் எத்தனையோ முயன்றும் காவலர்கள் மட்டுமல்ல, பிற கைதிகளின் அறச்சீற்றத்திடமிருந்து கூட அவர்களைக் காப்பாற்ற முடியவில்லை. ஏதோ ஒரு விதத்தில் ரோஷ்னியின் பெருந்தன்மைக்குப் பாத்திரமாகியிருந்த அவர்களுக்குள்ளும் பழிவாங்கும் உத்வேகம் அலைமோதியது.

மேடைப் படிக்கட்டுகளில் ஏறிய குற்றவாளிகள், தளத்தில் நட்டிருந்த தூணிற்கு அழைத்து வரப்பட்டனர். மக்களின் ஆத்திரத்திற்கு வடிகாலாய்ப் பயன்படவெனவே தூணின் மீது பொருத்தியிருந்த பலகையில் அமைந்த துவாரங்களுக்குள் அவர்களது தலை மற்றும் கைகள் நுழைக்கப்பட்டன. குற்றவாளிகளை இறுகக் கட்டிய காவலர்கள், மேடையினின்று விடுவிடுவென இறங்கி நடந்தனர்.

இதுதான் சமயம். சற்றும் குறி தப்பாமல், சாபங்களும் எச்சிலும் துணையாய் கூட்டத்தினரிடமிருந்து குற்றவாளிகளை நோக்கி அஸ்திரங்கள் புறப்பட்டன.

இத்தனை தூரத்தில் முட்டையும் பழமும் கூட இரத்தம் வரவழைக்குமளவு காயப்படுத்தின; மிகுந்த வலியும் வேதனையுமளித்தன. பெரிய கற்களோ வேறு கூர்முனை சமாச்சாரங்களோ எறியக்கூடாதென்று மிகக் கடுமையாக எச்சரிக்கை விடுக்கப்பட்டிருந்தது. குற்றவாளிகள் சீக்கிரத்தில் உயிர் விடுவதில் யாருக்கும் சம்மதமில்லை. சித்திரவதைப்படவேண்டும். செய்த குற்றத்திற்கான விலையைக் கொடுக்கவேண்டும்.

அரைமணி நேரம் நீண்ட முட்டையெறி சம்பவத்தினால் மக்கள் அலுத்துக் களைக்க, தண்டனை நிறைவேற்றப்போகும் அதிகாரியே தாக்குதலுக்கு முற்றுப்புள்ளிவைக்கும் விதமாய் மேடை மீது ஏறினார். மலங்க மலங்க பீதியில் விழித்த முதல் குற்றவாளியை நோக்கி நடந்தார். இரு உதவியாளர்கள் கை கொடுக்க, பலகையில் சிக்கிய கழுத்து ஏறக்குறைய நெறியுமளவு குற்றவாளியின் கால்களை இழுத்து அகட்டினார். வரவழைக்கப்பட்ட நிதானத்துடன் தரையிலிருந்து ஒரு பெரிய ஆணியையும், இரும்புக்கொல்லன் சுத்தியலையும் எடுத்தார். உதவியாளர்கள் குற்றவாளியின் கால்களைக் கெட்டியாகப் பற்றிக்கொள்ள, பரபரப்பின்றி பாதத்தைச் சீரான கதியில் மரத்தளத்துடன் ஆணியடித்தார்.

குற்றவாளி வலியில் கதற, கூட்டம் உற்சாகமாய் ஆர்ப்பரித்தது. சற்று நிதானித்துத் தன் கைவண்ணத்தை அழகு பார்த்த அதிகாரி, மேலும் சில அடிகள் கொடுத்துவிட்டுத் திருப்தியுடன் பின்வாங்கினார். குற்றவாளியின் அலறல் சற்று நின்றதுதான் தாமதம், இன்னொரு காலை நோக்கி நடந்தார்.

மீதமிருந்த அறுவருக்கும் இந்தப் பயங்கரத்தை நிகழ்த்தினார் அதிகாரி. வெறி தலைக்கேறிய கூட்டம், ஒவ்வொருத்தனின் உயிர்போகும் அலறலுக்கும் பித்துப் பிடித்தது போல் ஆனந்தக் கூத்தாடியது. காரியம் ஒருவழியாக முடிந்ததும் அதிகாரி மேடையோரம் வந்து கையசைக்க, கூட்டம் ஆரவாரத்துடன் வாழ்த்தியது.

ஆணியறைந்த முதல் குற்றவாளியை நெருங்கிய அதிகாரி, நினைவிழந்திருந்தவனின் தொண்டைக்குள் மருந்து திணித்து, முகத்தில் அடித்து, மயக்கம் தெளிவித்தார்.

''எல்லாவற்றையும் நன்கு அனுபவிக்க, நீ விழித்திருக்க வேண்டும்,'' சீறினார்.

''கொன்னுடுங்க...'' குற்றவாளி கெஞ்சினான். ''தயவு செஞ்சு... கருணை...''

அதிகாரியின் முகம் கல்லாய் இறுகியது. நான்கு மாதங்களுக்கு முன் மனைவியின் பிரசவத்தின் போது உறுதுணையாயிருந்து, பத்திரமாய் மகளைப் பெற்றெடுக்கப் பேருதவியாய் இருந்ததற்குப் பிரதியாய் ரோஷ்னி பெற்றுக்கொண்டது, அவரது எளிய இல்லத்தில் ஒரு வேளை உணவு மட்டுமே. ''வெறிபிடித்த நாய் ஈன்றெடுத்த ஈனப்பிறவியே, ரோஷ்னி தேவி மீது எந்தக் கருணை காட்டினாய்?''

''இல்ல... மன்னிச்சிருங்க... தயவு செஞ்சு... கொன்னுடுங்க.'' குற்றவாளி அழத் துவங்கினான்.

அதிகாரி அசட்டையாக அகன்றார்.

பொதுமக்கள் முன்னிலையில் மூன்று மணி நேரம் கொடூரச் சித்திரவதை நிகழ்த்திய அதிகாரி, இடையில் இருந்த உறையினின்று சிறிய, கூர்மையான கத்தியை உருவினார். முதல் குற்றவாளியின் வலக்கையைப் பிணைத்திருந்த பலகையைச் சற்று தளர்த்தி, கரத்தைக் கொஞ்சம் இழுத்தார். சீக்கிரத்தில் இரத்தம் வெளியேற்றாத நாளம் வேண்டி மணிக்கட்டை ஆராய்ந்தார். நெருடலில் ஒன்று அகப்பட, முகமலர்ந்தார்.

''பிரமாதம்,'' என்ற பாராட்டுடன் கத்தியை அருகே கொண்டு வந்து நாசூக்காய் வெட்ட, இரத்தம் சிறு குமிழிகளாய் வெளியேறத் துவங்கியது. கடும் வேதனையில் குற்றவாளி முனகினான். இரண்டு மணி நேர மரணாவஸ்தைக்குப் பிறகுதான் உயிர் போகும். சட்டென நகர்ந்த அதிகாரி, விரைவாய் பிற குற்றவாளிகளின் கரங்களில் அதே நரம்பை அறுத்தார். கத்தி இறங்கிய ஒவ்வொரு முறையும் கூட்டம் உற்சாக வெறியுடன் ஆபாசவசை மாரி பொழிந்தது.

அன்றைய அலுவல் முடிந்ததற்கு அறிகுறியாய் கூட்டத்திற்குச் சைகை செய்தபடி இறங்கிச் சென்றார் அதிகாரி. அவ்வப்போது இரத்தப்போக்கைக் கண்காணிக்க வேறொருவர் மேடையேறியபோது மட்டும் தற்காலிகமாக தாமதித்த மக்கள், எஞ்சிய பொழுதில் மீண்டும் ஏவுகணைகளைச் செலுத்தத் துவங்கினர். அடுத்த பல பிறவிகளைக் காயப்படுத்தக்கூடிய வலியும் வேதனையுமான நீண்ட, கொடிய மரணத்தை இறுதிக் குற்றவாளி தழுவ ஏறக்குறைய இரண்டரை மணி நேரமாகியது.

இக்ஷ்வாகு குலத்தோன்றல்

எல்லோரும் இறந்துவிட்டதாக ஒருவழியாய் அறிவிக்கப்பட்டபோது கூட்டம் ஆக்ரோஷமாகக் கர்ஜித்தது: "தேவி ரோஷ்னி புகழ் ஓங்குக!"

மேடையின் அருகே, உயரமான நாற்காலியில் கூனிட்டு அமர்ந்திருந்த மந்தரையின் கண்களில் ஆத்திரமும் வார்த்தையிலடங்கா வெறுப்பும் கொதித்தன. தன் போக்கில் விட்டிருந்தாலே அதிகாரி குற்றவாளிகளை வாட்டி வதைத்திருப்பார் என்பதை அவள் அறியாமலில்லை; ரோஷ்னியின் மீது மக்களுக்கிருந்த அன்பு அப்பேர்ப்பட்டது. இருப்பினும், தண்டனையின் கொடூரத்தைச் சற்றும் குறைக்காமலிருக்கும் பொருட்டு அவருக்குத் திகட்டத் திகட்டப் பொருள் அளித்திருந்தாள். நீண்ட சித்திரவதை நிகழ்ந்த ஒவ்வொரு மணித்துளியும் இமைக்காமல் குற்றவாளிகளின் நரகவேதனையை, வலி நிறைந்த கதறல்களை அணு அணுவாய் அனுபவித்தாள். எல்லாம் முடிவடைந்த போதிலும், ஏனோ நிம்மதி கிடைக்கவில்லை. திருப்தியில்லை. உள்ளம் கல்லாய்ச் சமைந்துவிட்டது.

உட்கார்ந்திருந்தவள், மார்போடு ஒரு சட்டியை அணைத்துக்கொண்டாள். அதில் அடங்கியிருந்தது ரோஷ்னியின் அஸ்தி. ஒரு கண்ணிலிருந்து கண்ணீர் உருண்டு அதன் மேல் விழ, குனிந்தாள். "மிஞ்சியிருப்பவனும் உனக்குச் செய்த கொடுமைக்குப் பதில் சொல்லியே ஆக வேண்டும். தர்மத்தின் தகிக்கும் ஜ்வாலையை தேனுகனும் சந்தித்தே தீருவான். இது சத்தியம், குழந்தாய்."

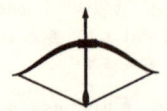

அத்தியாயம் 14

''இது காட்டுமிராண்டித்தனம்,'' என்றான் இராமன். ''ரோஷ்னி உருவகப்படுத்தின எல்லாத்துக்கும் எதிரானது.''

அவனும் வஸிஷ்டரும் இராமனது பிரத்யேக அலுவலறையில் இருந்தனர்.

''காட்டுமிராண்டித்தனம் எங்கிருந்து வந்தது?'' வஸிஷ்டர் கேட்டார். ''கற்பழித்தவர்கள் கொல்லப்பட்டிருக்கக் கூடாதென்றா நினைக்கிறாய்?''

''மரணதண்டனை கொடுத்திருக்கணும்; அதுதான் சட்டம். ஆனா, அது நிறைவேத்தப்பட்ட விதம் ... குறைஞ்சபட்சம் நீதிபதிகளாவது தன்னிலையிழக்காமல் இருந்திருக்க வேண்டாமா? வன்மம் நிறைஞ்ச, நாகரீகமில்லாத, மனிதத்தன்மையற்ற செயல்.''

''உண்மையாகவா? மனிதத்தன்மையுள்ள கொலை என்று ஏதேனும் உண்டா?''

''செஞ்சதை நியாயப்படுத்தறீங்களா, குரு*ஜீ*?''

''முதலில் இதற்குப் பதில் சொல்: கற்பழிப்பவர்களும் கொலைகாரர்களும் இனிச் சட்டத்தை மீறுவது குறித்து பீதியடைவார்களா?''

இதை இராமன் ஒப்புக்கொள்ளத்தான் வேண்டியிருந்தது. ''ஆமா ...''

''அப்படியானால், தண்டனைக்கான பலனும் கிடைத்துவிட்டது என்பதே உண்மை.''

''ரோஷ்னி இதை ஒத்துக்கிட்டிருப்பாளான்னு ...''

''வன்முறையைக் கடும் வன்முறையால்தான் எதிர்கொள்ள முடியுமென்ற எண்ண ஓட்டம் இங்கே உண்டு. நெருப்பை நெருப்பைக்கொண்டுதான் அணைக்க முடியும், ராமா.''

''கண்ணுக்குக் கண்ணுன்னு குத்த ஆரம்பிச்சா, உலகமே குருடாகிடும்னுதான் ரோஷ்னி சொல்லியிருப்பா, *குருஜி*.''

''அஹிம்ஸையில் உன்னதம் இல்லாமலில்லை - வன்முறையற்ற யுகத்தில். எல்லோரும் க்ஷத்ரிய வாழ்க்கை வாழும் காலகட்டத்தில் ''கண்ணுக்குக் கண் குத்தினால் உலகே குருடாகும்' என நம்புபவர்களில் ஒருவனாக இருந்தால், உன் கண்தான் குருடாகும். மாறும் பிரபஞ்சத்திற்கு ஏற்றாற்போல் அதற்குரிய விதிகளும் மாறிக்கொண்டே இருப்பதுதான் உத்தமம்.''

இராமன் தலையைக் குலுக்கிக்கொண்டான். ''இந்த மக்களுக்காகப் போராடுறதுல அர்த்தமிருக்கான்னே சில சமயம் தோணுது.''

''தகுதியானவர்களை மட்டும் வழிநடத்திச் செல்பவன் நல்ல தலைவனல்ல. ஒவ்வொரு குடிமகனும் எட்டக்கூடிய அதிகபட்ச உயரத்தை அடையத் தூண்டுகோலாய் இருப்பதே உன்னதத் தலைவனுக்குரிய குணம். அப்பேர்ப்பட்டவன், மிருகங்களைத் தண்டனையிலிருந்து காப்பாற்றாமல், அரக்கர்களுக்குள்ளிருக்கும் தெய்வீகத்தை வெளிக்கொணர்ந்து கடவுளாக்குவான். மக்கள் மனிதத்தன்மையில் சிறக்க வேண்டி *தர்ம* ஸங்கடம் என்னும் ஆன்மபாரத்தை ஏற்றுக்கொள்பவனாகிறான்.''

''உங்களை நீங்களே மறுத்துப் பேசறீங்களே, *குருஜி*. அப்ப இந்தக் கொடூரத் தண்டனை நியாயமில்லைதானே?''

''என்னைப் பொறுத்தவரை, இல்லை. ஆனால், இந்த சமூகம் உன்னையும் என்னையும் போன்றவர்களை மட்டும் கொண்டதல்லவே? சகலவித அபிப்ராயங்களுடன் அனைத்து வகையான மக்கள் உலவுகிறார்கள். சமநிலை அளிக்கும் *தர்மம்* நிலைபெற்றிருக்கும் மையப்புள்ளி நோக்கியே மக்களைத் தலைவன் மெல்லச் செலுத்த வேண்டும். அதீத ஆத்திரம், சமூகத்தில் குழப்பத்திற்கும் குடிகெடுக்கும் வன்முறைக்குமே வித்திடுமாகையால், மக்களை நிதானம் மற்றும் ஸ்திரத்தன்மையை நோக்கி நகர்த்த வேண்டும். அதே சமயம், உத்வேகமின்றி, குற்றம் கூறாமல் சமூகம் அளவுக்கு மீறி அமைதி காத்தால், அவர்களிடையே செயலாற்றும் திறனையும் ரோஷத்தையும் - ஏன், ஆத்திரத்தையுமே தூண்டுவது தலைவனின் பொறுப்பாகும். பிரபஞ்சத்தில் தேவையற்ற உணர்ச்சியென எதுவுமே இல்லை;

அனைத்திற்கும் இடம் உண்டு; பயனும் உண்டு. அதே போல், ஒவ்வொன்றிற்கும் எதிர்வினை இல்லாமலில்லை - ஆத்திரத்திற்கு நிதானம் போல். சமூகத்தின் உண்மையான தேவை சமநிலை. ரோஷ்னியைக் கற்பழித்துக் கொன்றவர்கள் மீது சமூகம் காட்டும் கோபம்தான் நியாயம் கேட்போருக்குப் பதிலா? இருக்கலாம். இல்லாமலும் இருக்கலாம். தீர்ப்புக் கிடைக்கப் பல வருடங்கள் ஆகும். இப்பொழுதைக்கு, அடக்கப்பட்ட ஆத்திரம் பீறிட இந்தச் சம்பவம் ஒரு வடிகால் மட்டுமே.''

மிகுந்த மனசஞ்சலத்துடன் இராமன் ஜன்னலுக்கு வெளியே வெறித்தான்.

இனிமேலும் காலந்தாழ்த்துவது உசிதமல்ல என்பதை வஸிஷ்டர் உணர்ந்தார். தாழ்த்தக் காலமும் இல்லை. ''ராமா, ஒரு விஷயம்.''

''சொல்லுங்க, குருஜி.''

''இங்கே ஒருவன் வந்துகொண்டிருக்கிறான். உனக்காக - உன்னைத் தேடி. உன்னதமானவன். உன்னை அழைத்துச் செல்ல வருகிறான். தடுக்க என்னாலாகாது; என்னை மீறிய விஷயம் இது.''

''யாரந்த -''

வஸிஷ்டர் இடைவெட்டினார். ''உனக்கு எந்த ஆபத்துமில்லையென்பது உறுதி. ஆனால், என்னைப் பற்றிச் சில விஷயங்கள் சொல்லப்படலாம். நீ எனக்கு மகன் போல் என்பதை நினைவில் கொள். உன் ஸ்வதர்மத்தை நீ நிறைவேற்றுவதைக் காணவேண்டுமென்பதுதான் என் அவா. இதுவரை நான் செய்ததெல்லாம் அந்த ஒரு இலக்கின் பொருட்டே.''

''குருஜி, என்ன சொல்றீங்கன்னே புரி -''

''என்னைப் பற்றிக் கேள்விப்படும் எதையும் நம்பாதே. எனக்கு நீ மகன் போல. இப்போதைக்கு அவ்வளவுதான் சொல்லமுடியும்.''

குழப்பத்துடன் இராமன் கரம் குவித்தான். ''சரி, குருஜி.''

''புரிஞ்சுக்க முயற்சி பண்ணுங்க, மந்தரை. என்னால் எதுவும் செய்ய முடியாது,'' என்றாள் கைகேயி. ''சட்டம் இதுதான்.''

அயோத்யாவின் இரண்டாவது ராணியுடன் சந்திப்பு ஏற்படுத்திக்கொள்வதில் மந்தரை சற்றும் காலம் தாழ்த்தவில்லை. தீர்மானம் நிறைந்த ஒரு விருந்தாளியை மறுநாள் அதிகாலையே கைகேயி சந்திக்க நேர்ந்தது. அரசியார் காலை உணவுக்கான முஸ்தீபுகளில் இறங்க, மந்தரைக்கோ எதுவும் வேண்டியிருக்கவில்லை; அவள் கேட்டது, தனக்கேயுரிய பிரத்யேக நியாயம். கைகேயியின் நிலை வேறு: இராமன் என்ன, தசரதரிடம் கூட அவளது ஆதிக்கம் செல்லுபடியாவதில்லை என்பதை ஒப்புக்கொள்வது நடவாத காரியம். அதற்குப் பதில், சட்டத்தின் மீதே பழியைப் போடலாம். தோல்வியை ஒப்புக்கொள்வதை விட சமூக விதிகளுக்குத் தழைவதாய்க் காட்டிக்கொள்வதே செருக்கு மிகுந்தோருக்கு முக்கியமல்லவா?

மந்தரை இதை ஏற்பதாயில்லை. நகரிலேயே பலத்த காவல் கொண்ட சிறைச்சாலையில் தேனுகன் அடைக்கப் பட்டிருந்ததை அறிந்தவளுக்கு, தான் உத்தேசித்திருந்ததை நிறைவேற்றும் அதிகாரம் இராஜகுடும்பத்தைச் சேர்ந்தவர்களுக்குத்தான் உண்டென்பதும் தெரிந்ததே. ''இந்த இராஜ்யத்தின் பிரபுக்கள் அனைவரையும் விலைக்கு வாங்குமளவு என்னிடம் பொருள் இருக்கிறதென்பதைத் தாங்கள் அறியாதவரல்ல, தேவி. அவ்வளவையும் தங்கள் காலடியில் கொட்டத் தயார். நம்புங்கள்.''

கைகேயிக்கு இதயம் படபடத்தது. மந்தரையின் கரைகாணாத சொத்தைக் கொண்டு பரதனைச் சிம்மாசனத்திலேயே ஏற்றிவிடக் கூடும். ஆனால், பட்டுக் கொள்ளாமல் இருக்கவேண்டுமென உள்ளுணர்வு எச்சரித்தது. ''வாக்குறுதிக்கு நன்றி. நீங்க சொல்றதெல்லாம் எதிர்காலத்தைப் பொறுத்தது. நாளை நடப்பதை யாரறிவார்?''

*அங்கவஸ்திர*த்திற்குள் கை செலுத்திய மந்தரை, தனது அதிகாரபூர்வ முத்திரை பதித்த *ஹுண்டி* பத்திரத்தை உருவினாள். ஒரு குறிப்பிட்ட தொகைக்கான உத்தரவாதம் அளித்தது, அது. எப்படிப் பார்த்தாலும், தனக்களிக்கப்படுவது பணம் என்பதைக் கைகேயி உணராமலில்லை. மந்தரையின் *ஹுண்டி*ப் பத்திரத்தைக் கண்ட மாத்திரத்தில் அதற்கீடான பணத்தை சப்தசிந்துவில் எவரும் எண்ணிக் கையில்

கொடுத்துவிடுவார்கள்; இவ்விஷயங்களில் அவளுக்கிருந்த மரியாதை அப்பேர்ப்பட்டது. பத்திரத்தை வாங்கி அவசரமாகக் கண்களை ஓட்டிய கைகேயியின் விழிகள் திகைப்பில் அகன்றன. மணிமணியான எழுத்துக்களில் அதில் குறித்திருந்த இமாலயத் தொகை, அயோத்ய அரசின் பத்து வருட வருமானத்தை விட அதிகம். ஒரே நொடியில், அரசனுடையதையும் மிஞ்சிவிட்டது கைகேயியின் செல்வம்! இந்தப் பெண்ணிடம் குவிந்திருந்த பொருள்தான் எத்தகையது? கற்பனை செய்து பார்ப்பது கூட அரசிக்கு முடியாத காரியமாக இருந்தது.

''இவ்வளவு பெரிய தொகைக்கான *ஹூண்டி*யை ஒரே தவணையில் மாற்றுவது அநேக வர்த்தகர்களால் முடியாதென்பதை நான் அறியாமலில்லை, தேவி,'' என்றாள் மந்தரை. ''தங்களுக்குத் தேவையான போது சொல்லுங்கள்: குறிப்பிட்டுள்ள பொருளைத் தங்க நாணயங்களாக நானே கொடுத்துவிடுகிறேன்.''

இன்னொரு அபாரச் சட்டம் இப்பொழுது கைகேயிக்கு நினைவுக்கு வந்தது: *ஹூண்டி* பத்திரத்திற்குரிய பணமளிக்கமுடியாமை, கடனாளிச் சிறையில் பல வருட காலம் தண்டனை பெற்றுத் தரும்.

வாதத்திற்கு மேலும் வலுவேற்றினாள் மந்தரை. ''இதைப் போல், இன்னும் எவ்வளவோ இருக்கிறது. எல்லாமே தங்களுக்குத்தான்.''

கைகேயியின் கரங்கள் *ஹூண்டி* மீது இறுகின. மகனைச் சுற்றி எழுப்பிய ஆகாயக் கோட்டைகளை - குறிப்பாய்ச் சமீப சம்பவங்களால் கொஞ்சம் மங்கலாகிவிட்ட கற்பனைக் காட்சி களை - இந்தப் பத்திரம் கொண்டு எளிதில் நனவாக்கலாம் என்பது தெள்ளத் தெளிவாகியது.

நாற்காலியிலிருந்து தட்டுத்தடுமாறி எழுந்த மந்தரை, கைகேயியினருகே விந்தி வந்து, குனிந்தாள். ''அவன் சித்திரவதைப்பட வேண்டும். என் மகளுக்குச் செய்த கொடுமைகளை அவன் அனுபவிக்கவேண்டும். விரைவான மரணத்தில் எனக்கு விருப்பமில்லை.''

''தர்ம நியாயம்னா என்னன்னு நிச்சயம் அந்த மிருகம் உணரும்,'' அவளது கைகளைக் கைகேயி உறுதியாய்ப் பற்றினாள். ''இந்திர மாதேவர் மேல ஆணை.''

கல்லாய் இறுகிய மௌனத்துடன் மந்தரை அவளை வெறித்தாள். உறையும் பனி போன்ற ஆவேசத்தில் உடல் அடக்கமாட்டாமல் நடுங்கியது.

''சித்திரவதைக்குள்ளாவான்,'' கைகேயி உத்தரவாதம் தந்தாள். ''ரோஷ்னி பழிவாங்கப்படுவாள். இது அயோத்ய அரசியின் வாக்கு.''

''சொன்னா நம்பும்மா - அந்த அரக்கனை வெறுங்கையாலே கொல்ல எனக்கு மட்டும் ஆசையில்லையா?'', பரதன் தீவிரமாய்ச் சொன்னான். ''அதுதான் நியாயம்னு எனக்கும் நல்லாத் தெரியும். ஆனா ராமனண்ணாவோட புதுச் சட்டம் அதுக்குத் தடையா இருக்கே?''

அரண்மனையினின்று மந்தரை வெளியேறிய மறுகணம், கைகேயி மகனைக் காண அவனது அறைகளுக்குக் கிளம்பினாள். என்ன செய்யவேண்டும்; அதையும் எப்படி செய்யவேண்டுமென்பதில் அவளுக்குத் துளியும் சந்தேகமில்லை. பரதனின் ஆட்சியதிகார வெறியைத் தூண்டிப் பலனில்லை; சொந்தத் தாயை விட, மாற்றாந்தாய்ச் சகோதரனிடமுள்ள விசுவாசம் அதிகம். அவனது நியாயவுணர்வை, அறச்சீற்றத்தை, ரோஷ்னியின் மீதான பாசத்தைத் தூண்டித்தான் காரியத்தைச் சாதித்துக்கொள்ள வேண்டும்.

''புதுச் சட்டம் எனக்குப் புரியத்தான் இல்லை, பரதா. இதனால யாருக்கென்ன புண்ணியம்?'' கைகேயி ஆவேசமானாள். ''பெண்களை மதிக்காத தேசத்தைத் தெய்வங்கள் புறந்தள்ளும்னு *மனு ஸ்ம்ருதி*யே விளக்கறதில்லையா?''

''இருக்கலாம் - ஆனா, சட்டம் குறிச்சிருக்கற வயதை அடையாதவங்களுக்கு மரணதண்டனை தரமுடியாது.''

''தேனுகன் அதைக் கடந்தாச்சுன்னு தெரியுமில்ல? இந்த சப்பைக்கட்டு இனிமேல் உதவாது. குற்றம் நிகழ்ந்த போதுதான் அவன் வயசுல சின்னவன்.''

''தெரியும்மா. அண்ணாகிட்ட இதப் பத்தி பெரிய சண்டையே போட்டேன். சட்டத்துல இருக்கற அபத்தமான

ஓட்டையை விட தர்மம் முக்கியம்கிறதை நானும் ஒத்துக்கறேன். அவனுக்குத்தான் புரியலை.''

''உண்மைதான்,'' கைகேயி கொதிப்புடன் முணுமுணுத்தாள்.

''கண்முன்னே இருக்கற உலகத்துலே வாழாம, கற்பனை உலகிலே சஞ்சரிக்கறான். உன்னதமான சமூகத்துக்குரிய சட்டங்களை அமல்படுத்தப் பாடுபடறானேயொழிய, அயோத்யா அப்படிப்பட்ட சமூகமில்லைங்கிறதை மறந்துடறான். உன்னதத்துக்கும் நமக்கும் ரொம்ப தூரம். தேனுகன் மாதிரி மிருகங்கள் எப்படியும் சட்டத்துல உள்ள ஓட்டைகளைப் பயன்படுத்தித் தப்பிக்கும். அவனைப் பார்த்து மத்ததும் கத்துக்கும். உன்னதமான சட்டங்களுக்கான தகுதியுள்ள சமூகத்தைத் தலைவன் உருவாக்கினாத்தான், அதையெல்லாம் வழக்குல கொண்டுவர முடியும்.''

''அப்ப நீ ஏன் ...''

''முடியாதும்மா. நான் முறிக்கறதோ, தட்டிக்கேட்கறதோ, அண்ணாவுடைய நம்பகத்தன்மையைப் பாதிக்கும். சொந்தத் தம்பியே மதிக்கலைன்னா, மத்தவங்க மட்டமா சுட்டிக்காட்ட மாட்டாங்களா?''

''விஷயத்தையே பார்க்க மறுக்கற. இதுவரைக்கும் ராமனுடைய சட்டங்களைக் கண்டு பயந்தவங்ககூட, அதைச் சமாளிக்கவும், மீறவும் வழியிருக்கறதைப் புரிஞ்சிக்கு வாங்க. பெரியவங்க செய்ய நினைக்கும் குற்றங்களுக்குச் வயதுவரம்பை எட்டாதவங்களைப் பயன்படுத்துவாங்க. ஒரு கைப்பிடி காசுக்காக வாழ்நாள் குற்றவாளிகளாய் மாறத் துணியும் கையாலாகாத ஏழைப் பசங்களுக்கா பஞ்சம்?''

''இருக்கலாம்.''

''தேனுகனை உதாரணமாக்கணும். அவனை வெச்சுத்தான் சரியான பாடம் கற்பிக்கணும்.''

அவள் மீது புதிரான பார்வையைப் பரதன் செலுத்தினான். ''உனக்கு என்னம்மா இவ்வளவு அக்கறை?''

''நம்ம ரோஷ்னிக்கு நியாயம் கிடைக்கணும்.''

''நிஜமாவா?''

''அவள் உயர்குலப் பெண், பரதா. உன் *ராக்கி-*சகோதரியைக் கேவலம் பட்டிக்காட்டான் கெடுத்துக் கொன்னிருக்கான்,'' கைகேயி ஆணித்தரமாகச் சொன்னாள்.

"ஒரு சந்தேகம்மா: விஷயம் நேர்மாறா இருந்தாலும் இப்படித்தான் நினைச்சிருப்பியா? பிரபுக்கள்ள யாராவது கிராமத்துப் பொண்ணைக் கெடுத்திருந்தா? அப்பவும் தர்மம், நியாயம்னு ஆவேசமாக் கிளம்பியிருப்பியா?"

கைகேயி மௌனம் காத்தாள். 'ஆ'மென்றால் பரதன் நிச்சயம் நம்பப்போவதில்லை.

"கற்பழிச்சுக் கெடுத்தவன் பிரபுவாயிருந்தாலும் கொல்லப்படணும்னுதான் நான் நினைப்பேன்," பரதன் உறுமினான். "தேனுகன் சாகணும்னு நினைக்கிற மாதிரிதான். ஏன்னா, அதுதான் தர்மம்."

"அப்ப அவன் உயிரோட இருக்கக் காரணம்?"

"மற்ற குற்றவாளிகள் தண்டனை *அனுபவிச்சாச்சே?*"

"புதுசாயிருக்கே, இந்த அரைகுறை நியாயம்! என்ன பித்தலாட்டம் இது? பாதி தண்டனைன்னு எதுவுமே கிடையாதுப்பா! ஒண்ணு நியாயம் கிடைச்சிருக்கு. இல்லைன்னா இல்லை."

"மா ..."

"குற்றவாளிகள்ளேயே கொடூரமானவன் உயிரோட இருக்கான் - அயோத்யாவுடைய விருந்தாளியா! அவன் தங்க இடமும், ஒதுங்கக் கூரையும் கொடுத்து போஷிக்கிறதுக்கான செலவு முழுக்க அரசாங்க கஜானாவுடையது; அதாவது உன் சொத்து. உன் *ராக்கி-*சகோதரியைச் சீரழிச்சவனை நீயே சோறு போட்டு வளர்க்கறே."

பரதன் அமைதி காத்தான்.

"ஒரு வேளை," கைகேயி மெல்லத் துவங்கினாள். "உன்னளவு ராமனுக்கு ரோஷ்னி மேல பாசம் இல்லையோ, என்னவோ ..."

"ருத்ரபகவானே! எப்படி உன்னால இப்படிப் பேசமுடியுது? அவளுக்காக அவன் தன்னைத்தானே தண்டிச்சுக்கிட்டு ..."

"என்ன புண்ணியம்? அவளுக்கு நியாயம் கிடைச்சிடப் போகுதா?"

பரதன் மௌனமானான்.

''உனக்குள்ளே ஓடற இரத்தம் கேகயத்தைச் சேர்ந்தது; நீ அஸ்வபதி வம்சம். நம்ம பரம்பரையோட உறுதிமொழியையே மறந்தாச்சா? ''இரத்தத்திற்குப் பதில் இரத்தமே!'' அப்பதான் மத்தவங்களுக்கு உன் மேல பயம் இருக்கும்.''

''மறக்கக்கூடிய விஷயமா அது? ஆனா, அண்ணாவுக்கு இதனால எந்த பாதிப்பும் நேரக்கூடாது.''

''அதுக்கு ஒரு வழி இருக்கு ...''

புரியாமல் பரதன் அவளைப் பார்த்தான்.

''அரசாங்கப் பணியா அயோத்யாவிலிருந்து கிளம்பு. நீ இங்கே இல்லாத விஷயத்தை நானும் முடிஞ்சவரைக்கும் பரப்புவேன். மாறுவேஷத்துல நகருக்குத் திரும்பு; உனக்கு நம்பிக்கையான ஆட்கள் சிலரை சிறைக்குள்ளே அனுப்பி, தேனுகனுடன் தப்பிக்க ஏற்பாடு செய். அவனை என்ன பண்ணணும்னு உனக்குச் சொல்லவேண்டியதில்லை. வேலையை முடிச்சிட்டு உன் வெளிநாட்டுப் பிரயாணத்தைத் தொடரலாம். யாருக்கும் எதுவும் தெரிய வாய்ப்பில்லை. அயோத்யாவுல உள்ள அத்தனை பேரும் தேனுகனைக் கொல்லத் துடிக்கிறதுனாலே, சந்தேகம் கிட்டத்திட்ட நகர் மொத்தத்தின் மேலும் பாயும். யார்னு கண்டுபிடிக்கிறது ராமனாலேயே முடியாத காரியம். குற்றத்துக்கும் உனக்கும் தொடர்பிருக்கும்னு யாருக்கும் தோண வாய்ப்பில்லாததாலே, உன்னை மூடி மறைச்ச பழியும் உங்கண்ணன் மேல விழாது. ராமனால கொலையாளியைக் கண்டுபிடிக்க முடியாத ஒரே சந்தர்ப்பமா விவகாரம் பிசுபிசுத்துப் போகும். எல்லாத்தையும் விட முக்கியம்: தர்மம் கிடைக்கும்.''

''அத்தனை கோணத்திலேர்ந்தும் யோசிச்சிருக்கியே,'' என்றான் பரதன். ''அது சரி - அழைப்பில்லாம அயல்நாட்டுக்கு எப்படிக் கிளம்பறது? நானா அரசாங்க அனுமதி கேட்டேன்னா தேவையில்லாத சந்தேகங்கள் முளைக்கும்.''

''வெளியுறவுத் துறை அலுவலா கேகயம் போக உனக்கு அழைப்பு ஏற்கனவே தயார்.''

''இருக்கவே முடியாது.''

''இருக்கே,'' என்றாள் கைகேயி. ''ரோஷ்னியோட மரணத்தினாலே நேர்ந்த கூச்சல் குழப்படியிலே அமுங்கிப்

போச்சு.'' புதிதாய் அடைந்திருந்த செல்வத்தைப் பயன்படுத்தி, பழைய தேதியிட்ட கேகய நாட்டின் அழைப்பை அயோத்யா வெளியுறவுத்துறைக் கோப்பில் சேர்த்துவிட்ட விஷயத்தை மட்டும் பரதனிடம் அவள் வெளியிடவில்லை. ''அழைப்பை ஏத்துக்கோ. உன் தங்கையின் ஆத்மசாந்திக்கு வேண்டியதைச் செய்.''

அம்மாவின் வார்த்தைகளை ஜீரணிக்க முயன்றவாறு, பனிக்கட்டியாய் உறைந்திருந்தான் பரதன்.

''பரதா?''

அவள் அங்கிருந்ததையே மறந்தவன் போல், திடுக்கிட்டு நிமிர்ந்தான்.

''செய்வியா? மாட்டியா?''

''சில சமயம்,'' தனக்குத்தானே சொல்லிக் கொள்வது போல் முணுமுணுத்தான் பரதன். ''சட்டத்தை மீறினாத்தான் தர்மம் கிடைக்கும்.''

ரோஷ்னியின் சேதமடைந்த பிணத்தை மூடிய வெள்ளைப் போர்வையினின்று கிழித்த இரத்தம் தீற்றிய துணியை *அங்கவஸ்திர* மடிப்புகளினின்று உருவினாள் கைகேயி. ''அவளுக்கு நியாயம் கிடைக்கச் செய்.''

அதை மெல்ல வாங்கிய பரதன், தன் *ராக்கி*யையும், துணியையும் பார்த்துக்கொண்டான். கன்னத்தில் ஒரு கண்ணீர்த் துளி உருண்டு ஓட, கண்களை மூடிக்கொண்டான்.

அருகே வந்த கைகேயி, அவனை இறுக அணைத்துக் கொண்டாள். ''*ஷக்தி மாதா*வின் பார்வை எப்பவும் உன் மேல நிலைச்சிருக்கும், கண்ணா. ஒரு பெண்ணை இவ்வளவு கொடுமைப்படுத்தி, சீரழிச்சுக் கொன்னவனை தண்டிக்காம விடக்கூடாது. ஞாபகம் வெச்சுக்கோ.''

இந்தியர்கள் பக்தியுடன் - ஏன், பயத்துடனும் - தொழுது வணங்கிய அன்னைத் தெய்வம், உன்னத தேவி *ஷக்தி மாதா*.

இரத்தத்திற்கு பதில், என்றுமே இரத்தம்தான்.

க்றீச்...

தேனுகன் சட்டெனக் கண் விழித்தான். சிறைச்சாலையில் அவனுக்கென ஒதுக்கப்பட்ட அறையின் கதவு மெல்லத் திறக்கும் ஓசை.

நிலவற்ற இரவில், உயரே இருந்த ஜன்னலிலிருந்து கூட வெளிச்சமில்லை. ஆபத்து, என உள்ளுணர்ச்சி உறுத்தியது. உடலைக் கதவு நோக்கித் திருப்பியவன், தாக்குதலை எதிர்பார்த்து முஷ்டியை முறுக்கிக் கொண்டு, தூங்குவது போல் பாசாங்கில் ஈடுபட்டான். கண்களை லேசாகத் திறந்தாலும், கும்மிருட்டில் ஒன்றுமே புலப்படவில்லை.

தலைக்கு மேல் மெலிதான சீழ்க்கையொலி கேட்டது. சட்டென எழுந்த தேனுகன் ஓங்கியடித்தான். யாரும் இல்லை - ஆனால், சப்தம் மேலேயிருந்து வந்தது நிஜம். குழம்பிப் போனவன், நடப்பதறியாத பரபரப்பில் கண்களை நாலாபுறமும் சுழற்றினான். அடி எதிர்பாராத நொடியில் வந்தது.

பின்னந்தலையில் 'படா'ரென்று ஏதோ தாக்கியதில், தடுமாறி முன்னால் விழுந்தான். முடியை ஒரு கை பிடித்திழுக்க, மூக்கை ஈரத்துண்டு மூடியது. இனிப்பாய் நாசியில் ஏறிய வாசனையை தேனுகன் உடனடியாக இனம் கண்டுகொண்டான். வழிக்கு வராத அப்பாவிகளின் மீது எத்தனையோ சந்தர்ப்பங்களில் பயன்படுத்தியவனல்லவா? போராட்டத்தில் அர்த்தமில்லை. நொடிப்பொழுதில் நினைவிழந்தான்.

மண்பாதையில் சக்கரங்கள் மெல்ல உருளும் சப்தம் கேட்டுக் கண்விழித்தான் தேனுகன். தலையில் பட்ட அடி 'விண் விண்'ணென்று தெறித்ததைத் தவிர வேறு பாதிப்பு இருந்ததாகத் தெரியவில்லை. கடத்தியவர்கள் மேற்கொண்டு தாக்கவில்லை. யாராயிருக்கக்கூடும்? தந்தையின் ஆட்களோ? தன்னைத் தப்புவிக்க முயல்கிறார்களா? இப்போது எங்கேயிருக்கிறேன்? சாலையின் கரடுமுரடான பரப்பில் வண்டிச்சக்கரம் குலுங்குவதையும், பூச்சிகளின் இடைவிடாத ரீங்காரத்தையும் பார்த்தால், நகரை விடுத்து, காட்டிற்குள் நுழைந்துவிட்டதில் சந்தேகமில்லை. எங்கேதான் போய்க்கொண்டிருக்கிறோம் என்று தலை தூக்கி கணிக்க

இக்ஷ்வாகு குலத்தோற்றல்

முயற்சிக்கையில், ஈரத்துணி மீண்டும் பிரவேசிக்க, நினைவிழந்தான்.

———————

'சுளீ'ரெனத் தண்ணீர் முகத்திலடித்தவுடன் திடுக்கிட்டு விழித்த தேனுகனின் வாயில் உரத்த வசைமாரி.

"வா." அழைத்த குரல் என்ன மிருதுவாயிருக்கிறது!

திகைப்பில் ஆழ்ந்தாலும், எச்சரிக்கையை வரவழைத்துக் கொண்ட தேனுகன், எழுந்து உட்கார முயற்சித்தான். வைக்கோல் நகர்த்தப் பயன்படும் மூடிய மாட்டுவண்டியில் இருப்பதை உணர்ந்தான். பிரிபிரியாக மேலே ஒட்டியிருந்த கற்றைகளை உதறிக்கொண்டான். வெளியே இன்னமும் கும்மிருட்டாக இருந்தாலும், ஆங்காங்கே எரிந்த சுளுந்துகளின் வெளிச்சத்தில், சுற்றுமுற்றும் பார்த்துத் தன்னிலையடைய முடிந்தது. கொடுக்கப்பட்ட மருந்தின் விளைவாகத்தானோ, என்னமோ, கொஞ்சம் தலைசுற்றலாகவும் மயக்கமாகவும்தான் இருந்தது. வண்டியின் மீது கையூன்றியபடி தன்னை நிதானப்படுத்திக்கொண்டான்.

"இதைக் குடி," சப்தமில்லாமல் அருகே தோன்றிய மனிதன் கையில் ஒரு குவளை.

அதை வாங்கிக்கொண்டாலும், உள்ளே இருந்ததைச் சந்தேகத்துடன் ஆராய்ந்தவாறு தயங்கினான் தேனுகன்.

"உன்னைக் கொல்றதுதான் உத்தேசம்னா, எப்பவோ முடிச்சிருப்பேன்," என்றான் அவன். "இது உன் மயக்கத்தை நீக்கும். வரப்போறதை கிரஹிக்க நீ விழிப்போட இருக்கவேண்டியது முக்கியம்."

மறுபேச்சின்றி தேனுகன் திரவத்தை முழுங்கினான். உடனடியாகப் பலன் தெரிந்தது. மூளையைச் சூழ்ந்த மயக்கம் பளிச்சென விலகியது போலிருக்க, சுற்றுமுற்றும் நடப்பவை நன்கு விளங்கியது. புலன்கள் சுறுசுறுப்படைய, எங்கோ நீர் பாயும் ஓசை தேனுகன் காதில் விழுந்தது.

நதிப்புறத்துலே இருக்கேனோ? சூரியன் உதிச்சவுடனே, நீஞ்சிப் பாதுகாப்பான இடத்துக்குப் போயிடணும். அப்பா எங்கே? அவர்தான் அதிகாரிகளுக்கு லஞ்சம் கொடுத்து என்னத் தப்புவிச்சிருக்கணும்.

''நன்றி,'' என்றபடி குவளையை நீட்டினான். ''அது சரி, எங்கப்பா எங்கே?''

குவளையை மௌனமாய் வாங்கியவன், இருளில் கரைந்து மறைய, தேனுகன் தனியே விடப்பட்டான். ''டேய் - எங்கே போறே?''

மனிதன் மாயமான அதே இடத்தில், கட்டுமஸ்தாக இன்னொருவன் தோன்றினான். சுளுந்துகளின் வெளிச்சத்தில் மின்னிய வெண்சருமத்திற்குப் போட்டியாய்ப் பச்சை வண்ண *தோத்தி*யும் *அங்கவஸ்திர*மும் ஜொலித்தன. நீண்ட கேசத்தை அடக்க சிரத்தில் அணிந்த மெல்லிய க்ரீடத்தில், நுணுக்கமாய் வேலைப்பாடமைந்த மயிற்பீலி பொருந்தியிருந்தது. குறும்பு கொப்பளிக்கும் கண்கள் இப்போது பனிச்சில்லுகளாய் உறைந்திருந்தன.

''இளவரசர் பரதரா!'' கூவிய தேனுகன், சட்டென ஒரு கால் மடித்து முழந்தாளிட்டான்.

பதில் கூறாத பரதன், தேனுகனுக்கருகில் வந்தான்.

கோசலைப் பெண்களுக்கு இளவரசன்பாலிருந்த ஈர்ப்பைப் பற்றிக் தேனுகன் கேள்விப்படாமலில்லை. ''நீங்க என்னைப் புரிஞ்சுக்குவீங்கன்னு நல்லாத் தெரியும். சட்டத்தைப் பிடிச்சிக்கிட்டுத் தொங்கற உங்க சிடுமூஞ்சி அண்ணனுக்கு நம்ம சங்கதியெல்லாம் புரியுமா?''

ஆணியடித்தாற்போல் நின்ற பரதனின் சுவாசம் சீராய் இயங்கியது.

''அனுபவிச்சுத் தூக்கியெறியப் படைக்கப்பட்ட போகப்பொருள்தான் பொம்பளைன்னு புரிஞ்சுக்குவீங்கன்னு தெரியும், பிரபு,'' தேனுகன் மெல்லச் சிரித்தவாறு, நன்றி கலந்த பயபக்தியுடன் பரதனின் *அங்கவஸ்திர*த்தைப் பற்றும் எண்ணத்துடன் கை நீட்டினான். ''ஆண்கள் பயன்படுத்தத்தான் பெண்கள்!''

சட்டென நகர்ந்த இளவரசன், கையைத் தட்டிவிட்டு மென்னியைப் பிடித்தான். ''பயன்படுத்திட்டுத் தூக்கியெறியற பொருள் இல்லைடா,'' வார்த்தைகள் உறுமலாகக் கடித்துத் துப்பப்பட்டன. ''பெண்கள் அன்பால அரவணைக்கப்பட வேண்டியவங்க.''

தேனுகனின் முகத்தில் கலப்படமற்ற பீதி பரவியது. கூண்டில் அடைபட்ட மிருகம்போல் திகைத்தவனைச்

சுற்றி, எங்கிருந்து எனச் சொல்லமுடியாதபடி திடீரென இருபது வாட்டசாட்டமான ஆண்கள் முளைத்தனர். பரதன் மெல்லக் கழுத்தை நெறிக்க, இளவரசனின் பிடியிலிருந்து விடுவித்துக்கொள்ளத் தேனுகன் போராடினான்.

"பிரபு," ஒருவன் பின்னாலிருந்து குரல் கொடுத்தான்.

மூச்சை இழுத்துப்பிடித்த பரதன், சட்டென தேனுகனை விடுவித்தான். "அவ்வளவு சீக்கிரமா நீ சாகக்கூடாது."

நசுங்கிய சுவாசக்குழாயின் பலனாய் இருமிய தேனுகன் மூச்சு விட சிரமப்பட்டான். சட்டென்று நிமிர்ந்தவன் அங்கிருந்து ஓட்டம் பிடிக்க, இரு ஆட்கள் காட்டுத்தனமாய் இறுக்கி, கூச்சலும் கத்தலுமாய்த் திமிறிப் போராடியவனைப் பொருட்படுத்தாமல் வண்டிக்கு இழுத்து வந்தனர்.

"சட்டம்!" தேனுகன் அலறினான். "சட்டத்தால என்னைத் தொடமுடியாது! நான் வயசு வரம்பை எட்டலை!"

மூன்றாவதாய் அடியெடுத்து வைத்த மனிதன் தேனுகனின் மோவாயில் ஓங்கிக் குத்த, பல் உடைந்து இரத்தம் 'குபுக்'கென்று பாய்ந்தது. "இப்ப இல்லை."

"இளவரசர் ராமரோட சட்டம் -"

அவன் மீண்டும் குத்தியதில் மூக்குடைந்து, தேனுகனின் பேச்சுத் தடைபட்டது. "இங்கே அவர் இருக்கறாப்புல தெரியுதா?"

"கட்டிப் போடுங்க," பரதன் ஆணையிட்டான்.

சிலர் சுளுந்துகளை எடுத்துக்கொள்ள, மேலும் இருவர் தேனுகனைப் பின்னால் 'தரதர'வென ஒரு பெரிய மரத்தினருகே இழுத்துச் சென்றனர். கைகளைப் பரத்தி, மரத்தைச் சுற்றிக் கயிற்றால் இறுக்கிக் கட்டிவிட்டு, கால்களையும் அகட்டி அவ்விதமே செய்தனர். ஒருவன் திரும்பினான். "முடிஞ்சது, பிரபு."

பரதன் ஒருபுறமாய்த் திரும்பினான். "கடைசியாச் சொல்றேன், ஷத்ருக்னா. போ. நீ இருக்கவேண்டியதில்லை. இதுலேயெல்லாம் சம்பந்தப்படாம விலகிக்கலாம்..."

ஷத்ருக்னன் இடைவெட்டினான். "நான் எப்பவும் உன் பக்கம்தான், அண்ணா."

உணர்ச்சியற்ற கண்களுடன் அவனை வெறித்தான் பரதன்.

"சட்டத்துக்குப் புறம்பா இருக்கலாம்," ஷத்ருக்னன் தொடர்ந்தான். "ஆனா, இதுதான் தர்மம்."

தலையசைத்த பரதன், முன்னால் நடக்கத் துவங்கினான். தேனுகனை நெருங்கிய சமயத்தில், இடைக்கச்சிலிருந்து இரத்தம் தோய்ந்த வெள்ளைத் துணியொன்றை உருவி நெற்றியில் பயபக்தியுடன் பதித்து, வலது மணிக்கட்டில் ராக்கிக்கு மேல் இறுக்கிக்கொண்டான்.

கட்டி வைத்த ஆடு, இரத்தவெறி கொண்ட சிங்கக்கூட்டத்தால் சுற்றி வளைக்கப்பட்டது போல் கால் மாற்றிக் கால் வைத்துத் தவித்தான் தேனுகன். "பிரபு, தயவு செஞ்சு என்னை விட்டுருங்க," பிளிறினான். "இனி எந்தப் பெண்ணையும் தொடக்கூடமாட்டேன் - சத்தியம்!"

பரதன் அவனைப் 'பளா'ரென அறைந்தான். "இது எந்த இடம்னு தெரியுதா?"

சுற்றுமுற்றும் வெறித்த தேனுகனின் கண்களில் அடையாளம் பாய்ந்தது. இங்கே... அவனும் கூட்டாளிகளும் ரோஷ்னியைக் கற்பழித்துக் கொன்றது இங்கேதான்.

பரதன் கை நீட்ட, வீரர்களில் ஒருவன் உடனடியாக ஒரு உலோகப் புட்டியைக் கொடுத்தான். அதன் மூடியைத் திறந்த இளவரசன், தேனுகனின் மூக்கிற்கடியில் கொண்டுவந்தான். "வலின்னா என்னன்னு இனிமேதான் தெரிஞ்சிக்கப்போறே."

அமிலவாடையை உடனே அடையாளம் கண்டுகொண்ட தேனுகன் 'ஓ'வென அழத் துவங்கினான். "பிரபு, தப்புப் பண்ணிட்டேன்... என்னை மன்னிச்சிருங்க... மன்னிச்சிருங்க ...விட்டுருங்க... தயவு செஞ்சு...

"வெறி பிடிச்ச நாயே," ஷத்ருக்னன் உறுமினான். "ரோஷ்னிக்காவோட அலறல் ஞாபகமிருக்கா?"

பதற்றம் தலைக்கேற, தேனுகன் மேலும் தழைந்து கெஞ்சினான். "ரோஷ்னி தேவி நல்லவங்க பிரபு... நான்தான் மிருகம்... தப்பு... ஆனா, நீங்க செய்யறதை அவங்க நிச்சயம் ஒத்துக்கமாட்டாங்க..."

அமிலப் புட்டியை வீரனிடம் நீட்டிய பரதன், இன்னொருவனிடமிருந்து முறுக்கிய, பெரிய துளையிடும் கருவியைப் பெற்று அதன் கூர்முனையை தேனுகன் தோள் மீது சார்த்தினான். "நீ சொல்றதும் சரி. அவ உன்னைப் போல

மிருகத்தைக்கூட மன்னிக்கக்கூடிய தெய்வப்பிறவிதான். ஆனா, நான் அப்படியில்லையே?''

முன்னால் வந்த இன்னொரு வீரன் பரதனிடம் சுத்தியலைக் கொடுக்க, உச்சஸ்தாயியில் அலறத் துவங்கினான் தேனுகன்.

''வெறிபிடிச்ச இழிபிறவியே, நல்லா கத்து,'' என்றான் வீரன். ''யாருக்கும் எதுவும் கேட்காது.''

''*இல்ல்ல்ல்லலை! தயவு செஞ்சு ...*'

கை தூக்கிச் சுத்தியலை உயர்த்தினான் பரதன். முறுக்கிய துளைக்கருவியைத் தேனுகன் தோள் மீது பதித்தான். அவனுக்கு வேண்டியது அமிலம் ஊற்றப் பெரிய துவாரம். விரைவில் மரணம் சம்பவித்துவிட்டால், சித்திரவதையும் வெகு சீக்கிரம் முடிந்துவிடும்.

''இரத்தத்துக்கு பதில், எப்பவும் இரத்தம்தான்...'' பரதன் கிசுகிசுத்தான்.

சுத்தியல் 'படீ'ரென்று இறங்க, துளை கச்சிதமாக விழுந்தது. வலியும் வேதனையும் நிறைந்த அலறல்கள், ஆவேசமாய்ச் பாய்ந்த ஸரயூவின் இரைச்சலையும் மீறிக்கொண்டு வானை முட்டின.

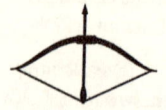

அத்தியாயம் 15

சூரியனின் முதல் செங்கிரணங்கள் தயங்கித் தயங்கி இருளை நெருடிய பொழுதில் ஸரயூவைக் கடந்து, அயோத்யாவின் வடமுனையைத் தாண்டி பரதஷத்ருக்னர்களைச் சந்திக்கச் சென்றுகொண்டிருந்தாள் கைகேயி. தேனுகனின் பிணம் கிடந்த தென்புறத்தினின்று குறைந்தது இருமணி நேரப் பயணத்திலிருந்தது அவள் முன்னேற்பாடாய்த் தேர்ந்தெடுத்திருந்த களம்.

கொலை சம்பந்தப்பட்ட இரத்தம், இன்னபிற சமாச்சாரங்களை அன்றிரவே சகோதரர்கள் கழுவி அகற்றியிருந்தனர். புதிய உடைகளை அணிந்த பிறகு, குருதி தோய்ந்த பழையவை எரிக்கப்பட்டன. கைகேயிக்குப் பாதுகாப்பாய் பரதனது மெய்க்காப்பாளர்கள் வந்திருந்தனர்.

தேரிலிருந்து இறங்கியவள், இருவரையும் அணைத்துக் கொண்டாள். ''பசங்களா, தர்மத்தை நிலைநாட்டிட்டீங்க.''

ஆவேசப்புயல் இன்னமும் இதயத்தில் வீச, நாளங்களில் சீறிப் பாய்ந்த ஆத்திரத்தால் வாய் பேச முடியாமல் நின்றனர் சகோதரர்கள். தர்மத்தை நிலைநாட்டச் சிற்சில சமயங்களில் கோபம் அவசியமாயிருந்தாலும் - என்ன விசித்திரம்! எண்ணெய் ஊற்ற ஊற்றத் தணியாமல் பற்றியெரியும் நெருப்பைப் போல், எவ்வளவு அளித்தாலும் பணியாத ஆகுதியல்லவோ கோபம்? அதைக் கட்டுப்பாட்டில் வைத்திருக்க அபரிமிதப் பக்குவம் தேவை. இளம் வயதினரான இளவரசர்கள் அவ்வித்தையை இன்னும் கற்றிருக்கவில்லை.

''நீங்க கிளம்பறது நல்லது,'' என்றாள் கைகேயி.

ரோஷ்னியின் உடலை மூடியிருந்த இரத்தம் தோய்ந்த வெள்ளைத் துணியின் பகுதியை நீட்டினான் பரதன்.

''நானே மந்தரையிடம் திருப்பிக் கொடுத்துடறேன்,'' வாங்கிக் கொண்டாள் கைகேயி.

அவள் பாதங்களைத் தொட்டுப் பணிந்தான் பரதன். ''போய்ட்டு வரேம்*மா.*'' ஷத்ருக்னனும் வாய் பேசாமல் அண்ணனைப் பின்பற்றினான்.

தேனுகனின் குடலைக் குதறியவாறு 'காச் மூச்'சென்று கத்திப் பறந்து கொண்டிருந்த காக்காய்க் கூட்டத்தின் கூச்சலைக் கொண்டே அப்பக்கம் சென்றுகொண்டிருந்த சில கிராமத்தார் சடலத்தைக் கண்டுபிடித்தனர்.

பிணைத்த கயிறுகளை வெட்டிப் பிணத்தைத் தரையில் கிடத்தினர். உடலில் பரவியிருந்த காயங்களைச் சுற்றிக் கட்டியிருந்த இரத்தத்தை ஆராய்ந்ததில், உயிருடன் இருந்தபோதே உளி கொண்டு துளையிட்டிருக்க வேண்டும் என்பது உறுதிப்பட்டது. துவாரங்களைச் சுற்றிச் சருமம் கரிந்திருந்தது; ஒவ்வொன்றிலும் திராவகம் போல் ஏதோ ஊற்றப்பட்டிருக்கவேண்டும்.

தேனுகனின் மரண சாசனத்தை எழுதியது, வயிற்றைக் கிழித்து பின்னாலிருந்த மரத்தில் ஆழமாய்ச் செருகியிருந்த வாள். இரத்தப்போக்கினால் உயிர் பிரிய மிக நீண்ட நேரமாகியிருக்கவேண்டும். காக்காய்கள் விருந்தாட வந்த போது அவன் உயிருடனேயே இருந்திருக்கலாம்.

கிராமத்தாரில் ஒருவன் தேனுகனை அடையாளம் கண்டுகொண்டான். ''பேசாம போயிட்டா என்ன?''

''இல்லை, இருப்போம்.'' அவர்களின் தலைவன் போல் தோன்றியவன், ஒரு சொட்டுக் கண்ணீரைத் துடைத்துக்கொண்டு, அயோத்யாவிற்குச் செய்தியுடன் ஒருவனை அனுப்பினான். எத்தனையோ பேரைப் போல் தலைவனும் ரோஷ்னியின் அன்பை உணர்ந்தவன்; கேவலம் சட்டத்தில் உள்ள ஓட்டையால் தேனுகன் தப்பிவிட்டதை எண்ணி கட்டுக்கடங்காத ஆத்திரத்தினால் புழுங்கிச் செத்தவன். இந்த அரக்கனைக் கொன்றது தானாயிருந்திருக்கக் கூடாதா என்ற ஏக்கம் பிறந்தது. ஆனால், நியாயம் கிடைத்துவிட்டது; ஸரயூவைப் பார்த்து, நதியன்னைக்கு வணக்கம் செலுத்தினான்.

கீழே நோக்கி, பிணத்தின் மீது காறித் துப்பினான்.

சில மெய்க்காப்பாளர்கள் மற்றும் பிரதம சிப்பந்தி த்ருஹ்யூ சகிதம் வடக்குவாசலினூடே குதிரை பூட்டிய வண்டியில் வெளியேறினாள் மந்தரை. பெருங்கால்வாயைத் தாண்டிச் சீரான கதியில் சென்றவர்கள், அரைமணியில் நதிக்கரையில் இருந்த சுடுகாடு வந்து சேர்ந்தனர். *காட்* பகுதியின் மறுகோடியில், உலகின் முதல் மனிதனெனப் புராணங்கள் கூறும் யமதேவரின் ஆலயம் நிலைபெற்றிருந்தது. நீதிதேவராக மட்டுமல்லாமல், யமராஜன் மரணதேவராகவும் அறியப்பட்டவர் என்பது விசித்திரம். தர்மமும், மரணமும் ஒன்றோடொன்று பிணைந்தவை என்பது முன்னோர் துணிபு. அதாவது, வாழ்நாளின் இறுதியில் வரவு-செலவு கணக்கெடுத்து, இருப்புநிலை பகுக்கப்படும்: சமநிலை அடையாவிட்டால், ஆன்மா வேறொரு உடல் புகுந்து மீண்டும் பிறவியெடுக்கும்; கர்மமும் தர்மமும் சரிசமமாக இருந்தால், ஆன்மா இறுதிநிலையான மோட்சத்தை - பிறப்பு-இறப்பு என்ற மாயச்சுழலிலிருந்து விடுபட்டு, *பரமாத்மா,* அல்லது *ஏகம்* என அறியப்பட்ட *ப்ரம்மத்தை* - மீண்டும் அடைந்து, கலந்துவிடும்.

அவளது படைப்புக்களிலேயே மிக அழகானதின் அஸ்தி தாங்கிய வட்டிலை மந்தரை வைத்திருக்க, யமதர்ம ராஜனின் ஆலயத்தில், ஏழு பண்டிதர்கள் ஈமக்கிரியை நடத்தினர். இன்னொரு வட்டிலில், அன்று காலைதான் கைகேயி திருப்பிக் கொடுத்திருந்த இரத்தம் தோய்ந்த வெள்ளைத் துணி.

இந்தக் குறுகிய காலகட்டத்திற்குள் வாழ்க்கையைப் புரட்டிவிட்ட சம்பவங்களை அசைபோட்டபடி நதிக்கரையில் அமைதியாக அமர்ந்திருந்தான் த்ருஹ்யூ. எஜமானி, முற்றுமாய் மாறிவிட்டாள். வர்த்தகத்தை - ஏன், சொந்த வாழ்க்கையையுமே பாழடிக்கக்கூடிய வகையில் கடந்த சில நாட்களாக அவள் எடுத்த முடிவுகளும், செய்த செயல்களும் இதுவரை அவன் காணாதவை. பழிவாங்குதல் என்னும் பலிபீடம் மீது தன் வாழ்வாதாரத்தைப் பணயம் வைக்கத் தயாராகிவிட்டாள். சமீப காலமாய்த் தண்ணீராய்ச் செலவழிந்த பொருளின் கணக்கை மட்டும் அறிந்தால், உண்மை எஜமானரின் கோபத்திற்கு எல்லையே இருக்காது என்ற எண்ணம் த்ருஹ்யூவிற்குள் எழாமல் இல்லை. செலவழிந்த பணத்தில் பெரும்பாலானது மந்தரையுடையதே அல்ல. தன்னுடைய எதிர்காலம் குறித்தே த்ருஹ்யூவிற்குள் பயம் முளைவிட்டது. கோயில் வாசலில் தெரிந்த அசைவினால் கவனம் கலைந்தான்.

காட் பகுதியை நோக்கி மெல்ல விந்திய மந்தரையின் நடையில் தள்ளாட்டமும், முதுகின் கூனும் அதிகரித்தது போன்ற பிரமை உண்டாயிற்று. மெய்க்காப்பாளர்கள் மௌனமாய்ப் பின் வர, பண்டிதர்கள் மந்திர உச்சாடனம் செய்தபடி தொடர்ந்தனர். நதியை நோக்கி மந்தரை மெல்ல இறங்கினாள். கடைசிப்படியில் நின்றவளின் பாதங்களை ஸரயூவின் சின்னஞ்சிறிய அலைகள் மெல்ல முத்தமிட்டன. காவலர்களை தூரச் செல்லும்படி ஆணையிட்டாள். இறந்தவரின் ஆத்மா புராண இதிகாசங்களில் கண்டுள்ள வைதரணி நதியைக் கடந்து மறு உலகம் செல்ல உதவும் விதமாய், பண்டிதர்கள் மேல்படியில் நின்றவாறு சிரமேற்கொண்டு ஸமஸ்க்ருத மந்திரங்களை ஜெபித்தனர். பிண எரிப்பின்போதும் உச்சரிக்கப்பட்ட *இஷாவஸ்ய உபநிஷத* ஸ்லோகத்தை மீண்டும் ஜபித்தவாறு, பிரார்த்தனையை முடிவுக்குக் கொண்டுவந்தனர்.

வாயுர் அநிலம் அம்ரிதம்; அதேடம் பஸ்மந்தம் ஷரீரம்

அநித்திய உடல் சாம்பராகலாம்; உயிர்மூச்சின் இடம் வேறு. இறவா பரம்பொருளுடன் அது மீண்டும் கலக்கட்டும்.

பார்ப்போர் வியக்கும் குயுக்தியும் அறிவாற்றலும் ஒரு காலத்தில் நிறைந்த மந்தரையின் இன்றைய மங்கிய, தேசலான நிழல் மீது பார்வையைப் பதித்தபடி தூரத்திலிருந்து நடப்பவற்றைக் கவனித்தான் த்ருஹ்யூ. ஒரே எண்ணம் மீண்டும் மீண்டும் மனதில் ரீங்கரித்துக் கொண்டிருந்தது.

கிழவிக்குப் பிறண்டுவிட்டது. இவளால் உண்மை எஜமானுக்கு இனி எந்தப் பயனும் இல்லை. என்னைப் பாதுகாத்துக் கொள்ளும் முயற்சியில் நான் இறங்க வேண்டும்.

அஸ்தி இருந்த சட்டியை மார்போடு அணைத்துக்கொண்டாள் மந்தரை. மூச்சை இழுத்துப் பிடித்து, அடுத்து செய்ய வேண்டியதற்கான தைரியத்தை வரவழைத்துக்கொண்டாள். மூடியைத் திறந்து சட்டியைக் கவிழ்க்க, மகளின் அஸ்தி சிதறி, நதி நீரில் மிதந்து சென்றது. இரத்தம் தோய்ந்த வெள்ளைத் துணியை முகத்தருகே கொண்டு வந்தாள். ''இந்தக் கேவலமான உலகிற்கு மீண்டும் வந்துவிடாதே, குழந்தாய்,'' முணுமுணுத்தாள். ''தூய்மையே உருவான உன் போன்ற ஆன்மாக்களுக்கு இது இடமல்ல.''

மகளின் அஸ்தி மெல்ல தன்னை விட்டு விலகுவதைப் பார்த்தவாறு நின்றாள். வானை நோக்கியவளின் இதயம், ஆத்திரத்தில் வெடித்துச் சிதறியது.

ராமா ...

தடங்கித் தடங்கி மூச்சு வர, மந்தரை கண்களை இறுக்க மூடிக்கொண்டாள்.

அந்த அரக்கனைப் பாதுகாத்தாய் அல்லவா... தேனுகனைக் காப்பாற்றினாய் அல்லவா... மறக்க மாட்டேன் ...

"இதுக்கு யார் காரணம்?" மன இறுக்கத்தில் உடல் விடைக்க, இராமனின் குரல் உறுமலாய் வெளிவந்தது. காவல்துறை அதிகாரிகள் அவனைச் சூழ்ந்திருந்தனர்.

தேனுகனின் பயங்கரக் கொலை பற்றிய செய்தி கிடைத்தவுடன், சம்பவ இடத்திற்கு விரைந்திருந்தான் இராமன். வழக்கமாய் சாந்தமே உருக்கொண்டு விளங்குபவனின் ஆவேச அவதாரம் கண்டு திகைத்து, மௌனமாய் நின்றனர் அதிகாரிகள்.

"இது சட்டத்துக்கு இழுக்கு; தர்மத்துக்கே அடுக்காது," இராமன் தொடர்ந்தான். "யார் இதைச் செஞ்சது?"

"எ ... எனக்குத் தெரியாது, பிரபு," அதிகாரிகளில் ஒருவன் படபடத்தான்.

பதற்றத்தில் நடுங்கிக்கொண்டிருந்தவனை நோக்கி இராமன் ஓரடி வைத்து, முன்னால் சாய்ந்தான். "நம்பணும்னு நிஜமாவே எதிர்பார்க்கறீங்களா?"

பின்னாலிருந்து ஒரு கூக்குரல் எழுந்தது. "அண்ணா!"

நிமிர்ந்த இராமன், நாலுகால் பாய்ச்சலில் லக்ஷ்மணன் குதிரையோட்டி வருவதைக் கவனித்தான்.

"அண்ணா," நெருங்கியவன் சேணக்கயிற்றை இழுத்துப் பிடித்தான். "இப்பவே நீ என்னோட வந்தாகணும்"

"இப்ப இல்ல, லக்ஷ்மணா," இராமன் அசட்டையாய்க் கைவீசினான். "வேலையிருக்கு."

இக்ஷ்வாகு குலத்தோன்றல் 193

"அண்ணா," என்றான் லக்ஷ்மணன் மீண்டும். "குரு வஸிஷ்டர் கூப்பிடறார்."

அவனை எரிச்சலுடன் ஏறிட்டான் இராமன். "சீக்கிரம் வந்துருவேன். தயவு செஞ்சு குருஜிகிட்ட போய் -"

லக்ஷ்மணன் இடைவெட்டினான். "மஹரிஷி விஸ்வாமித்ரர் வந்திருக்கார்ணா! உன்னைப் பாக்கணுமாம். *குறிப்பா உன்னைத்தான் அழைக்கறார்.*"

அதிர்ந்துபோய் அவனை வெறித்தான் இராமன்.

முந்தைய விஷ்ணு பிரபு பரசுராமர் விட்டுச் சென்ற மர்மக் குலமான மலயபுத்ரர்களின் தலைவரே விஸ்வாமித்ரர். ஆறாம் விஷ்ணுவின் பிரதிநிதிகளாய், உலகில் அவரது பணியை நிறைவேற்றக் கடமைப்பட்டவர்கள் மலயபுத்ரர்கள். இவர்களது அதிசய சக்திகள் குறித்து சப்தசிந்து மக்களிடையே உலவிய கதைகள் ஏற்கனவே விதைத்த பிரமிப்பு, விஸ்வாமித்ரர் விஷயத்தில், அவர் அடைந்திருந்த பயங்கரப் பிரக்யாதியால் பன்மடங்கு அதிகரித்திருந்தது. பெருமன்னன் காதியின் மகனாகக் கௌசிகன் என்ற பெயருடன் க்ஷத்ரிய குலத்தில் பிறந்தவர் அவர். இளம் வயதில் வீரவிளையாட்டுக்களில் சிறந்து விளங்கினாலும், சுபாவம் ரிஷி வாழ்க்கையை நோக்கித் துரத்தியது. எத்தனையோ இடர்களைத் தாண்டி, தன் இலக்கில் வெற்றியும் கண்டார். பிறகு மலயபுத்ரர்களுக்கே தலைவராகி, அந்தணர்கள் அடையக்கூடிய அதிகபட்ச உயரத்தை எட்டியதும், விஸ்வாமித்ரர் எனப் பெயர் மாற்றிக்கொண்டார். அடுத்த மகாதேவருக்கு உதவுவதே மலயபுத்ரர்களின் பணி என்றாலும், அடுத்து அவதரிக்கப் போகும் விஷ்ணுவிற்கு உறுதுணையாய் இருப்பதே வாழ்க்கையின் பயனெனக் கருதினர்.

கடமைக்கான இரு அழைப்புகளில் எதை ஏற்பதென்ற குழப்பத்துடன் தேனுகனின் சடலத்தையும், தம்பியையும் மாறி மாறிப் பார்த்தான் இராமன். குதிரையினின்று இறங்கிய லக்ஷ்மணன், அண்ணனின் முழங்கையைப் பற்றினான்.

"இதை எப்ப வேணும்னாலும் பார்த்துக்கலாம்ணா," வற்புறுத்தினான். "ஆனா, மஹரிஷி விஸ்வாமித்ரரைக் காக்க வைக்கக்கூடாது. அவரோட பயங்கர கோபத்தைப் பத்தி எத்தனை கதைகள் கேள்விப்பட்டிருக்கோம்?"

சமாதானமடைந்த இராமன், "என் குதிரை," என்றான்.

அதிகாரிகளில் ஒருவர் விரைவில் புரவியை இட்டு வந்தார். ‘விருட்’டென்று தாவியேறி இராமன் தட்டிவிட, லக்ஷ்மணன் பின்தொடர்ந்தான். குதிரைகள் நகரை நோக்கிக் காற்றாய் பாய்ந்த போதே, சில நாட்களுக்கு முன் வஸிஷ்டருடன் நடத்திய விசித்திரப் பேச்சுவார்த்தை இராமனுக்கு நினைவுக்கு வந்தது.

ஒருவன் வந்துகொண்டிருக்கிறான்... என்னால் கூட இதைத் தடுக்கமுடியாது ...

''என்கிட்டே மஹரிஷி விஸ்வாமித்ரர் என்ன எதிர்பார்க்க முடியும்?'' தன்னைத்தானே கேட்டுக்கொண்டான்.

... அவனிடத்திலும் உனக்கொரு கடமையிருக்கிறது ...

நிகழ்காலத்திற்குத் திரும்பிய இராமன், ‘க்ளிக்’கென்று நாவால் சப்தித்தவாறு குதிரையை மேலும் விரட்டினான்.

''என்னையே மறுக்கிறீரோ, வேந்தே?'' விஸ்வாமித்ரரின் குரலில் இருந்த மென்மையாலும் கூட, ஆழத்தில் தொனித்த எச்சரிக்கையை மறைக்க முடியவில்லை.

மஹரிஷியின் பிரதாபமும், பெற்றிருந்த பெயரும் போதாதென்று ஓங்கி உலகளந்த ஆகிருதி, தேஜஸைக் கூட்டிக் காட்டியது. ஏறக்குறைய ஏழடி உயரம்; அதற்கேற்ற மகத்தான உடற்கட்டு; பெருத்த தொந்தி; அதற்கிணையான கட்டுமஸ்தான, விரிந்த மார்பு; திரண்ட தோள் மற்றும் தசையிறுகிய கரங்கள் என திகைப்பேற்படுத்தும் தோற்றத்துடன் விளங்கினார். நீண்ட வெண்தாடி; மழுங்கிய சிரசில் அந்தணர்களுக்குரிய சிறு குடுமி; பளபளக்கும் பெரிய விழிகள்; தோளில் வீற்றிருந்த *ஜணாவு* என எவையும் அவர் உடல் மற்றும் முகத்தை அலங்கரித்த பலப்பல விழுப்புண்களுடன் பொருந்தவில்லை. காவி நிற *தோத்தி*யும் *அங்கவஸ்திர*மும், கரிய திருமேனியை தூக்கிக் காட்டின.

அரசரின் பிரத்யேக அலுவலகத்தில், சக்ரவர்த்தி தசரதரும், மூன்று தேவியரும் மஹரிஷியை வரவேற்று உபசரித்தனர். மஹரிஷியும் பீடிகையில் காலந்தாழ்த்தவில்லை. கடுமையான தாக்குதலுக்கு உள்ளாகியிருந்த அவரது ஆசிரமங்களில் ஒன்றின் பாதுகாப்பிற்கு இராமன் தேவைப்பட்டான்;

அவ்வளவே. தாக்குதல் எப்பேர்ப்பட்டது; இந்தியாவே கலங்கும் பலமும் தொழில்நுட்பமும் பொருந்திய, பிரசித்தி பெற்ற இராணுவம் பராமரித்த மலயபுத்ரர்களை எவ்விதம் இளவரசனால் காக்கமுடியும் என்பதற்கெல்லாம் விளக்கம் அளிக்கப்படவில்லை. மலயபுத்ரர்களின் மாபெரும் தலைவரை கேள்வி கேட்கவோ, மறுத்துப் பேசவோ யாருக்குத் தைரியம் உண்டு?

தசரதர் பதற்றத்துடன் மிடறு விழுங்கினார். செல்வமும் செல்வாக்குமாய்க் கோலோச்சிய காலத்திலேயே விஸ்வாமித்ரரை எதிர்த்திருப்பாரா என்பது சந்தேகம். இப்போதோ, ஏற்கனவே குழம்பியிருந்த மனதில் பீதியும் குடிகொண்டது. கடந்த சில மாதங்களாய் இராமன் மீது பாசம் அதிகரித்திருந்ததில், அவனைப் பிரியவேண்டிய எண்ணமே கசந்தது. ''அனுப்ப விருப்பமில்லை என்று சொல்லவில்லை, பிரபு. தங்கள் தேவைக்கு சேநாதிபதி ம்ருகஸ்யர் பொருத்தமாயிருப்பார் என்பது அடியேனின் எண்ணம். என் இராணுவம் மொத்தமுமே தங்கள் விருப்பத்திற்கு...''

''எனக்கு வேண்டியது ராமன்,'' விஸ்வாமித்ரரின் கண்கள் தசரதருடையதைத் துளைத்து, சப்தசிந்து சக்ரவர்த்தியையே விதிர்விதிர்க்க வைத்தன. ''லக்ஷ்மணனும்தான்.''

விஸ்வாமித்ரரின் கோரிக்கை கௌஸல்யாவிற்குப் புரியவேயில்லை. புகழ்பெற்ற ரிஷியை நெருங்கும் சந்தர்ப்பம் இராமனுக்குக் கிடைக்கப்போவதைக் குறித்து ஒருபுறம் அவள் மகிழ்ந்தாலும், சுயநலத்திற்கு மகனின் வீரத்தைப் பயன்படுத்திக்கொண்டு காரியம் நிறைவடைந்ததும் தூக்கியெறிந்துவிடக்கூடுமென்ற பயம் இன்னொரு பக்கம் பிடுங்கித் தின்றது. அதுவுமில்லாமல், இராமன் இல்லாத சந்தர்ப்பத்தைச் சாதகமாக்கிக்கொண்டு கைகேயி பரதனை யுவராஜனாக்கலாம். முடிவெடுக்க முடியாத இம்மாதிரி சந்தர்ப்பங்களில் வழக்கமாகிவிட்டதை இப்போதும் கௌஸல்யா செய்தாள்: கண்ணீர் மௌனமாய் அவள் கன்னங்களில் உருண்டது.

இவ்வகை சஞ்சலம் ஏதும் கைகேயிக்கு இல்லை. மந்தரையின் சதிக்கு உடன்பட்டதை எண்ணி ஏற்கனவே வருந்திக்கொண்டிருந்தவளுக்கு, பரதன் இச்சமயம் இல்லாமல் போய்விட்டதில் ஏமாற்றமே. ''மஹரிஷிஜி,'' என்றாள் ஆவலாக. ''பரதனை அனுப்பறேனே? அது என் பாக்கியம். இப்ப செய்யவேண்டியதெல்லாம்-''

"அவன் அயோத்யாவில் இல்லையல்லவா?" விஸ்வாமித்ரருக்குத் தெரியாதது உண்மையிலேயே எதுவுமில்லை போலும்.

"முழுக்க முழுக்க உண்மை, மஹரிஷிஜி," கைகேயி ஒப்புக்கொண்டாள். "அதைத்தான் நானும் சொல்லவந்தேன். சில வாரங்கள் தாமதிக்க நேரலாம். உடனடியா திரும்பும்படி பரதனுக்குச் செய்தியனுப்பிடறேன்."

விஸ்வாமித்ரரின் ஊடுருவும் பார்வையின் வீர்யம் தாங்காமல், அவளது சிரம் தாழ்ந்தது. இதயத்தின் அடியாழத்தில் புதைந்த இரகசியங்கள் வெளிப்படுத்தப் பட்டது போல் இனம்தெரியாத பதற்றம் கைகேயிக்குள் முளைவிட்டது. சற்று நேரம் பரவிய தர்மசங்கட மௌனத்தை உடைத்துக்கொண்டு, விஸ்வாமித்ரரின் குரல் இடியோசை போல முழங்கியது.

"எனக்கு வேண்டியது ராமன், அரசே. லக்ஷ்மணனும்தான். வேறு யாரும் தேவையில்லை. அவர்களை என்னுடன் இப்போது அனுப்பப் போகிறீர்களா இல்லையா?"

"உங்க பேச்சில் குறுக்கிடறதுக்கு தாழ்மையுடன் மன்னிப்புக் கேட்டுக்கறேன், குருஜி," சுமித்ரா சட்டென்று இடைவெட்டினாள். "அரசுமுறையிலே பெரிய குளறுபடி நடந்திருக்கோன்னு சந்தேகிக்கறேன். நீங்க வந்து நேரம் ஆகியும், மதிப்பிற்குரிய இராஜகுரு வஸிஷ்டருக்கு உங்களைச் சந்திக்கும் பெருமை இன்னும் லபிக்கலை. அவரும் இங்கே வருகை புரியத் தயவுசெய்யும்படிக் கேட்டுக்கலாமா? பிறகு விவாதத்தைத் தொடரலாமே?"

"ஹ்ம்ம்! நான் கேள்விப்பட்டது உண்மைதான் போலும்." விஸ்வாமித்ரர் சிரித்துவிட்டார். "மூன்றாவதும், மிக இளையவளுமான அரசிதான் அறிவில் சிறந்தவளாக இருக்கிறாள்."

"அறிவாளியெல்லாம் இல்லை, குருஜி," சுமித்ராவின் முகம் கூச்சத்தால் 'குப்'பெனச் சிவந்தது. "சம்பிரதாயம் என்னன்னு தெரிவிச் -"

"ஆம், ஆம், உண்மைதான்," என்றார் விஸ்வாமித்ரர். "உங்கள் சம்பிரதாயங்களைக் கடைப்பிடியுங்கள். ராமனைப் பற்றிப் பிறகு பேசலாம்."

பீதி நிறைந்த சில ஏவலாளர்களுடன் மஹரிஷியைத் தனியாக விட்டுவிட்டு, மன்னனும் மனைவியரும் அங்கேயிருந்து ஓட்டமெடுத்தனர்.

அரசரின் பிரத்யேக அலுவலறைக்குள் தனியாக நுழைந்த வஸிஷ்டர், பணியாளர்களை வெளியேற்றினார். அவர்கள் மறைந்த மறுகணம், முகமெல்லாம் ஏளனத்துடன் எழுந்தார் விஸ்வாமித்ரர். ''இம்முறை என்ன வாதம் பிரயோகித்து அவனை என்னிடமிருந்து பிரிக்கப் போகிறாய், திவோதாஸ்?''

வஸிஷ்டரின் *குருகுலப்*பெயரை, பள்ளி நாமத்தை வேண்டுமென்றே பயன்படுத்தினார் விஸ்வாமித்ரர்.

''இனியும் நான் குழந்தையல்ல, மஹரிஷி விஸ்வாமித்ரரே,'' வார்த்தைகளை அழுத்தமான பணிவுடன் வெளியிட்டார் வஸிஷ்டர். ''என் பெயர் வஸிஷ்டன். மஹரிஷி வஸிஷ்டர் என்றே என்னை அழைத்தல் தகும்.''

விஸ்வாமித்ரர் அவரை நெருங்கினார். ''உன் வாதம்தான் என்ன, திவோதாஸ்? எப்படிப் பார்த்தாலும், உன் அரச குடும்பம் பிளவுபட்டுக் கிடக்கிறது. தசரதனுக்குத் தன் மகன்களைப் பிரிய இஷ்டமில்லை. கௌஸல்யைக்குக் குழப்பம்; கைகேயி, பரதன்தான் என்னுடன் வரவேண்டும் என்பதில் பிடிவாதமாயிருக்கிறாள். சுமித்ராவோ - ஆகா, கெட்டிக்காரப் பெண்! - எது நடந்தாலும் சம்மதம் என நினைக்கிறாள். அவளுக்கென்ன? ஜெயிப்பவன் யாராகிலும், அவனருகே அவளது இரு மகன்களில் ஒருவன் நிற்பானல்லவா? பிரமாதமாகத்தான் வேலை செய்திருக்கிறீர்கள், இல்லையா, இராஜ குருவே?''

சீண்டலை வஸிஷ்டர் சட்டை செய்யவில்லை. தன்னால் ஆகக்கூடியது அதிகமில்லை என அவருக்குப் புரிந்தது. அவர் முன்வைக்கும் வாதங்களையெல்லாம் மீறி, இராமலக்ஷ்மணர்கள் விஸ்வாமித்ரருடன் சென்றேயாகவேண்டும்.

''கௌசிகா,'' விஸ்வாமித்ரரின் குழந்தைப்பருவப் பெயரைப் பிரயோகித்தார் வஸிஷ்டர். ''அநியாயமேயென்றாலும், பலவந்தமாய் உன் வழி செல்லப் பார்க்கிறாய். அப்படித்தானே?

இன்னோரடி முன் வைத்து இராஜகுருவை நெருங்கிய விஸ்வாமித்ரரின் உயரம், வஸிஷ்டரையே விழுங்கியது. ''இம்முறையும் பின்வாங்கி ஓடப் போகிறாய். அப்படித்தானே? சண்டையென்றால் இன்னமும் பயம்தானே, திவோதாஸ்?''

வஸிஷ்டரின் கைவிரல்கள் முஷ்டியாக இறுகினாலும், முகம் உணர்ச்சியற்று இருந்தது. ''நான் செய்ததன் காரணகாரியங்களை நீ அறியமாட்டாய். அது -''

''பெரும்பான்மையோரின் நன்மைக்குத்தானே?'' பாதியில் வெட்டிக் கெக்கலித்தார் விஸ்வாமித்ரர். ''இந்தக் கதையை நான் நம்ப வேண்டும் என்கிறாய்? நல்லெண்ணத்திற்குள் கோழைத்தனத்தை மறைத்து நடமாடுவதை விட ஈனத்தனம் இருக்கமுடியுமா?''

''உன் க்ஷத்ரியத் திமிர் இன்னமும் உன்னைவிட்டு அகலவில்லையல்லவா? என்ன விசித்திரம்! க்ஷத்ரியர்களின் அராஜகத்தை, ஆணவத்தை ஒடுக்கிய பிரபு பரசுராமரின் பிரதிநிதியாகப் உன்னைப் பிரகடனப்படுத்திக்கொள்ளும் உரிமையிருப்பதாக நினைக்க என்ன துணிச்சல்!''

''என் பின்புலம் ஊரறிந்தது, திவோதாஸ். எதையும் மறைப்பது என் வழக்கமல்ல.'' மூக்கடியில் நின்றவரை விஸ்வாமித்ரர் முறைத்தார். ''உன் பூர்வீகத்தை உன் அருமைப் பிள்ளையிடம் வெளியிடட்டுமா? நான் என்ன செய்தேனென்று -''

''நீ எனக்கு எந்த நன்மையும் செய்துவிடவில்லை!'' பொறுமையிழந்த வஸிஷ்டர் ஒருவழியாகக் கத்தினார்.

''இப்போது செய்தாலும் செய்வேன்,'' விஸ்வாமித்ரர் புன்னகைத்தார்.

திரும்பி, புயலென அங்கிருந்து வெளியேறினார் வஸிஷ்டர். காலம் கடந்திருப்பினும், ஆணவம் நிறைந்த விஸ்வாமித்ரருக்கு அணுவளவாவது மரியாதை செலுத்தத்தான் வேண்டும் என்று வஸிஷ்டர் எண்ணியதற்கு, அவர்களுக்குள் ஒரு காலத்தில் செழித்திருந்த நட்பின் நினைவே காரணம்.

அத்தியாயம் 16

ஒரு வாரம் கடந்த நிலையில், ஸரயூவில் மிதந்த கப்பலின் கைப்பிடிச் சுவரோரமாய் நின்றனர் இராமலக்ஷ்மணர்கள். மலயபுத்ரர் தலைவரின் கலம், கங்கைக்கரையில் அவருக்கிருந்த பல ஆசிரமங்களில் ஒன்றுக்குப் பயணித்துக்கொண்டிருந்தது.

''அண்ணா, இந்தப் பிரம்மாண்டக் கப்பலும், பின்னால வர்ற ரெண்டும், மஹரிஷியோடதுதான்,'' லக்ஷ்மணன் கிசுகிசுத்தான். ''பயிற்சியடைஞ்சு, பல போர்க்களங்கள்ளே தேர்ந்த முன்னூறு வீரர்களாவது இதுலே இருக்காங்க. இன்னும் இரகசியத் தலைநகர்ல - அது எங்கேயிருக்கோ? - ஆயிரக்கணக்குல உண்டுன்னு கேள்விப்பட்டிருக்கேன். பரசு ராமா! நம்மை வேற எதுக்கு இழுத்துக்கிட்டுப் போறார்?''

''தெரியலை,'' கீழே படர்ந்த கருவண்ண நீர்ப்பரப்பை வெறித்தான் இராமன். கப்பலில் இருந்தவர்கள் அவர்களிருவரிடமிருந்து ஜாக்கிரதையான இடைவெளி காப்பாற்றி வந்தனர். ''ஒண்ணும் அர்த்தமாகலை. ஆனா, மஹரிஷி விஸ்வாமித்ரரை குருவாகவே பாவிக்கணும்னு அப்பா சொல்லியிருக் -''

''அப்பாவுக்கு வேற வழியில்லைன்னு தோணுது, அண்ணா.''

''நமக்கு மட்டும் இருக்கா என்ன?''

சில நாட்களில், நங்கூரமிறக்க விஸ்வாமித்ரர் ஆணையிட்டார். 'சடசட'வென நீரில் சரிந்த படகுகளில் இராமலக்ஷ்மணர்கள் உட்பட ஐம்பது பேர் ஏறினர்.

படகுகள் கரைசேர்ந்தவுடன் தாவியிறங்கிய மலயபுத்ரர்கள், பூஜைக்குரிய ஏற்பாடுகளில் மூழ்கினர்.

''இங்கே என்ன செய்யப்போறோம், குருஜி?'' இராமன் பணிவுடன் கரம்கூப்பினான்.

''இந்த இடம் பற்றி மதிப்பிற்குரிய உன் இராஜகுரு எதுவுமே சொல்லித் தரவில்லையோ?'' புன்னகையில் இகழ்ச்சி இழையோட கேட்ட விஸ்வாமித்ரரின் புருவங்கள் முடிச்சிட்டிருந்தன.

குருவைப் பற்றி இராமன் எவ்வகையிலும் குறைவாய்ப் பேசமாட்டான் என்றாலும், லக்ஷ்மணனுக்கு அவ்வகையான மனத்தடை எதுவும் இருக்கவில்லை. ''இல்லை குருஜி,'' தலையை வெகுவேகமாய் ஆட்டினான். ''எதுவுமே சொல்லலை.''

''கார்த்தவீர்ய அர்ஜுனனுடன் போர்புரியக் கிளம்புமுன், பிரபு பரசுராமர் ஐந்தாம் விஷ்ணுவான பிரபு வாமனனைப் பூஜித்த ஸ்தலம் இது.''

''அடேயப்பா,'' புதிதாய் ஊற்றெடுத்த மரியாதையுடன் லக்ஷ்மணன் அந்தப் பிரதேசத்தைச் சுற்றுமுற்றும் பார்த்தான்.

''*பலா—அதிபலா பூஜை* நடத்திய இடமும் இதுதான்,'' விஸ்வாமித்ரர் தொடர்ந்தார். ''ஆரோக்யம் மட்டுமின்றி, பசி, தாகத்திலிருந்து விடுதலையும் பெற்றார்.''

''குருஜி, ஒரு விண்ணப்பம்,'' இராமன் மரியாதைக் குறியாகக் கரங்களைக் குவித்தான். ''எங்களுக்கும் இதையெல்லாம் கத்துத் தரணும்.''

லக்ஷ்மணனுக்குள் தர்மசங்கடம் முளைத்தது. சாப்பிடுவதிலும் அருந்துவதிலும் ஆத்மார்த்தமான சந்தோஷம் கொண்டவனுக்கு, அவற்றிலிருந்து விடுபடும் ஆசை துளியும் இல்லை.

''பூஜை நடத்தும்போது நீங்களிருவரும் தாராளமாய் என்னருகிலேயே அமரலாம்,'' என்றார் விஸ்வாமித்ரர். ''அதன் பலனாய் குறைந்தது ஒரு வாரத்திற்காவது பசியும் தாகமும் குறையும். ஆரோக்கியமோ, வாழ்நாள் முழுதும் தொடரும்.''

ஸரயூ-கங்கை சங்கமத்தைச் சில வாரங்களில் அடைந்த கப்பல் பரிவாரம், அங்கிருந்து மேற்காய்க் கங்கையில் பயணிக்கத் துவங்கியது. தற்காலிகத் துறைமுகமொன்றில்

இக்ஷ்வாகு குலத்தோன்றல்

சில நாட்களில் நங்கூரமிட்டு, கலங்களை இழுத்துக் கட்டினர். பாதுகாப்பிற்காகச் சிறு படையை அவற்றில் நிறுத்திவிட்டு, இருநூறு வீரர்கள் சகிதம் விஸ்வாமித்ரர் மற்றும் இராமலக்ஷ்மணர்கள் கால்நடையாகப் பயணம் தொடங்கினர். தென்கிழக்காய் நான்கு மணி நேரம் பிரயாணித்த பிறகு, அருகாமையில் அமைந்திருந்த மலயபுத்ரர் ஆசிரமத்தைப் பரிவாரம் அடைந்தது.

பகைத்தாக்குதல்களின் அபாயத்தினின்று காத்துக்கொள்ள மலயபுத்ரர்கள் எடுத்த முயற்சிகளில் தோள் கொடுக்கவே அழைத்து வரப்பட்டதாக இராமலக்ஷ்மணர்களுக்குச் சொல்லப்பட்டிருந்தது. வந்த இடத்தில் கண்ட காட்சியோ, சகோதரர்களைத் திகைப்பில் ஆழ்த்தியது. தீவிரமான பாதுகாப்புத்திட்டம் எதுவும் அங்கே செயல்பாட்டிலில்லை. ஆசிரமத்தைச் சுற்றியிருந்த எளிய வேலியும் அதன் மேல் படர்ந்திருந்த முட்செடிகளும் சில விலங்குகளை விலக்கலாம்; ஆயுதமேந்திய படைவீரர்களை நிச்சயம் சமாளிக்க முடியாது. அருகில் சலசலத்த சிறிய கால்வாய் கூட, அந்நியர் சுலபத்தில் நுழையக்கூடிய விதமாய் பாதுகாப்பின்றி இருந்தது. எதிரி நடமாட்டத்தை சுலபமாய்க் கணிக்க வேலிக்கு உட்புறமோ வெளிப்புறமோ வெற்றிடம் உருவாக்கப்பட்டிருக்கவில்லை. ஆசிரமத்திற்குள் மண்சுவரும் ஓலைக்கூரையுமாய்க் குடிசைகள் குழுமியிருந்ததில், ஒன்றில் தீப்பிடித்தாலும், மொத்தமும் சாம்பராகும் வாய்ப்பு அதிகம். பகைவர் வந்தால் உடனடியாக உணர்ந்து சமயத்தில் எச்சரிக்கக்கூடிய உள்ளுணர்வு பெற்ற விலங்குகள், எல்லைக்கருகில் இல்லாமல் உள்வட்டத்தில் கட்டப்பட்டிருந்தன.

"என்னமோ சரியில்லைண்ணா," லக்ஷ்மணன் வாய்க்குள் முணுமுணுத்தான். "பாசறையே புதுசா அமைச்ச மாதிரி இருக்கு - சமீபத்துலதான் குடியேறியிருக்காங்க. உண்மையச் சொல்லணும்னா, தற்காப்பெல்லாம் அபத்தமா ..."

அமைதி காக்கும்படி இராமன் கண்களால் ஜாடை செய்ய, சட்டென மௌனமான லக்ஷ்மணன் திரும்பிய போது, விஸ்வாமித்ரர் தங்களை நோக்கி வருவதைக் கண்டான். இராட்சத ஆகிருதி பெற்ற இளையவனை விடவும் அவர் சற்று உயரமாயிருந்தார்.

"மதிய உணவை முடித்துக்கொள்ளுங்கள், அயோத்ய இளவல்களே," என்றார். "பிறகு பேசுவோம்."

மலயபுத்ரர்களின் பிரசித்தி பெற்ற இராணுவச் சேநாதிபதியும், விஸ்வாமித்ரரின் வலக்கையாயும் செயல்பட்ட அரிஷ்டநேமியின் உத்தரவுகளைப் பரபரவென நிறைவேற்றுவதில் முனைந்திருந்த ஆசிரமவாசிகள், சற்று விலகி அமர்ந்திருந்த அயோத்ய இளவரசர்களைக் கண்டுகொள்ளவில்லை. விஸ்வாமித்ரரோ, கால் மடித்து, எதிரெதிர் முழங்கால்களின் கீழ் பாதங்கள் மடங்கி *சுகாஸனத்*தில் ஆலமரத்தடியில் அமர்ந்திருந்தார். முட்டியின் மீது பதிந்திருந்த கரங்களின் உள்ளங்கைகள் கீழ்நோக்க, தீவிரமற்ற தியானத்திற்குரிய தளர்ந்த *யோகாசனம்.*

இளவரசர்களைச் சுட்டிக்காட்டி அரிஷ்டநேமி உதவியாளனிடம் ஏதோ சொல்வதை லக்ஷ்மணன் கவனித்தான். நொடியில், காவி நிற *தோத்தி*யும் *அங்கவஸ்தி*ரமும் அணிந்த ஒரு பெண்மணி இரு வாழை இலைகளை எடுத்து வந்து இராமலக்ஷ்மணர்கள் முன்னிலையில் விரித்து, சம்பிரதாயமாய்த் தண்ணீர் தெளித்தாள். அவளையடுத்து, இரு இளம் மாணவர்கள் உணவுக் கிண்ணங்களுடன் வந்தனர். பெண்மணியின் திறமையான மேற்பார்வையில், சாப்பாடு பரிமாறப்பட்டது.

புன்னகை படர்ந்த முகத்துடன் அவள் கரங்களைக் குவித்தாள். ''அயோத்ய இளவல்களே, உணவருந்துங்கள்.''

சந்தேகத்துடன் இலையை முறைத்துவிட்டு, சற்று தூரத்திலிருந்த விஸ்வாமித்ரரை நோக்கினான் லக்ஷ்மணன். அவருக்கெதிரிலும் வாழையிலை; அதில் இந்தியாவின் பண்டைய பெயரான *ஜம்புத்வீப*த்தின் பொருட்டு நாமகரணம் செய்யப்பட்ட ஜம்புப் பழம் ஒன்று.

''நமக்கு விஷங்கொடுக்கப் பார்க்கறாங்கன்னு நினைக்கறேண்ணா,'' என்றான் லக்ஷ்மணன். ''விருந்தாளிங்கன்னு நமக்கு இவ்வளவு சாப்பாடு; மஹரிஷி விஸ்வாமித்ரருக்கு மட்டும் ஒரே ஒரு *ஜம்புப்* பழமா?''

''அது சாப்பிடறதுக்கு இல்லை, லக்ஷ்மணா,'' இராமன் ரொட்டியில் ஒரு துண்டைப் பிய்த்து, அதனைக் கொண்டு காய்க்கூட்டை ஒரு வாய் எடுத்துக்கொண்டான்.

''அண்ணா!'' அவசரமாய் அவன் கரத்தைப் பற்றிச் சாப்பிடாமல் தடுத்தான் லக்ஷ்மணன்.

''கொல்றதுதான் அவங்க எண்ணம்னா, அதைக் கப்பல்லேயே செய்ய எத்தனையோ வாய்ப்பிருந்தது,''

இராமன் புன்னகைத்தான். ''விஷமெல்லாம் இல்லைடா. சாப்பிடு!''

''எல்லாரையும் நம்பறியேண்ணா -''

''சும்மா சாப்பிடு, லக்ஷ்மணா.''

அரைகுறையாய் எரிந்து கிடந்த வேலியைச் சுட்டிக் காட்டினார் விஸ்வாமித்ரர். ''இங்கேதான் தாக்கினார்கள்.''

''இந்த இடத்திலா, குரு*ஜி*?'' லக்ஷ்மணனை நோக்கி ஆச்சர்யப் பார்வை வீசிய இராமன், விஸ்வாமித்ரரிடம் கவனம் திருப்பினான்.

''ஆம், இங்கேதான்,'' என்றார் அவர்.

பின்னால் மௌனமாய் நின்றார் அரிஷ்டநேமி.

இராமனின் திகைப்பிற்குக் காரணமில்லாமல் இல்லை. இது தீவிரத் தாக்குதல் போலத் தோன்றவில்லை. இரண்டு மீட்டர் தூரத்திற்கு வேலியில் கொஞ்சம் கருகியிருந்தது. வெண்மெழுகு போல் எதையோ ஊற்றிச் சில விஷமிகள் பற்ற வைத்திருக்க வேண்டும்; ஏறக்குறைய முழு வேலியும் தப்பிவிட்டதைப் பார்த்தபோது, எரிபொருள் போதவில்லையென்பது தெளிவாயிற்று. பனியடர்ந்த இரவில் தீயூட்டியிருக்கவேண்டும்; சட்டென்று பற்றிக்கொள்ளாமல், முதல் சில முயற்சிகள் தோல்வியடைந்திருந்தது உறுதி.

நிச்சயம் தொழில் தெரிந்தவர்களல்ல.

வேலியின் பிளவினூடே எல்லை தாண்டிய இராமன், குனிந்து, பாதி எரிந்த துண்டுத் துணியொன்றைப் பொறுக்கினான். பின்னாலேயே வந்த லக்ஷ்மணன் அதை வாங்கி முகர்ந்தான். எரிபொருள் வாசனையேதும் அறியமுடியவில்லை. ''*அங்கவஸ்திரத்*தின் பகுதி மாதிரி இருக்கு. எவனோ தன் துணியையே தெரியாத்தனமா பத்த வெச்சிருப்பான் போல. பைத்தியம்!''

கத்தியொன்றின் மீது லக்ஷ்மணனின் பார்வை பதிய, அதை எடுத்துத் தீவிரமாய் ஆராய்ந்துவிட்டுச் சகோதரனிடம் நீட்டினான். கூர் தீட்டப்பட்டிருந்தாலும், பழதாகித் துருப்பிடித்திருந்தது; தேர்ந்த போர்வீரனுடையதல்ல.

இராமன் விஸ்வாமித்ரரை ஏறிட்டான். ''உத்தரவென்ன, குருஜி?''

''ஆசிரமத்தின் பூஜைபுனஸ்காரங்களையும், பிற பணிகளையும் ஓயாமல் கெடுக்கும் பகைவர்களைக் கண்டுபிடியுங்கள்,'' என்றார் அவர். ''அழித்துவிடுங்கள்.''

''இவங்க யாரும்...'' லக்ஷ்மணன் எரிச்சலுடன் குறுக்கிட்டான்.

அவன் அமைதியடையும்படி இராமன் சைகை செய்தான். ''நீங்க சொல்றதைச் செய்யணும்னு அப்பா கேட்டுக்கிட்டதாலே, நிறைவேத்தறேன், குருஜி. ஆனா, எங்ககிட்டே கொஞ்சம் நேர்மை காட்டவேண்டியது அவசியம். உங்க ஆணைக்குக் கட்டுப்பட இங்கே இத்தனை வீரர்கள் இருக்கறப்ப, எங்களை ஏன் கூட்டிக்கிட்டு வந்தீங்க?''

''அவர்களிடம் இல்லாத ஒன்று, உங்களிடம் இருப்பதால்,'' என்றார் விஸ்வாமித்ரர்.

''அது என்ன?''

''அயோத்ய இரத்தம்.''

''அதுக்கும் இதுக்கும் என்ன சம்பந்தம்?''

''தாக்குபவர்கள், பண்டைய விதிகளைப் பின்பற்றும் அசுரர்கள்.''

''அசுரர்களா?!'' லக்ஷ்மணன் திகைத்தான். ''இந்தியாவில் அசுரர்களே கிடையாது. அந்த அரக்கர்களைத்தான் ருத்ரபகவான் எப்பவோ அழிச்சாச்சே.''

''நான் பேசிக்கொண்டிருப்பது உன் அண்ணனிடம்,'' பொறுமையிழந்து அவனை முறைத்த விஸ்வாமித்ரர், மீண்டும் இராமனிடம் திரும்பினார். ''பழைய விதிமுறைகளைக் காக்கும் அசுரர்கள், கனவிலும் அயோத்யனைத் தாக்கமாட்டார்கள்.''

''ஏன், குருஜி?''

''சுக்ராச்சார்யாரைப் பற்றிக் கேள்விப்பட்டிருக்கிறாயா?''

''தெரியும். அசுரர்களின் குரு. அவங்களால வழிபடப்படுற - இல்லை, வழிபடப்பட்டவர்.''

''அவரது பூர்வீகம் தெரியுமா?''

''எகிப்து.''

''ஒரு வகையில் உண்மை,'' விஸ்வாமித்ரர் புன்னகைத்தார். ''ஆனால், தாராள நெஞ்சம் படைத்தது இந்தியா. அயல்நாட்டான் இந்த தேசத்தைத் தன்னுடையதாக ஏற்றால், அவன் அயல்நாட்டானே அல்ல; இந்தியனாகிறான். சுக்ராச்சார்யார் இங்கே வளர்க்கப்பட்டவர். எந்த இந்திய நகரம் அவரது சொந்த ஊராயிருந்திருக்கும் என ஊகிக்க முடிகிறதா?''

இராமனின் கண்கள் அதிசயத்தில் விரிந்தன. ''அயோத்யா?''

''ஆம். அயோத்யாவேதான். அவர்களுக்குப் புனிதமான பூமியென்பதால், பழைய விதிகளைப் பின்பற்றும் அசுரர்கள் அயோத்யன் எவனையும் தாக்கமாட்டார்கள்.''

மறுநாள், இரண்டாம் *ப்ரஹாரி*ன் முதல் மணியில் இராமலக்ஷ்மணர்கள் மற்றும் அரிஷ்டநேமி ஆசிரமம் நீங்கிக் குதிரையேறி ஐம்பது வீரர்கள் சகிதம் தென்திசை நோக்கிக் கிளம்பினர். அந்த வட்டாரத்திற்குரிய அசுரர் குடியிருப்பு, சற்றேறக்குறைய ஒரு நாள் பயணத்தில் இருந்தது.

''அவங்களுடைய தலைவர்களைப் பற்றி கொஞ்ச சொல்லுங்க, அரிஷ்டநேமி*ஜி*.'' மலயபுத்ரர் இராணுவத் தலைவரைப் பணிவுடன் விண்ணப்பித்தான் இராமன்.

லக்ஷ்மணனின் உயரமேயென்றாலும், ஒற்றைநாடித் தேகம் படைத்தவராயிருந்தார் அரிஷ்டநேமி. காவி *தோத்தி*யணிந்தவரின் வலது தோளிலிருந்து இறங்கிய *அங்கவஸ்திரத்*தின் ஒரு முனை வலக்கையைச் சுற்றியிருந்தது. *ஜணாவு* நூலும், மழுங்கடித்த சிரத்தில் முடிந்த குடுமியுமே அந்தணப் பூர்வீகத்தை எடுத்துக்காட்டின. அநேக பிராமணர்களைப் போலல்லாமல், அரிஷ்டநேமியின் மாநிற உடலை விழுப்புண்கள் நிறைத்தன. எழுபது பிராயம் கடந்தவர் என்று பரவலாகப் பேச்சிருந்தாலும், இருபது வயதிற்கு மேல் சொல்லமுடியவில்லை. தேவபானமான சோமரஸமென்னும் இரகசியத்தை மஹரிஷி விஸ்வாமித்ரர் இவரிடத்தில் வெளியிட்டிருக்கக்கூடும். முதுமையை

அண்டவிடாத அதன் அதிசய சக்தி, எவரும் இருநூறு வருடம் ஆரோக்கியமாய் வாழும் வரமளிக்கும்.

''அசுரர்களை வழிநடத்துபவள் தாடகை; இறந்துவிட்ட அவர்களது தலைவன் சுமாலியின் மனைவி,'' என்றார் அரிஷ்டநேமி. ''ராக்ஷச குலத்தைச் சேர்ந்தவள்.''

இராமன் புருவம் சுருக்கினான். ''தேவர்களுடன் கூட்டு வெச்சிக்கிட்டதால, அவங்க வம்சாவளியான நம்முடனும் இணைஞ்சவங்க ராக்ஷசர்கள்னு இல்ல நினைச்சேன்?''

''அவர்களுடையது வீரகுலம், இளவரசே. 'ராக்ஷச' என்ற சொல்லுக்குப் பொருள் தெரியுமா? பாதுகாத்தல். *ரக்ஷ'* என்ற பண்டைய ஸமஸ்க்ருத வார்த்தையிலிருந்து பிறந்தது. பாதிக்கப்பட்டவர்கள் அவர்களிடமே கோரிய பாதுகாப்பால், 'ராக்ஷச' என்ற சொல் உருவானதாகச் சொல்வார்கள். பண்டைய காலத்தில் பிரசித்தியுடன் விளங்கிய கூலிப்படை என்றே சொல்லலாம். சிலர் தேவர்களுடன் சேர்ந்தாலும், பலர் அசுரர்களை அடைந்தனர். ராவணனே பாதி ராக்ஷசன்தான்.''

''அப்படியா?'' இராமனின் புருவங்கள் உயர்ந்தன.

''மகன் சுபாஹுவின் தலைமையில், பதினைந்து வீரர்கள் கொண்ட இராணுவத்தைப் பராமரித்து வருகிறாள் தாடகை,'' அரிஷ்டநேமி தொடர்ந்தார். ''பெண்கள், குழந்தைகள், முதியோர் எனக் கணக்கிட்டாலும், குடியிருப்பில் ஐம்பது பேருக்கு மேல் இராது.''

இராமனின் புருவங்கள் முடிச்சிட்டன. *பதினைந்தே வீரர்களா?*

இரவு அமைத்த தற்காலிகப் பாசறையைக் காலி செய்துகொண்டு, மறுநாள் காலை பரிவாரம் கிளம்பியது.

''இங்கேயிருந்து அசுரர் குடியிருப்பு ஒரு மணி நேரப் பயணம்,'' என்றார் அரிஷ்டநேமி. ''ஒற்றர், பொறிகள் குறித்துச் சோதனை செய்ய நம் வீரர்களுக்கு உத்தரவிட்டுள்ளேன்.''

வாய்ப்பேச்சில் ஆர்வமில்லாதவர் மீது கேள்விச் சுமையை ஏற்ற வசதியாய் குதிரையை அரிஷ்டநேமியை

ஒட்டி நகர்த்தினான் இராமன். ''பண்டைய விதிகளைக் காப்பாத்தற அசுரர்கள் பத்தி மஹரிஷி விஸ்வாமித்ரர் சொன்னாரே, அரிஷ்டநேமிஜி,'' என்றான். ''ஐம்பது பேர் மட்டும்தானா? ஒரு பாரம்பர்யக் கொள்கையை இவ்வளவு குறைவான ஆட்கள் காப்பாத்த முடியுமா? மத்தவங்க எங்கே?''

அரிஷ்டநேமி புன்னகைத்தாலும், பதிலளிக்க வில்லை. *சிறுவன் கெட்டிக்காரன். இவன் எதிரில் வார்த்தைகளை ஜாக்கிரதையாக உதிர்க்கும்படி குருஜியை எச்சரிக்க வேண்டும்.*

இராமன் கேள்விகளை நிறுத்துவதாக இல்லை. ''இந்தியாவிலேயே வாழ்ந்திருந்தா, தேவர் வழிவந்த நம்மோட அசுரர்கள் போர் தொடுத்திருப்பாங்களே? ஆக, இங்கே யாருமில்லைங்கிறது நிச்சயமாகுது. வேற எங்கே?''

அவன் அறியாதபடி லேசாய்ப் பெருமூச்சு விடுத்த அரிஷ்டநேமி, சூரிய வெளிச்சம் தரையில் விழாதபடி வளர்ந்திருந்த இலை விதானத்தை அண்ணாந்து பார்த்தார். இளவரசனிடம் உண்மையை வெளிப்படுத்துவதே நல்லது என்று தோன்றியது. ''வாயுபுத்ரர்களைப் பற்றிக் கேள்விப்பட்டிருக்கிறீரா?''

''நிச்சயம்,'' என்றான் இராமன். ''யாருக்குத்தான் தெரியாது? முந்தைய விஷ்ணு பிரபு பரசுராமர் உங்களை ஏற்படுத்திட்டுப் போன மாதிரி, முந்தைய மகாதேவர் ருத்ரபகவான் விட்டுட்டுப் போன குலம். தீமை எப்ப எழுந்தாலும், இந்தியாவைக் காப்பாத்தற கடமை வாயுபுத்ரர்களுடையது. சமயம் கூடி வர்றப்ப, அவங்கள்ள ஒருத்தர் அடுத்த மகாதேவரா வெளிப்படுவார்னு நம்பறாங்க.''

புதிரான புன்னகை அரிஷ்டநேமியின் முகத்தில் தோன்றியது.

''இதுக்கும் அசுரர்களுக்கும் என்ன சம்பந்தம்?'' இராமன் கேட்டான்.

அரிஷ்டநேமியின் முகபாவம் மாறவில்லை.

''ருத்ரபகவானே! இந்தியாவின் எதிரிகளுக்கு - அசுரர்களுக்கே ஒருவேளை வாயுபுத்ரர்கள் அடைக்கலம் தர்றாங்களோ?''

அரிஷ்டநேமியின் புன்னகை விரிந்தது.

சட்டென உண்மை இராமனுக்குப் புலப்பட்டது. ''அசுரர்கள், வாயுபுத்ரர்களோட இணைஞ்சிட்டாங்க ...''

''உண்மை.''

''ஏன்?'' இராமன் திகைத்தான். ''இந்தியாவில் அசுர சாம்ராஜ்யத்தை அழிக்க நம்ம முன்னோர்கள் பட்டபாடு கொஞ்சமா? தேவர்களையும், அவங்க வம்சாவளியையும் நியாயப்படி வெறுக்கவேண்டியவங்க, இந்தியாவைத் தீமையிலிருந்து பாதுகாக்கற தலையாய கடமை கொண்டவங்களோட சேர்ந்திருக்காங்க. கொடும் பகைவர்களின் சந்ததியை இவங்க ஏன் பாதுகாக்கணும்?''

''அப்படித்தான் தோன்றுகிறதல்லவா?''

இராமன் ஸ்தம்பித்தான். ''அதான், ஏன்?''

''ருத்ரபகவானின் ஆணை.''

இது என்ன குழப்பம்! நம்பமுடியாத திகைப்பேற்பட்டாலும், இராமனின் அறிவுப்பசியும் தூண்டப்பட்டது உண்மை. ஏதும் புரியாமல் வானத்தை வெறித்தான். *ஆண்தன்மை சமூக மக்கள் விசித்திரமானவங்கங்கிறதுல சந்தேகமில்லை – ஆனா, எப்பேர்ப்பட்டவங்க!* இந்த அதிசய பிறவிகளில் சிலரைத்தான் அவன் இப்போது சந்திக்கச் சென்றுகொண்டிருந்தான்.

ஆனா, இவங்களை அழிக்கவேண்டிய கட்டாயம் என்ன? எந்த சட்டத்தை மீறினாங்க? அரிஷ்டநேமிஜிக்குத் தெரியும்னு தோணுது. சொல்லமாட்டார். மஹரிஷி விஸ்வாமித்ரரின் விசுவாசியாச்சே. கண்மூடித்தனமா தாக்கறதுக்கு முந்தி, அசுரர்களைப் பத்தி நான் மேலும் தெரிஞ்சிக்க வேண்டியது அவசியம்.

மனதை ஊடுருவ முயல்வது போல் அரிஷ்டநேமி தன்னையே உற்று நோக்குவதைச் சட்டென உணர்ந்த இராமனின் முகம் சுருங்கியது.

அரைமணி நேரப் பிரயாணத்திற்குப் பிறகு இராமன் மௌனமாய்ச் சைகை செய்ய, அனைவரும் சேணக்கயிற்றைப் பிடித்திழுத்ததில் பரிவாரம் நின்றது. லக்ஷ்மணனும்

அரிஷ்டநேமியும் தத்தமது புரவிகளை மெல்ல இராமனருகே நகர்த்தினர்.

''முன்னாடி,'' அவன் கிசுகிசுத்தான். ''மரத்து மேல.''

சுமார் ஐம்பது மீட்டர் தூரத்தில் நின்ற அத்திமரத்தில் ஏறக்குறைய இருபது மீட்டர் உயரத்தில் அமைந்த பரண் மீது பகைவீரன் உட்கார்ந்திருந்தான். சில மரக்கிளைகள், மறைப்பளிக்கும் முயற்சியில் பரண் மீது அரைகுறையாய்ச் சார்த்தப்பட்டிருந்தன.

''பித்துக்குளிக்கு சரியா ஒளிஞ்சிக்கக்கூடத் தெரியலையே,'' லக்ஷ்மணனின் மெல்லிய குரலில் அருவருப்பு.

செக்கச்செவேலென *தோத்தி*யணிந்திருந்தான் அசுரவீரன். மறைவாய் ஒற்றறிவதுதான் அவன் உத்தேசம் என்றால், அக்காட்சி அபத்தக் களஞ்சியமாயிருந்ததே நிஜம். காக்காய்க் கூட்டத்தின் நடுவே பளிச்சிடும் கிளி போல.

''சிவப்பு அவர்களுக்குப் புனிதம்,'' என்றார் அரிஷ்டநேமி. ''போருக்குச் செல்லும்போதெல்லாம் அணிவார்கள்.''

''இருக்கலாம் - ஆனா, இவன் போர்வீரனில்லையே? வேவு பார்க்க வேண்டியவனாச்சே?'' லக்ஷ்மணன் திகைப்பிலாழ்ந்தான். ''கத்துக்குட்டிகள்!''

தோளில் மாட்டியிருந்த வில்லையெடுத்த இராமன், நாணைப் பதம் பார்த்தான். முன்னால் குனிந்து குதிரையின் கழுத்தைத் தடவியபடி காதில் மென்மையாய்ப் பாட, புரவி அசையாமல் நின்றது. முதுகில் கட்டியிருந்த அம்பறாத்தூணியிலிருந்து சரத்தை உருவி, வில்லில் பூட்டி, குறி பார்த்து நாணிழுத்தான். கட்டை விரலைச் சொடுக்கி சரத்தை விடுவித்தான். 'விர்'ரென சுழன்றவாறு ஆக்ரோஷமாய்க் காற்றைக் கிழித்துக்கொண்டு பறந்த அம்பு, இலக்கை - பரணை இறுக்கக் கட்டியிருந்த கனமான கயிற்றை - தவறாமல் தைத்தது. கயிறு சட்டென பிரிந்ததில் தலைகுப்புறக் கவிழ்ந்த அசுரன், கீழிருந்த மரக்கிளைகள் அனைத்திலும் மோதிக்கொண்டு சரிந்ததால் வேகம் தடைபட்டு, அவ்வளவாகக் காயமில்லாமல் தப்பித்தான்.

வில்வித்தையில் இராமனின் அபாரத் தேர்ச்சியைக் கண்ட அரிஷ்டநேமியின் விழிகள், அதிசயத்தில் விரிந்தன. *பையன் நிச்சயம் திறமைசாலிதான்.*

"உடனடியா சரணடைஞ்சா, உயிருக்கு ஆபத்திருக்காது," இராமன் உறுதியளித்தான். "உங்ககிட்டேயிருந்து சில பதில்கள் தேவைப்படுது; அவ்வளவுதான்."

அசுரன் அவசரமாக எழுந்தான். இளைஞன்தான் - பதினைந்து வயதுக்கு மேல் இராது. முகம் ஆத்திரத்திலும் அருவருப்பிலும் கோணியது. காறி உமிழ்ந்தவன், வாளை உருவ யத்தனித்தான். பிடிமானத்திற்கு இன்னொரு கையால் உறையைப் பற்ற மறந்ததால், வாள் வெளிவராமல் சிக்கியது. உரக்கச் சபித்தபடி வாளை வெகுவேகமாய் இழுக்க, ஒருவழியாக வெளிவந்தது. அரிஷ்டநேமியும் குதிரையினின்று குதித்திறங்கி, சாவதானமாக வாள் உருவினார்.

"கொல்றதுல எங்களுக்கு விருப்பமில்லை," என்றான் இராமன். "தயவு செஞ்சு சரணடைஞ்சிடு."

பரிதாபகரமான அச்சிறுவன் வாளைப் பற்றியிருந்த விதம் கூடத் தவறாக இருந்ததை லக்ஷ்மணன் கவனித்தான். இத்தகைய உடும்புப் பிடியுடன் பிரயோகித்தால் விரைவில் களைப்படைவதுதான் மிச்சம். அதுவுமில்லாமல், தோள் மற்றும் கரத்தின் மேற்பகுதிக்குப் பதில், முன்கையே வாளின் கனத்தைப் பெருமளவு தாங்கிக்கொண்டிருந்தது; பிடியின் ஓரமாக வேறு பற்றிக்கொண்டிருந்ததால், நொடியில் கையினின்று தட்டிவிடப்படும்!

மீண்டும் காறித் துப்பினான் அசுரன். "சீ, கிருமியின் கழிவுகளே! எங்களையே தோற்கடிக்கப் போறீங்களா?" இரைய ஆரம்பித்தான். "உண்மைத் தெய்வம் எங்க பக்கம்! உங்க பொய்க் கடவுள் உங்களைக் காப்பாத்த முடியாது! சாகப்போறீங்க! சாவுங்க! செத்துத் தொலைங்க!"

"இவ்வளவு தூரம் வந்து இந்தப் பித்துக்குளிகளை வேட்டையாடத்தான் வேணுமா?" லக்ஷ்மணன் கைகளை உதறினான்.

அவனை சட்டை செய்யாத இராமன், மீண்டும் இளம் வீரனிடம் மரியாதையாகவே பேசினான். "உன்னைக் கெஞ்சிக் கேக்கறேன். ஆயுதத்தைக் கீழே போடு. கொல்றது எங்க எண்ணமில்லை. சொன்னபடி கேள்."

அசுரனை அச்சுறுத்தும் உத்தேசத்துடன் அரிஷ்டநேமி மெல்ல அவனருகே நகரத் துவங்கினார். அதன் விளைவோ, சற்றும் எதிர்பாராததாய் அமைந்தது.

அசுரன் 'ஓ'வெனக் கூச்சலிட்டான். ''*சத்யம் ஏகம்!*''

ஒரே உண்மைத் தெய்வம்!

அரிஷ்டநேமியை நோக்கிப் பாய்ந்தான். அடுத்து சம்பவங்கள் நடந்தேறிய வேகத்தில் இராமனால் குறுக்கிடக்கூட முடியவில்லை. கொலைவீச்சைப் பிரயோகிக்கும் உத்தேசத்துடன், அசுரன் சம்பிரதாயமாய் கீழ்நோக்கி வீசினாலும், பலிக்கக்கூடிய அருகாமையில் எதிராளி இல்லை. தன் உயரத்தைப் பயன்படுத்திக்கொண்ட அரிஷ்டநேமி, பின்னால் சாய்ந்து லாகவமாய்த் தப்பித்தார்.

''நில்!'' எச்சரித்தார்.

இளம் வீரனோ, இன்னொரு இரைச்சலான கூவலோடு, வாள் பிடித்த கையால் இடப்புறமிருந்து வீசினான். பின்கைத் தாக்குதல்களுக்கு இரு கரங்களையும் பயன்படுத்த வேண்டும்; அவ்வண்ணம் அவன் செய்திருந்தாலும் அரிஷ்டநேமி போன்றவரின் பலத்திற்கு முன் பலிக்குமா என்பது சந்தேகம். மலயபுத்ரரின் ஆவேச வீச்சில் அசுரனின் வாள் கையை விட்டுப் பறந்தது. அதே வேகத்தில் மேலிருந்து தன் வாளை இறக்கி, அவன் மார்பில் லேசாய்க் கீறினார். அசுரனை வெலவெலக்கச் செய்து சரணடைய வைக்கும் முயற்சியாக இருந்திருக்கலாம்.

கேடு விளைவிப்பது தன் உத்தேசமல்ல என்பதை உணர்த்தும் விதமாய் அரிஷ்டநேமி ஓரடி பின்வாங்கி, வாள் நுனியை மென்மையான தரையில் இறக்கினார். ''பின்னால் செல்,'' என்றார் உரக்க. ''உன்னைக் கொல்ல விருப்பமில்லை. நான் மலயபுத்ரன்.'' அசுரனுக்கு மட்டும் கேட்கும் விதமாய் கீழ்க்குரலில், ''சுக்ராச்சார்யாரின் பன்றியே,'' என உறுமினார்.

ஆக்ரோஷமடைந்த அசுரன், கீழ்முதுகில் கட்டியிருந்த உறையிலிருந்து 'சரக்'கென கத்தியை உருவி, ஆவேசமாய்க் கத்தியபடி பாய்ந்தான். ''மலயபுத்ர நாயே!''

உள்ளுணர்வின் உந்துதலால் சட்டென பின்னடைந்த அரிஷ்டநேமி, தற்காப்பின் பொருட்டு கைகளை உயர்த்திக்கொண்டார். வலக்கையிலிருந்த வாள், தரைவாக்காய் எழுந்தது. தலைதெறிக்க ஓடிவந்த அசுரன் அதில் வசமாய்ச் சிக்கிக்கொள்ள, வாள் வயிற்றைப் பதம் பார்த்துவிட்டது.

''அடச் சனியனே!'' சபித்தபடி பின்வாங்கிய அரிஷ்டநேமி வாளை உருவினார். இராமனை நோக்கி அவர் திருப்பிய கண்களில் பரிதாபமும் குற்ற உணர்வும் ததும்பியது.

ஸ்தம்பித்த அசுரனின் கையிலிருந்து கத்தி நழுவ, குனிந்து, வயிற்றிலிருந்து முதலில் சொட்டுச் சொட்டாய், பிறகு ஆறாய்ப் பெருகி வழிந்த இரத்ததை வெறித்தான். நடந்ததன் அதிர்ச்சியில் வலி மரத்துப் போக, யாருக்கோ நிகழ்வது போல் தன் உடலையே பார்த்துக்கொண்டான். விரைவில் தன்னிலையிழந்தவன், தடாலென்று தரையில் சரிந்தான். வலியை விட, பயத்தினால் அதிகம் அலறத் துவங்கினான்.

எரிச்சல் எல்லை மீற, அரிஷ்டநேமி கேடயத்தைத் தரையில் எறிந்தார். ''உன்னை நிற்கச் சொன்னேன், அசுரா!''

இராமன் தலையைப் பிடித்துக்கொண்டான். ''ருத்ரபகவான்தான் கருணை புரியணும்...''

செயலிழந்து அசுரன் விக்கியழுதுகொண்டிருந்தான். இனி அவனைக் காப்பாற்ற வழியில்லை. 'குபுகுபு'வென்று இரத்தம் கொட்டியதிலிருந்து, முக்கிய உறுப்புக்களையும் இரத்தநாளங்களையும் வாள் சிதைத்துவிட்டது தெளிவாகியது. குருதிப் போக்கினாலேயே அவன் இறக்கப் போவது நிச்சயம்.

மலயபுத்ரர் இராமனை நோக்கித் திரும்பினார். ''நான் எச்சரித்தேன்... நீங்களும்... அவன்தான் வாளை நோக்கி...''

கண்களை மூடிக்கொண்ட இராமன் இயலாமை நிறைந்த எரிச்சலுடன் தலையைக் குலுக்கிக்கொண்டான். ''அந்தப் பாவப்பட்ட ஜன்மத்துக்கு முதல்ல விடுதலை கொடுங்க.''

காலடியில் கிடந்த அசுரனைப் பார்த்தார் அரிஷ்டநேமி. ஒரு கால் மடித்து மண்டியிட்டார். அருகில் குனிந்தார். அவன் மட்டுமே பார்க்கும்படி அவர் முகத்தில் ஏளனப் புன்னகை பரவ, இராமனின் உத்தரவை நிறைவேற்றினார்.

அத்தியாயம் 17

பரிவாரம் மீண்டும் நிற்கும்படி இராமன் சைகை செய்தான்.

"இவ்வளவு துப்புகெட்டவங்களை நான் பார்த்ததேயில்லை," அண்ணன் குதிரைக்கருகில் தன்னுடையதை மெல்ல நகர்த்தியபடி முணுமுணுத்தான் லக்ஷ்மணன்.

தூரத்தில், அசுரர் பாசறை எனத் தோன்றிய குடியிருப்பை இராமலக்ஷ்மணர்களும் அரிஷ்டநேமியும் நோக்கினர். பெருமுற்றுகையை எதிர்பார்த்தது போல் அமைந்த தடுப்புக்களில் இராணுவத் தேர்ச்சியின் அடையாளம் பளிச்சிட வில்லை. சணற்கயிறு கொண்டு இறுக்கிக் கட்டிய உயர்ந்த மரக்கம்பங்களால் அம்பு, வேல் முதலான கணைகள் தடுக்கப்படலாம்; பெருந்தீயில் ஒன்றுக்கும் உதவாமல் சாம்பராகிவிடும். பக்கத்திலேயே சலசலத்த ஓடைக்குப் பாதுகாப்பான வேலியில்லை. காலாட்படை வீரர்கள் இறங்க முடியாத ஆழமென்றாலும், குதிரைவீரர்கள் தாராளமாய்க் கடக்கமுடியும்.

"யோசனையற்ற எதிரிகளுக்குக் காவலில்லாத ஓடை எளிய தூண்டிலாய் அமையுமென எதிர்பார்க்கிறார்கள் போலும்," சிரித்தார் அரிஷ்டநேமி.

அவர் கூற்றை உண்மையாக்குவது போல், ஓடையைக் கடந்து வரக்கூடிய குதிரைப்படையைச் சிக்க வைக்க மறுகரையை ஒட்டி, சரியாய் மறைக்கப்படாத சிறிய பதுங்கு குழி வெட்டியிருந்தது. அதில் மறைந்திருந்த அசுரர்கள், ஓடையைக் குதிரைவீரர்கள் பாதி தாண்டிய நிலையில் அம்புமாரி பொழியக்கூடும். சாதுர்யமான போர்த்தந்திரம்தான். அதை அசுரர்கள் செயல்படுத்தியிருந்த விதம்தான் குளறுபடிகள் நிறைந்த அபத்தக் களஞ்சியம்.

சமீபமாய்ப் பதுங்கு குழி இருந்ததற்கான சாத்தியத்தை இராமனுக்குக் காட்டிக் கொடுத்ததே, தரைமட்டத்தில் ஏதோ 'தபக்'கென்று நீருக்குள் விழுந்த லேசான ஓசைதான். ஓடையின் அருகாமையால் தண்ணீர் ஊறி, குழி சகதியாகியிருந்தது; நீர்வரத்தினின்று பள்ளம் பாதுகாக்கப்படவில்லை. வீரன் எவனோ வழுக்கி விழுந்திருக்கக்கூடும்.

சிறுபிள்ளைத்தனமான சூழ்ச்சியின் இன்னொரு பகுதியாக, பதுங்கு குழியை மேலிருந்து கவனிக்க வசதியாய் அருகேயிருந்த மரத்தின் மீது அசுரர்கள் இன்னொரு பரண் அமைத்திருந்ததாகத் தெரிந்தது. ஓடையைக் கடக்கும் எதிரிகள் மீது சரமாரியாக அம்பு தொடுக்கும் உத்தேசம் இருந்திருக்கலாம். ஆனால், பரணில் யாருமில்லை. குழியில் அசுரர்கள் பதுங்கியிருந்ததற்கான காரணத்தை இராமன் இப்போது சுலபத்தில் யூகித்துக்கொண்டான்.

குதிரையின் காதில் மென்மையாய் ஓத, அசையாமல் நின்றது. லாகவமாய் ஒரு சரத்தையுருவி வில்லில் பூட்டினான்.

"வளைந்து குழிக்குள் சென்று தாக்குமளவு அம்பிற்குப் பலம் போதாது, இளவரசே," அரிஷ்டநேமி எதிர்ப்புத் தெரிவித்தார். "ஆழத்தில் மறைந்திருக்கிறார்கள். இம்முறை அவர்களை வீழ்த்தமுடியாது."

"என் இலக்கு குழியாக இருந்தாத்தானே?" காற்றின் திசைக்கேற்ப வில்லைச் சீர்செய்துகொண்டான் இராமன்.

நாணிழுத்து அம்பை விடுத்தபோதே நுனியிலிருந்த இறகை லேசாய்ச் சொடுக்கியதில், சக்கரமாய்ச் சுழன்று 'விர்'ரெனப் பாய்ந்த அம்பு பரணைக் கட்டிய முக்கியக் கயிற்றை ஒரே வீச்சில் அறுக்க, மரக்கட்டைகள் தடதடவென உருண்டு, குழிக்குள்ளேயே சரிந்தன.

"பிரமாதம்!" அரிஷ்டநேமி கடகடவெனச் சிரித்தார்.

பரணுக்கான மரக்கட்டைகள் காத்திரமாயிருந்தாலும், கொல்லக்கூடியவை அல்ல; காயம் மட்டுமே செய்யும். குழியிலிருந்து 'காச்மூச்'செனக் கூச்சல்கள் எழுந்தன.

லக்ஷ்மணன் தமையனைப் பார்த்தான். "இப்ப நாம -"

"இல்லை," இராமன் மறித்தான். "பொறுத்திருந்து பார்ப்போம். சண்டை கிளப்ப எனக்கு இஷ்டமில்லை. இவங்களை உயிரோட பிடிக்கணும்."

அரிஷ்டநேமியின் உதட்டில் லேசான புன்னகை.

விழுந்த கட்டைகளை அசுரர்கள் அப்புறப்படுத்த முயன்றுகொண்டிருந்தனர் போலும்; பீதியும் கோபமுமாய் ஆவேசக் கதறல்கள் குழியிலிருந்து புறப்பட்ட வண்ணம் இருந்தன. சீக்கிரத்தில் ஒரு அசுரன் தலைதூக்க, அவனைத் தொடர்ந்து மற்றவர்களும் தங்களை வெளியே இழுத்துக்கொள்ளப் பிரயத்தனப்பட்டனர். இருப்பதிலேயே உயரமாய், தலைவன் போலத் தோன்றியவன் தன் வீரர்களைப் பார்வையிட்டான். திரும்பி, விரோதம் ததும்பும் கண்களுடன் எதிரிகளை முறைத்தான்.

"இதுதான் சுபாஹு," அரிஷ்டநேமி வெளியிட்டார். "தாடகையின் மகன். இவர்களது இராணுவத் தலைவன்."

விழுந்த கட்டையால் பிசகிய இடக்கையெலும்பைத் தவிர சுபாஹு வேறு காயம் அடைந்திருந்ததாகத் தெரியவில்லை. செயலிழந்த கையால் உறையை உறுதியாய்ப் பற்றமுடியாமல், வாளை மிகப் பிரயத்தனம் செய்து உருவியவன், ஒரு வழியாகத் தலைக்குமேல் உயர்த்திக் கர்ஜனை செய்தான். வீரர்களும் அவனைப் பின்பற்றினர்.

விழிகள் விரியும் அதிசயத்துடன் இராமன் அவர்களைப் பார்த்தான். பைத்தியக்காரத்தனத்தின் எல்லையைத் தொட்ட இந்த மடையர்களின் வீராவேசத்தை எண்ணிச் சிரிப்பதா, கைதட்டிப் பாராட்டுவதா என்று புரியத்தான் இல்லை.

"அட, பரசுராமா," லக்ஷ்மணன் முனகினான். "மொத்தமா பித்துப் பிடிச்சு போச்சா? நம்மகிட்டே ஐம்பது குதிரைவீரர்கள் இருக்கறது கண்ணுக்குத் தெரியலை?"

"ஸத்யம் ஏகம்!" சுபாஹு அலறினான்.

"ஸத்யம் ஏகம்!" மற்றவர்களும் கத்தினர்.

குரு விஸ்வாமித்ரர் எவ்வளவோ சொல்லியும், இந்த முட்டாள்தனமான செய்கையில் அசுரர்கள் தீவிரம் காட்டியது இராமனுக்கு ஆச்சர்யமே. திரும்பிப் பார்த்தவனின் கண்ணில் பட்ட காட்சி, எரிச்சலைக் கிளறியது. "அயோத்ய பதாகை எங்கே, லக்ஷ்மணா? ஏன் உயர்த்தலை?"

"என்னது?" திகைத்த லக்ஷ்மணன் சட்டெனத் திரும்பிப் பார்த்தபோது, பின்னால் நின்ற வீரர்கள் மலயபுத்ரர் பதாகையை உயர்த்தியிருந்ததைக் கண்டான். விஸ்வாமித்ரர் உத்தரவின்பேரில் துவக்கப்பட்ட போர்ப்பணியல்லவா?

''இப்பவே ஏத்து!'' தாக்குதலுக்குத் தயாராவது போல் நகர்ந்த அசுரர்களிடமிருந்து கண்களை அகற்றாமல் கூவினான் இராமன்.

குதிரைச் சேணத்துடன் கட்டியிருந்த பையிலடைத்த பதாகையை இழுத்தான் லக்ஷ்மணன். எதனடியில் அயோத்யர்கள் பெருமிதத்துடன் போர் புரிவார்களோ, அந்தப் பதாகையை விரித்து, தலைக்கு மேல் உயர்த்தினான். வெள்ளைக் கொடியின் நடுவே பதித்த செஞ்சூரியனிடமிருந்து ஜோதிமயமாய்க் கதிர்கள் நானாதிசையிலும் புறப்பட்டன. பதாகையின் அடியில் ஆதவனின் ஒளிவெள்ளத்தில் அமிழ்ந்தபடி பாயத் தயாராய் நின்றது அசகாய சூரப் புலி.

''தாக்குங்க!'' சுபாஹு கூவினான்.

''*ஸத்யம் ஏகம்!*'' அலறியபடி அசுரர்களும் ஓடத் துவங்கினர்.

முஷ்டியாக்கிய கரத்தை உயர்த்தியபடி, இராமனும் உரக்கக் கூவினான். ''*அயோத்யதா விஜேதார!*''

அயோத்யர்களின் அறைகூவல். *வீழ்த்தமுடியாத நகரின் வெற்றிவீரர்கள்!*

பதாகையை உயரப் பிடித்த லக்ஷ்மணனும் கர்ஜனை புரிந்தான். ''*அயோத்யதா விஜேதார!*''

இரு இளவரசர்களையும் அயோத்ய கொடியையும் கண்ணுற்ற அசுரர்கள், இராமனின் குதிரையினின்று வெறும் ஐம்பதடி தூரத்தில் ஆணியறைந்தாற்போல் சட்டென நின்றனர்.

தாக்கும் எண்ணத்தைக் கைவிட்டது போல், இறக்கிய வாளுடன் மெல்ல எட்டுவைத்தான் சுபாஹு.

''... அயோத்யாவிலிருந்து வர்றீங்களா?'' கேட்கும் தூரத்திற்கு வந்தான்.

''நான் அயோத்யாவின் பட்டத்து இளவரசன்,'' என்றான் இராமன். ''அயோத்யாவுடைய கௌரவத்தின் பெயராலே ஆணையிடறேன்: சரணடைஞ்சீங்கன்னா, உங்களுக்கு எந்த ஆபத்துமில்லை.''

சட்டென்று தளர்ந்த கரத்தினின்று சுபாஹுவின் வாள் தன்னிச்சையாக நழுவியது. மற்ற அசுரர்களுடையதும்தான். சிலர் கிசுகிசுத்துக்கொண்டது இராமன் காதில் விழாமலில்லை.

''சுக்ராச்சார்யார் ...''

''அயோத்யா ...''

''ஏகத்தின் கீதம் ...''

இராமலக்ஷ்மணர்களும் அவர்களது பரிவாரமும் சகல மரியாதைகளுடன் அசுரர் குடியிருப்பிற்கு அழைத்துச் செல்லப்பட்டனர். மலயபுத்ரர்களால் நிராயுதபாணிகளாக்கப் பட்ட பதினான்கு அசுர வீரர்களை தாடகை அழைத்துச் செல்ல, காயம்பட்டோருக்கு சிகிச்சையளிக்கும் முயற்சியில் பெண்கள் இறங்கினர்.

வரவேற்றோரும், விருந்தாளிகளும் ஒரு வழியாக மையச் சதுக்கத்தில் அமர்ந்தனர். பெயருக்கு ஸ்நானபானங்கள் முடிந்த பிறகு, மலயபுத்ரர் சேநாதிபதியை நோக்கினான் இராமன். ''அசுரர்களுடன் என்னைக் கொஞ்சம் தனியா விடுங்க, அரிஷ்டநேமி*ஜி*.''

''ஏன்?'' என்றார் அவர்.

''தனியாப் பேச விரும்பறேன்.''

லக்ஷ்மணன் இதைக் காரசாரமாய் எதிர்த்தான். ''இவங்களைத் தாக்கவேண்டாம்னு நான் சொன்னது, நல்லவங்க - பேச்சுவார்த்தை நடத்தலாம்கிற எண்ணத்துல இல்ல. இதுங்களை அடிக்கிறது நமக்குத்தான் அசிங்கம்கிற அர்த்தத்துலதான். அவங்களே சரணடைஞ்ச பிறகு, நமக்கென்ன? மலயபுத்ரர்கள்கிட்டே விட்டுட்டு, அயோத்யா திரும்புவோம்.''

''லக்ஷ்மணா,'' என்றான் இராமன். ''இவங்களோட தனியா பேசணும்னு சொன்னேன்.''

''என்னத்தைப் பெரிசா பேசிடப் போறே?'' தன் பேச்சு அசுரர்களுக்குக் கேட்டுவிடக்கூடும் எனக் கவலைப்படும் கட்டத்தை லக்ஷ்மணன் தாண்டியிருந்தான். ''இதுங்கல்லாம் காட்டுமிராண்டிகள். நாகரீகம் இல்லாத மூடர்கள். ருத்ரபகவானோட கோபத்திலிருந்து தப்பிச்ச எச்சங்கள். பேசி நேரத்தை வீணாக்குவானேன்?''

வெளியில் புலப்படாத வண்ணம் உடல் இறுக, இராமனின் சுவாசம் மெதுவாயிற்று. முகத்தில், அச்சுறுத்தும் அசாதாரண

அமைதி. அண்ணனை நன்கு அறிந்த லக்ஷ்மணனுக்கு, இராமனிடம் தென்பட்ட மாறுதல் புரியாமலில்லை: சுபாவமாகவே குளிர்ச்சியான குணம் கொண்டவனின் மனமென்னும் நிதானமான நீர்ப்பரப்பினடியில், கோபம் ஆவேசமாய்க் குமிழியிடத் துவங்கிவிட்டது. விட்டுக்கொடுக்காத பிடிவாதத்துடன் கைகோர்த்த கோபம். இயலாமை கலந்த எரிச்சலுடன், சரணடையும் பாவத்தில் கைகளை உதறிக்கொண்டான்.

அரிஷ்டநேமி தோள் குலுக்கினார். ''செய்யும். ஆனால், தனிமையில் பேசுவது உசிதமல்ல. சொல்லிவிட்டேன்.''

''அறிவுரைக்கு நன்றி! நான் இவங்களை நம்பறேன்,'' என்றான் இராமன்.

அவனது பதிலைக் கேட்ட தாடகையும் சுபாஹுவும் சற்று அதிசயித்தனர். பல காலமாகப் பகைவர்களாகவே கருதப்பட்டவர்களல்லவா?

அரிஷ்டநேமி விட்டுக்கொடுக்க வேண்டியிருந்தாலும், அசுரர்களுக்கு நன்கு கேட்கக்கூடிய உரத்த குரலில் பேசினார். ''நல்லது; விலகிக்கொள்கிறோம். ஆனால், குதிரை மீது யுத்த சன்னத்தராய் வீற்றிருப்போம். நிலைமை மோசமாவது போன்ற சிறு சந்தேகம் ஏற்பட்டாலும், எல்லோரையும் வெட்டிச் சாய்த்துவிடுவோம்.''

அரிஷ்டநேமி புறப்பட யத்தனித்தபோது, இராமன் தன் கோரிக்கையை மீண்டும் - இம்முறை, பாதுகாப்புணர்வு கொப்பளித்த தம்பியிடம் - வெளியிட்டான். ''*தனியா* பேச விரும்பறேன், லக்ஷ்மணா.''

''இவங்களோட உன்னை விடமாட்டேண்ணா.''

''லக்ஷ்மணா ...''

''மாட்டேன்!''

''தம்பி, நான் கேட்கறது என்னன்னா ...''

''அண்ணா ...'' லக்ஷ்மணன் குரலை உயர்த்தினான். ''உன்னைத் தனியா விடறதாயில்லை!''

''அப்ப சரி,'' இராமன் விட்டுக்கொடுத்தான்.

அயோத்ய இளவல்களுக்குச் அபாயமேற்படும் சிறு குறி தென்பட்டாலும் பாயத் தயாராய் பாசறை எல்லையில், அரிஷ்டநேமியும் பிற மலயபுத்ரர்களும் ஓடையைப் பின்னிறுத்தி குதிரைகளில் காத்திருந்தனர். சகோதரர்களோ, சதுக்கத்தின் மையத்தில், அசுரர்கள் புடைசூழ மேடையில் வீற்றிருந்தனர். முன் வரிசையில், தாய் தாடகையின் அருகே உட்கார்ந்திருந்த சுபாஹுவின் கரம் கட்டிட்டிருந்தது.

''கொஞ்சம் கொஞ்சமா தற்கொலை பண்ணிக்கிட்டிருக்கீங்க,'' என்றான் இராமன்.

''எங்க சட்டத்தைத்தான் பின்பற்றறோம்,'' என்றாள் தாடகை.

இராமனின் முகம் சுருங்கியது. ''மலயபுத்ரர்களைத் தொடர்ந்து தாக்கி என்ன சாதிக்கப் போறீங்க?''

''காப்பாத்தணும்கிறதுதான் உத்தேசம். எங்க பக்கம் சேர்ந்து, பொய்யான சித்தாந்தங்களைத் துறந்து, ஏகத்தின் குரலைக் கேட்டால், அவங்க ஆன்மாக்கள் தப்பிக்கும்.''

''ஓயாம தாக்கி, பூஜைகள்ளே குறுக்கிட்டு, கொல்லவும் முயற்சிக்கிறதன் மூலம் மலயபுத்ரர்களைப் காப்பாத்தறீங்க. அப்படித்தானே?''

''ஆமா,'' இந்த அபத்தம் தன்வரையில் நியாயம் எனத் தாடகை நம்பியது தெளிவாயிற்று ''மலயபுத்ரர்களைக் காக்க முயல்றது உண்மையிலே நாங்க இல்லை - *ஏகம்*தான்! நாங்க கருவிகள் மட்டுமே.''

''*ஏகம்* உங்க பக்கம்தான்னா, மலயபுத்ரர்கள் நூற்றாண்டுக் கணக்கா தழைச்சு வளர்ந்தது எப்படி? *ஏகம்* பத்தின உங்க கருத்துக்களை மறுக்கும் சப்தசிந்துவின் பெரும்பான்மையோர் இத்தனை காலம் ஆதிக்கம் செலுத்த முடிஞ்சது எதனாலே? உங்க அசுரகுலம் ஏன் மறுபடியும் இந்தியாவை ஜெயிக்கலை? *ஏகம்* உங்க உதவிக்கு வராதது ஏன்?''

''பெருமான் எங்களைச் சோதிக்கறார். அவர் வகுத்த பாதையை முழுமையா நாங்க கடைப்பிடிக்கலை.''

''சோதிக்கறாரா?'' இராமன் கேட்டான். ''நூற்றாண்டுக்கணக்கா, ஏன், ஆயிரக்கணக்கான வருஷங்களா *ஏகம்* உங்களைச் சோதிச்சதன் விளைவாத்தான் மகத்தான போர்கள் எல்லாத்திலேயும் அசுரர்கள் தோத்தாங்களா?''

தாடகை பதில் கூறவில்லை.

''உங்களைச் சோதிக்கவேயில்லையோ? அப்படியொரு சாத்தியம் இருக்கறதைப் பத்தி யோசிச்சீங்களா?'' இராமன் வினவினான். ''எதையோ சொல்லித் தர ஏகம் விரும்பியிருந்தா? காலத்துக்கேத்த மாதிரி மாறணும்கிறதுதான் அவருடைய செய்தியோ? என்னிக்காவது மாறுதல் கிடைக்கலாம்கிற அபத்தமான நம்பிக்கையில் தொடர்ந்து தோல்வியளிக்கிற யுக்தியைக் கேள்வி கேட்காம கையாள்றது முட்டாள்தனம்னு சுக்ராச்சார்யாரே சொல்லியிருக்காரே?''

''மனசாலே இல்லாம வார்த்தையாலே மட்டும் பக்தி செஞ்சு, ஆடம்பரத்துலே திளைக்கும் கேவலமான தேவர்களுடைய சட்டங்களுக்குட்பட்டு எப்படி வாழறது?'' தாடகை கேட்டாள்.

''அதே அருவருக்கத்தக்க தேவர்களும், சந்ததிகளும்தான் நூற்றாண்டுக்கணக்கா ஆட்சியில இருந்திருக்காங்க,'' லக்ஷ்மணன் ஆக்ரோஷமாய் பதிலளித்தான். ''அதிசய நகரங்களையும், ஜொலிக்கும் நாகரீகத்தையும் உருவாக்கியிருக்காங்க. நீங்களோ, பட்டிக்காட்டுல, பாழடைஞ்ச குடியிருப்புல பிச்சைக்கார வாழ்க்கை நடத்தறீங்க. உதட்டாலும், உள்ளத்தாலும் மொத்தமா மாற வேண்டியது நீங்கதானோ, என்னமோ?''

''லக்ஷ்மணா ...'' அமைதியாயிருக்கும்படி இராமன் கையுயர்த்தினான்.

''இது பைத்தியக்காரத்தனம், அண்ணா,'' லக்ஷ்மணன் விடுவதாக இல்லை. ''இவ்வளவு முட்டாள்களா கூட ஜனங்க இருப்பாங்களா? யதார்த்தமே தெரியமாட்டேங்குதே?''

''சட்டம்தான் அவங்களுக்கு நிஜம், லக்ஷ்மணா. மாற்றம்கிறது ஆண்தன்மை சமூகத்தைச் சேர்ந்தவங்களுக்கு ரொம்ப கஷ்டம். அவங்களுடைய ஒரே வழிகாட்டியான சட்டமும் காலத்துக்கு ஒவ்வாம இறுகிப்போனா, மாற்றம் வேணும்கிறதைப் புரிஞ்சுக்கவோ, புதுசாத் தொடங்கவோ சிரமப்படுவாங்க; சட்டத்தின் ஆதாரக் கொள்கைகளை இன்னமும் இறுக்கமாப் புடிச்சுக்குவாங்க. பெண்தன்மை சமூகங்கள் மாற்றத்தை அங்கீகரிக்கும் விதத்தை பரந்த மனப்பான்மை, திறந்த மனசுன்னா ஏத்துக்கறோம்? எதிலும் ஊன்றி நிலைக்காத நாகரீகச் சீரழிவாகவும், நம்பகமில்லாத தன்மையாவும்தானே நமக்குத் தெரியுது?''

இக்ஷ்வாகு குலத்தோன்றல் 221

''ஏத்துக்கறோமா? *நமக்கா?*'' இராமன் தன்னை ஆண்தன்மை சமூகத்துடன் அடையாளப்படுத்திக் கொள்வதைக் கேட்ட லக்ஷ்மணனின் முகம் சுருங்கியது.

சகோதரர்களுக்கிடையே பொறி பறந்த கருத்துப் பரிமாற்றத்தை அடங்கா ஆவலுடன் தாயும் மகனும் கவனிக்க, பண்டைய அசுர இராணுவ வழக்கப்படி விரல்களை முஷ்டியாக்கி, நெஞ்சோடு சுபாஹு பதித்துக்கொண்டான்.

''தேனுகனுக்கு நடந்தது தப்புன்னு நினைக்கறியா?'' இராமன் லக்ஷ்மணனைக் கேட்டான்.

''அதைவிட, *ஏகம்* பத்தின தங்களுடைய கொள்கைகளை ஏற்காதவங்களை அசுரர்கள் கண்டபடி வெட்டிக் கொல்றது பெரிய தப்புங்கறேன்.''

''அது விஷயத்துல நானும் உன் கட்சிதான். அசுரர்களின் செய்கை தப்பு மட்டுமில்லை, கொடூரம்,'' என்றான் இராமன். ''ஆனா, இதுக்கு பதில் சொல்லு: தேனுகனுக்கு நடந்தது தவறுன்னு நினைக்கறியா?''

லக்ஷ்மணன் பதிலளிக்கத் தயாராக இல்லை.

''சொல்லு, சகோதரா,'' இராமன் வற்புறுத்தினான். ''தப்பா?''

''உன்னை எதிர்க்கமாட்டேன்னுதான் தெரியுமேண்ணா...''

''நீ என்ன செய்வேன்னு கேக்கலை. என்ன *நினைக்கறேன்னுதான்* கேட்டேன்.''

லக்ஷ்மணன் மௌனம் காத்தாலும், அவன் பதில் துல்லியமாகப் புரிந்தது.

''தேனுகன் யாரு?'' சுபாஹு கேட்டான்.

''கேவலமான குற்றவாளி; சமூகத்தில் படிஞ்ச அழுக்கு. அவன் செஞ்ச பாவத்துக்கு லட்சம் பிறவிகள்ள பிராயச்சித்தம் செஞ்சாலும் கறை நீங்குமாங்கறது சந்தேகம்,'' என்றான் இராமன். ''ஆனா, சட்டம் அவன் மரணத்தை அனுமதிக்கலை. எவ்வளவு கொடூரமான குற்றமாக இருந்தாலும், சுக்ராச்சார்யாரின் சட்டம் அங்கீகரிக்கலைன்னா மரணதண்டனை நிறைவேத்தத் தகுமா?''

கணமும் யோசிக்கவில்லை சுபாஹு. ''தகாது.''

முகத்தில் லேசான புன்னகை விளையாட, லக்ஷ்மணனிடத்தில் திரும்பினான் இராமன். ''சட்டம்

எல்லாருக்கும் பொது; யாரும் விதிவிலக்கில்லை. அது மீறப்படக் கூடாது - ஒரு சந்தர்ப்பம் தவிர ...''

லக்ஷ்மணன் முகத்தைத் திருப்பிக்கொண்டான். தேனுகன் விஷயத்தில் தர்மம் நிலைநாட்டப்பட்டுவிட்டது என்பதே அவன் உறுதியான தீர்மானம்.

சுற்றியிருந்த சிறிய அசுரர் குழாத்திடம் பேச முற்பட்டான் இராமன். ''நான் சொல்றதை தயவு செஞ்சு புரிஞ்சிக்க முயற்சி பண்ணுங்க. ஆண்தன்மை சமூகத்தைப் கடைப்பிடிக்கற நீங்க, அதுக்குரிய சட்டங்களுக்கும் கட்டுப்படறீங்க. ஆனா, அதே சட்டங்கள் இப்ப வேலை செய்யலை; உலகம் மாறிட்டதாலே, பல நூற்றாண்டுகளாவே பிரயோஜனப்படலை. கர்மா உங்களுக்குத் திரும்பத் திரும்ப போதிக்கும் பாடம் இதுதான்: தவறான விளைவுகளே கிடைச்சா, அது சோதனையில்லை; எதையோ கத்துத் தரும் முயற்சி. உங்களுக்குள்ளே மறைஞ்சிருக்கற மாணவனைத் தட்டியெழுப்புங்க; புதுசா ஒரு சுக்ராச்சார்யாரைக் கண்டுபிடிங்க. உங்களுக்குத் தேவை புது ஆண்தன்மை சமூகக் கோட்பாடுகள்; புது சட்டங்கள்.''

தாடகை இப்போது பேசினாள். ''காலம் கூடி வர்றப்ப சுக்ராச்சார்யாரே மறுபிறவியெடுத்து எங்களைப் புது வழியில நடத்திக்கிட்டுப் போறதா அருளியிருக்கார்...''

கூட்டத்தில் நீண்ட நேரம் அமைதி சூழ்ந்திருந்தது.

தாடகையும் சுபாஹுவும் 'விருட்'டென எழுந்தனர். வலக்கையை முஷ்டியாக்கி மார்பில் பதித்து, இராமனின் முன் குனிந்து வணங்கி, அசுரர்களுக்குரிய இராணுவ மரியாதையை முழுமையாய்ச் செலுத்தினர். அவர்களது வீரர்கள்; பெண்கள், குழந்தைகள் மற்றும் முதியோரும் தங்கள் பங்கிற்கு சடசடவென எழுந்து, பின்பற்றினர்.

பெரிய பாறங்கல்லை யாரோ மார்பின் மேல் சட்டென தூக்கி வைத்தது போல் இராமனுக்கு மூச்சு முட்டியது. அவனையுமறியாமல், குரு வசிஷ்டர் வார்த்தைகள் மனதிற்குள் எதிரொலித்தன. *உன் பொறுப்பு மிகப் பெரிது; உன் பணி அதி முக்கியம். அதற்கு உண்மையாய் இரு. பணிவு அவசியம் – ஆனால் உனக்கான பணியைப் புறந்தள்ளுமளவிற்கு அல்ல.*

அசுரர்களை முறைத்த லக்ஷ்மணன், நடப்பதை நம்பமுடியாமல் இராமனை ஏறிட்டான்.

''நாங்க என்ன செய்யணும்கறீங்க, பிரபு?'' தாடகை கேட்டாள்.

''இந்தியாவின் மேற்கு எல்லையைத் தாண்டி வெகு தூரத்துல பரிஹாங்கிற தேசத்தில் வாழும் வாயுபுத்ரர்களோடதான் இன்னைக்கு அநேக அசுரர்கள் இருக்காங்க,'' என்றான் இராமன். ''மலயபுத்ரர்கள் உதவியோட, அங்கே அடைக்கலம் புகணும்.''

''மலயபுத்ரர்கள் எங்களுக்கு உதவுவானேன்?''

''அவங்களை நான் விண்ணப்பிச்சுக்கறேன்.''

''அங்கே என்ன செய்யணும்?''

''ருத்ரபகவானுக்கு உங்க முன்னோர்கள் செஞ்ச சத்தியத்தைக் காப்பாத்தணும். இந்தியாவைக் காக்க, வாயுபுத்ரர்களோட நீங்க ஒத்துழைக்கணும்.''

''இந்தியாவைக் காக்கறதுன்னா, தேவர்களையும் காக்கற மாதிரிதான்...''

''ஆமா.''

''ஏன் காக்கணும்? எங்க பகைவர்களை...''

''காக்கத்தான் வேணும். ருத்ரபகவான் ஆணைக்குட்பட்டு.''

தாயைக் கட்டுப்படுத்தும் வண்ணம் சுபாஹு அவள் கரத்தைப் பிடித்தான். ''உங்க உத்தரவுக்குக் கட்டுப்படுவோம், பிரபு.''

மகனின் பிடியினின்று தன்னை உதறிக்கொண்ட தாடகைக்கு நிலைகொள்ளவில்லை. ''இதுதான் எங்க புனிதத் தலம். இந்தியாவுலதான் வாழ விரும்பறோம். அதன் தூய்மையான அணைப்பிலிருந்து விலகி எங்களால சந்தோஷமா இருக்கமுடியாது.''

''இறுதியில திரும்பத்தான் போறீங்க. ஆனா, அசுரர்களா இல்லை. அந்த வாழ்க்கைமுறை முடிஞ்சு போச்சு. வேற ரூபத்துல திரும்பலாம்; வருவீங்க. இது நான் உங்களுக்கு அளிக்கும் உத்தரவாதம்.''

அத்தியாயம் 18

சஞ்சலநோக்குடைய விஸ்வாமித்ரரிடமிருந்து ஆத்திரத்தை எதிர்பார்த்த லக்ஷ்மணனுக்கு, அவர் கண்களில் துளிர்த்த சுவாரசியமும் - ஏன் ஒரு வித மரியாதையும் ஆச்சர்யமளித்தன. இதை எவ்விதம் அர்த்தம் செய்துகொள்வதெனப் புரியவில்லை.

ஆலமரத்தைச் சுற்றியமைந்த மேடை மீது, மஹரிஷி *பத்மாசன*மிட்டு அமர்ந்திருந்தார். எதிரெதிர்த் தொடைமீது பதிந்திருந்த பாதங்கள் மேல்நோக்கியிருந்தன. மழுங்கடித்த சிரத்தில் முடிந்திருந்த குடுமி, பலத்த காற்றில் படபடத்தது. வெள்ளை *அங்கவஸ்திரம்* ஒரு பக்கம் வைக்கப்பட்டிருந்தது.

''உட்காருங்கள்,'' ஆணையிட்டார். ''சற்று நேரம் ஆகக்கூடிய விவகாரம் இது.''

இராமன், லக்ஷ்மணன் மற்றும் அரிஷ்டநேமி அவரைச் சுற்றியமர்ந்தனர். தூரத்தில் அமைதியாக நின்ற அசுரர்களைக் கவனித்தார் விஸ்வாமித்ரர். அவர்கள் பிணைக்கப்படக்கூடாது என்ற இராமனின் உத்தரவால் ஆசிரமவாசிகள் கலவரமடைந்திருந்தாலும், உண்மையில் அசுரர்களைக் கட்டுப்படுத்த வேண்டியிருக்கவில்லை; இருந்த இடத்தில் அசையாமல் நின்றனர். எதற்கும் இருக்கட்டுமென அவர்களைச் சுற்றி அரிஷ்டநேமி முப்பது வீரர்களைக் காவல் வைத்திருந்தார்.

விஸ்வாமித்ரர், இராமனை ஏறிட்டார். ''என்னைத் திகைப்பிலாழ்த்தி விட்டாய், அயோத்ய இளவலே. அசுரர்கள் அனைவரையும் கொல்ல வேண்டுமென்ற நேரடியான உத்தரவை மீறக் காரணம்? எதனால் அவர்களிடம் இந்தத் தலைகீழ் மாறுதல்? அப்படியென்ன சொல்லிவிட்டாய்? காட்டுமிராண்டிகளைத் திடீரென நாகரீக ஜந்துக்களாய் மாற்றும் இரகசிய மந்திரம் ஏதேனும் கற்று வைத்திருக்கிறாயா?''

''இப்ப நீங்க சொன்னதுல உங்களுக்கே நம்பிக்கையில்லேன்னு எனக்குத் தெரியும் குருஜி,'' இராமன் நிதானமான குரலில் சொன்னான். ''அசுரர்கள் காட்டுமிராண்டிகள்னு உண்மையிலேயே நம்பியிருந்தா, ருத்ரபகவானைப் பூஜிக்க மாட்டீங்க; அவர் விட்டுட்டுப் போன வாயுபுத்ரர் குலத்தோட அசுரர்கள் சேர்ந்துட்டாங்கன்னும் உங்களுக்கு நல்லா தெரியும். வாயுபுத்ரர்கள் உங்களுடைய *கர்மஸாத்திகள்*; நீங்க செய்யற எல்லாத்திலேயும் இணைஞ்சிருக்காங்க. இப்ப நீங்க சொன்னதெல்லாம் என்னைத் தூண்டிவிடத்தான்னு சந்தேகிக்கறேன். ஏன்னுதான் கொஞ்சம் குழப்பமாயிருக்கு. சொல்லுங்களேன்.''

மற்றவர்களைத் தவிர்த்துவிட்டு, அவன் மீது மட்டுமே பார்வை பதித்தவரின் கண்கள், சற்றே சற்று விரிந்தன. பதில் மட்டும் வரவில்லை. ''இவ்வளவு முயற்சி யெடுத்துக் காப்பாற்றப்படுமளவு இந்தப் பித்துக்குளிகள் தகுதியானவர்கள்தானா?''

''இந்தக் கேள்விக்கு அர்த்தமேயில்லை, குரு*ஜி*. வேற ஒண்ணை நான் கேட்கறேன்: இவங்களை ஏன் மொத்தமா அழிக்கணும்? எந்தச் சட்டத்தை மீறிட்டாங்க?''

''என் ஆசிரமத்தை ஓயாமல் தாக்கினார்கள்.''

''ஆனா, யாரையும் கொல்லலையே? வேலியில கொஞ்சத்தை போன முறை எரிச்சாங்க; அவ்வளவுதான். உங்க சுரங்கப்பணி இயந்திரங்கள்ள சிலதை உடைச்சிருக்காங்க. இந்தக் குற்றங்களுக்கு மரண தண்டனைன்னு எந்த *ஸ்ம்ருதி*யிலாவது எழுதியிருக்கா? இல்லை. நான் காப்பாத்தற அயோத்ய சட்டங்கள்படி, பலவீனர்கள் எந்த விதியையும் மீறலைன்னா, பலமுள்ளவர்கள் அவங்களைக் பாதுகாக்கறதுதான் நியாயம்.''

''நான் நேரடியாகவல்லவா உத்தரவிட்டேன்?''

''பட்டவர்த்தனமா நானும் பேசறதுக்கு மன்னிக்கணும், குரு*ஜி* -அசுரர்களைக் கொல்றதுதான் உங்க எண்ணம்னா, அரிஷ்டநேமி*ஜி* அதைச் சுலபத்துல சாதிச்சிருக்கலாம். உங்க வீரர்கள் போரில் தேர்ந்தவங்க; அசுரர்கள் வெறும் கத்துக்குட்டிகள். அயோத்ய இளவரசர்களைத் தவிர வேற யார் பேச்சையும் கேக்கமாட்டாங்கன்னு நினைச்சுத்தான் எங்களை இங்கே வரவழைச்சீங்கன்னு நினைக்கறேன்.

இவங்களால ஏற்பட்ட பிரச்சனைக்கு யதார்த்தத்துக்கு ஒத்துவரக்கூடிய, மோதலில்லாத சமாதானத் தீர்வு கிடைக்கணும்னு விரும்பியிருக்கீங்க. சட்டத்தைக் காப்பாத்தினதோட இல்லாம, நீங்க உண்மையிலேயே விரும்பினதையும் நிறைவேத்திட்டேன். நான் தெரிஞ்சிக்க விரும்பறதெல்லாம்... உண்மையான எண்ணத்தை ஏன் என்கிட்டேயிருந்து மறைச்சீங்க?''

பெரும்பெயர் பெற்று ஜாஜ்வல்யமாய் விளங்கிய விஸ்வாமித்ரரிடம் சாதாரணமாய்க் காணப்படாத முகபாவம் வதனத்தில் துலங்கியது: திகைப்பு கலந்த மரியாதை. சாமர்த்தியமாய் வளைக்கப்பட்டது போலவும் தோன்ற, அவரையும் மீறிப் புன்னகை எழுந்தது. ''உன் குருவை இப்படித்தான் குறுக்குக் கேள்வி கேட்பது வழக்கமா?''

இராமனின் மௌனம், பதிலைத் துல்லியமாய் விளக்கியது: வஸிஷ்டர்தான் குரு; விஸ்வாமித்ரர் அல்ல. தந்தையின் சொல்லுக்குக் கட்டுப்பட்டே இராமன் குருவுக்குரிய மரியாதையை அவருக்களித்தான்.

நாசூக்கான இந்த அவமரியாதையை விஸ்வாமித்ரர் சட்டை செய்யவில்லை. ''நீ சொல்வது சரியே. அசுரர்கள் தீயவர்கள் அல்ல; அவர்கள் கடைப்பிடிக்கும் *தர்ம*த்திற்கு இன்றைய உலகில் இடமில்லை என்பது மட்டும்தான் விஷயம். தொண்டர்கள் நல்லவர்களாக இருந்தாலும் தகுதியில்லாத தலைவர்களால் சில சமயம் நாசமாவார்கள். பரிஹாவிற்கு அனுப்புவதும் நல்ல யோசனைதான்; அங்கே இவர்களது வாழ்விற்கும் அர்த்தம் கிடைக்கும். பிரயாணத்திற்கு ஏற்பாடு செய்வோம்.''

''நன்றி, குரு*ஜி*,'' என்றான் இராமன்.

''உன் முதல் கேள்விக்கு இப்போது பதில் அளிப்பதாக இல்லை. பிறகு பார்க்கலாம்.''

இரண்டே வாரங்களில், இந்தியாவின் மேற்கு எல்லையைத் தாண்டி அமைந்திருந்த வாயுபுத்ரர்களின் இரகசிய நகரம் நோக்கிய பிரயாணத்திற்கு அசுரர்களுடன் ஒரு சிறிய மலயபுத்ரர் குழுவும் தயாராகியது. அசுரர்களும் இதற்குள் காயங்களினின்று தேறியிருந்தனர்.

இக்ஷ்வாகு குலத்தோன்றல் 227

வீரர்களுக்குக் கடைசி நிமிட ஆணைகள் பிறப்பித்த வண்ணம் மலயபுத்ரர் பாசறை வாயிலில் நின்றார் விஸ்வாமித்ரர். அருகே, இராமலக்ஷ்மணர்களும் அரிஷ்டநேமியும். தத்தம் குதிரைகளை நோக்கி மலயபுத்ரர்கள் செல்ல, தாடகையும் சுபாஹுவும் விஸ்வாமித்ரரை நெருங்கினர்.

"எல்லாத்துக்கும் நன்றி," குனிந்து வணங்கிய தாடகை, கரம்குவித்து நமஸ்கரித்தாள்.

அவளிடமிருந்து இப்படிப்பட்ட மரியாதை நிமித்தச் செய்கையை எதிர்பாராது விஸ்வாமித்ரர் புன்னகைத்தபோதே, இராமனை நோக்கித் திரும்பினாள். *நான் செய்வது சரிதானே* என்று அவளது கண்களில் தொக்கி நின்ற கேள்விக்கு, இராமனின் மெல்லிய புன்னகை பதிலளித்தது.

"அசுரர் குலத்தைச் சேர்ந்த மற்றவர்கள், மேற்கே வாழ்கிறார்கள்," என்றார் விஸ்வாமித்ரர். "உங்களை அவர்கள் காப்பார்கள். சாயும் சூரியனின் திசை, உங்களை இல்லம் கொண்டு சேர்க்கும்."

"எங்க ஊர் பரிஹா இல்லை," தாடகை விறைத்துக்கொண்டாள். "இதுதான். இந்த ஊர்; இந்த நாடு. இந்தியா. தேவர்கள் வாழ்ந்த அதேயளவு காலம் நாங்களும் இங்கே இருந்திருக்கோம். தொடக்கத்திலிருந்தே வாழ்ந்திருக்கோம்."

"சமயம் வரும்போது நிச்சயம் திரும்புவீங்க," இராமன் இடைவெட்டினான். "இப்போதைக்கு, சூரியனின் பாதையில் போங்க."

அதிசயத்துடன் அவனை விஸ்வாமித்ரர் ஏறிட்டாலும், ஏதும் சொல்லவில்லை.

—|⩗|𓆛 ☼—

"நினைத்தது ஒன்று; நடந்தது ஒன்றாகிவிட்டதே, குருஜி," என்றார் அரிஷ்டநேமி.

மலயபுத்ரர் பாசறையினின்று சற்று தூரத்திலிருந்த ஏரிக்கரையோரமாய் அமர்ந்திருந்தார் விஸ்வாமித்ரர். தலைவருடன் தனித்திருக்கும் இம்மாதிரியான சந்தர்ப்பங்களில், எப்போதும் போல், அரிஷ்டநேமி வாளை

உருவிக் கிட்டத்தில் வைத்திருந்தார். விஸ்வாமித்ரரின் மீது எந்த நொடியும் தாக்குதல் நேரலாம்; தயாராக இருத்தல் அவசியம்.

"நீரொன்றும் துக்கித்திருப்பதாகத் தெரியவில்லையே," என்றார் விஸ்வாமித்ரர்.

அவரது கண்களைச் சந்திக்காமல் எங்கோ தூரத்தில் பார்த்தார் அரிஷ்டநேமி. "உண்மையைச் சொல்ல வேண்டுமென்றால், குருஜி..." தயங்கினார். "சிறுவனை எனக்குப் பிடித்திருக்கிறது... அவனிடம் ஒரு வித..."

விஸ்வாமித்ரரின் கண்கள் சுருங்கின. அரிஷ்டநேமியை முறைத்தார். "நாம் யாருடன் இணைந்திருக்கிறோம் என்பதை மறந்துவிடவேண்டாம்."

அரிஷ்டநேமி தலைவணங்கினார். "நிச்சயம், குருஜி. தங்கள் விருப்பத்தை மீற முடியுமா?"

சற்று நேரம் அங்கே தர்மசங்கட அமைதி நிலவியது. மூச்சை ஆழ இழுத்த விஸ்வாமித்ரர், பரந்து விரிந்த ஏரிப்பரப்பை நோக்கினார். "அவன் கையால் குடியிருப்பிலே அசுரர்கள் கொல்லப்பட்டிருந்தால்... பிரயோஜனமாயிருந்திருக்கும்."

அறிவிற்சிறந்த அரிஷ்டநேமி அவரை மறுக்கவில்லை.

"என்னை வீழ்த்தும் எண்ணமேயில்லாத சிறுவனிடம் நான் வீழ்ந்துபட்டேன்." ஆற்றாமையுடன் சிரித்த விஸ்வாமித்ரர், தலையைக் குலுக்கிக் கொண்டார். " அவன் 'சட்ட'த்தை மட்டும்தான் காப்பாற்றிக் கொண்டிருந்தானாமே."

"இப்போது என்ன செய்வது?"

"இந்தத் திட்டம் பலிக்காவிட்டால், அடுத்தது," என்றார் விஸ்வாமித்ரர். "இது கூடவா தெரியாது?"

"அடுத்தது குறித்து என் மனம் சமாதானமடையவில்லை, குருஜி. இது விஷயத்தில் நமக்கு அதிகாரம் கிடையாதென்று -"

அவரை முடிக்க விடவில்லை விஸ்வாமித்ரர். "நீர் நினைப்பது தவறு."

அரிஷ்டநேமி மௌனம் சாதித்தார்.

''அந்தத் துரோகி வஸிஷ்டன், சிறுவனின் குரு. ராமன் வஸிஷ்டனை நம்பும் வரையில், நான் ராமனை நம்ப முடியாது.''

அரிஷ்டநேமியின் மனதில் கிலேசம் கிளர்ந்தெழுந்தாலும், அமைதியாகவே இருந்தார். வஸிஷ்டர் சம்பந்தப்பட்ட எந்த விவாதமும் ஆபத்தானது என்பதை அறியாதவரா?

''அடுத்த திட்டத்தையே பின்பற்றுவோம்,'' விஸ்வாமித்ரர் முடிவெடுத்தார்.

''நாம் எதிர்பார்ப்பதைச் செய்வானா?''

''அவன் காதல் கொண்டிருக்கும் சட்டத்தையே அவன் மீது பிரயோகிப்போம். காரியம் முடிந்தால், அடுத்து நடப்பவை மீதான என் கட்டுப்பாடு முழுமையடையும். வாயுபுத்ரர்கள் நினைப்பது தவறு. என் எண்ணமே சரி என்பதை அவர்களுக்கு நிரூபிப்பேன்.''

அசுரர்கள் பரிஹா புறப்பட்டு இரண்டு நாட்கள் கடந்த நிலையில் ஒரு காலை கண் விழித்த இராமனும் லக்ஷ்மணனும், பாசறை ஜுர வேகத்தில் பரபரப்பதைக் கண்டனர். மற்றவர்களுடன் கலந்து கொள்ளாமல் குடிசையினின்று வெளியேறியவர்கள், சூரிய பகவானையும் ருத்ரபகவானையும் பூஜிக்கும் நிமித்தம் ஏரியை நோக்கி நடந்தனர்.

அரிஷ்டநேமியும் அவர்களுடன் நடைபோட்டார். ''விரைவில் இங்கிருந்து கிளம்பிவிடுவோம்.''

''தகவலுக்கு நன்றி, அரிஷ்டநேமிஜி,'' என்றான் இராமன்.

வழக்கத்தை விட பெரிய பெட்டி ஒன்று மிக ஜாக்கிரதையாக எடுத்துச் செல்லப்படுவதைக் கண்டான் அவன். உள்ளே கனமான பொருள் இருக்கவேண்டும்; உலோகப் பல்லக்கில் வைக்கப்பட்டிருந்ததைத் தூக்கவே பன்னிரண்டு ஆட்கள் தேவைப்பட்டனர்.

''என்ன அது?'' உடனடியாக முளைவிட்ட சந்தேகத்தில் முகம் சுருங்கினான் லக்ஷ்மணன்.

"நன்மையும் தீமையுமான ஒரு விஷயம்," மர்மமாய்ச் சொன்ன அரிஷ்டநேமி, இராமனின் தோள் மீது கரம் பதித்தார். "எங்கே செல்கிறீர்கள்?"

"காலைப் பூஜைக்கு."

"நானும் வருகிறேன்."

―――|⋏|🐚|☀―――

பொழுது புலர்கையில் பிரபு பரசுராமருக்குப் பக்தி செலுத்துவதே அரிஷ்டநேமியின் வழக்கம். இன்றோ இராமலக்ஷ்மணர்கள் உடனிருக்க, தெய்வங்களுக்கெல்லாம் தெய்வமான மகாதேவர் ருத்ரபகவானையும் பூஜிப்பதென முடிவெடுத்தார். கடவுளர் அனைவருக்கும், இறுதியில் ஒரே ஆதிமூலம்தான் அல்லவா?

பூஜைபுனஸ்காரங்கள் முடிவடைந்தவுடன், ஏரிக்கரையின் பெரிய பாறை மீது மூவரும் அமர்ந்தனர்.

"தாடகையும் அவளது குலமும் பரிஹாவை என்னமாய்ச் சமாளிக்கப் போகிறார்களோ?" என்றார் அரிஷ்டநேமி.

"பிழைச்சுக்குவாங்க," என்றான் இராமன். "அவங்கள்ள ஒருத்தரா தங்களை நினைச்சிக்கிட்டா சமாளிக்கிறது சுலபம்."

"அவர்களைச் சேர்ந்தோருடனே இணைப்பதுதான் நல்லது என்பதுதான் என் எண்ணமும். அந்நியர்களுடன் அவர்களால் ஒத்திருக்க முடியவில்லை."

"அவங்க சித்தாந்தம் பத்தி நானும் நிறைய யோசிச்சிருக்கேன். ஏகத்துக்கான அணுகுமுறையிலதான் பிரச்சனை."

"முழுமுதற் கடவுளா?"

"ஆமா," என்றான் இராமன். "ஏகம், நம்முடைய மாய உலகைத் தாண்டிய விஷயம்னு திரும்பத் திரும்பச் சொல்லப்பட்டிருக்கு. உயிர்களுக்குரிய சகல குணங்களைக் கடந்தவர் அவர். எந்த நொடியும் நிலைக்காத, அநித்தியமான தற்காலிக உலகை உருவாக்கறதே குணங்கள்தானே? அதனாலதானே ஏகத்தை நிராகாரன், நிர்குணன் - அதாவது உருவம், குணங்களுக்கு அப்பாற்பட்டவன்னு சொல்றாங்க?"

''அதே,'' என்றார் அரிஷ்டநேமி.

''அனைத்தையும் கடந்த *ஏகம்* எப்படி ஒரு குறிப்பிட்ட நிலைப்பாட்டைத் தேர்ந்தெடுக்கமுடியும்?'' இராமன் கேட்டான். ''உருவத்தைக் கடந்தவருக்கு, ஒரு குறிப்பிட்ட உருவத்தின்மேல் எப்படிப் பிடித்தம் ஏற்பட முடியும்? எந்த ஒரு குழுவுடனும் அவர் இணைய முடியாதுன்னில்ல ஆகுது? *ஏகம்* எல்லோருக்கும் உரியவர்; அதே சமயம், யாருக்கும் உரிமையில்லாதவர். மனிதர்களுக்கு மட்டுமில்ல, பிரபஞ்சத்திலுள்ள அத்தனைக்கும் - விலங்கு, தாவரம், நீர், பூமி, சக்தி, நட்சத்திரம், வானவெளி - இது பொருந்தும். யார் நம்பினாலும் நம்பாட்டாலும் எல்லா உயிர்களும் *ஏகத்தி*லிருந்து பிறந்திருக்கு; எல்லாமே *ஏகத்து*க்குச் சொந்தம்.''

அரிஷ்டநேமி தலையசைத்தார். ''உருவம் சார்ந்த நம் உலகிற்கும், உருவமற்ற *ஏகத்தின்* உலகிற்கும் உள்ள அடிப்படை வித்தியாசத்தைப் புரிந்துகொள்ள முடியாமல்தான், என் கடவுள் உண்மை; உன் கடவுள் பொய் போன்ற நம்பிக்கைகள் உலவுகின்றன. கல்லீரலுக்கும் சிறுநீரகத்திற்கும் எவ்வாறு ஞானிகள் பேதம் காண்பதில்லையோ, அவ்விதமே முழுமுதற்கடவுளும் ஒரு குழுவை ஏற்றி, இன்னொன்றை இறக்குவதில்லை. அப்படி எண்ணுவது கூட முட்டாள்தனம்.''

''அதே!'' என்றான் இராமன். ''என் கடவுளாக இருந்து - மத்தவங்களைத் துறந்து என் பக்கம் வந்தா, அவர் *முழுமுதற்கடவுளே இல்லை.* எந்தப் பக்கமும் சாயாத, விசுவாசத்தையும் பயபக்தியையும் மிரட்டி வாங்காத - ஏன், எதையுமே கேட்டுப் பெறாதவர்தான் முழுமுதற்கடவுள். ஏகத்தின் தன்மையே இருத்தல்தான். அவருடைய இருப்பே, உலகின் எல்லா உயிர்களுக்குமான ஆதாரம்.''

ஞானத்தில் சிறந்த அயோத்யாவின் இந்த இளம் இளவலின் மீது அரிஷ்டநேமிக்கு மரியாதை மெல்லத் துளிர்த்தது. என்றாலும், இதை விஸ்வாமித்ரரிடம் ஒப்புக்கொள்ளும் தைரியம் அவருக்கில்லை.

''உன்னதமான ஆண்தன்மை சமுதாயத்தை சுக்ராச்சார்யார் உருவாக்க நினைச்சது தவறேயில்லை,'' இராமன் தொடர்ந்தான். ''அப்படிப்பட்ட சமூகத்துலே ஒழுக்கம், ஒழுங்குமுறை, தர்மநியாயம் நிறைஞ்சிருக்கும். மதத்தின் பேரால அவர் அதை ஸ்தாபிக்க நினைச்சதுதான் தப்பு.

இகலோகத்தையும் பரலோகத்தையும் தனிப்படுத்தி, சட்டத்தை மட்டுமே ஆதாரமாக்கியிருக்கணும். காலங்கள் மாறும் போது - அதுலே எந்த மாற்றமும் இல்லை - அதுக்குத் தகுந்தபடி மதநம்பிக்கையைக் கைவிடறது சிரமம். கஷ்டகாலங்கள்ள மனிதர்கள் மதத்தை இன்னும் இறுக்கிக்கிறது வழக்கம். ஆனா, சட்டத்தைக் கொண்டு ஆண்தன்மை சமூகம் ஸ்தாபிச்சா, சமயத்துக்கேத்த மாதிரி சட்டங்களை மாத்தறது சாத்தியமாகலாம். ஆண்தன்மை சமூகம் சட்டம் கொண்டுதான் அமைக்கப்படணுமேயொழிய, மதத்தாலே இல்லை.''

''அசுரர்களைக் காப்பது சாத்தியம் என்று உண்மையிலேயே நம்புகிறீரா? அவர்களில் பலர் இந்தியாவிலேயே இருக்கத்தான் செய்கின்றனர். சிறு குழுக்களாக மறைந்துதான் - ஆனால், இருக்கின்றனர்.''

''ஒரு வரைமுறைக்குட்பட்ட வாழ்க்கைக்கு அவங்களைத் தயாராக்க முடியும்னுதான் நினைக்கறேன். என் மக்கள்னு நான் சொல்லிக்கிற ஒழுக்கமில்லாத, சட்டத்தை மதிக்காதவங்களை விட இவங்க பரவாயில்லை. அசுரர்களின் சட்டங்கள் வழக்கொழிஞ்சு போச்சுங்கிறதுதான் அவங்க பிரச்சனை. மக்கள் நல்லவங்க; அறிவாற்றலும் ஆட்சித்திறனும் கொண்ட தலைமைதான் தேவை.''

''அப்படிப்பட்ட தலைவனாய் நீர் மாறக்கூடுமா? அவர்களுக்கான புதிய வாழ்வியலை உம்மால் உருவாக்க முடியுமா?''

இராமன் மூச்சைப் பிடித்துக்கொண்டான். ''எனக்கு என்ன விதிச்சிருக்குன்னு தெரியாது. ஆனா -''

''அண்ணா அடுத்த விஷ்ணுவாக முடியும்னு குரு வஸிஷ்டர் நம்பறார்,'' லக்ஷ்மணன் குறுக்கிட்டான். ''அசுரர்களுக்கு மட்டுமல்ல; அத்தனை பேருக்கும் - இந்தியா மொத்தத்துக்கும் தலைவனாவான். எனக்கு நம்பிக்கை இருக்கு. ராமனண்ணா மாதிரி யாருமே கிடையாது.''

அவனை ஏறிட்ட இராமனின் முகபாவத்தைக் கணிக்கமுடியவில்லை.

பின்னால் சாய்ந்த அரிஷ்டநேமி, மூச்சை இழுத்து விட்டார். ''நீர் நல்லவர்; மற்றவர்களினின்று ஒரு மாற்று உயர்ந்தவர் என்றே சொல்லலாம். வரலாற்றில் உமது பங்கு மிக முக்கியமானது என்றும் புரிகிறது. குறிப்பாய் என்ன என்பதுதான் புலப்படவில்லை.''

இராமனின் முகம் உணர்ச்சியற்றிருந்தது.

''மஹரிஷி விஸ்வாமித்ரர் சொல்வதைச் கேட்கவேண்டும் என்பதுதான் நான் உமக்குச் சொல்லக்கூடியது,'' என்றார் அரிஷ்டநேமி. ''இன்றைக்குள்ள ரிஷிகளில், ஞானமும் பலமும் பொருந்தியவர்கள் அவர்போல் யாருமில்லை.''

இராமனின் முகம் லேசாய் இறுகினாலும், வேறு பதிலில்லை.

''யாருமேயில்லை.'' அரிஷ்டநேமி குறிப்பிடுவது வஸிஷ்டரைத்தான் என்பதைப் புரிந்துகொள்வது கடினமாக இல்லை.

காட்டு வழியே, அவசரமில்லாமல் சென்றது பரிவாரம். கனமான பெட்டியை ஏற்றியிருந்த வண்டிக்குச் சற்று முன்பாக விஸ்வாமித்ரரும் அரிஷ்டநேமியும் குதிரையில் பயணித்தனர். பின்னால், கால்நடையாக வந்த பிற மலயபுத்ரர்களுடன் சேர்ந்து கொள்ளுமாறு இராமலக்ஷ்மணர்களுக்குப் பணிக்கப்பட்டிருந்தது. கங்கையில் நங்கூரமிட்டிருந்த கப்பல்களை அடைய இன்னும் சில மணி நேரம் ஆகும்.

அரிஷ்டநேமியை அருகே வரும்படி விஸ்வாமித்ரர் தலையசைக்க, அவரும் உடனடியாக சேணக்கயிறுகளை வலப்புறம் இழுத்து, நகர்ந்தார்.

''ஆக?'' விஸ்வாமித்ரர் கேட்டார்.

''அவனுக்குத் தெரியும்,'' என்றார் அரிஷ்டநேமி. ''மஹரிஷி வஸிஷ்டர் சொல்லிவிட்டார்.''

''அட, நாசமாய்ப் போக! அந்த வேரற்ற அதிகப்பிரசங்கி - இரட்டை வேஷக்காரனின் நரித்தனமான ...''

கோபத்தைக் கக்கி முடிக்கும் வரை அரிஷ்டநேமி எங்கோ தூரத்தில் பார்வையைப் பதித்தார். ஆக்ரோஷம் பொங்கி முடிந்ததும், மயிர்க்கூச்செரியும் மௌனம் நிலவியது. ஒருவழியாக, தைரியத்தை வரவழைத்துக்கொண்டார் மாணாக்கர். ''இப்போது என்ன செய்யவேண்டும், குருஜி?''

''செய்யவேண்டியதைத்தான்.''

அத்தியாயம் 19

கங்கையில் வழுக்கிச் சென்ற மூன்று கப்பல்கள் கொண்ட பரிவாரத்தின் முன்னணிக் கலத்தின் மேல்தளத்தில் நின்றனர் இராமலக்ஷ்மணர்கள். பயணத்தில் அநேக நேரத்தை விஸ்வாமித்ரர் அறையிலேயே கழிக்கத் திட்டமிட்டிருக்க, கிடைத்த சந்தர்ப்பத்தை அரிஷ்டநேமி வீணாக்க விரும்பவில்லை. மலயபுத்ரரின் உள்ளத்தில் அயோத்ய இளவரசர்கள் கிளர்ந்தெழுப்பிய ஆர்வம் அத்தகையதாயிருந்தது.

"எப்படியிருக்கிறார்கள் இளங்கோக்கள் இருவரும்?" என்றபடி அவர்களருகில் வந்தார்.

வெப்பமும் ஈரப்பதமுமாய் நசநசத்த காற்றில், அப்போதுதான் அலசிய நீண்ட கேசத்தைக் காய வைக்க முயன்று தோற்றுக்கொண்டிருந்தான் இராமன்.

"வெயில்ல கொஞ்சம் கொஞ்சமா வறுபட்டுக்கிட்டு இருக்கோம்," என்றான் லக்ஷ்மணன்.

அரிஷ்டநேமியின் முகத்தில் புன்னகை. "இப்போதுதானே துவங்கியிருக்கிறது? மழை வர இன்னும் பல மாதங்களாகும். நிலைமை சீராகுமுன், சற்று மோசமாகத்தான் வேண்டும்."

"அதனாலதான் திறந்த மேல்தளத்துல நிக்கறோம்," லக்ஷ்மணன் முகத்தினருகே கைகளை நாடகத்தனமாக விசிறினான். "காத்துன்னு எது அடிச்சாலும் கடவுள் அருள்தான்!" மதிய உணவு முடிந்து கீழ்த்தளங்களில் குமைந்து பணியைத் தொடருமுன், சற்று ஓய்வைத் தேடி பலரும் மேலே குவிந்திருந்தனர்.

அரிஷ்டநேமி, இராமனுக்கருகில் வந்தார். "நம் முன்னோர்களைப் பற்றிய உமது அபிப்ராயம் ஆச்சர்யமளிப்பதாக இருந்தது. தேவர்கள் மீது அப்படியென்ன விரோதம்?"

''எப்ப கேக்கப்போறீங்கன்னு நினைச்சேன்,'' இராமனின் முகத்தில் எதிர்பார்த்தது நடந்துவிட்ட மெல்லிய புன்னகை.

''இனிமேல் நினைக்க வேண்டாம்.''

இராமன் சிரித்துவிட்டு, ''நான் தேவர்களுக்கு விரோதியில்லை,'' என்றான். ''என்ன இருந்தாலும், நாம அவங்க வாரிசுகள்தானே? அதே சமயம், ஆண்தன்மை சமூகத்தை - சட்டஒழுங்கு, கீழ்ப்படிதல், நாணயம், தர்மம்கிற தாரக மந்திரங்களை அடிப்படையாக் கொண்ட வாழ்வியலை - மதிக்காம இருக்கமுடியலை. எல்லையில்லா சுதந்திரமுள்ள வாழ்க்கையைவிட அது பிடிச்சிருக்கு; பிராபல்யப்படுத்தணும்னு தோணுது.''

''உணர்ச்சிக் கொந்தளிப்பும் சுதந்திரமும் மட்டும் பெண்தன்மை சமூகம் ஆகிவிடாது, இளவரசே,'' என்றார் அரிஷ்டநேமி. ''கட்டுக்கடங்காத கற்பனைவளமும் உண்டு.''

''இருக்கலாம். அதே சமயம், பெண்தன்மை சமூகம் சீர்கெடும்போது மக்களிடையே பிரிவினை அதிகமாகுது; அடிச்சுத் துவைக்கப் பலவீனர்களைத் தேடி அலையறாங்க. பணியை ஆதாரமாக் கொண்ட சாதி வழக்கம், தேவர்கள் கோலோச்சின மத்திம காலங்கள்ள எப்படியோ பிறப்பை அடித்தளமாக்கி, பிரிவினையை ஏற்படுத்தும் இறுக்கமான அரசியல் களமாச்சு. இதனாலேயே தேவர்கள் சுலபத்துல தோற்கடிக்கப்பட்டாங்க. பிற்காலத்துல பல சீர்திருத்தங்கள் கொண்டுவந்து, சாதிக்கட்டுப்பாடுகளைத் தளர்த்தின பிறகே பலமடைஞ்சு அசுரர்களை வீழ்த்தினாங்க.''

''உண்மை. ஆனால், ஆண்தண்மை சமூகத்திற்கும் பிரச்சனைகள் இல்லாமலில்லை: சீர்கேடடையும் போது, இறுகி, அடிப்படைவாதப் பித்துப் பிடிக்கலாமல்லவா? *ஏகம்* குறித்த தங்கள் சித்தாந்தத்தை தேவர்கள் ஏற்கவில்லை என்ற ஒரே காரணத்திற்காக அசுரர்கள் ஓயாமல் தாக்கியது, மன்னிக்க முடியாத குற்றம்தான்.''

''ஒத்துக்கறேன். ஆனா, அதே தாக்குதல்களால தேவர்கள் ஒன்றுபடலையா? நடந்த கொடூரங்களிலிருந்து சில நன்மைகளும் விளைஞ்சதை அவங்க ஒத்துக்கணும். ஜாதிப்பிரிவினால ஏற்பட்ட தீமையை உணர்ந்து, அதை ஒழிக்க வேண்டிய கட்டாயத்தையும், ஒத்துமையாயிருக்க வேண்டியதன் முக்கியத்துவத்தையும் தேவர்கள் புரிஞ்சிக்கிட்டாங்க. என் அபிப்ராயத்துலே, வர்ணாசிரமக்

கட்டுக்களைத் தளர்த்தினதுதான் இந்திரபகவான் கொண்டு வந்த சீர்திருத்தங்கள்ளேயே முக்கியமானது. பிற்காலத்துலே இணைஞ்ச தேவர்கள்தானே, காலப்போக்குல இறுகிட்ட அசுரர்களை வீழ்த்தினாங்க?''

''என்ன சொல்ல வருகிறீர்? நடந்த பயங்கர வன்முறைக்கு அசுரர்களுக்குக் கடமைப்பட்டு, தேவர்கள் நன்றி பாராட்ட வேண்டுமா?''

''இல்லை,'' என்றான் இராமன். ''எவ்வளவு பயங்கரமான சம்பவத்திலிருந்தும் நன்மை வெளிப்படலானு சொல்றேன். எல்லா தீமையிலும் ஏதோ நன்மை புதைஞ்சிருக்கு; நன்மையில் தீமை மறைஞ்சிருக்கு. வாழ்க்கை ஏற்ற இறக்கங்கள் நிறைஞ்சது - ஆனா, சமநோக்குள்ள ஒருத்தரால ரெண்டு கோணத்தையும் பார்க்க முடியும். உதாரணத்துக்கு, அசுரர் படையெடுப்பின் தாக்கம் மறைஞ்சிட்டதாலே, ஜாதிக்கட்டுகள் மறுபடியும் இறுகிடுச்சுங்கிறதை ஏற்கத்தானே வேணும்? இன்னைக்கு மனுஷனுடைய சமூக அந்தஸ்த்தைத் தீர்மானிக்கிறது பிறப்புதானேயொழிய, *கர்மா* இல்லைங்கறது நவீன சப்தசிந்துவின் உயிர்ச்சக்தியை உறிஞ்சிக் கெடுக்கற பெருந்தீமைன்னு மறுக்கப் போறீங்களா?''

''சரி, சரி,'' என்றான் லக்ஷ்மணன். ''இதுக்கு மேல தத்துவ விசாரணையில மூழ்கிக் கரைஞ்சோம்னா தலை வெடிச்சிரும்!''

அரிஷ்டநேமி அட்டகாசமாய் சிரிக்க, இராமன் தம்பியை வாஞ்சையுடன் பார்த்தான்.

''நல்ல வேளையா, அயோத்யாவுல இறங்கின கையோட எல்லாம் முடிஞ்சது,'' என்றான் லக்ஷ்மணன்.

''ஆ...'' அரிஷ்டநேமி இழுத்தார். ''அதற்குச் சற்று தாமதமாகலாம், இளவரசே.''

''என்ன சொல்றீங்க?'' இராமன் கேட்டான்.

''அயோத்யா திரும்பும் வழியில் மிதிலையில் இறங்குவதாக குரு விஸ்வாமித்ரர் திட்டமிட்டிருக்கிறார். மிக முக்கியப் பணி ஏதோ இருக்கிறதாம்.''

''இதை எப்ப சொல்றதா இருந்தீங்க?'' லக்ஷ்மணன் எரிச்சலுடன் கேட்டான்.

''இப்போது சொல்கிறேனே,'' என்றார் அரிஷ்டநேமி.

லக்ஷ்மணனை அமைதியடையும்படி சைகை செய்த இராமன், அவரிடம் திரும்பினான். ''பரவாயில்லை, அரிஷ்டநேமிஜி. குரு விஸ்வாமித்ரர் சொல்றவரைக்கும் அவருடன் இருக்கும்படி எங்கப்பா உத்தரவு. சில மாதங்கள் தாமசிக்கிறதால எந்த நஷ்டமும் ஏற்படப்போறதில்லை.''

''மிதிலையா...'' லக்ஷ்மணன் முனகினான். ''பட்டிக்காட்டை விட மோசம்!''

சப்தசிந்துவின் அநேக பெருநகரங்களைப் போலல்லாமல், *மண்ணின் மைந்தர்களது நகரான* - அல்லது மன்னன் மித்தி தோற்றுவித்த - மிதிலா, நதிக்கரை நகரமாயில்லாததற்கு, சில பல வருடங்களுக்கு முன் கண்டகி நதி மேற்கு நோக்கிப் பாதை மாறியதே காரணம். மிதிலாவின் விதி இதனால் தலைகீழானது உண்மை. சப்தசிந்துப் பெருநகரங்களில் ஒன்றாயிருந்த மதிப்பை இழந்து, வெகுவேகமாய் சீர்கேடடைந்தது. இந்தியாவின் பெரும்பான்மை வர்த்தகம் நதி மூலமே நடைபெற்ற நிலையில், கண்டகி முகத்தைத் திருப்பிக் கொள்ள, மிதிலையின் செல்வாக்கு ஏறக்குறைய ஒரே நாளில் காலாவதியாகிவிட்டது. மிகச் சிறிய அளவிலான வர்த்தகத்தால் பயனில்லையாதலால், நியமிக்கப்பட்ட உப-வர்த்தகர்களை, இராவணனின் சாதுர்ய வணிகர்கள் ஒரே வீச்சில் திருப்பியழைத்துக்கொண்டனர்.

தர்மசிந்தை, நன்னடத்தை ஆகிய நற்குணங்களுடன் ஞானவித்தகராய் நகரை ஆட்சி புரிந்தார் மன்னர் ஜனகர். நல்லவரேயென்றாலும், வகித்த பதவிக்குரிய திறனுள்ளவரா என்பது சந்தேகம். ஆன்மீககுருவாய் விளங்க விரும்பியிருந்தால், ஜனகரை விடச் சிறந்த ஆச்சார்யன் உலகில் இருந்திருக்க முடியாது. விதியோ, அவரை அரசராக்கியிருந்தது. இருப்பினும், *தர்மசபைகள்* பலவற்றை நிறுவி மக்களின் ஆன்மீக வளர்ச்சியை சிரமேற்கொண்டு போஷித்து வந்தார். அரசாங்க வருமானம், நகர்ப்பாதுகாப்பு இத்யாதிகளைத்தான் கண்டுகொள்வாரில்லை.

மிதிலாவில் தலைவிரித்தாடிய பிரச்சனைகள் போதாவென்று, அரச குடும்பத்திலும் ஏற்ற இறக்கங்கள்: சமீப காலமாய் ஆட்சியதிகாரம் ஜனகரின் இளைய சகோதரர் குஷத்வஜருக்கு மாறிவிட்டதற்கான சான்றுகள் சந்தேகத்திற்கிடமின்றித் தென்பட்டன. கண்டகி நதியின் புதிய பாதை குஷத்வஜரின் நகரைத் தொட்டுச் சென்றதில், மிதிலாவின் நஷ்டம், ஸங்கஷ்யாவின் லாபமாயிற்று. நீர்வரத்தின் அதிகரிப்பு, திடீரெனப் பெருத்த

வாணிபத்திலும், மக்கள்தொகையிலும் பளிச்சென விளங்கியது. செல்வமும் செல்வாக்கும் செழித்ததில், அரசகுடும்பத்தின் ஒரே பிரதிநிதியாக சப்தசிந்துவில் தன்னை நிலைநிறுத்திக் கொள்ளும் பிரயத்தனங்களில் இறங்கினார் குஷத்வஜர். வெளியுலகம் மெச்சும்படி ஞானச்செம்மலான தமையனுக்கு மரியாதையளித்தாலும், நடப்பதெல்லாம் நாடகமே; மிதிலையை ஸங்கஷ்யாவுடன் இணைத்து, இரு நகரங்களுக்கும் மன்னனாய் குஷத்வஜர் முடிசூட்டிக் கொள்ளத் திட்டமிட்டிருப்பதாகப் பரவிய வதந்திகளும் ஏராளம்.

"குருஜியின் விருப்பம்னா, அங்கேதான் போறோம், லக்ஷ்மணா," என்றான் இராமன். "ஸங்கஷ்யாவிலிருந்து பயணிக்க துணை வேண்டியிருக்குமே? அங்கேயிருந்து மிதிலாவுக்கு சரியான சாலை கிடையாதுன்னு கேள்விப்பட்டிருக்கேன்."

"ஒரு காலத்தில் இருந்தது," அரிஷ்டநேமி வெளியிட்டார். "நதியின் போக்கு மாறியபோது, அடித்துக்கொண்டு போய்விட்டது. புதிய சாலை அமைக்கும் பணிகள் நடைபெறவில்லை. மிதிலாவில் செல்வத்திற்கு... சற்றுத் தட்டுப்பாடு. ஆனால், அவர்களது பிரதம மந்திரிக்குச் செய்தி போயிருக்கிறது; வழிகாட்டிகளுக்குத் தக்க ஏற்பாடு செய்திருக்கிறாள்."

"ஜனக மன்னரோட மகள்தான் பிரதமராமே?" லக்ஷ்மணன் கேட்டான். "நம்பவே முடியலை. அவங்க பெயர் ஊர்மிளாவா?"

"பெண் பிரதமராயிருக்கறதை நம்பறதுல அப்படியென்ன கஷ்டம், லக்ஷ்மணா?" அரிஷ்டநேமி பதில் சொல்லுமுன் இராமன் குறுக்கிட்டான். "அறிவுக் கூர்மையில் பெண்களும் ஆண்களும் சமம்."

"தெரியும்ணா," என்றான் லக்ஷ்மணன். "விசித்திரமாயிருக்கேன்னு நினைச்சேன்; அவ்வளவுதான்."

"மோஹினிதேவியும் பெண்தான்," இராமன் தொடர்ந்தான். "அவங்களே ஒரு விஷ்ணு. ஞாபகம் வெச்சுக்கோ."

லக்ஷ்மணன் மௌனமானான்.

சற்று வாஞ்சையுடன் அவன் தோளைத் தொட்டார் அரிஷ்டநேமி. "உமது கூற்று உண்மைதான், இளவலே.

ஜனக மன்னர் புத்ரிதான் பிரதமர். ஆனால், அவருக்குப் பிறந்தவளான ஊர்மிளா அல்ல; வளர்ப்பு மகள்.''

''வளர்ப்பு மகளா?'' இராமன் அதிசயித்தான். தத்துக் குழந்தைகளுக்கு இக்காலத்தில் சம உரிமை வழங்கப்படுவது அபூர்வம். என்றாவது இந்தச் சட்டத்தை மாற்றி நிலைமையைச் சீர் செய்யும் எண்ணம் அவனுக்கு உண்டு.

''ஆம்,'' என்றார் அரிஷ்டநேமி.

''இது எனக்குத் தெரியாது. அவங்க பேரென்ன?''

''அவள் பெயர் சீதா.''

''ஸங்கஷ்யாவின் மன்னரைச் சந்திக்கப் போறதில்லையா?'' இராமன் கேட்டான்.

நகரிலிருந்து சில கிலோமீட்டர் தூரத்தில் இருந்த துறைமுகத்தில் விஸ்வாமித்ரரின் கப்பல்கள் நங்கூரமிட, இறங்கியவர்களை மிதிலாவின் காவல் மற்றும் அரசாங்க வெளியுறவுத் துறைகளின் தலைவியான ஸமீச்சி, அதிகாரிகள் சகிதம் எதிர்கொண்டழைத்தாள். நூறு மலயபுத்ரர்கள் கொண்ட பரிவாரத்தை அவளது குழு மிதிலாவிற்கு இட்டுச் செல்ல, மற்றவர்கள் கப்பல்களிலேயே தங்கிவிடுவதாக உத்தேசம்.

''இல்லை,'' அரிஷ்டநேமி குதிரையில் ஏறிக்கொண்டார். ''யாருமறியாமல் நகரைக் கடக்க எண்ணியுள்ளார் குரு விஸ்வாமித்ரர். மன்னர் குஷத்வஜர்தான் எப்படியும் பிரயாணத்திலிருக்கிறாரே?''

தானும் இராமனும் அணியவென அளிக்கப்பட்டிருந்த எளிய வெண்ணுடைகளை ஆராய்ந்தான் லக்ஷ்மணன். சாதாரணர்களைப் போல் மக்களிடையே ஊடாட வேண்டும் போலும்.

''அடடே, மாறு வேஷமா?'' குறுகுறுப்புடன் மலயபுத்ரர்களை ஏறிட்டவனின் மனதில் ஏராள சந்தேகம். ''தெரியாம போச்சே.''

அரிஷ்டநேமி புன்னகையுடன் முழங்காலை அழுத்த, குதிரை நகர்ந்தது. அவரைத் தொடர்ந்து இராமலக்ஷ்மணர்கள்

புரவியேறினர். ஸமீச்சி சகிதம், விஸ்வாமித்ரர் முன்னமேயே பரிவாரத்தின் தலைப்பகுதிக்குச் சென்றுவிட்டார்.

மூன்று குதிரைகள் மட்டுமே ஒன்றுடன் ஒன்று இணைந்து செல்லக்கூடிய குறுகலான அந்தக் காட்டுப்பாதை ஆங்காங்கே சற்று விரிவடைந்த போது மட்டும், என்றோ பாவிய பழைய கல் தடம் புலப்பட்டது. அநேக பகுதிகளைக் காடு வந்து மூடிக்கொண்டுவிட, சிற்சில இடங்களில், ஒற்றை அணியாகவே செல்லவேண்டியிருந்தது.

''இதுவரை நீங்கள் மிதிலா சென்றதில்லையல்லவா?'' அரிஷ்டநேமி கேட்டார்.

''அவசியம் ஏற்பட்டதில்லை,'' என்றான் இராமன்.

''சில மாதங்களுக்கு முன் இளைய சகோதரர் பரதர் ஸங்கஷ்யா வந்திருந்தாரே?''

''அயோத்ய வெளியுறவுத் துறைத் தலைவன் அவன். சப்தசிந்து மன்னர்களை அடிக்கடி பார்க்கும்படியான சந்தர்ப்பம் அமையறது இயற்கைதான்.''

''ஓ? திருமண விஷயமாக மன்னர் குஷத்வஜரை சந்தித்திருப்பாரோ என நினைத்தேன்.''

''கல்யாணமா?'' லக்ஷ்மணன் முகம் சுருங்கியது. ''சம்பந்தம் பேசற எண்ணம் இருந்தாலும், இதைவிட செல்வாக்கான இராஜ்யங்கள்ள ஏதோடாவதுதான் இருக்கும். ஸங்கஷ்யாவைத் தேர்ந்தெடுப்பானேன்?''

''ஒன்றுக்கு மேற்பட்ட திருமணங்கள் அமையக்கூடுமல்லவா? உறவுமுறைகள் இறுகினால், அரசியல் பந்தம் பலம் பெறும் என்கிறார்களே?''

லக்ஷ்மணன் இராமனை சட்டென ஓரப்பார்வை பார்த்தான்.

''என்ன விஷயம்?'' அதைப் பார்த்துவிட்ட அரிஷ்டநேமி கேட்டார். ''நீங்கள் ஒப்புக்கொள்ளவில்லையா?''

லக்ஷ்மணன் தடாலென குறுக்கே புகுந்தான். ''கல்யாணம் புனிதமான விஷயம்கிறது அண்ணாவோட நம்பிக்கை. வெறும் அரசியல் பந்தமா பார்க்கக் கூடாதாம்.''

அரிஷ்டநேமியின் புருவங்கள் உயர்ந்தன. ''பண்டைய காலத்தில் அப்படியொரு எண்ணப்போக்கு இருந்தது உண்மை. இப்போதெல்லாம் அதில் யாருக்கும் உடன்பாடிருப்பதாகத் தெரியவில்லை.''

''நம்ம முன்னோர்கள் செஞ்ச எல்லாத்திலும் எனக்குச் சம்மதமில்லைதான்,'' என்றான் இராமன். ''ஆனா, சில சம்பிரதாயங்களைப் புதுப்பிக்கிறது தப்பில்லைன்னு தோணுது. அதுல ஒண்ணுதான் இது: கல்யாணம் ரெண்டு அதிகார மையங்கள் போட்டுக்கிற அரசியல் முடிச்சில்ல; ரெண்டு ஆன்மாக்களின் புனித சங்கமம்.''

''இம்மாதிரி யோசிக்கும் வெகு சிலரில் நீர் ஒருவர் என நினைக்கிறேன்.''

''அதனாலேயே அது தப்பாகிடாது.''

இந்தக் கட்டத்தில் லக்ஷ்மணன் பேச்சை மீண்டும் இடைவெட்டினான். ''ஒரு ஆண், ஒரு பெண்ணை மட்டும்தான் கல்யாணம் செஞ்சுக்கலாமாம். இதுவும் அண்ணாவோட நம்பிக்கை. பலதார மணம், பெண்களுக்கெதிரான மிகப் பெரிய அநியாயமாம்; தடை செய்யணுமாம்.''

''குறிப்பா அப்படிச் சொல்லலை, லக்ஷ்மணா,'' என்றான் இராமன். ''சட்டம் எல்லாருக்கும் பொதுவா இருக்கணும்கறேன். ஒரு ஆண், பல பெண்களை மணக்க உரிமையிருக்குன்னா, ஒரு பெண் விரும்பினா பல ஆண்களை மணக்க முடியணும். இப்பொழுதைய சட்டம் ஆண்களுக்குச் சாதகமா இருக்குங்கிறதுதான் பிரச்சனை. பலதார மணத்துக்குத் தடையில்லை; ஆனால் பலபதி மணம் அனுமதிக்கப்படலைன்னா, நிச்சயம் தவறுதானே? எப்படியிருந்தாலும், ஒரு ஆண், தனக்கான பெண்ணைத் தேர்ந்தெடுத்து வாழ்நாள் முழுக்க அவளுக்கு விசுவாசமா இருக்கணும்கிறது, என்னுடைய தனிப்பட்ட அபிப்ராயம்.''

''ஆண், ஒரே பெண்ணிடத்தில் பிறவிக்கணக்கில் விசுவாசமாயிருக்க வேண்டும் என்று அபிப்ராயப் படவில்லையே? அந்த வரையில் ப்ரம்மதேவருக்கு வந்தனம்!'' அரிஷ்டநேமி சிரித்தார்.

இராமன் புன்னகைத்தான்.

''அதே சமயம், இளவரசே,'' தொடர்ந்தார். ''சில நூற்றாண்டுகளுக்கு முன் பலதார மணம் வெகுவாகப்

பரவியதற்குக் காரணமில்லாமலில்லை என்பதையும் நீர் அறிந்திருக்கத்தான் வேண்டும். சூர்யவம்சிகளுக்கும் சந்திரவம்சிகளுக்குமிடையே ஏறக்குறைய ஐம்பது வருடம் நடந்த போரிலிருந்து அப்போதுதான் மீண்டிருந்தோம். லட்சக்கணக்கில் ஆண்கள் மாண்டு மாப்பிள்ளைகளுக்குப் பெரும்பஞ்சமே ஏற்பட்டுவிட்ட நிலையில், ஒரு பெண்ணுக்கு மேல் திருமணம் செய்துகொள்ளப் பலர் ஊக்குவிக்கப்பட்டனர். நாட்டின் மக்கள் தொகையை விருத்தி செய்யவேண்டிய கட்டாயம் நமக்கும் இருந்தது. ஒரு கட்டத்தில் மக்கள் பலதார மணத்தில் பெருவாரியாக ஈடுபடத் துவங்கிவிட்டனர்.''

"இருக்கலாம்; ஆனா இப்ப அந்தப் பிரச்சனை இல்லையே?'' இராமன் வினவினான். "அப்புறம் ஏன் ஆண்களுக்குத் தொடர்ந்து இந்தச் சலுகை?''

சில நொடிகள் மௌனம் காத்த அரிஷ்டநேமி, மீண்டும் இராமனிடம் திரும்பினார். "ஒரே ஒரு பெண்ணைத்தான் மணம் புரிந்துகொள்ளப் போகிறீரா?''

"ஆமா. வாழ்நாள் முழுக்க அவளுக்கு விசுவாசமா இருப்பேன். இன்னொரு பெண்ணை ஏறெடுத்தும் பார்க்கமாட்டேன்.''

"அண்ணா,'' லக்ஷ்மணன் கண்களில் குறும்பு மின்னியது. "மத்த பெண்களைப் பார்க்கறதை எப்படித் தவிர்க்கப் போறே? திரும்பின பக்கமெல்லாம் இருக்காங்களே! ஒவ்வொரு தடவை பொண்ணு கடந்து போறப்பவும் கண்ணை மூடிக்கப் போறியா?''

இராமன் சிரித்துவிட்டு, "நான் சொல்ல வர்றது உனக்கு நல்லாத் தெரியும்,'' என்றான். "என் மனைவி மாதிரி மத்த பெண்களைப் பார்க்கமாட்டேன்.''

"ஆக, ஒரு பெண்ணிடம் என்னதான் எதிர்பார்க்கிறீர்?'' ஆவல் கரைமீறக் கேட்டார் அரிஷ்டநேமி.

"இரு,'' இராமன் வாயைத் திறக்குமுன், லக்ஷ்மணன் முன்னால் குதித்தான். "இரு, இரு - இதுக்கு நான்தான் பதில் சொல்லியாகணும்.''

புன்சிரிப்புடன் அவனை ஏறிட்டார் அரிஷ்டநேமி.

"ஒரு முறை அண்ணா என்ன சொன்னான் தெரியுமா?'' லக்ஷ்மணன் தொடர்ந்தான். "பார்த்தாலே மரியாதையோட தலைவணங்கக்கூடிய பெண்தான் வேணுமாம்.''

சொல்லும்போதே அவன் முகத்தில் மந்தகாசப் புன்னகை. அண்ணனைப் பற்றிப் பிறரறியாத அபூர்வ இரகசியத்தைத் தெரிந்து வைத்திருந்த அசாத்திய பெருமிதம்.

இராமனை நோக்கிக் குழப்பத்துடன் புன்னகைத்தார் அரிஷ்டநேமி. "மரியாதையுடன் தலைவணங்கும் படியாகவா?"

சொல்வதற்கு இராமனுக்கு ஏதுமிருக்கவில்லை.

அரிஷ்டநேமி நேர்ப்பார்வை பார்த்தார். மிக நிச்சயமாய் இராமன் அதிசயித்து மதிக்கக்கூடிய பெண்ணொருத்தியை அவருக்குத் தெரியும்.

அத்தியாயம் 20

பரிவாரம் சகிதம் ஒரு வாரம் கழித்து நகர் வந்து சேர்ந்தார் விஸ்வாமித்ரர். மாரிச்செல்வம் அபரிமிதமாய்க் கொழித்த சேற்றுப்பூமியாதலால், மிதிலாவைச் சூழ்ந்த சமவெளிகள் கற்பனைக்கெட்டாத செழிப்புடன் திகழ்ந்தன. ஒரு கை விதையை மண்ணில் தூவிவிட்டு நடையைக் கட்டினால் போதும்; மிச்சத்தை நிலம் பார்த்துக்கொள்ளும். சில மாதங்கள் கழித்து வந்து விவசாயி அறுவடை செய்துவிடலாம் என்ற பொதுவழக்கே உண்டு. ஆனால் மிதிலாவாழ் விவசாயிகள் நிலம் கையகப்படுத்துவதிலோ, விதை தூவுவதிலோ அதிக நாட்டம் கொள்ளவில்லையாதலால், காடு நாளாவட்டத்தில் மூடி நகரைச் சுற்றி செடிகொடிகளாலான அடர் வேலியை அமைத்திருந்தது. அதுவுமன்றி, அருகே பெரிய நதியேதும் இல்லாதது அநேக இந்திய நகரங்களுடனான தொடர்பை அறுத்து, மிதிலாவின் தனிமையை மேலும் அதிகப்படுத்தியிருந்தது.

''நதிகளை ஏன் இவ்வளவு நம்பறோம்?'' இராமன் கேட்டான். ''ஏன் சாலைகள் அமைக்கக்கூடாது? மிதிலா மாதிரி ஒரு நகரம் பயணிக்க வழியில்லாம திண்டாட வேண்டிய அவசியமேயில்லை.''

''ஒரு காலத்தில் நம்மிடம் நல்ல சாலைகள் இல்லாமலில்லை,'' என்றார் அரிஷ்டநேமி. ''நீர் அவற்றை அமைக்கக்கூடும்.''

காட்டின் முன்னணி வரிசையை உடைத்துக் கொண்டு பரிவாரம் வெளிவந்த போது, பகைத்தாக்குதல்களை முன்னர் சமாளிக்கும் அகழியாகவும், குடிதண்ணீர் எடுக்கப் பயன்படும் ஏரியாக இப்போது மாறியிருந்த நீர்பரப்பு கண்முன் விரிந்தது. மிதிலாவை தனித்த தீவாகவே மாற்றுமளவு நகரைக் கச்சிதமாய்ச் சூழ்ந்திருந்தது ஏரி. இராணுவத் தேவை இல்லாததால் இக்காலத்தில் முதலை போன்ற மிருகங்களை நீரில் விடும் வழக்கமும்

இக்ஷ்வாகு குலத்தோன்றல் 245

ஒழிந்திருந்தது. தண்ணீரைச் சுலபத்தில் எட்டும் வகையில் கரையில் படிக்கட்டுகள் அமைந்திருந்தன. பிரம்மாண்டமான சக்கரங்களால் சேந்தப்பட்ட நீர், குழாய்களின் மூலம் நகருக்குள் விநியோகிக்கப்பட்டது.

"அத்தியாவசியக் குடிதண்ணீருக்கு அகழியைப் பயன்படுத்தற மாதிரி முட்டாள்தனம் இருக்கமுடியாது," என்றான் லக்ஷ்மணன். "முற்றுகையில் எதிரிகள் முதல்ல இதைத்தான் இலக்காக்குவாங்க. இல்லை, இன்னும் மோசம்: விஷம் கலந்துருவாங்க."

"நீர் சொல்வது சரி," என்றார் அரிஷ்டநேமி. "மிதிலாவின் பிரதமரும் இதை அறியாமலில்லை. அதனால்தான் சிறிய, மிக ஆழமான ஏரியொன்றைக் கோட்டைக்குள்ளேயே அமைத்திருக்கிறாள்."

ஏரியின் வெளிக்கரையருகேயே இராமலக்ஷ்மணர்களும், அரிஷ்டநேமியும் இறங்கிக் கொண்டனர்; எதிரேயிருந்த மிதவைப்பாலத்தைக் கடக்கவேண்டும். நீரில் மிதக்கும் மேடையின் இருபுறமும் படகு, பரிசல்களை நீள்வாக்கில் ஒன்றன்பின் ஒன்றாய் அகழியில் நிறுத்தி உருவாக்கிய பாலமாதலால், அசைந்து, தடம்புரளக்கூடிய வாய்ப்பு அதிகம்; குதிரையை நடத்திக்கொண்டே கடப்பது உசிதம்.

"வழக்கமான பாலங்களை விட கட்டுமானச் செலவு குறைவு என்பது மட்டுமல்ல," அரிஷ்டநேமி உற்சாகமாக எடுத்துச் சொன்னார். "நகரம் தாக்குதலுக்குள்ளானால், சுலபத்தில் தகர்த்துவிடலாம். மீண்டும் கட்டிக் கொள்வதும் எளிது."

மிதிலாவின் சிறப்புக்களை தேவைக்கதிகமாய்ப் புகழ்வதன் அவசியம் புரியாத இராமன், பட்டுக்கொள்ளாமல் தலையசைத்தான். எப்படியிருந்தாலும், தற்காலிக பாலத்தை அகற்றி ஸ்திரமான ஒன்றை அமைப்பதற்குரிய பொருள் நகரிடம் தற்சமயம் இல்லையென்பது நிச்சயம்.

அது சரி, இந்தக் காலத்துல இலங்கையைத் தவிர்த்து எந்த இந்திய தேசம்தான் செல்வாக்கா இருக்கு? அவங்கதான் சொத்தையெல்லாம் வாரிக்கிட்டுப் போயிட்டாங்களே?

பாலத்தைக் கடந்தவர்கள், மிதிலாவின் கோட்டைச் சுவர்களைக் கண்ணுற்றனர். இராணுவச் சின்னங்களோ, இராஜகுலப் பெருமையைக் குறிக்கும் புகழ்மொழிகளோ இன்றி வாயிற்கதவுகள் வெறுமையாய்க் காட்சியளித்தது

விசித்திரம். மேற்பகுதியில், வித்தைக்கு அதிபதியான ஸரஸ்வதிதேவியின் திருவுருவச் சிலை செதுக்கப்பட்டிருக்க, கீழே எளிமையாய் இரு வாசகங்கள்:

ஸ்வக்ருஹே பூஜ்யதே மூர்கஹா; ஸ்வக்ராமே பூஜ்யதே ப்ரபுஹு

ஸ்வதேஷே பூஜ்யதே ராஜா: வித்வான் ஸர்வத்ர பூஜ்யதே

மூர்க்கனை வீட்டார் தொழுவர்.

தலைவனை ஊரார் தொழுவர்.

அரசனை நாட்டோர் தொழுவர்.

சான்றோனை அனைவரும் தொழுவர்.

இராமன் முகம் மலர்ந்தது. அறிவுக்கும் வித்தைக்கும் சமர்ப்பணமான நகரம்.

''உள்ளே செல்வோமா?'' அரிஷ்டநேமி குதிரையின் முகக்கயிற்றைப் பிடித்திழுத்து வாயினால் 'க்ளிக்' என சப்தித்தார்.

இராமன் லக்ஷ்மணனை நோக்கித் தலையசைக்க, இருவரும் அவரையொட்டி நகருக்குள் நுழைந்தனர். வாயிலைக் கடந்தவுடன் எதிர்ப்பட்ட எளிய சாலை, ஒரு கிலோமீட்டர் தூரத்திலிருந்த இன்னொரு மதில்சுவரை நோக்கி நீண்டது. இரு சுவர்களுக்கிடையே இருந்த நிலம் விவசாயத்தின் பொருட்டு கச்சிதமான சதுரங்களாய்ப் பிரிக்கப்பட்டிருக்க, பயிர்கள் அறுவடைக்குத் தயாராய் செழித்திருந்தன.

''சாமர்த்தியம்தான்,'' என்றான் இராமன்.

''ஆமாண்ணா,'' என்றான் லக்ஷ்மணன். ''கோட்டைக்குள்ளேயே பயிரிட்டா, சாப்பாட்டுக்கு எந்த பங்கமும் வராது.''

''அதைவிட முக்கியம், வெளிச்சுவரை உடைச்சுக்கிட்டு உள்ளே நுழையும் எதிரிகள் முதல்ல கொலையில் இறங்கப்போற இடம் இதுதான் - ஆனா இங்கே மனிதச் சுவடே இல்லை. சட்டுன்னு பின்வாங்க முடியாத நிலையில், ரெண்டாவது சுவரை எட்டறதுக்குள்ளே பல ஆட்களை இழந்திருப்பாங்க. அருமையான இராணுவத் தந்திரம் -

இக்ஷ்வாகு குலத்தோன்றல்

ரெண்டு கோட்டைச் சுவர்களுக்கு நடுவில வெற்றிடம். அயோத்யாவிலேயும் அமல்படுத்தணும்.''

கோட்டையின் உள்சுற்றை நெருங்குகையிலேயே அரிஷ்டநேமியின் வேகம் அதிகரித்தது.

''அங்கே தெரியறது ஜன்னலா?'' லக்ஷ்மணன் உள்சுற்றின் மேற்புறம் சுட்டிக் காட்டினான்.

''ஆம்,'' என்றார் அவர்.

''கோட்டைச்சுவர்லே கூட ஜனங்க குடியிருக்காங்களா என்ன?'' லக்ஷ்மணன் குரலில் ஆச்சர்யம்.

''சந்தேகமில்லாமல்.''

''ஓ,'' லக்ஷ்மணன் தோள்களைக் குலுக்கிக் கொண்டான்.

புன்னகைத்த அரிஷ்டநேமி, மீண்டும் நேரே நோக்கினார்.

''அட நாசமாய்ப் போக ...'' உள்சுற்று வாயில்களை கடந்தவுடன் லக்ஷ்மணனின் வாயிலிருந்து தெறித்தன வார்த்தைகள். ''பொறியிலே நல்லா மாட்டிக்கிட்டோம்!''

'அமைதி, இளவரசே,'' அரிஷ்டநேமியின் முகத்தில் ஏராளப் புன்னகை. ''இது பொறியல்ல, மிதிலா.''

வாயிலைக் கடந்தவுடன் மிகப்பெரிய ஒற்றைச் சுவர்க் கட்டிடம் அவர்களை வரவேற்றது. ஒரே பிரம்மாண்டச் சுவரைப் பகிர்ந்த பல வீடுகள் இடைவெளியில்லாமல், குறுக்கே பாதையின்றி, தேன்கூடு போல அடுக்கடுக்காய் நிர்மாணிக்கப்பட்டிருந்தன. சுவற்றின் மேற்பகுதியில் ஒவ்வொரு வீட்டிற்கும் ஜன்னல் இருந்தாலும், தெருமட்டத்தில் கதவுகளே இல்லை. பொறியில் எலிபோல் வகையாய் முட்டுச்சந்தில் மாட்டிக் கொண்டுவிட்ட உணர்வு லக்ஷ்மணனுக்கு ஏற்பட்டதில் அதிசயமில்லை. விஸ்வாமித்ரரின் பரிவாரத்தில் பெரும்பகுதி காணப்படாததும் மிகுந்த சந்தேகத்தைக் கிளப்பியது.

''தெருக்களெல்லாம் எங்கே?'' இராமன் கேட்டான்.

வீடுகளெல்லாம் இடித்துக்கொண்டு வரிசையாக நின்றதில் தெருக்களுக்கோ, ஏன் சிறிய பாதைகளுக்குக்கூட இடமிருந்ததாகத் தெரியவில்லை.

''என்னுடன் வாருங்கள்,'' சகபிரயாணிகளின் அப்பட்டமான திணறலை வெகுவாய் ரசித்த அரிஷ்டநேமி, ஒரு வீட்டின் பகுதியாகவே அமைந்திருந்த கல் படிக்கட்டுக்களை நோக்கிக் குதிரையைச் செலுத்தினார்.

''என்னத்துக்கு இப்ப கூரை மேல ஏர்றீங்க?'' லக்ஷ்மணன் படபடத்தான். ''அதுவும் குதிரையோட!''

''சற்று என் பின்னால்தான் வாருங்களேன், இளவரசே,'' அரிஷ்டநேமியின் குரலில் நிதானம் குறையவில்லை.

தம்பியை ஆற்றுப்படுத்தும் விதமாகத் தட்டிக் கொடுத்த இராமன், படிகளில் ஏறத் துவங்கினான். மிகுந்த தயக்கத்துடன், குதிரையை நடத்திக் கொண்டு பின்னோடு சென்றான் லக்ஷ்மணன். கூரை மீது ஒரு வழியாக நின்ற போது கண்முன் விரிந்த காட்சி அவர்களை ஆச்சர்யக் கடலில் ஆழ்த்தியது என்றால் மிகையில்லை.

வீடுகளின் 'கூரை'களென அவர்கள் எண்ணியவை உண்மையில் ஒரே சீரான சமதளம்; 'தரை'க்கு மேற்பகுதியில், இன்னொரு 'தரை.' வர்ணக் கோடுகள் தெருக்களைக் குறிக்க, மக்கள் - காரியார்த்தமாகவோ, அன்றியோ - இங்கும் அங்கும் பரபரத்துக்கொண்டிருக்க, தூரத்தில் விஸ்வாமித்ரரின் பரிவாரம் தெரிந்தது.

''கடவுளே! எங்கே இருக்கோம்?'' இம்மாதிரி எதையும் பார்த்தறியாத லக்ஷ்மணன் அதிசயித்தான். ''ஜனங்கள்ளாம் எங்கே போறாங்க?''

''எப்படி இவ்வளவு பேரும் வீட்டுக்குள்ளே போவாங்க?'' இராமன் கேட்டான்.

பதிலளிப்பது போல், கூரையில் நடைபாதை என ஊகிக்கக்கூடிய இடத்தில் தரையோடு தரையாய் பதிந்த கதவை ஒருவன் தூக்கி, வீட்டிற்குள் இறங்கி, சார்த்திக்கொண்டு மறைந்தான். நடைபாதையில், ஆங்காங்கே நடமாட்டம் தடை செய்யப்பட்ட பகுதிகளில், குடிமக்கள் வீடுகளுக்குள் புக வசதியாய் தகுந்த இடைவெளிகளில் பொறிக்கதவுகள் பதிந்திருந்தது இராமனுக்குப் புலப்பட்டது. கோடிட்டது போல் பிரிந்த வீடுகள் சிலவற்றுக்கிடையே மேல்வாக்காய் இருந்த இடைவெளிகளில் கம்பியடைத்த ஜன்னல்கள், காற்றும் வெளிச்சமும் அளித்தன.

''மழைக்காலத்துல என்ன செய்வாங்க?'' லக்ஷ்மணன் கேட்டான்.

"ஜன்னல், கதவுகளை அடைத்துவிடுவார்கள்," என்றார் அரிஷ்டநேமி.

"காத்துக்கும் வெளிச்சத்துக்கும் வழி?"

ஆங்காங்கே துளையிட்டிருந்த குழாய்களைக் காட்டினார் அரிஷ்டநேமி. "நான்கு வீடுகளுக்கு ஒன்றாய் இவ்விதம் இடைவெளிகள் அமைக்கப்பட்டிருக்கின்றன. உள்ளிருக்கும் ஜன்னல்கள் இவற்றுக்குள் திறப்பதால், வேண்டிய காற்றும் வெளிச்சமும் கிடைக்கும். மிகுதியான மழைநீர், குழாய்களுக்கடியிலுள்ள கழிவுநீர் வாய்க்கால்களில் சேர்ந்து, தேனிச்சதுக்கத்தின் கீழே ஓடி, மதிலுக்கு வெளியே அகழியிலோ, உள்ளேயிருக்கும் ஏரியிலோ கலக்கும். சிறிதளவு விவசாயத்திற்கும் பயன்படுகின்றது."

"பிரபு பரசுராமா!" லக்ஷ்மணன் வியந்தான். "நிலத்தடியில் சாக்கடைக் குழாய்கள்! என்ன அருமையான யோசனை! வியாதிகளை எவ்வளவு சுலபமாய்க் கட்டுப்படுத்தமுடியும்!"

இராமனின் கவனத்தைக் கவர்ந்தது வேறொன்று. "தேனிச் சதுக்கமா? அதுதான் இந்தப் பகுதியின் பேரா?"

"ஆம்," என்றார் அரிஷ்டநேமி.

"ஏன்? தேன்கூடு மாதிரி கட்டியிருக்கறதாலேயா?"

"ஆம்," அரிஷ்டநேமியின் முகத்தில் புன்னகை.

"யாருக்கோ நல்ல நகைச்சுவை உணர்வு."

"உங்களுக்கும் உண்டென்று நம்புகிறேன். ஏனென்றால், இங்கேதான் தங்கப் போகிறோம்."

"என்னது?" லக்ஷ்மணன் திகைத்தான்.

"இளவரசே," மன்னிப்புக் கோரும் முகமாய் ஆரம்பித்தார் அரிஷ்டநேமி. "தேனிச்சதுக்கம்தான் மிதிலாப் பணியாளர்களின் குடியிருப்பு. மேலும் நகருக்குள் புகுந்து தோட்டம், தெருக்கள், ஆலயம், வர்த்தகச் சதுக்கங்களைத் தாண்டினால்தான், பிரபுக்களின் மாடமாளிகைகளையும், அரச குடும்பத்தின் அரண்மனைகளையும் அடைய முடியும். ஆனால், குரு விஸ்வாமித்ரரின் எண்ணம்தான் தெரியுமே? பிறர் அறியாவண்ணம் நீங்கள் பிரயாணம் செய்யவேண்டுமென்பதே அவர் உத்தேசம்."

"பிரதமருக்கே நாங்க வர்றது தெரியும்னா, அது எப்படி சாத்தியம்?" லக்ஷ்மணன் கேட்டான்.

''குரு விஸ்வாமித்ரர், தன் மித்ரர்களுடன் வந்தருளியிருக்கிறார் என்ற செய்தி மட்டும்தான் பிரதமருக்குப் போயிருக்கிறது. அயோத்ய இளவல்களைப் பற்றி அவளுக்குத் தெரியாது. இப்பொழுதைக்காவது.''

''நாங்க அயோத்யாவின் இளவரசர்கள்,'' லக்ஷ்மணனின் கைவிரல்கள் முஷ்டியாக இறுகின. ''சப்தசிந்துவுக்கே தலைமைப்பீடமா விளங்கும் இராஜ்யம். இதுதான் எங்களுக்குக் கிடைக்கப்போற மரியாதையா?''

''இங்கே நாம் இருக்கப்போவதே ஒரு வாரம்தான்,'' என்றார் அரிஷ்டநேமி. ''தயவு செய்து ...''

''பரவாயில்லை,'' இராமன் இடைவெட்டினான். ''இங்கேயே தங்கிக்கறோம்.''

லக்ஷ்மணன் இராமனிடம் திரும்பினான். ''அண்ணா ...''

''இதைவிட சுமாரான இடங்கள்ளேயெல்லாம் இருந்திருக்கோமே, லக்ஷ்மணா. கொஞ்ச நாளுக்குத் தானே? அப்புறம் ஊர் திரும்பிடலாம். அப்பாவோட சொல்லுக்குக் கட்டுப்படணுமில்லையா?''

''இருவரும் சௌக்கியம் என நம்புகிறேன்,'' பொறிக்கதவினூடே இல்லத்திற்குள் இறங்கியவாறு கேட்டார் விஸ்வாமித்ரர்.

மூன்றாம் *ப்ரஹாரி*ன் மூன்றாவது மணியான மதியப்பொழுதில் ஒருவழியாகத் தேனிச்சதுக்கத்திற்கு வருகை புரிந்து, தரிசனம் தர மனமுவந்திருந்தார் மஹரிஷி. உட்புறத்தின் கோடியில் சகோதரர்களின் வாசஸ்தலம். அதைத் தாண்டியிருந்த தோட்டம், நகரின் சற்றே செல்வாக்கான உள்வட்டங்களில் இருந்த பலவற்றை ஒத்திருந்தது. பிரம்மாண்டமான தேனிச்சதுக்கத்தின் கோடியில் இருந்தாலும், ஒரு சிறிய அதிர்ஷ்டம்: வெளிச்சுவற்றில் ஒரு ஜன்னல் கிடைத்தது; அதன் வழியே தோட்டத்தையும் காணமுடிந்தது. இதுவரை, நகரின் உட்பகுதியை இராமலக்ஷ்மணர்கள் சுற்றிப் பார்த்திருக்கவில்லை.

நகரத்தின் இதயத்தில் அமைந்த அரண்மனையில் அமர்த்தப்பட்டிருந்தார் விஸ்வாமித்ரர். ஒரு காலத்தில் மகத்தான மாளிகையாக விளங்கியதன் பல பகுதிகளை

காலப்போக்கில் ரிஷிகள் மற்றும் மாணாக்கர்கள் வீடுகளும், பாடசாலைகளும் அமைத்துக்கொள்ள ஜனகமன்னர் மிக்கப் பெருந்தன்மையுடன் விநியோகம் செய்துவிட்டார். நாடெங்குமிருந்து அறிவிற்சிறந்த ஞானிகளைச் சுண்டியிழுக்கும் காந்த சக்தி படைத்த நகராக மிதிலா திகழவேண்டும் என்பதில் அந்த ஞானவேந்தருக்குக் கட்டுக்கடங்கா ஆவல். அவ்வாறு வருகை புரிந்த ஆச்சார்யர்களுக்குத் தன் வறண்ட கஜானாவிலிருந்து அவர் வாரிக் கொடுத்த செல்வத்திற்குக் கணக்கே இல்லை.

''உங்களை விட நிச்சயம் சௌக்கியம் குறைவுதான், குரு*ஜி*,'' லக்ஷ்மணனின் கண்களில் ஏளனம் கொப்பளித்தது. ''நானும் என் அண்ணனும் மட்டும்தான் யார் கண்லேயும் படாம நடமாடணும் போல.''

விஸ்வாமித்ரர் அவனைச் சட்டை செய்யவில்லை.

''எங்களுக்கு ஒரு குறைவுமில்லை, குரு*ஜி*,'' என்றான் இராமன். ''மிதிலாவில முடிக்கவேண்டிய பணியை நோக்கி எங்களை வழிநடத்தற சந்தர்ப்பம் வந்தாச்சுன்னு தோணுது. சீக்கிரம் அயோத்யா திரும்ப ஆவலாயிருக்கோம்.''

''உண்மை,'' என்றார் விஸ்வாமித்ரர். ''விஷயத்திற்கு நேரடியாகவே வந்துவிடுகிறேன். மூத்த மகள் சீதாவின் பொருட்டு மிதிலா மன்னர், *ஸ்வயம்வரம்* ஏற்பாடு செய்திருக்கிறார்.''

இது இந்தியாவில் தொன்றுதொட்டு வழங்கிவரும் வழக்கம். தந்தை வரவழைக்கும் மணமகன்களிலிருந்து தகுந்தவனைத் தேர்ந்தெடுக்கவோ, போட்டி ஏற்படுத்தவோ மணப்பெண்ணுக்கு உரிமையுண்டு. வெற்றியாளன், கரம் பற்றுவான்.

சப்தசிந்துவின் மகத்தான இராஜ்யங்களின் வரிசையில் மிதிலாவிற்கு இடமில்லையாதலால், தலைமைப்பீடம் அயோத்யாவுடன் சம்பந்தம் செய்துகொள்ளும் வாய்ப்பும் மிக அபூர்வம். என்ன சொல்வதென்று இராமனுக்கே பிடிபடாத நிலையில், லக்ஷ்மணனுக்குப் போதுமென்றாகிவிட்டது.

''*ஸ்வயம்வர*த்துக்குப் பாதுகாப்பு கொடுக்கத்தான் இழுத்து வரப்பட்டமா?'' என்றான். ''பித்துக்குளி அசுரர்களோட எங்களை மோத விட்டதை விட மோசம்.''

அவனை முறைத்த விஸ்வாமித்ரர், மேற்கொண்டு பேசுமுன் இராமன் குறுக்கிட்டான்.

''குருஜி,'' எல்லையற்ற பொறுமை வற்றிக்கொண்டே வந்தாலும், இராமனின் குரலில் பணிவு குறையவில்லை. ''மிதிலாவுடன் சம்பந்தம் பண்ணிக்கிறதுல அப்பாவுக்குச் சம்மதமான்னு தெரியலை. அரசியல் காரணங்களுக்காகக் கல்யாணம் பண்ணிக்கமாட்டேன்னு நானும் -''

அவனை இடைமறித்தார் விஸ்வாமித்ரர். ''*ஸ்வயம்வரத்*திலிருந்து விலகக்கூடிய காலகட்டத்தைத் தாண்டியாயிற்று, இளவரசே.''

அவர் சொல்வதன் அர்த்தம் உடனடியாகப் புரிய, பிரம்மப் பிரயத்தனத்துடன் குரலில் பணிவைத் தக்கவைத்துக் கொண்டான் இராமன். ''என்னையோ, எங்கப்பாவையோ கலந்துக்காம எப்படி என் பெயரை மணமகன் பட்டியலில் சேர்க்கலாம்?''

''என்னை குருவாக நியமித்ததே உன் தந்தைதான். குல வழக்கம்தான் உனக்குத் தெரியுமே, அரசிளங்குமரா: குழந்தைகளின் திருமணத்தை முடிவு செய்யும் தனிப்பெரும் உரிமை தந்தை, தாய் அல்லது குருவிற்கு உண்டு. இந்தச் சட்டத்தை உடைக்கத்தான் போகிறாயா?''

ஸ்தம்பித்து நின்ற இராமனின் கண்களில் கனல் வீசியது.

''போட்டியிடுவோர் பட்டியலில் உன் பெயர் இடம்பெற்றிருந்தும் கலந்துகொள்ள மறுத்தால், *உஷ்ண ஸ்ம்ருதி* மற்றும் *ஹாரித் ஸ்ம்ருதி* இரண்டின் சட்டங்களையும் மீறியவனாவாய். இதுதான் உனக்கு விருப்பமா?''

பேச்சற்று உறைந்த இராமனின் உடல், தாங்கமுடியாத ஆத்திரத்தில் நடுங்கியது. எவ்வளவு சாமர்த்தியமாக விஸ்வாமித்ரர் அவனைச் சிக்கவைத்துவிட்டார்!

''மன்னிக்கணும்,'' அவசரமாக படியேறி பொறிக்கதவைத் திறந்து வெளியேறியவனைத் தொடர்ந்த லக்ஷ்மணன், 'தடா'லெனக் கதவைச் சார்த்திக் கொண்டு மறைந்தான்.

''எங்கே போய்விடப் போகிறான்?'' விஸ்வாமித்ரரின் சிரிப்பில் மிகுந்த திருப்தி. ''சீக்கிரம் வழிக்கு வந்துவிடுவான். வேறு மார்க்கமில்லை. சட்டம்தான் துல்லியமாய் வகுத்திருக்கிறதே?''

கதவை வருத்தத்துடன் நோக்கிய அரிஷ்டநேமி, குருவை ஏறிட்டாலும், மௌனத்தையே பதிலாய் அளித்தார்.

அத்தியாயம் 21

படிக்கட்டில் இறங்கி கீழ்த்'தரை'க்கு வந்து பூங்காவிற்குள் நுழைந்து, கண்ணில் பட்ட முதல் மேடை மீது மடங்கியபோது, உள்ளத்தினுள் கொந்தளித்த சூறாவளிக்கு இராமன் தன்னை முழுவதுமாய்ப் பறிகொடுத்திருந்தான். சீரான மூச்சும், தழைந்த கண்களுமாய் அவன் உட்கார்ந்திருந்த நிலை பார்வைக்கு ஆழ்ந்த தியானம் போல் தோன்றினாலும், லக்ஷ்மணன் தமையனையும் அறிவான்; அவன் கோபத்தையும் அறிவான். எவ்வளவுக்கெவ்வளவு ஆத்திரத்தின் வசப்பட்டிருந்தானோ, அவ்வளவுக்கவ்வளவு அமைதியின் சொரூபமாகத் தோன்றுவது இராமனின் இயல்பு. இம்மாதிரியான சந்தர்ப்பங்கள் லக்ஷ்மணனுக்கு மிக்க வேதனையளிக்கக்கூடியவை: தன்னை விடுத்து இராமன் எங்கோ மனதினாழத்தில் தனிமைப்படுத்திக் கொள்வது போல் தோன்றும்.

''தொலையட்டுமேண்ணா?'' லக்ஷ்மணன் வெடித்தான். ''அந்தத் திமிர் பிடிச்ச குருவை அம்போன்னு விட்டுட்டுக் கிளம்பிடலாமே?''

இராமனின் முகபாவம் மாறவில்லை. தம்பியின் பதற்றப் பேச்சு காதில் விழுந்த அறிகுறி கூட இல்லை.

''அண்ணா,'' லக்ஷ்மணன் தொடர்ந்தான். ''சப்தசிந்து இராஜகுடும்பத்தில் நாம பிரபலஸ்தர்கள்கூட இல்லை. பரதனண்ணா சமாளிச்சுக்கட்டுமே? மத்தவங்க நம்மை வெறுத்து ஒதுக்கறதுலே இருக்கற நன்மைகள்ள ஒண்ணு - யார் என்ன நினைச்சாலும் பாதகமில்லைங்கறதுதான்.''

''மத்தவங்க நினைக்கறதைப் பத்தி எனக்குக் கவலையில்லை,'' இராமனின் குரலில் அசாத்திய நிதானம். ''ஆனா, சட்டமாச்சே.''

''உன் சட்டமா? இல்லை, நம்ம சட்டமா? இல்லையே? விட்டுடு!''

இராமன் திரும்பி, தூரத்தை வெறித்தான்.

''அண்ணா ...'' தோள் மீது கரம் பதித்தான் லக்ஷ்மணன்.

தன்னை மீறிய எதிர்ப்புணர்ச்சியில் இராமனின் உடல் இறுகியது.

''அண்ணா ... நீ என்ன முடிவெடுத்தாலும், நான் உன் பக்கம்தான்.''

தோள் தளர, மனமும் முகமும் சோர்ந்து நின்ற தம்பியைப் பார்த்த இராமனின் வதனத்தில் புன்னகை தோன்றியது. ''நகருக்குள்ளே போய்க் கொஞ்சம் சுத்திப் பாத்துட்டு வரலாம். எனக்கும் மனசு கொஞ்சம் தெளியணும்.''

அயோத்யாவின் மகத்தான மாடமாளிகைகளுடன் ஒப்பிடுவதில் அர்த்தமில்லையென்றாலும், தேனிச் சதுக்கத்தைக் கடந்தவுடன் ஓரளவு நேர்த்தியுடன் தென்பட்ட சாலைகளும், ஆடம்பரக் கட்டிடங்களும் மிதிலாவின் ஒழுங்குமுறையைச் சற்றே எடுத்துக் காட்டின. சாதாரணர்களுக் குரிய வர்ணமும், மென்மையுமற்ற ஆடைகளணிந்த சகோதரர்கள், யார் கவனத்தையும் ஈர்க்கவில்லை.

இலக்கில்லாமல் அலைந்தவர்கள், திறந்த, பெரிய சதுக்கத்தில் அமைந்த பிரதான கடைவீதிக்கு வந்து சேர்ந்தனர். உயர்ரகக் கடைகளுக்குரிய கற்கட்டிடங்கள் எல்லையில் அணிவகுக்க, சற்று வசதி குறைந்த தற்காலிகக் கூடாரங்கள் மையத்தில் நின்றன. அவற்றின் வண்ணத் துணி விதானங்களைத் தரையில் நட்ட மூங்கில் கழிகள் தாங்க, கடைகள் கச்சிதமாய் எண் கொண்டு வரிசைப்படுத்தப்பட்டிருந்தன. சதுரங்களாய்ப் பிரிக்கப்பட்ட சதுக்கத்தில், மக்கள் நடமாட வசதியாய் சாக்கட்டி கொண்டு நடைபாதைகள் குறிக்கப்பட்டிருந்தன.

''அண்ணா,'' லக்ஷ்மணன் ஒரு மாம்பழத்தை எடுத்துக் காட்டினான். சகோதரனுக்கு அந்தப் பழமென்றால் உயிர் என்பதை அறிவான். ''சீக்கிரமே அறுவடை பண்ணிட்டாங்க போல. நல்லதோ, இல்லையோ - மாம்பழம், மாம்பழம்தானே?''

இராமனின் முகத்தில் புன்னகையின் சாயல். உடனடியாக இரு மாம்பழங்கள் வாங்கி, ஒன்றை அண்ணனிடம்

கொடுத்துவிட்டு, இன்னொன்றை லக்ஷ்மணன் கடித்துச் சுவைக்க முற்பட்ட ஆக்ரோஷத்தைக் கண்ட இராமனுக்குச் சிரிப்பு வந்துவிட்டது.

''என்னண்ணா?'' லக்ஷ்மணன் அவனை ஏறிட்டான். ''கசமுசான்னு சாப்பிடறதுதானே மாம்பழத்துக்கு அழகு?''

இரைச்சலாய்ப் பழத்தை உறிஞ்சியவனுடன் சேர்ந்துகொண்ட இராமன், முதலில் முடித்த தம்பி கொட்டையை தெருவில் அசட்டையாக வீசுமுன், தடுத்தான். ''லக்ஷ்மணா...''

எதுவும் நடக்காதது போல் சாவதானமாகக் கடையருகே சென்று கொட்டையை அதற்குரிய குப்பைக்குழிக்குள் லக்ஷ்மணன் எறிய, இராமனும் பின்பற்றினான். வீடு திரும்ப யத்தனித்த நொடியில் தெருவின் மறுகோடியிலிருந்து பெருத்த சலசலப்பு கேட்டது. சட்டென திரும்பிய சகோதரர்கள், அதை நோக்கி விரைந்தனர்.

ஆணவக் குரலொன்று ஓங்கி ஒலித்தது. ''சிறுவனை விட்டுவிடுங்கள், இளவரசி சீதா!''

பதிலளித்தது தீர்மானமான பெண் குரல். ''மாட்டேன்!''

லக்ஷ்மணனை ஆச்சர்யத்துடன் நோக்கினான் இராமன்.

''என்ன நடக்குதுன்னு பார்க்கலாம், வா,'' என்றான் அவன்.

சடுதியில் சேர்ந்துவிட்ட கூட்டத்தை விலக்கி இருவரும் முன்னேறினர். முதல் அணியை முட்டி மோதி உடைத்து வெளிவந்தபோது, சதுக்கத்தின் மையம் என கணிக்கக்கூடிய திறந்தவெளியில் இருந்தனர். மூலையில் நின்ற கடைக்குப் பின்னாலிருந்து பார்த்தவர்களுக்கு, ஏழு அல்லது எட்டு வயது நிரம்பிய சிறுவனின் முதுகு தெரிந்தது. அவனைப் போலவே எதிர்ப்புறம் திரும்பி நின்ற பெண்மணியின் பின்னால், கையில் பழத்துடன் பயந்து பதுங்கியிருந்தான். அந்தப் பெண்ணோ, வெளிப்படையான ஆவேசத்துடன் திமிறிக் கொண்டிருந்த கூட்டத்தைத் தனியாய்ச் சமாளித்துக் கொண்டிருந்தாள்.

''அதுவா இளவரசி சீதா?'' கண்கள் விரிய இராமனை நோக்கித் திரும்பிய லக்ஷ்மணன், சட்டென மூச்சைப் பிடித்துக்கொண்டான்.

அண்ணனின் முகபாவம், அவனை ஸ்தம்பிக்க வைத்தது. உன்னதமான ஒரு பிரபஞ்ச நிகழ்விற்கு அத்தாட்சியாய் மணித்துளிகளே வேகம் குறைந்து நின்றுவிட்ட பிரமை லக்ஷ்மணனுக்கு உண்டாயிற்று.

அசைவற்று, உன்னிப்பாய்க் கவனித்துக் கொண்டிருந்த இராமனின் முகத்தில் அமைதி துலங்கிற்று. சகோதரனின் கரிய முகத்தில் 'குபீ'ரெனப் பாய்ந்த இரத்தம் கொண்டு இதயத்துடிப்பு அதிகரித்ததை லக்ஷ்மணன் கண்டுகொண்டான்.

அவர்களுக்கு முதுகு காட்டியே நின்றாலும், சராசரி மிதிலைப் பெண்ணை விட சீதா உயரமாய் - *ஏறக்குறைய என் உயரம் இருப்பாளோ?* - இருந்தது இராமனுக்குத் தெரிந்தது. சக்தி தேவியின் போர்ப்படைவீராங்கனை போல் கட்டான, உருவிவிட்ட தேகத்துடன் நெகுநெகுவென நின்றாள். கோதுமை நிறம் கொண்டு விளங்கியவள், பால்வண்ண *தோத்தி*யும், ஒற்றைத் துணியாலான வெள்ளை மேலுடையும் தரித்திருந்தாள். வலது தோள் மீது போர்த்தியிருந்த *அங்கவஸ்திர*த்தின் ஒரு முனை *தோத்தி*யில் செருகியிருக்க, மற்றொன்று இடது கையைச் சுற்றியிருந்தது. அடி முதுகில் கட்டியிருந்த சிறிய கத்தியுறையை இராமன் கவனித்தான். வெறுமையாக இருந்தது. தன்னை விட சீதா சற்று மூத்தவள் - இருபத்தைந்து வயதிருக்கும் - என்று அவனுக்குச் சொல்லப்பட்டிருந்தது.

இன்னதென்று சொல்லமுடியாத பரபரப்பு - முகத்தை எப்படியாவது பார்த்துவிடவேண்டுமென்ற தவிப்பு, துடிப்பு - அவனுக்குள் தீயாய்ப் பற்றிக்கொண்டது.

''இளவரசி சீதா!'' அலறியவன் கூட்டத்தின் தலைவனாயிருக்கக் கூடும்; அவர்கள் அணிந்திருந்த வேலைப்பாடமைந்த உயர்வகை ஆடையணிகள், செல்வந்தர்களென அடையாளம் காட்டியது. ''தேனிச்சதுக்கத்தின் சாக்கடைப் புழுக்களைக் காப்பாற்றியது போதும்! கொடுத்துவிடுங்கள்!''

''இவனைத் தண்டிக்கவேண்டியது சட்டம்!'' என்றாள் சீதா. ''நீங்க இல்லை!''

இராமனின் முகத்தில் கீற்றாய்ப் புன்னகை.

''அவன் திருடன்! அதை மட்டுமே அறிவோம். உங்கள் சட்டங்கள் யாருக்குச் சாதகமானவை என்றும் அறிவோம்.

அவனைக் கொடுத்துவிடுங்கள்!'' கூட்டத்திடமிருந்து விடுபட்டு அவன் முன்னே நகர்ந்தான். அடுத்து நடக்கப் போவதை அறியாத பதற்றம் காற்றில் விரவியது. நிலைமை எப்படி வேண்டுமானாலும் திரும்பலாம். பலவீனர்களைக் கூட ஆக்ரோஷமுள்ளவர்களாய் மாற்றும் சக்தி வெறிபிடித்த கூட்டத்திற்கு உண்டு.

கத்தி இருக்கவேண்டிய உறை நோக்கி சீதாவின் கரம் ஊர்ந்தது. ஊர்ந்த கரம், உறைந்தது. அடங்கா ஆர்வத்துடன் அவளைக் கவனித்துக்கொண்டிருந்த இராமன், கத்தி இல்லாததை உணர்ந்த சீதாவின் உடல்மொழியில் எவ்வித மாற்றமும் தென்படாததைக் கண்டான். படபடப்பில்லை; ஆயுதமற்ற நிலைக்கேயுரிய பதற்றமுமில்லை.

''சட்டத்துக்குப் பாரபட்சம் கிடையாது,'' சீதாவின் குரலில் நிதானம். ''இந்தப் பையன் நிச்சயம் தண்டிக்கப்படுவான். குறுக்கிட்டா, நீங்களும்தான்.''

இராமன் ஸ்தம்பித்து நின்றான். *சட்டத்தைக் காப்பாத்தறா* ...

லக்ஷ்மணனோ, புன்னகைத்தான். தன் சகோதரனைப் போல் சட்டப்பித்து பிடித்த இன்னொருவரைச் சந்திக்கக்கூடும் எனக் கனவிலும் அவன் நினைத்ததில்லை.

''பேசியது போதும்!'' இரைந்த மனிதன், திரும்பி, கூட்டத்தை நோக்கிக் கை சுழற்றியவாறு கூவினான். ''இவள் ஒருத்திதான்! நாமோ, நூற்றுக்கணக்கில் இருக்கிறோம்! வாருங்கள்!''

''அவள் இளவரசி!'' பின்னாலிருந்து ஈனஸ்வரத்தில் ஆட்சேபம் எழுந்தது.

''இல்லவே இல்லை!'' பதிலுக்குக் கத்தினான் மனிதன். ''இவள் ஜனக மன்னரின் இரத்த உறவா? வளர்ப்புமகள்தானே?''

சட்டென சிறுவனைத் தள்ளிவிட்டு ஓரடி பின்வாங்கிய சீதா, கடையின் விதானத்தைத் தாங்கிய மூங்கில் கழியைக் காலால் தட்டிவிட்டாள். அது சரிந்தது. பாதத்தால் 'சடக்'கெனக் கழியை நெம்பியவள், லாகவமாய் வலக்கையால் பிடித்துச் சுழற்றிய வேகத்தில் காற்றில் 'விர்'ரென பயங்கர ரீங்காரம் பரவியது. வெறிக்கூட்டத் தலைவன் அதன் தாக்கத்தினின்று சற்று விலகி நின்றான்.

''அண்ணா,'' லக்ஷ்மணன் கிசுகிசுத்தான். ''நாம நுழையணும்னு நினைக்கறேன்.''

''நிலைமை அவ கட்டுப்பாட்டுலேதான் இருக்கு.''

கழி சுழற்றுவதைச் சட்டென நிறுத்திய சீதா, ஒரு முனையை 'சர'க்'கென கக்கத்தில் மடக்கித் தாக்கத் தயாராய் நின்றாள். ''அமைதியா அவங்கவங்க வீட்டுக்குத் திரும்பிட்டா பிரச்சனையிருக்காது. பையனுக்குச் சட்டப்படி தண்டனை கிடைக்கும். வேறெந்தப் பேச்சுக்கும் இடமில்ல.''

கத்தியை உருவிக்கொண்டு முன்னேறிய கூட்டத்தலைவன் காட்டுத்தனமாக வீச, சீதா பின்னால் சாய்ந்தாள். அதே நொடியில் ஓரடி பின்வாங்கித் தன்னை ஸ்திரப்படுத்திக்கொண்டவள் ஒரு கால் மடக்கி இரு கைகளால் வீசிய கழி, அவனது முழங்காலின் பின்புறம் தாக்கியது. இன்னொரு கால் ஊன்றிக் கழியை உயர்த்திய சீதா, கால்கள் பறக்க மல்லாந்தவனின் வேகத்தைச் சாதகமாக்கிக்கொண்டு வீழ்த்தினாள். அவன் முதுகு தரையில் மோதிற்று. உடனடியாக எழுந்த சீதா, இரு கைகளால் கழியைத் தலைக்கு மேல் தூக்கி, அவன் மார்பில் ஓங்கியடித்தாள். ஒரே, ஆக்ரோஷமான வீச்சு. மார்பெலும்பு உடையும் சப்தம் இராமனுக்குக் கேட்டது.

மறுபடியும் கழியைச் சுழற்றி ஒரு முனையை கக்கத்தில் செருகிக் கொண்டவள், பாயும் பொழுது நிலைதடுமாறாமல் இருக்க இடக்கை நீட்டி, கால்களைப் பரத்திக்கொண்டாள். ''வேற யாராவது?''

கூட்டம் மொத்தமாக ஓரடி பின்வாங்கியது. தலைவனுக்கு வேகமும் வீர்யமுமாய்க் கிடைத்த தண்டனை, தொண்டர்களின் அறிவையும் சற்றுத் தட்டியெழுப்பியிருக்க வேண்டும். சீதா, அவர்களது கலவரத்தைக் கூர்தீட்டினாள். ''இன்னும் யாருக்காவது இலவசமா மார்பெலும்பை உடைக்கணுமா? வசதியெப்படி?''

கூட்டம் பின்வாங்கத் துவங்கியபோதே, கடைசியிலிருந்தவர்கள் கரைந்துவிட்டனர்.

இராமனுக்கு வலப்புறம் நின்ற மனிதனை அழைத்த சீதா, தரையில் கிடந்தவனைச் சுட்டிக் காட்டினாள். ''கௌஸ்தவ், சில ஆட்களைக் கூட்டிக்கிட்டு விஜய்யை *ஆயுராலயத்து*லே சேர்த்துடுங்க. அப்புறம் வந்து பார்த்துக்கறேன்.''

இக்ஷ்வாகு குலத்தோன்றல்

கௌஸ்தவும் நண்பர்களும் முன்னால் விரைய, திரும்பினாள். ஒரு வழியாக, இராமன் அவள் வதனத்தைத் தரிசித்தான்.

பிரபஞ்சமே திறனனைத்தையும் திரட்டி, பெண்மையின் உன்னதம் ததும்பும் - பரிசுத்தமான அழகும், ஆக்ரோஷத் தீர்மானமும் நிரம்பிய - முகத்தை உருவாக்குவதெனக் கங்கணம் கட்டியிருந்தால், விளைவு இப்படித்தான் இருந்திருக்கும். உடலை விடச் சற்றே நிறம் தூக்கலான வட்ட முகம்; உயர்ந்த கன்னக் கதுப்புகள்; சிறிய, கூர்ந்த நாசி; தடித்தோ, மெலிந்தோ இல்லாத அளவான உதடுகள்; சிறிதும் அல்லாது பெரிதும் அல்லாத, சற்றே அகன்று அமைந்த விழிகள்; மடிப்பில்லாத இமைகளின் மீது வில்போல் கச்சிதமாக வளைந்த புருவங்கள்; சற்று முன் நடந்தவற்றால் அனல் தகித்த கண்கள். அப்பழுக்கற்ற உன்னத அழகுடன் ஜொலித்த அந்த தெய்வீக முகத்திற்கு இராமனைப் பொறுத்தவரை மனிதத்தன்மை அளித்தது, வலது நெற்றிப்பொட்டில் இருந்த மெலிதான மச்சம். இமயம் வாழ் மலைமக்களின் ஜாடை துலங்கியது அவளிடம். சிறு வயதில் காத்மண்டு பள்ளத்தாக்கில் சில காலம் கழித்திருந்த இராமனுக்கு, அவர்களிடத்தில் ஒருவித வாஞ்சையுண்டு. நீண்ட, கன்னங்கரிய கூந்தல் சுருட்டி அழகிய பந்தாய் முடிந்திருந்தது. வீராங்கனைக்கே உரிய உடல், பல போர்களின் விழுப்புண்களை மிக்கப் பெருமிதத்துடன் தாங்கியது.

"அண்ணா ..." எங்கோ தூரதேசத்திலிருந்து வருவது போல் லக்ஷ்மணனின் குரல் கேட்டது. ஏன், கேட்கவே இல்லையென்று கூட சொல்லலாம்.

பளிங்கினால் செதுக்கிய சிலை போல் உறைந்திருந்தான் இராமன். அண்ணனை மிக நன்றாக அறிந்த லக்ஷ்மணனுக்கு, முகத்தின் சாந்தம் எத்தனையோ, உள்ளத்தின் உணர்ச்சிக் கொந்தளிப்பும் அத்தனை என்பது புரியாமலில்லை.

மெல்ல, தமையன் தோளைத் தொட்டான். "அண்ணா..."

இன்னமும் வாய் பேச முடியாத இராமன், மந்திரத்தால் கட்டுண்டவன் போல் நின்றான். லக்ஷ்மணன், மீண்டும் சீதாவை நோக்கினான்.

அவளோ, கழியை வீசியெறிந்துவிட்டு, திருடிய சிறுவனைப் பற்றிக்கொண்டாள். "வா."

''தேவி,'' அவன் கெஞ்சினான். ''மன்னிச்சிடுங்க. இதுதான் கடைசி தடவை. இனிமே தப்பு பண்ணமாட்டேன்.''

அவனது கையைக் கெட்டியாகப் பிடித்துக்கொண்டவள், இராமலக்ஷ்மணர்கள் இருந்த திசையை நோக்கி நடக்கத் துவங்கினாள். அண்ணனின் முழங்கையைப் பற்றி ஒருபுறம் இழுக்கத் தலைப்பட்டான் லக்ஷ்மணன். இராமனோ, தன்னை மீறிய அதிசய சக்தியின் பிணைப்பிலிருப்பது போல் காணப்பட்டான். சலனமற்ற முகம்; கல் போல் சமைந்த உடல்; மூடாத இமை; நிதானமாய், சீராய் வெளிப்பட்ட சுவாசம். அவனது அசைவற்ற தன்மையை எடுத்துக் காட்டுவது போல் *அங்கவஸ்திரம்* மட்டும் தென்றலில் சலசலத்தது.

தன்னை மீறிய சக்திக்குக் கட்டுப்பட்டவன் போல், இராமன் மெல்லத் தலைவணங்கினான்.

மூச்சைப் பிடித்துக் கொண்ட லக்ஷ்மணன், வாய்பிளந்தான். இப்படியொரு தினத்தைச் சந்திப்போம் என்று அவன் கனவிலும் நினைத்ததில்லை. தன் சகோதரனைப் போன்றவனின் மதிப்பையும் மரியாதையையும்கூட ஒரு பெண் பெற்றுவிட முடியும் - மூளையின் கட்டளைக்குக் கீழ்ப்படிந்து, அதன் கட்டுப்பாட்டை மீறாத உள்ளக்கதவுகளைக் காதல் 'படா'ரென மோதித் திறக்கும் - பெருமிதமும் பெரும்பயனுமாய் மனிதர்கள் தலைநிமிர்ந்து நடக்க வேண்டுமென்பதையே வாழ்க்கை இலட்சியமாய்க் கொண்டவன், இன்னொருத்தியின் முன் சிரம்தாழ்வதில் ஆனந்தம் கொள்வான் - என்பதெல்லாம் நடக்குமென யாரேயறிவார்?

கற்பனைவளம் நிறைந்த அவன் மனதை என்றோ மயக்கிய பழம்பாடல் வரி ஒன்று நினைவில் சஞ்சரித்தது. என்ன, தனக்கு முன் பழம்பஞ்சாங்கமான அண்ணனுக்கு அதன் பொருள் பிடிபட்டுவிடுமென அவன் எதிர்பார்த்திருக்கவில்லைதான்.

இரத்தினமாலையில் ஊடாடும் இழை போல், ஏதோ உள்ளது இவளிடம். அனைத்தையும் இணைப்பவள் இவள்..

தன் வாழ்க்கையாகிய சரத்தினின்று பிரிந்து சிதறிய மணிகளை இணைக்கக்கூடிய இழையை சகோதரன் கண்டுவிட்டதை லக்ஷ்மணன் உணர்ந்தான்.

இக்ஷ்வாகு குலத்தோன்றல்

நினைவு தெரிந்த நாள்முதல் அசாத்திய சுயகட்டுப்பாட்டிற்குப் பழகி, உணர்ச்சிக் கொந்தளிப்பிற்கு இடமளிக்காத இராமனின் இதயமோ, மகத்தான வாழ்க்கைத்துணை கிடைத்துவிட்டதை உணர்ந்தது. சீதையைக் கண்டுகொண்டுவிட்டது.

வழியை மறிக்கும் இரு அந்நியர்களைக் கண்டு சீதா திகைத்து நின்றாள். ஒருவன் வாட்டசாட்ட இராட்சதனாய் இருந்தாலும் குழந்தை முகத்துடன் காட்சியளிக்க, அணிந்திருந்த சாதாரண உடைக்குப் பொருந்தாத பண்புடன் காணப்பட்ட இன்னொருத்தனோ, காரணமில்லாமல் அவளுக்குத் தலைவணங்கிக் கொண்டிருந்தது விசித்திரமாய்ப்பட்டது.

"வழிவிடுங்க!" பட்டென்று சொல்லிவிட்டு இராமனைத் தள்ளிக்கொண்டு நகர்ந்தாள்.

அவன் ஒதுங்கிய நொடியில் திருடிய சிறுவனை இழுத்துக்கொண்டு தாண்டிச் சென்றுவிட்டாள்.

உடனடியாக முன்னே ஒரு எட்டு வைத்து, இராமனின் முதுகைத் தொட்டான் லக்ஷ்மணன். "அண்ணா..."

சீதா விலகியதையே இராமன் கவனிக்கவில்லை. எதற்கும் சிதறாத அவன் மனம், சற்று முன் நிகழ்ந்ததை - உள்ளம் நிகழ்வித்ததை - கிரஹிக்க முயல்வது போல் பித்துப் பிடித்து நின்றான். தன்னை நினைத்தே அவன் பிரமித்து, ஸ்தம்பித்துவிட்டது போல் தெரிந்தது.

"வந்து, அண்ணா..." லக்ஷ்மணன் முகத்தில் ஏராளப் புன்னகை.

"ஹ்ம்ம்?"

"போய்ட்டாங்கண்ணா. நீ நிமிரலாம்னு நினைக்கறேன்."

ஒரு வழியாக அவனை ஏறிட்ட இராமனின் முகத்தில் புன்னகையின் சாயல்.

"அண்ணா!" உரக்கச் சிரித்த லக்ஷ்மணன், பாய்ந்து தமையனை அணைத்துக்கொண்டான். இராமன் அவன் முதுகைத் தட்டிக் கொடுத்தாலும், கவனம் வேறெங்கோ இருந்தது.

பின்வாங்கிய லக்ஷ்மணன், குதூகலித்தான். "அருமையான அண்ணி கிடைச்சிட்டாங்க!"

இளவரசியை 'அண்ணி' என முன்மொழிந்த தம்பியின் எல்லையற்ற உற்சாகத்தை அங்கீகரிக்க விரும்பாத இராமனின் முகம் சுருங்கியது.

''ஆக, *ஸ்வயம்வரத்*துக்குப் போகத்தான் போறோம்,'' லக்ஷ்மணன் கண்ணடித்தான்.

''முதல்ல, அறைக்குப் போவோம்,'' இராமனின் முகபாவம் இயல்பான அமைதிக்கு மீண்டிருந்தது.

''ரொம்ப சரி!'' லக்ஷ்மணன் இன்னமும் சிரித்துக்கொண்டிருந்தான். ''இது விஷயத்துல சிறுபிள்ளைத் தனமே கூடாதுதான்! நிதானம்! பக்குவம்! பொறுமை! கட்டுப்பாடு! அவ்வளவுதானே? வேற ஏதாவது வார்த்தையை மறந்துவிட்டுட்டேனாண்ணா?''

எவ்வளவோ முயன்றும், வழக்கமான உணர்ச்சியற்ற முகபாவத்தை இராமனால் தக்க வைத்துக்கொள்ள முடியவில்லை. மனம் போராட்டத்தைக் கைவிட, உள்ளத்தை மூழ்கடித்த ஆனந்தவெள்ளத்தை ஒளிவீசும் புன்னகை பிரகடனம் செய்தது.

சகோதரர்கள் தேனிச்சதுக்கத்திற்குத் திரும்ப முற்பட்டனர்.

''*ஸ்வயம்வரத்*துல கலந்துக்க இப்ப உனக்கு முழு சம்மதம்கிறதை அரிஷ்டநேமி*ஜி* கிட்டே சொல்லியே ஆகணும்!'' லக்ஷ்மணன் குதிபோட்டான்.

அவனுக்குச்சில அடிகள்பின்வந்த இராமனால் மற்றுமொரு புன்னகையைக் கட்டுப்படுத்திக்கொள்ளமுடியவில்லை. தனக்குள் நேர்ந்த அதிசயத்தை - இதயம் நிகழ்த்திய மாயத்தை - மனம் இப்போதுதான் மெல்ல மெல்ல உணரத் துவங்கியிருந்தது.

''நன்று,'' என்றார் அரிஷ்டநேமி. ''சட்டத்தை மதிக்க நீங்கள் முடிவெடுத்ததில் மகிழ்ச்சி.''

இராமன் சலனமற்று இருந்தாலும், லக்ஷ்மணனால் மந்தகாசப் புன்னகையை மறைக்கமுடியவில்லை.

''நிச்சயம், அரிஷ்டநேமி*ஜி*,'' என்றான் அவன். ''சட்டத்தை மீர்றதாவது? அதுவும் எப்பேர்ப்பட்டது? ரெண்டு *ஸ்ம்ருதி*க்களில் வரிஞ்சு வரிஞ்சு எழுதியிருக்கற சட்டம்!''

இக்ஷ்வாகு குலத்தோன்றல்   263

இந்தத் திடீர் மனமாற்றத்திற்கான காரணம் புரியாத அரிஷ்டநேமி, புருவம் சுருக்கினார். பிறகு, புதிரை விடுவிக்க முடியாதவராய், தோள்களைக் குலுக்கிக் கொண்டு இராமனிடம் திரும்பினார். ''ஸ்வயம்வரத்தில் கலந்துகொள்ளச் சம்மதம் என்று குருஜியிடம் உடனே தெரிவித்துவிடுகிறேன்.''

''அண்ணா!'' லக்ஷ்மணன் அறைக்குள் திடும்பிரவேசமாய் நுழைந்தான்.

சீதாவை இராமன் பார்த்துக் கடந்த நாட்கள் ஐந்தே; ஸ்வயம்வரத்திற்கும் இரண்டு நாட்களுக்குக் குறைவாகவே இருந்தன.

''என்ன விஷயம்?'' படித்துக்கொண்டிருந்த ஓலைச்சுவடி நூலைக் கீழே வைத்தான் இராமன்.

''பேசாம என்னோட வாயேன்,'' வற்புறுத்தலுடன் அவன் கையைப் பிடித்து இழுத்தான் லக்ஷ்மணன்.

''என்னதாண்டா விஷயம்?'' என்றான் இராமன் மீண்டும்.

தேனிச்சதுக்கத்தின் மேற்புறமிருந்த தெருக்களில் நடந்து, நகரைவிட்டு வெளியேறும் திசையில் நகர்ந்தனர். சதுக்கத்தின் இப்பகுதி கோட்டையின் உட்சுவருடன் ஒட்டியிருந்ததால், வெளிச்சுவர் வரை நீண்ட வயல்களையும், மதில் தாண்டி பரந்து விரிந்த நிலப்பரப்பைக் காணக்கூடிய அரிய காட்சித்தளமாய் அமைந்தது. மிகப்பெரிய கூட்டம் அங்கே சலசலவென பேசிக் கொண்டும், கைகளை ஆட்டி எதையோ ஆர்வமாய்ச் சுட்டிக் காட்டிக்கொண்டும் அலைமோதியது.

''லக்ஷ்மணா ... எங்கேதான் இழுத்துக்கிட்டுப் போறே?''

பதில் கிடைக்கவில்லை.

''தள்ளுங்க,'' இராமனைக் கை பிடித்திழுத்துக்கொண்டு, கூட்டத்தை நெட்டித் தள்ளி லக்ஷ்மணன் முன்னேற, அவனது பிரம்மாண்ட ஆகிருதி கண்டு பீதியடைந்த மக்கள் சுலபத்தில்

விலகினர். விரைவில், சகோதரர்களால் சுற்றுச்சுவரை நெருங்கமுடிந்தது.

ஓரத்தை எட்டியவுடன் கண்முன் விரிந்த காட்சி இராமனைக் கட்டிப்போட்டது. வெளிச்சுவர் மற்றும் அகழி-ஏரியைத் தாண்டி, காட்டின் வரிசையைக் கடந்த திறந்தவெளியில், அசாத்திய ஒழுங்குமுறையுடன் சிறிய படையொன்று சீராய் அணிதிரண்டுகொண்டிருந்தது. தகுந்த இடைவெளிகளில் பதாகைகளை உயரத் தூக்கியபடி பத்து கொடி-தாங்கிகள் நின்றனர். காட்டிற்குள்ளிருந்து அலையலையாய் வரிசை தப்பாமல் வெளிவந்த வீரர்கள், ஒவ்வொரு கொடியின் பின்னும் ஆயிரம் என்ற கணக்கில் நிமிடங்களில் குழுமிவிட்டனர். வியூகத்தின் நட்ட மையத்தில் பெரிதாக ஒரு வெற்றிடம் விடப்பட்டிருந்தது விசித்திரமாக இருந்தது.

அவர்களது தோத்தியின் நிறமும், தாங்கி நின்ற கொடிகளுடையதும் ஒன்றாயிருந்ததைக் கவனித்த இராமன், கிட்டத்திட்டப் பத்தாயிரம் ஆட்களாவது இருக்கவேண்டும் எனக் கணித்தான். படை பெரிதில்லையென்றாலும், மிதிலா போன்ற இராணுவத் தளவாடங்களற்ற நகருக்கு இதுவே தலைவேதனைதான்.

"எந்த இராஜ்யத்தின் படை இது?" இராமன் கேட்டான்.

"படையில்லையாம்," லக்ஷ்மணனுக்குப் பக்கத்தில் நின்றிருந்தவன் சொன்னான். "மெய்க்காப்பாளர் குழு."

அவனிடம் அடுத்த கேள்வியைத் தொடுக்க இராமன் யத்தனித்த நொடியில், திறந்தவெளியில் குழுமிய வீரர்கள் ஏககாலத்தில் சங்கூதிய ஜங்கார நாதம் காற்றில் ரீங்கரித்தது. அடுத்த நிமிடம், அச்சங்கநாதத்தையே அமிழ்த்திக்கொண்டு எழுந்த சப்தத்தை இராமனே இதுவரை கேட்டதில்லை. பிரம்மாண்டமான வாளால் காற்றை வெகுவேகமாய் ஒரு இராட்சதன் கிழிப்பது போன்ற அபூர்வ ஒலி.

இரைச்சல் வந்த திசையைக் கணிக்க முயன்றவாறு மேலே பார்த்தான் லக்ஷ்மணன். "என்னதது..."

கூட்டம் அதிசயத்தில் வாய் பிளந்தது. இலங்கையின் பெருமிதத்திற்குரிய பறக்கும் ஊர்தி - மக்களிடையே கதை கதையாகப் பேசப்பட்ட *புஷ்பக விமானம்* இதுவாகத்தான் இருக்கவேண்டும். பிரம்மாண்டக் கூம்பு போலிருந்த ஊர்தி, எந்த உலோகத்தாலானது என அறியக்கூடவில்லை.

கூர் நுனியின் முனையில் பொருத்தியிருந்த பெரும் சுழல்தகடுகள் வலமிருந்து இடமாக அதிவேகத்தில் சக்கராகாரமாய்ச் சுழன்றன. அடிப்பகுதியின் அனைத்து முனைகளிலும் சற்றே சிறிய தகடுகள் இணைந்திருக்க, விமானத்தின் உடலில் ஆங்காங்கே இருந்த சிறிய பலகணிகள் கண்ணாடியால் மூடப்பட்டிருந்தன.

காட்டுத்தனமாய்ப் பிளிறிக்கொண்டு துரத்தும் யானைக் கூட்டத்தை விட அதிகம் இரைந்தது விமானம். மரங்களின் உச்சியில் சற்று மிதந்தபோது சப்தம் அதிகமாவது போல் தோன்ற, உள்ளே எதையும் பார்க்கும் சாத்தியமில்லாமல் சிறிய உலோகத் திரைகள் விமானத்தின் பலகணிகளைச் 'சரசர'வென மூடிக்கொண்ட அபூர்வக் காட்சியைக் கண்டு திகைத்த கூட்டம், காதையும் மூடிக்கொண்டது. லக்ஷ்மணனும்தான். இராமன் அவ்விதம் செய்யவில்லை. ஆதிகால ஆத்திரம் அவனை மீறிக்கொண்டு இதயத்தின் ஆழத்தில் குமிழிட, விமானத்தை வெறித்தபடி நின்றான். அது யாருடையது என்று புரிந்துபோயிற்று. உள்ளே இருந்தது எவனென்றும் தெரிந்து போயிற்று. பிறக்குமுன்பே இராமனின் இளம்பருவ சந்தோஷத்திற்கான வாய்ப்புக்களை மொத்தமாய்ச் சீரழித்தவன். கூட்டத்தின் மையத்தில் தனியனாய் நின்றவனின் கண்கள் அதீத தீவிரத்துடன் கொடூரமாய்க் கனன்றன.

விமானம் தரையிறங்க, சுழல்-தகடுகளின் ஓசை சட்டென மட்டுப்பட்டது. அதற்குரிய திறந்தவெளியில், இலங்கை வீரர் வியூகத்தின் மத்தியில் கச்சிதமாய் இறங்கியது. தேனிச்சதுக்கத்தைச் சேர்ந்த மிதிலர்கள் தங்களையறியாமல் கைதட்டி ஆர்ப்பரிக்க, இலங்கையர் அவர்களது இருப்பை இலட்சியம் செய்ததாகவே தெரியவில்லை. அசாத்திய ஒழுங்குமுறையுடன், இருந்த இடத்தில் அயராமல் விறைத்து நின்றனர்.

சில நிமிடங்களில், விமானக் கூம்பின் ஒரு பகுதி திறந்து, பின்னால் சாதுர்யமாய் மறைந்திருந்த கதவு வெளிப்பட்டு விரிந்தது; இராட்சதன் போல ஒரு மனிதன் இடைவெளியை அடைத்துக்கொண்டு நின்றான். வெளிவந்தவன் முன்னாலிருந்த திடலைப் பார்க்க, இலங்கை அதிகாரியொருவன் முன்னே விரைந்து வந்து வணக்கம் செலுத்தினான். அவர்களுக்குள் விரைவாய் பேச்சுவார்த்தை நிகழ்ந்தபின், இராட்சதன் சுவரையும், அதன் மீது நின்ற பார்வையாளர்களையும் உன்னிப்பாய்க் கவனித்தான்.

சடக்கெனத் திரும்பி, மீண்டும் விமானத்திற்குள் மறைந்தவன் மீண்டும் வெளிப்பட்ட போது பின்னால் இன்னொருவன் வந்தான்.

இவன் குள்ளமென்றாலும், சாதாரண மிதிலனை விட உயரம் - இராமனுக்கிணையாய் இருக்கக்கூடும். ஆனால், அயோத்ய இளவலின் மெல்லிய, கட்டான தேகத்தைக் கொள்ளாமல், மகத்தான உருவமைப்புடன் விளங்கினான். கருத்த சருமம்; உதட்டின் இருபுறம் இறங்கிய மீசை; அடர்ந்த தாடி; உளியால் பொளிந்தது போன்ற முகம் என பயங்கரமாய்த் தோற்றமளித்தான். சப்தசிந்துவிலேயே விலைமதிப்பற்ற ஊதா நிறத்தில் தோத்தியும், அங்கவஸ்திரமும் தரித்திருந்தான். இருபுறமும் ஆறங்குலம் நீண்ட பயங்கரக் கொம்புகளை அணிகலனாகக் கொண்ட க்ரீடம் தரித்திருந்தவன், நடக்கும் போது சற்றே கூன் போட்டிருந்தான்.

"ராவணன் ..." லக்ஷ்மணனின் குரல் கிசுகிசுப்பானது.

இராமனிடம் பதிலில்லை.

லக்ஷ்மணன் அவனை ஏறிட்டான். "அண்ணா ..."

இலங்கை மன்னனை உன்னிப்பாய்க் கவனித்துக்கொண்டிருந்த இராமன், மௌனமே சாதித்தான்.

"அண்ணா," என்றான் லக்ஷ்மணன். "கிளம்பிடலாம்."

அவனை ஒருமுறை ஏறிட்ட இராமனின் கண்களில் அனல் வீசியது. திரும்பி, மிதிலாவின் வெளிச்சுவற்றுக்கு வெளியே நின்ற இலங்கையரை - குறிப்பாக, ஒரு இலங்கையனை வெறித்துப் பார்த்துக்கொண்டு நின்றான்.

அத்தியாயம் 22

"தயவு செய்து கிளம்பிவிடாதீர்கள்," அரிஷ்டநேமி கெஞ்சினார். "உங்களைப் போலவே, குருஜியும் கவலைக்குள்ளாகியுள்ளார். ராவணன் எப்படி, எதற்கு இங்கே வரவேண்டும் என்று யாருக்கும் புரியவில்லை. நீங்களிருவரும் கோட்டைச்சுவர்களுக்குள் இருப்பதுதான் பாதுகாப்பு என்பது குருஜியின் நம்பிக்கை."

தேனிச்சதுக்கத்தில், அறையில் அமர்ந்திருந்தனர் இராமலக்ஷ்மணர்கள். விஸ்வாமித்ரரிடமிருந்து, அரிஷ்டநேமி மூலம் கெஞ்சுமுகமாகச் செய்தி வந்திருந்தது: *தயவு செய்து கிளம்பவேண்டாம்.* இராவணன், மிதிலா கோட்டைச்சுவர்களுக்கு வெளியே பாசறை அமைத்திருந்தான். நகருக்குள் அவன் வரவில்லையெனினும் அவனது தூதுவர்கள், அவனைப் போலன்றி ஜனக மன்னர், மற்றும் ஸ்வயம்வரம் கருதி அப்போதுதான் வருகை புரிந்திருந்த இளைய சகோதரர் மன்னர் குஷத்வஜரை நேரில் சந்திக்க அரசவை நோக்கிப் பறந்துவிட்டனர்.

"குரு விஸ்வாமித்ரர் என்ன நினைச்சா எனக்கென்ன?" லக்ஷ்மணன் ஆக்ரோஷமாய்ச் சீறினான். "எங்கண்ணனைப் பத்திதான் என் கவலை. இலங்கையிலேர்ந்து வந்திருக்கற அரக்கன் என்ன செய்வான்னு யாருக்குத் தெரியும்? நாங்க கிளம்பியே ஆகணும்! இப்பவே!"

"தயவு செய்து சற்று அமைதியடைந்து யோசித்துப் பாருங்கள். காட்டில் தன்னந்தனியாக அலைவதில் என்ன பாதுகாப்பு இருந்துவிடமுடியும்? நகரின் கோட்டைக்குள்தான் பத்திரம். உங்கள் பாதுகாப்பிற்கு மலயபுத்ரர்களும் இருக்கிறார்கள்."

"விஷயம் கைமீறிப் போறவரைக்கும் உட்கார்ந்துக்கிட்டிருக்கச் சொல்றீங்களா? நான் எங்கண்ணனோடக் கிளம்பறேன். நீங்களும் உங்க செல்ல மலயபுத்ரர்களும் எப்படியோ நாசமாப் போங்க!"

"இளவரசே," அரிஷ்டநேமி இராமனை நோக்கித் திரும்பினார். "நம்புங்கள்; என் அறிவுரைப்படி நடப்பதே எல்லோருக்கும் நன்மை. ஸ்வயம்வரத்திலிருந்து விலக வேண்டாம். நகரினின்று வெளிக்கிளம்ப வேண்டாம்."

வெளிப்பார்வைக்குச் சாந்தமாகவே தோன்றினாலும், இராமனுக்குள் ஏதோ தடம்புரண்டிருந்ததை அரிஷ்டநேமி உணர்ந்தார்; குளிர்ந்த தடாகமாய் பொலியும் ஆழ்ந்த அமைதி இப்போது அவனுக்குள் இல்லை.

தன்வரையில் இராமன் உண்மையை ஒப்புக் கொள்வதாயிருந்தால் - தன்னைக் காயப்படுத்தியவர்கள், அசூயை, காழ்ப்புணர்ச்சி, ஏன் வெறுப்பையே சம்பாதித்துக்கொண்டவர்களின் பட்டியல் பெரிது என்பதை உணர்ந்திருப்பான். இராவணன் அப்படியென்ன செய்துவிட்டான்? போரில் ஜெயித்தான். ஆனால், இராமனுக்குள் குமைந்து குன்றிப்போன குழந்தைக்கு இந்த நியாயதர்மங்கள் புரியவில்லை. வருடக்கணக்காக அனுபவித்த தனிமைக்கும் அடைந்த அவமானங்களுக்கும் காரணகர்த்தா - அப்பாவின் மனதில் விதைக்கப்பட்ட கசப்பு; மூத்தமகனின் மீது கொட்டிய தேவையற்ற அலட்சியம், காரணமற்ற ஒதுக்குதல் - எல்லாவற்றுக்கும் - எல்லாவற்றுக்கும், அருவமாய் வலம் வந்த, கதைகதையாய் பேசப்பட்ட முகமற்ற அரக்கனே பொறுப்பல்லவா? அவன் விளைவித்த நாசம்தானே இத்தனையும்? தன் குழந்தைப் பருவத் துரதிர்ஷ்டங்களுக்கு இராவணனே காரணம்; கரச்சாபாவில் அந்தக் கொடூர தினத்தன்று அவன் தோற்றிருந்தால், தன் வாழ்க்கையில் கஷ்டங்கள் மலிந்திருக்காது என்ற எண்ணம் இராமனுக்குள் வேரூன்றிவிட்டது.

இராவணனின் மீது இராமனின் ஆத்திரம், குழந்தை நாட்களின் தாக்கம்; எல்லை மீறி எரிமலையாய்ப் பொங்கிய ஆக்ரோஷம், நியாய அநியாயங்களைக் கடந்தது; கட்டுக்கள் அற்றது.

—|א|🐟☀—

இராமலக்ஷ்மணர்களை விடுத்து விஸ்வாமித்ரரைச் சந்திக்க விருந்தினர் மாளிகைக்கு விரைந்துவிட்டார் அரிஷ்டநேமி.

"சொல்றதைக் கேளுண்ணா; தப்பிச்சிடலாம்," என்றான் லக்ஷ்மணன். "இலங்கையர் பத்தாயிரம் பேர்; நாம

இரண்டே ரெண்டு. இழுபறின்னு வந்தா மிதிலர்கள் - ஏன், மலயபுத்ரர்களே ராவணனோடதான் சேருவாங்க.''

அறையின் ஒற்றை ஜன்னல் வழியே தெரிந்த பூங்காவை வெறித்தான் இராமன்.

''அண்ணா,'' லக்ஷ்மணன் வற்புறுத்தினான். ''ஓடத்தான் வேணும். கோட்டைச்சுவரோட மறு கோடியில ரெண்டாவது வாசல் இருக்காம். நாம யார்னு மலயபுத்ரர்கள் தவிர யாருக்கும் தெரியாது. ஓசைப்படாம வெளியேறி, அயோத்யா படையோட திரும்பலாம். பழிகார இலங்கைப் படைக்கு நிச்சயம் பாடம் கத்துத் தரலாம் - ஆனா, முதல்ல தப்பிக்கணும்.''

அவனை நோக்கித் திரும்பிய இராமனின் பேச்சில், அமானுஷ்ய அமைதி. ''இக்ஷ்வாகு குலத்தோன்றல்கள் நாம். ரகுகுல வாரிசுகள். ஓடமாட்டோம்.''

''அண்ணா ...''

கதவு தட்டப்படும் ஓசை இடைமறித்தது. சட்டென தமையனை ஒரு பார்வை பார்த்துவிட்டு வாளுருவிக்கொண்ட லக்ஷ்மணனை இராமன் முறைத்தான். ''கொல்ல வர்றவன் கதவைத் தட்டுவானா? 'தடால்'னு நுழைவான். இங்கே ஒளியறதுக்கு இடமில்லை.''

வாளை உறைக்குத் திருப்புவதா வேண்டாமா என்ற குழப்பத்துடன் கதவையே வெறித்தான் லக்ஷ்மணன்.

''போய்த் திறடா,'' என்றான் இராமன்.

மெல்லப் படியேறி, கூரையில் பதிந்த கதவை அடைந்தான் லக்ஷ்மணன். அவசியம் ஏற்பட்டால் சட்டென வீச ஏதுவாய், வாளைப் பக்கவாட்டில் பதுக்கிக்கொண்டான். கதவு இன்னும் அழுத்தமாய்த் தட்டப்பட்டது. திறந்த லக்ஷ்மணன், மிதிலாவின் காவல்துறை மற்றும் அரசு சம்பிரதாயத் துறைகளின் தலைவி ஸமீச்சி குனிந்து தன்னைப் பார்ப்பதைக் கண்டான். குட்டையாய் வெட்டிய முடி; உயரம்; பல போர்களில் சண்டையிட்டதன் சாட்சியாய் விரவிய விழுப்புண்களைப் பெருமையுடன் தாங்கிய கட்டுமஸ்தான, கரிய போர்வீரன் தேகம். ஒரே வித பச்சையில் மேலாடையும், தோத்தியும் அணிந்திருந்தாள். தோல் கைப்பட்டைகளும், உள்ளாடையும் பூண்டிருந்தவளின் இடையில், நீண்ட வாள் உறையிட்டுத் தொங்கியது.

லக்ஷ்மணன் வாளை இறுகப் பற்றினான். ''நமஸ்தே, ஸமீச்சி அவர்களே,'' என்றான் கடுமையான குரலில். ''எதன் பொருட்டு இந்த விஜயம்?''

ஸமீச்சியின் புன்னகை நிலைகுலையச் செய்தது. ''வாளை உறையிலிட்டுக் கொள், இளைஞனே.''

''எதைச் செய்யணும், வேண்டாம்கிறதை நான் முடிவு பண்ணிக்கறேன். என்ன விஷயமா வந்தீங்க?''

''பிரதமர் உன் தமையனைச் சந்திக்க விரும்புகிறார்.''

திடுக்கிட்ட லக்ஷ்மணன் திரும்பிப் பார்க்க, இராமனோ, உள்ளே அழைக்கும்படிச் சைகை செய்தான். உடனடியாக வாளை உறையிலிட்டு, வந்தவர்கள் நுழைய வசதியாக சுவரோடு சுவராய் லக்ஷ்மணன் ஒட்டிக்கொண்டான். அறைக்குள் இறங்கிய ஸமீச்சியைத் தொடர்ந்த சீதா, பொறிக்கதவின் வழியே பின்னால் யாருக்கோ சைகை செய்தாள். ''இங்கேயே இரு, ஊர்மிளா.''

சொல்லப்பட்ட ஊர்மிளாவைத் தன்னையறியாமல் நிமிர்ந்து பார்த்தான் லக்ஷ்மணன். மிதிலாவின் பிரதமரை வரவேற்க இராமன் எழுந்து நிற்க, இரு பெண்களும் விரைந்து படிக்கட்டுக்களில் இறங்கினர். லக்ஷ்மணனோ, கண்முன் விரிந்த அற்புதக் காட்சியில் மனதைப் பறிகொடுத்தபடி அசைவற்று நின்றான்.

தமக்கை சீதாவை விடக் குறைவான உயரமென்றாலும், அவளைவிட நிறம் அதிகம். பாலோ, வெண்பட்டோ என எண்ணும்படியான வெண்சருமம். சூரிய வெளிச்சம் படாமல் வளர்ந்த பெண்போலும். அழகிய வட்ட முகத்தில் துலங்கிய பெரிய விழிகளில் அறியாமையும் குழந்தைத்தனமும் மிளிர்ந்தன. போர்க்குணம் பொருந்திய அக்காவைப் போலல்லாது, ஊர்மிளையிடம் பொலிந்தது பெண்மை ததும்பும் மென்மை; தன் அழகு தூண்டும் உணர்ச்சிகளை அறிந்திருந்தாலும், உடல்மொழியில் குழந்தைத்தனமே தென்பட்டது. ஒரு கற்றை கூடத் தப்பாமல் பந்தாய்ச் சுருட்டிய கூந்தல். கண்களின் மை கருமையைத் தூக்கிக்காட்ட, பழச்சாற்றினால் உதடுகள் சிவந்து, மின்னின. அடக்கமான, நாகரீக உடைகள்: பளிச்சென்ற ரோஜா நிற மேலாடை; வழக்கத்தை விடச் சற்று நீளமாக, முழங்காலிற்குக் கீழ் தழைந்த ஆழ்ந்த சிவப்பு *தோத்தி.* நறுவிசாய் மடித்த *அங்கவஸ்திரம்* தோள்களினின்று சரிய, கொலுசும்,

மெட்டிகளும் பாதங்களின் அழகைப் பறைசாற்றின. மந்திரத்தால் கட்டுண்டவன் போல் நின்ற லக்ஷ்மணனின் மயக்கத்தை உணர்ந்தவள் போல், அத்தேவியின் மலர்ந்த முகத்தில் புன்னகை தோன்றியது. வெட்கமும் குழப்பமும் போட்டியிட்ட கண்களுடன் எங்கோ பார்த்தபடி நின்றாள்.

இராமன் கவனிக்கத் தவறியது சட்டென மனதை நிரடியதில் திரும்பி, ஊர்மிளாவைப் பார்த்துக் கொண்டிருந்த லக்ஷ்மணனைக் கண்ணுற்றாள் சீதா.

''கதவைச் சார்த்து, லக்ஷ்மணா,'' என்றான் இராமன்.

தயக்கத்துடன் உத்தரவிற்குக் கீழ்ப்படிந்தான், அவன்.

இராமன், சீதாவை நோக்கித் திரும்பினான். ''உங்களுக்கு நான் எந்த வகையில் உதவலாம், இளவரசி?''

அவள் புன்னகைத்தாள். ''ஒரு நிமிஷம், இளவரசே.'' ஸமீச்சியைப் பார்த்தாள். ''இவர்கிட்டே கொஞ்சம் தனியாப் பேசணும்.''

''தாராளமாய்.'' ஸமீச்சி மீண்டும் படியேறி அறையினின்று சென்றாள்.

தங்களை அவள் அடையாளம் கண்டுகொண்டதனால் அடைந்த அதிசயத்தை வெளிக்காட்டிக்கொள்ளாமல், லக்ஷ்மணனை நோக்கி இராமன் தலையசைக்க, அவனும் ஆர்வமாக வெளியேறினான். நொடியில், இராமனும் சீதையும் தனித்திருந்தனர்.

அறையில் இருந்த நாற்காலியைப் புன்னகையுடன் சுட்டிக்காட்டினாள் அவள். ''உட்காருங்க, இளவரசே.''

''பரவாயில்லை.''

நாங்க யார்னு ஒரு வேளை குரு விஸ்வாமித்ரரே வெளியிட்டிருப்பாரோ? இந்த சம்பந்தத்துலே அவருக்கென்ன இவ்வளவு அக்கறை?

''இல்லை, உட்காரணும்,'' என்றபடி சீதாவும் அமர்ந்தாள்.

அவளுக்கெதிரேயிருந்த நாற்காலியைத் தேர்ந்தெடுத்தான் இராமன். சற்று நேரம் தர்மசங்கட மௌனத்தில் கரைந்தது. ''இங்கே உங்களை ஏமாத்திக் கூட்டிக்கிட்டு வந்துட்டாங்க, இல்லையா?'' என்றாள் சீதா, ஒருவழியாக.

இராமன் மௌனம் சாதித்தாலும், கண்கள் பதிலைக் காட்டிக்கொடுத்தன.

"அப்புறம் ஏன் கிளம்பலை?" அவள் கேட்டாள்.

"அது சட்டத்துக்குப் புறம்பானது."

சீதா புன்னகைத்தாள். "நாளை மறுநாள் நடக்கப்போகும் ஸ்வயம்வரத்துலேயும் அதன் பொருட்டுத்தான் கலந்துக்குவீங்களோ?"

பொய் சொல்லும் உத்தேசமற்ற இராமன், வாயை மூடிக்கொள்ள வேண்டியதாயிற்று.

"நீங்க அயோத்யா. சப்தசிந்துவிற்கே தலைமைப்பீடம். நானோ, மிதிலா. செல்வாக்கில்லாத சின்ன தேசம். இந்த சம்பந்தத்தினாலே என்ன பலன்?"

"கல்யாணம்கிறது வெறும் அரசியல் பிணைப்பாத்தான் இருக்கணும்கிற அவசியமில்ல. இன்னும் உத்தமமான பயனும் இருக்கலாம்."

சீதாவின் முகத்தில் புதிரான புன்னகை. பணிக்குத் தகுந்தவனைத் தேர்வு செய்யும் நேர்காணலில் பங்குகொள்ளும் பிரமையேற்பட்டாலும், அழகாய் பின்னியிருந்த சீதாவின் சிகையிலிருந்து ஆணவமாய் வெளியேறிய சிறிய முடிக்கற்றையை இராமன் கவனிக்கத் தவறவில்லை. ஜன்னலிலிருந்து மிதந்த தென்றல் கூந்தலைத் தாலாட்ட, கச்சிதமாய் வளைந்த சங்குக் கழுத்தின் மீது அவன் கண்கள் தன்னிச்சையாய் நிலைத்தன. உள்ளுக்குள் சிரித்துக் கொண்டு எண்ணங்களுக்குத் தாழிட முயன்றவனாய், தன்னைத் தானே கடிந்து கொண்டான். *என்னாச்சு எனக்கு? கட்டுப்படுத்திக்கவே முடியலையே?*

"இளவரசே?"

"மன்னிக்கணும், என்ன?" அவள் பேச்சில் வலிந்து கவனத்தை இழுத்து வந்தான்.

"கல்யாணம்கிறது அரசியல் பிணைப்பில்லாம வேறென்ன?"

"முதல்ல, அது அத்தியாவசியம் இல்லை; கல்யாணம் பண்ணிக்கிட்டே ஆகணும்கிற கட்டாயம் இருக்கக்கூடாது. பொருத்தமில்லாத ஒருத்தரோட பிணைச்சுக்கற மாதிரி கொடுமை வேற கிடையாது. நம்மால மதிக்கக்கூடிய,

இக்ஷ்வாகு குலத்தோன்றல் 273

நம்ம வாழ்க்கை இலட்சியங்களைப் புரிஞ்சுகிட்டு, அவற்றை அடைய அனுகூலமா இருக்கறவங்க கிடைச்சாத்தான் கல்யாணம் செஞ்சுக்கணும். அதே போல, நாமும் அவளுடைய வாழ்க்கை இலட்சியத்தை அடைய உதவலாம். அப்படிப்பட்ட ஒருத்தியை சந்திச்சா, திருமணத்துலே அர்த்தம் இருக்கு.''

"ஒரே பெண்ணா?'' சீதாவின் புருவங்கள் உயர்ந்தன. "ஏகபத்தினி விரதத்தை முன்வைக்கறீங்களா? பலருக்கு இதில் உடன்பாடில்லை.''

"உலகத்திலுள்ள எல்லோரும் பலதார மணத்தை ஆதரிச்சாலும் சரின்னு ஆகிடாது.''

"அநேக ஆண்கள் - குறிப்பா பெரிய மனிதர்கள் - ஒண்ணுக்கு மேற்பட்ட பெண்களைக் கல்யாணம் பண்ணிக்கறாங்களே?''

"நான் மாட்டேன். இன்னொரு பெண்ணை மணக்கிற மாதிரி கட்டின மனைவிக்கு அவமானம் வேற இல்லை.''

தலையைச் சற்றே சாய்த்த சீதா, அவனை ஆராய்வது போல் யோசனையுடன் மோவாயை உயர்த்தினாள். கண்கள், மரியாதையால் மென்மையடைந்தன. அறையின் மௌனத்தில் மின்சாரம் விரவியிருந்தது. அவனையே பார்த்துக்கொண்டிருந்தவளின் முகத்தில், சட்டென பரிச்சயம் படர்ந்தது.

"அன்னைக்கு கடைவீதியில நின்னுக்கிட்டிருந்தது நீங்கதானே?'' கேட்டாள்.

"ஆமா.''

"ஏன் என் உதவிக்கு வரலை?''

"நிலைமை உன் கட்டுப்பாட்டுக்குள்ளே இருந்தது.''

சீதாவின் முகத்தில் லேசான புன்னகை.

கேள்வி கேட்பது இப்போது இராமனின் முறையாயிற்று. "ராவணனுக்கு இங்கே என்ன வேலை?''

"தெரியலை. ஆனா, என் ஸ்வயம்வரம் நிச்சயம் பாதிக்கப்படும்னு தோணுது.''

இராமனது அதிர்ச்சியை முகம் காட்டிக் கொடுக்கவில்லை. "உங்க ஸ்வயம்வரத்துல கலந்துக்கவா வந்திருக்கான்?''

"அப்படித்தான் சொல்றாங்க."

"நீங்க?"

"இங்கே வந்திருக்கேன்."

அவள் தொடர இராமன் காத்திருந்தான்.

"வில்வித்தையில நீங்க எப்படி?" சீதா வினவினாள்.

சற்றே சிறிய புன்னகையை இராமன் அனுமதித்துக்கொண்டான்.

சீதாவின் புருவங்கள் உயர்ந்தன. "அவ்வளவு திறமையா?"

அவள் நாற்காலியை விட்டு எழுந்தபோது அவனும் பின்தொடர்ந்தான். மிதிலாவின் பிரதமர், கரங்களைப் பணிவாகக் குவித்தாள். "ருத்ரபகவானின் அருள் என்னைக்கும் இருக்கட்டும், இளவரசே."

"உங்களுக்கும்தான், இளவரசி," இராமனும் அவ்விதமே வணங்கினான்.

அவள் மணிக்கட்டில் துலங்கிய ருத்ராக்ஷ மாலையின் மீது அவனது பார்வை பதிந்தது இவளும் ருத்ரபகவான் பக்தையே. மணிகளினின்று விலகிய கண்கள், கலைஞர்களுக்குரிய நளினமான, நீண்ட விரல்களின் மீது தன்னிச்சையாக நிலைத்தன. நுணுக்கமான அறுவை சிகிச்சை நிபுணருடையதைப் போல் ... ஆனால், இடக்கையில் இருந்த விழுப்புண், மருத்துவக் கருவிகளை மட்டும் கையாளும் பெண்ணல்ல இவள் என்பதைச் சுட்டிக் காட்டியது.

"இளவரசே," என்றாள் சீதா. "நான் கேட்டது ..."

"மன்னிக்கணும்; என்ன சொன்னீங்க?" மீண்டும் கவனத்தை அவள் பேச்சில் நிலைநிறுத்திக்கொண்டான்.

"எங்க பிரத்யேக அரண்மனைத் தோட்டத்துலே உங்களையும் உங்க சகோதரரையும் நாளை சந்திக்கலாமா?"

"தாராளமா."

"நல்லது," கிளம்ப யத்தனித்தவள், ஏதோ நினைவுக்கு வந்தது போல் தயங்கினாள். இடையில் கட்டிய சுருக்குப் பையிலிருந்து ஒரு சிகப்புக் கயிற்றை உருவினாள். "இதைக் கட்டிக்கிட்டீங்கன்னா நல்லாயிருக்கும். அதிர்ஷ்டம். எதைக் குறிக்குதுன்னா ..."

இக்ஷ்வாகு குலத்தோன்றல் 275

சமீப வழக்கத்தின் படி, இராமனின் மனம் சீதாவின் வார்த்தைகளை அமிழ்த்திவிட்டு அங்கிருந்து தாவியது. என்றோ, எப்போதோ திருமணச் சடங்கில் கேட்ட ஸ்லோகம் நினைவுக்கு வந்தது.

மாங்கல்ய தந்துனானேனா பவ ஜீவன ஹே துமே ...

பழைய ஸமஸ்க்ருத ஸ்லோகம். நான் அளிக்கும் புனிதக் கயிற்றை ஏற்று, என் வாழ்க்கைக்கே பொருளாக வேண்டும்...

"இளவரசே," என்றாள் சீதா உரக்க. "ராமா?"

உள்ளத்தில் எதிரொலித்த திருமண மந்திரம் சட்டென்று அடங்க, இராமன் நிமிர்ந்தான். "மன்னிக்கணும். என்ன?"

அவள் முகத்தில் பணிவான புன்னகை. "நான் சொல்ல வந்தது ..." சட்டென நிறுத்திக்கொண்டாள். "பரவாயில்லை. கயிறை இங்கேயே வெச்சுட்டுப் போறேன். உங்களுக்கு சம்மதம்னா, கட்டிக்குங்க."

மேஜையின் மீது வைத்துவிட்டு, சீதா படியேறத் துவங்கினாள். கதவினருகே வந்தவள், இறுதியாக ஒரு முறை திரும்பிப் பார்த்தாள். உலகிலேயே புனிதமான பொருளைக் கண்டது போல் வலக்கையில் இருந்த கயிற்றைப் பக்தி விசுவாசத்துடன் பார்த்துக்கொண்டிருந்தான் இராமன்.

―|⚚|🐟|☀―

பிரதானக் கடைத்தெருவினின்று, மேல்தட்டு மக்களின் இருப்பிடங்களை நோக்கி எடுத்து வைத்த ஒவ்வொரு அடியிலும் மிதிலாவின் அழகு அதிகரித்தது, மறுநாள் மாலை மயங்கும் வேளையில் இராமலக்ஷ்மணர்கள், அங்கே நடந்து சென்றபோது கண்கூடாய்த் தெரிந்தது.

"அழகாயிருக்கு, இல்லேண்ணா?" சுற்றுமுற்றும் மலர்ந்த முகத்துடன் பார்த்துக்கொண்டு வந்தான் லக்ஷ்மணன்.

நேற்றிலிருந்து மிதிலா விஷயத்தில் அவன் மனநிலை சட்டென அடைந்திருந்த மாற்றத்தை இராமன் கவனிக்காமலில்லை. அவர்கள் நடந்த சாலை அகலமேயென்றாலும், கிராமத்துத் தெருவைப்போல் வளைந்து வளைந்து சென்றது. சாலை நடுவே கல் மற்றும் கெட்டிக்கும் கலவையால், சுமார் மூன்றல்லது நான்கடி

நின்ற தடுப்பரண்களை மரங்களும், மலர்ப்படுகைகளும் சிங்காரித்தன. அவற்றைத் தாண்டி, மரங்களும் அழகிய தோட்டங்களும் சூழ்ந்த செல்வந்தர் மாளிகைகள் தென்பட்டன. சுற்றுச்சுவர்களின் மீது குலதெய்வம், மற்றும் குடும்பத்தாரின் பிரத்யேகக் கடவுளரின் திருவுருவச் சிலைகள் பதிக்கப்பட்டிருக்க, அவற்றினடியில் அர்ப்பணிக்கப்பட்ட புதிய மலர்கள் மற்றும் மணம் பரப்பும் வாசனாதிகளினின்று மிதிலர்களின் பக்திசிரத்தையும், ஆன்மீகப்போக்கும் நன்கு புலனாயிற்று.

''இங்கேதான்,'' லக்ஷ்மணன் சுட்டிக் காட்டினான்.

வலப்பக்கம் நெளிந்த குறுகலான சந்திற்குள் தம்பியைப் பின்பற்றி நடந்தான் இராமன். நெடிதுயர்ந்த பக்கச் சுவர்களுக்கப்பால் என்ன இருந்ததென நிச்சயமாய்த் தெரியவில்லை.

''தாண்டிக் குதிக்கணுமோ?'' லக்ஷ்மணனின் கண்களில் குறும்பு.

அவனை முறைத்த இராமன், தொடர்ந்து நடந்தான். சில மீட்டர் தூரம் கடந்தவுடன் தெரிந்த வேலைப்பாடமைந்த இரும்புக் கதவினருகே இரு வீரர்கள் காவல் நின்றனர்.

''பிரதமரைச் சந்திக்க வந்திருக்கோம்,'' ஸமீச்சி கொடுத்த முத்திரை மோதிரத்தை நீட்டினான் லக்ஷ்மணன்.

அதை வாங்கி ஆராய்ந்த காவலன் திருப்தியடைந்தது போல் கதவைத் திறக்கும்படி இன்னொருவனுக்குச் சைகை செய்தான்.

அழகாய் வடிவமைத்த பூங்காவிற்குள் நுழைந்தனர் சகோதரர்கள். அயோத்யாவின் அரண்மனைத் தோட்டங்களைப் போல் வகை வகையான செடிகளின்றி, பிராந்தியத்திற்குரிய மரம், கொடிகள் மற்றும் மலர்ப்படுகைகள் மட்டுமே காணப்பட்டன. வேலையில் தேர்ந்த தோட்டக்காரர்கள்தான் பூங்காவின் எழிலுக்குக் காரணமேயொழிய, கஜானாவின் செல்வச் செழிப்பல்ல. தோட்டத்தின் நேர்த்தியான வடிவமைப்பும் பராமரிப்பும் பளிச்சென விளங்கின. அடர்ந்து படர்ந்த புல்வெளிப் பச்சைக்கு மாற்றாய் வண்ண மலர்ச்செடிகளும், மனோகர வடிவமும் நிறமும் கொண்ட மரங்களும் கண்ணைப் பறித்தன. சீரான ஒழுங்குமுறையுடன் அழகின் சொரூபமாய் இயற்கை மிளிர்ந்தது.

இக்ஷ்வாகு குலத்தோன்றல் 277

"இளவரசே," மரநிழலின் பின்னாலிருந்து வெளிப்பட்ட ஸமீச்சி, மிகப் பணிவுடன் குனிந்து வணக்கம் செலுத்தினாள்.

"நமஸ்தே," இராமனும் கரம் கூப்பினான்.

அவனைப் பின்பற்றிய லக்ஷ்மணன், மோதிரத்தைத் திருப்பிக் கொடுத்தான். "காவலர்கள் அடையாளம் தெரிஞ்சிக்கிட்டாங்க."

"தெரிய வேண்டியதுதான்," காவல்துறை அதிகாரி, இராமனிடம் திரும்பினாள். "இளவரசிகள் சீதையும், ஊர்மிளையும், காத்துக்கொண்டிருக்கிறார்கள். வருகிறீர்களா?"

முகம் கொள்ளா மலர்ச்சியுடன், இராமனையும் ஸமீச்சியையும் தொடர்ந்தான் லக்ஷ்மணன்.

--- ༄ ☀ ---

தோட்டத்தின் பின்புறமிருந்த திறந்தவெளிக்கு இட்டுச் செல்லப்பட்டனர், இராமலக்ஷ்மணர்கள். தரையில் புல் பச்சைக் கம்பளம் விரித்திருக்க, தலைக்கு மேல் அந்தி வானம் நீலப்படுதா போர்த்தியிருந்தது.

"நமஸ்தே, இளவரசி," இராமன் சீதாவிடம் வந்தான்.

"நமஸ்தே, இளவரசே," என்ற சீதா, சகோதரியிடம் திரும்பினாள். "என் தங்கை ஊர்மிளாவை அறிமுகப்படுத்த விரும்பறேன்." சகோதரர்களை நோக்கிச் சைகை செய்தபடி, தொடர்ந்தாள். "ஊர்மிளா, இவர்கள் அயோத்ய இளவரசர்கள், இராமலக்ஷ்மணர்கள்."

"நேத்திக்கே இவங்களைச் சந்திக்கும் வாய்ப்பு எனக்குக் கிடைச்சுதே," லக்ஷ்மணனின் வாயெல்லாம் பல்.

அவனைப் பணிவாக நமஸ்கரித்த ஊர்மிளா, இராமனிடம் திரும்பி, வணக்கம் தெரிவித்தாள்.

"இளவரசர்கிட்டே மறுபடியும் கொஞ்சம் தனியா பேசணும்," விண்ணப்பித்தாள் சீதா.

"தாராளமாக," ஸமீச்சி உடனடியாக உடன்பட்டாள். "அதற்கு முன், தனியாக நான் ஒரு வார்த்தை பேச அனுமதியுண்டா?"

சீதாவை சற்றுத் விலகி அழைத்துச் சென்று காதில் ஏதோ சொல்லிவிட்டு, இராமனை ஒரு பார்வை பார்த்துவிட்டு ஊர்மிளாவை ஸமீச்சி இட்டுச் சென்றபோது பின்தொடர்ந்தான் லக்ஷ்மணன்.

விட்ட இடத்திலிருந்து நேற்றைய நேர்காணல் தொடரப் போவதாக இராமனுக்குத் தோன்றியது. ''ஏன் சந்திக்க விரும்பினீங்க, இளவரசி?''

ஸமீச்சியும் மற்றவர்களும் விலகிவிட்டதை நிச்சயித்துக்கொண்டு பேச்சைத் துவங்க இருந்தவளின் கண்கள் சட்டென இராமனின் வலது மணிக்கட்டில் மிளிர்ந்த சிவப்புக் கயிற்றில் நிலைக்க, முகம் மலர்ந்தது. ''ஒரு நிமிஷம் அவகாசம் கொடுங்க, இளவரசே.''

மரத்தின் பின்புறம் சென்றவள், நீளமாய்த் துணி சுற்றப்பட்டிருந்த ஏதோவொன்றைக் குனிந்து எடுத்து, இராமனிடன் கொண்டுவந்தாள். அவனும் ஆர்வத்துடன் அதை நோக்கினான். துணியை சீதா விலக்க, உள்ளே துலங்கியது நுணுக்கமாய் வேலைப்பாடமைந்த, வழக்கத்தை விட நீளமான வில். மிக நீண்ட தூரம் அம்பெய்யக்கூடிய திறனை வளைந்த இரு நுனிகள் பறைசாற்ற, அற்புதமாய் வடிவமைக்கப்பட்ட முழுமையான ஆயுதம். பிடியின் மேலும் கீழும், உட்பக்கம் பொறித்திருந்த குறியீட்டைக் கவனமாய் ஆராய்ந்தான் இராமன். நெருப்பிற்கு அதிபதியான அக்னிபகவானைக் குறிக்கும் தீப்பிழம்புகள். பக்தியும் விசுவாசமும் தூண்டும் இந்த உன்னத தெய்வத்திற்கே ரிக்வேதத்தின் முதல் ஸ்லோகம் சமர்ப்பணம். ஆனால், ஓரமாய்த் தீ நாக்குகள் எழுவது போல் அமைந்திருந்த இந்த வடிவம், இராமனுக்கு முன்னமேயே பரிச்சயமானது போல் தோன்றியது.

துணிப்பையினின்று பட்டையான, நீள மரப்பீடத்தை எடுத்துத் தரையில் சம்பிரதாயமாக வைத்த சீதா, இராமனை ஏறிட்டாள். ''இந்த வில் தரையில் படக்கூடாது.''

அப்படியென்ன இதன் முக்கியத்துவம் என்ற குழம்பிய இராமனின் முகம் சுருங்கியது. வில்லின் அடிப்பாகத்தை பீடத்தின் மீது நிறுத்திப் பாதத்தால் ஸ்திரப்படுத்திக்கொண்ட சீதா, வலக்கையால் மறுமுனையை இழுக்க முற்பட்டாள். அதிபலம் கொண்ட வில்லை அசைப்பது சாமான்யமல்லவென்பதை அவள் தோள் மற்றும் கைகளில் இறுகிய தசைகளைக் கொண்டு இராமன் ஊகித்தான். இடது

கையால் நாணை இழுத்துச் சடக்கெனப் பூட்டி முனையை விடுவித்த சீதா, வில் மெள்ள மீண்டும் நிமிர்ந்தவுடன் ஆசுவாசப் பெருமூச்சுவிட்டாள். பலம் வாய்ந்த நாணின் கட்டுப்பாட்டிற்கேற்ப மகத்தான வில் பொருந்திக்கொண்டது. இடது கையால் வில்லைப் பற்றியவள், நாணை ஒரு முறை இழுத்து விடுவிக்க, டங்காரத்வனி ஓங்கி ஒலித்தது.

நாதத்தைக் கொண்டே வில்லின் பிரக்யாதியை இராமன் கணித்துவிட்டான். 'கணீ'ரென்ற இத்தகைய ஓசையை அவன் இதுவரை கேட்டதேயில்லை. ''அடேயப்பா. அருமையான வில்.''

''உயர்ந்ததும் கூட.''

''உங்களுடையதா?''

''இப்படிப்பட்ட வில் எனக்குச் சொந்தமாக முடியாது. காவல் காக்கறேன்; அவ்வளவுதான். என் காலம் முடிஞ்ச பிறகு வேற ஒருத்தர் பொறுப்பை ஏற்கணும்.''

பிடியைச் சுற்றி பொறித்திருந்த தீநாக்குகளை தீவிரமாய் ஆராய்ந்தான் இராமன். ''இதைப் பார்த்தா -''

''நாம ரெண்டு பெருமே பூஜிக்கிற ஒருத்தருக்குத்தான் இந்த வில் ஒரு காலத்துல சொந்தம்,'' சீதா குறுக்கிட்டாள். ''இப்பவும் அவர்தான் இதுக்குரியவர்.''

அதிர்ச்சியும் திகைப்பும் கண்களில் போட்டியிட வில்லைப் பார்த்த இராமனின் சந்தேகம், நிவர்த்தியடைந்தது.

''ஆமா.'' சீதா புன்னகைத்தாள். ''இதுதான் *பிநாகம்.*''

முந்தைய மகாதேவர் ருத்ரபகவானின் மகத்தான ஆயுதமான *பிநாகம்*, உலகிலேயே பலம் பொருந்தியதெனப் பெயர் பெற்றது. எத்தனையோ கருப்பொருட்களின் கலவையைக் கொண்டு தயாரிக்கப்பட்ட வில், காலப்போக்கில் சீரழிந்துவிடாமலிருக்க பல இரசாயனச் சோதனைகளுக்கு உட்படுத்தப்பட்டிருந்ததாகக் கதைகள் உண்டு. இப்பேர்ப்பட்ட வில்லைப் பராமரிப்பதும் சுலபமல்ல என்பதே பெருவாரியான நம்பிக்கை. வில்லின் பிடி, உடற்பகுதி மற்றும் நுனிகளைப் பிரத்யேக எண்ணெய் கொண்டு பேண வேண்டும். புத்தம்புதியதாகப் பளிச்சென தனுசு விளங்கியதைக் கொண்டே சீதா தன் பணியைத் திறம்படச் செய்துவந்திருந்தது தெளிவாகியது.

அற்புத அழகு படைத்த ஆயுதத்தினின்று கண்களை எடுக்கமுடியாதவனாக, ''*பிநாகம்* எப்படி மிதிலா கைக்கு வந்தது?'' என்றான் இராமன்.

''பெரிய கதை,'' என்றாள் சீதா. ''ஆனா, இதைக் கொண்டு நீங்க பயிற்சியெடுக்கணும்னு விரும்பறேன். நாளைக்கு *ஸ்வயம்வரப்* போட்டியில பயன்படுத்தப்போற வில் இதுதான்.''

தன்னையறியாமல் இராமன் ஓரடி பின்வாங்கினான். *ஸ்வயம்வரங்கள்* பலவகை; அவற்றில் இரண்டு - மணப்பெண் தனக்கானவனை நேரடியாகத் தேர்வு செய்துகொள்ளலாம்; அல்லது போட்டி நடத்தும்படி பணிக்கலாம். வெற்றிவீரன் அவளை மணந்துகொள்வான். ஆனால், இங்கே நடப்பது வழக்கிலில்லாதது; முன்னரே மணமகனுக்குப் போட்டி தெரிவிக்கப்பட்டு, உதவியும் அளிக்கப்படுவது விதிமுறைகளுக்கே விரோதம்.

இராமன் தலையசைத்து மறுத்தான். ''ருத்ரபகவான் கையாண்ட வில்லைப் பிரயோகிக்கிறதென்ன, *பிநாகத்தைத்* தொட்டுத் தூக்கறதே பாக்கியம்தான். ஆனா, நாளைக்குத்தான் செய்வேன். இன்னைக்கில்ல.''

சீதாவின் முகம் சுணக்கமடைந்தது. ''போட்டியில ஜெயிச்சு என்னை மணக்க விரும்பறீங்கன்னு நினைச்சேன்.''

''விரும்பத்தான் செய்யறேன் - ஆனா, முறையா ஜெயிக்க நினைக்கறேன். போட்டி விதிகளைக் காப்பாத்தியே வெற்றியடைவேன்.''

பீதியும் சந்தோஷமும் உள்ளுக்குள் விசித்திரமாய்ப் படபடக்க, தலையசைத்தவாறு சீதா புன்னகைத்தாள்.

''உங்களுக்கு அதில் சம்மதமில்லையா?'' இராமனின் முகம் சற்றே வாடியது.

''அப்படியில்லை. மனசுல மரியாதை தோணுது. நீங்க ரொம்ப வித்தியாசமானவர்தான், இளவரசே.''

இராமனின் முகத்தில் இரத்தம் பாய்ந்தது. மனம் எத்தனையோ விதத்தில் சுயக்கட்டுப்பாட்டை போதித்தாலும், இதயம் படபடக்கத் துவங்கியது.

''நாளைக் காலை நீங்க அம்பெய்யறதைப் பார்க்க ஆவலா இருக்கேன்,'' என்றாள் சீதா.

அத்தியாயம் 23

இராஜ்யசபையிலல்லாமல், *தர்மகூடத்தில்* *ஸ்வயம்வரம்* நடைபெற்றது. மிதிலா அரசவை அத்துணை பெரிதல்ல என்பதே இதற்குக் காரணம். அரண்மனை வளாகத்தில் *தர்மகூடம்* இடம்பெற்றிருந்த பிரதான மாளிகையை மிதிலாப் பல்கலைக்கழகத்திற்கு ஜனகமன்னர் பெருந்தன்மையுடன் தானமளித்திருந்தார். பலப்பல வித்தியாசமான தலைப்புக்களை மையமாக்கி வாதமும் விவாதமும் சபையில் அடிக்கடி சூடுபறப்பது வழக்கம்: *தர்மத்*தின் இயல்பு; கர்மத்திற்கும் *தர்மத்*திற்கும் உள்ள பிணைப்பு; தெய்வீகத்தின் தன்மை; மனித வாழ்க்கைப் பயணத்தின் அர்த்தம் ... இராஜ்யத்தின் பொருள் அனைத்தையும் ஞானவேந்தர் ஜனகர் அறிவுத் தேடலுக்கும், ஆன்மீக வளர்ச்சிக்குமே செலவழித்தார்.

பிரம்மாண்டமான கோபுரத்துடன் வட்ட வடிவமாய்க் கல் மற்றும் காரைக்கலவையால் நிர்மாணிக்கப்பட்ட இவ்வகை *தர்மகூடம்* இந்தியாவில் அபூர்வமானதே. கோபுரத்தின் நளினமான வேலைப்பாடு பெண்தன்மையை வெளிப்படுத்துவதாயும், கோயில் போல் நெடிதுயர்ந்த கூர்முனை ஆண்தன்மையைக் குறிப்பதாயும் நம்பிக்கை. ஜனகமன்னரது ஆட்சியின் குறியீடாய் - ஞானத்தின்பால் அறிவு சார்ந்த ஈர்ப்பு; அனைத்து கோணங்களுக்கும் சமமான மரியாதை - *தர்மகூடம்* விளங்கியதே வட்டவடிவத்திற்குக் காரணம். தலைவர் என்று பிரத்யேகமாய் எவருமின்றி, அனைத்து ரிஷிகளும் சம ஆசனத்தில் அமர்ந்து, பலப்பல தத்துவங்களைப் பயமின்றி வெளிப்படையாய் விவாதிக்கக்கூடிய கருத்துச் சுதந்திரத்தின் உச்சம்.

இன்றைய பொழுதின் நிலைமை வேறு. தாழ்வான மேஜைகளும் அவற்றின் மீது பரத்திய ஓலைச்சுவடிகளும் இல்லை; சிறப்புரையாற்றவோ, கருத்துக்களைப் பகிரவோ மிகுந்த ஒழுங்குமுறையுடன் அவை மத்திக்கு அமைதியாக நகரும் ரிஷிகளும் இல்லை. *தர்மகூடம்*, *ஸ்வயம்வரத்*திற்குத் தயாராய் நின்றது.

வாயிலருகே பார்வையாளர்களுக்கென மூன்றடுக்குகள் தற்காலிகமாக எழுப்பப்பட்டிருக்க, மறுகோடியில் மரமேடை மீது அமர்ந்திருந்த மன்னருக்கான சிம்மாசனத்திற்குப் பின்னால், மிதிலாவைத் தோற்றுவித்த மாமன்னர் மித்தியின் திருவுருவச் சிலை பீடத்தில் எழும்பி நின்றது. அரசருடையதை விட பரிமாணத்திலும், வேலைப்பாட்டிலும் சற்றே சிறிய இரு ஆசனங்கள், சிம்மாசனத்திற்கு இடமும் வலமும் நின்றன. *ஸ்வயம்வரத்தில்* கலந்துகொள்ளக்கூடிய மன்னர் மற்றும் இளவரசர்கள் அமர சௌகர்யமாய் கூடத்தின் மத்தியில் ஆசனங்கள் வட்டமாய் நின்றன.

இராமலக்ஷ்மணர்களை அரிஷ்டநேமி அழைத்து வந்த போதே, பார்வையாளர் அடுக்குகள் நிரம்பி வழிந்துகொண்டிருந்தன. போட்டியில் கலந்துகொள்வோரில் அநேகரும் ஆசனத்தில் அமர்ந்திருந்தனர். துறவிகள் போல் உடையணிந்திருந்த சகோதரர்களை அயோத்ய இளவரசர்களென யாரும் அடையாளம் கண்டுகொள்ளவில்லை. காவலன் ஒருவன், பிரபுக்களும் பெருந்தர வியாபாரிகளும் வீற்றிருந்த மூன்றடுக்கில் கீழ்ப்பகுதியை நோக்கிச் சைகை செய்ய, போட்டியாளரை அழைத்து வந்திப்பதாய் அரிஷ்டநேமி விளக்கினார். காவலன் திகைத்தாலும் மகாமுனி விஸ்வாமித்ரரின் சேநாதிபதியை அடையாளம் கண்டுகொண்டதில், வழிவிட்டு நகர்ந்துகொண்டான். பக்தியில் செறிந்த ஜனகர் க்ஷத்ரிய மன்னர்கள் மட்டுமல்லாது, அந்தண ரிஷிகளையும் மகளின் *ஸ்வயம்வரத்திற்கு* அழைத்திருந்தால் ஆச்சர்யப்படுவதற்கில்லை.

தர்மகூடத்தின் சுவர்களை அலங்கரித்த பண்டைய பெரும்புகழ் பெற்ற ரிஷி மற்றும் ரிஷிகைகளின் ஓவியங்களில் மஹரிஷி ஸத்யகாமர்; மஹரிஷி யாக்ஞவல்க்யர்; மஹரிஷிகை கார்கி; மஹரிஷிகை மைத்ரேயி ஆகியோருடையதும் அடக்கம். *இப்பேர்ப்பட்ட முன்னோர்களுக்குத் தகுந்த வாரிசுகளா நாம்?* இராமன் யோசித்தான். *கார்கியும் மைத்ரேயியும் மஹா ரிஷிகளாகவே வாழ்ந்த தேசத்துல பெண்கள் சாஸ்திரங்களைப் படிக்கக்கூடாது; படைக்கக்கூடாதுன்னு சொல்ற பைத்தியங்கள் இன்னைக்கு இருக்கு. கணவனில்லாத சூத்திரப் பெண்மணிக்குப் பிறந்தவர் மஹரிஷி ஸத்யகாமர். ஞானக்களஞ்சியமான அவருடைய சித்தாந்தங்களும், தத்துவங்களும் நம்முடைய மிகச் சிறந்த உபநிஷதங்களே*

இடம்பெற்றிருக்கு – ஆனா, சூத்திரர்கள் ரிஷிகளாகவே முடியாதுன்னு வெறியர்கள் சாதிக்கறாங்க.

காலங்காலமாய் ஞானத்தின் இருப்பிடமாய்த் திகழ்ந்த அந்த மகத்தான ரிஷிகளுக்குக் கரம் குவித்து, சிரம் தாழ்ந்தான் இராமன். *ஒரு மனிதன் பிராமணனாகிறது தன் கர்மாவினால்தானேயொழிய, பிறப்பால் இல்லை.*

''அண்ணா,'' முதுகைத் தொட்டான் லக்ஷ்மணன்.

அரிஷ்டநேமி வழிகாட்ட, தனக்குரிய ஆசனத்தை அடைந்து அமர்ந்தவனுக்குப் பின்னால் அவரும் தம்பியும் நின்றவுடன் கூடியிருந்தோரின் கண்கள் தன்னைத் துளைப்பதை இராமன் உணர்ந்தான். சீதையின் கரம் பிடிக்கத் தங்களுக்குச் சமமாக வீற்றிருக்கும் எளிய ஸன்யாஸிகள் யார் எனப் பல போட்டியாளர்கள் குழம்பினர். சிலர் அயோத்ய இளவரசர்களை அடையாளம் கண்டுகொள்ள, போட்டியாளர்களில் ஒரு பகுதியிலிருந்து இரகசிய முணுமுணுப்புக்கள் சரசரவென எழுந்தன.

''அயோத்யா ...''

''மிதிலையுடன் அயோத்யா பந்தமேற்படுத்திக் கொள்ள முயல்வானேன்?''

சபையோரின் பார்வைகளையும், கிசுகிசுப்புக்களையும் இராமன் இலட்சியம் செய்ததாகத் தெரியவில்லை; கூடத்தின் மத்தியில், மேஜை மீது சம்பிரதாயமாய் வைத்திருந்த தனுசு அவன் கவனத்தை அவ்வளவாகக் கவர்ந்திருந்தது. மேஜையருகே, தரைமட்டத்தில் ஒரு பெரிய தாமிரப் பாத்திரம்.

இராமனின் கண்கள் *பிநாகத்தின்* மீது நிலைத்தன. நாணற்று இருந்தது. வில்லின் பக்கத்தில் அம்புகள் அணிவகுத்தன.

போட்டியாளர்கள் முதலில் வில்லைக் கையில் எடுத்து நாணேற்ற வேண்டியது. இதுவே சாமான்ய காரியமல்ல. ஆனால், போட்டியே இதற்குப் பிறகுதான். தாமிரப்பாதிரத்தைப் போட்டியாளர் நெருங்குவார். ஏற்கனவே தண்ணீர் தளும்பிக் கொண்டிக்கும் அதன் விளிம்பிலிருந்து மெலிதான குழாய் மூலம் நீர் மேலும் சொட்டிக் கொண்டிருக்கும். மறுபக்கமிருந்த இன்னொரு குழாய் மூலம் அதிகப்படியான நீர் வெளியேற்றப்படும். இதனால் உருவாகும் சின்னஞ்சிறிய அலைகள்,

மையத்திலிருந்து பாத்திரத்தின் விளிம்பு வரை பரவும். பாத்திரத்திற்குள் சீராய் நீர் விடப்படாததால் அலைகளின் கதியைச் சரியாய் கணிப்பது கடினம்.

தரைமட்டத்திலிருந்து சுமார் நூறு மீட்டர் உயரத்தில் அச்சாணி ஒன்று கோபுர உச்சியிலிருந்து தொங்கவிடப்பட்டிருக்க, அதனுடன் இணைந்த சக்கரத்தில் உள்ளம் வகையைச் சேர்ந்த மீன் ஆணியடித்திருந்தது. நல்லவேளையாக, சக்கரம் சீரான கதியில் சுழன்றது. கீழே, பாத்திரத்தில் அலையெழும்பியதால் சலனித்த நீரில் பிரதிபலித்த பிம்பத்தைப் பார்த்தபடியே, *பிநாகம்* கொண்டு மேலேயிருந்த மீனின் கண்ணில் அம்பெய்ய வேண்டும். முதலில் இதைச் சாதிப்பவனே இளவரசியின் கரம் பற்றுபவனாவான்.

''இதெல்லாம் உனக்கு ஒண்ணுமேயில்லண்ணா,'' லக்ஷ்மணன் கண்களில் குறும்பு மின்னியது. ''சக்கரத்தோட சுழற்சியும் கன்னாபின்னான்னு இருக்கும்படி மாத்தச் சொல்லட்டுமா? இல்ல, அம்பில தெச்சிருக்கற இறக்கைகளைத் திருகலாமா? என்ன சொல்றே?''

கண்கள் சுருங்க இராமன் அவனை முறைத்தான்.

''மன்னிச்சிருண்ணா.'' லக்ஷ்மணன் சிரித்தான்.

மன்னர் வருகை புரியும் அறிவிப்பு ஒலிக்க, ஓரடி பின்வாங்கினான்.

''மித்தி வம்சத் தோன்றல்; ஞானிகளுக்கெல்லாம் ஞானி; ரிஷி வத்ஸலர், மன்னர் ஜனகர்!''

விருந்தோம்பல் செய்யும் மிதிலா மன்னர் ஜனகரை வரவேற்கும் முகமாய் அவையோர் எழுந்தனர். கூடத்தின் மறுகோடியிலிருந்து நடந்து வந்த மன்னர், சம்பிரதாயத்திற்கு விரோதமாய் விஸ்வாமித்ரரைத் தொடர்ந்தது விசித்திரமாயிருந்தது. பின்னால், ஸங்கஷ்ய மன்னர் குஷத்வஜர். விஸ்வாமித்ரரைச் சிம்மாசனத்தில் அமரும்படி வேண்டிக்கொண்டு, வலப்பக்கமிருந்த சிறிய ஆசனத்தை ஜனகர் தனக்கெனத் தேர்ந்தெடுக்கொண்டது மேலும் விசித்திரம். புகழ்மிக்க மஹரிஷியின் இடப்பக்க ஆசனத்தை நோக்கிச் சென்றார் குஷத்வஜர். இராஜ்ய சம்பிரதாயம் எதிர்பாராமல் மீறப்பட்டதில், அதிகாரிகள் குழு இங்கேயும் அங்கேயுமாய்ப் படபடத்தது.

ஆசனங்கள் இவ்வாறு மாறியதால் சபையில் பெருத்த சலசலப்புப் பரவினாலும், இராமனின் கவனத்தை ஈர்த்தது வேறொன்று. பின்னால் உட்கார்ந்திருந்த லக்ஷ்மணனை நோக்கித் திரும்ப, அண்ணனின் மனதைப் படித்தான் தம்பி. ''ராவணன் எங்கே?''

சபை அமைதியடைய வேண்டி, கூடத்தின் வாயிலில் தொங்கிய கண்டாமணியை அடித்தான் கட்டியக்காரன்.

தொண்டையைக் கனைத்துக்கொண்ட விஸ்வாமித்ரர், உரத்துப் பேசத் துவங்கினார். *தர்மகூட*த்தின் அற்புத ஒலியமைப்பின் புண்ணியத்தில் குழுமியிருந்தோர் அனைவரையும் குரல் சென்று சேர்ந்தது. ''இந்திய மன்னர்களுள் ஆன்மீகத்தில் நிகரற்றவரும், ஞானச்செம்மலுமான மன்னர் ஜனகரின் அழைப்பையேற்று இங்கே கூடியுள்ள மாண்புமிகு விருந்தினர்க்கு வணக்கம்.''

ஜனகர் மலர்ந்த முகத்துடன் அவையை நோக்கினார்.

''நிகழ்வை *குப்த ஸ்வயம்வர*மாக்க மிதிலை இளவரசி சீதா முடிவெடுத்துள்ளார்,'' விஸ்வாமித்ரர் தொடர்ந்தார். ''சபையில் நம்முடன் கலந்து கொள்ளப்போவதில்லை. அவரது வாக்கிற்குக் கட்டுப்பட்டு, கூடியிருக்கும் மாட்சிமை பொருந்திய மன்னர்களும் இளங்கோக்களும், போட்டியில் -''

வழக்கமாய் இனிமையின் சொரூபமாய்த் திகழும் சங்கநாதம் இம்முறை காதைக் கிழிக்கும் இரைச்சலுடன் பிளிற, மஹரிஷியின் பேச்சு தடைப்பட்டது. சப்தம் வந்த திக்கை - வாயிலை - நோக்கி அனைவரும் திரும்பினர். நானாதிசையில் பாயும் தீக்கோளங்களினின்று கர்ஜித்தபடி எழும் அரிமாவின் முகம் பதித்த கருநிறப் பதாகைகளைத் தாங்கியபடி, உயரம் பொருந்திய கட்டுமஸ்தான பதினைந்து வீரர்கள் சீரான ஒழுங்குமுறையுடன் நடந்துவந்தனர். அவர்களைத் தொடர்ந்த இரு மனிதர்களில் ஒருவன், லக்ஷ்மணனையும் தோற்கடிக்கும் ஆகிருதி கொண்டு இராட்சதன் போல் விளங்கினான். சதைக்கோளமாய் இருப்பினும் கட்டான தேகம் கொண்டவனது மகத்தான தொந்தி, ஒவ்வொரு அடிக்கும் குலுங்கியது. உடல் முழுதும் விசித்திரமாய் அடர்ந்திருந்த முடி, மனிதனல்லாது மிகப்பெரிய கரடி போன்ற தோற்றத்தைக் கொடுத்தது. இவையெல்லாம் தாண்டி பார்ப்போரைக் கலவரப்படுத்தியது, தோளிலும், காதுகளிலும் தெரிந்த சதைவளர்ச்சி. நாகா.

*புஷ்பக விமான*த்தினின்று முதலில் வெளிவந்தவன் இவனே என இராமன் அடையாளம் கண்டுகொண்டான்.

அவனருகில், பெருமிதத்துடன் தலை நிமிர்ந்து பீடுநடையிட்டான் இராவணன். முதிர்ச்சியின் காரணமாகவோ என்னவோ, லேசாய்க் கூன் போட்டிருந்தான்.

இவர்களைத் தொடர்ந்து மேலும் பதினைந்து வீரர்கள் - சரியாகச் சொல்வதானால், மெய்க்காப்பாளர்கள் - வந்தனர்.

மையத்தைக் குறி வைத்து நகர்ந்த இராவணனது பரிவாரம், ருத்ரபகவான் தனுசினருகில் நின்றது. பிரதான மெய்க்காப்பாளன், இடி போன்ற குரலில் முழங்கினான். ''மன்னாதி மன்னர்; சக்ரவர்த்திகளுக்கெல்லாம் சக்ரவர்த்தி, மூவுலகாளும் வேந்தர், தேவப்ரியர், ராவணப் பிரபு!''

*பிநாக*த்தருகே அமர்ந்திருந்த சிற்றரசனை நோக்கி மெல்லிய உறுமலுடன் இராவணன் தலையை வலப்புறம் லேசாய்ச் சொடுக்கியதன் அர்த்தம் தெள்ளெனத் துலங்கியதில், மன்னன் விழுந்தடித்துகொண்டு இன்னொரு போட்டியாளர் பின் ஓடி மறைந்துகொண்டான். நாற்காலியை நெருங்கினாலும், இராவணன் அமரவில்லை; வலக்காலை தூக்கி வைத்து, கையை முழங்கால் மீது ஊன்றினான். கரடிமனிதன் உட்பட்ட மெய்க்காப்பாளர்கள் பின்னால் அணிவகுத்தனர். இறுதியாக அசட்டையான ஒரு பார்வையை விஸ்வாமித்ரர் மீது வீசினான் இராவணன். ''மாண்புமிகு மலயபுத்ரரே, தொடரலாம்.''

மலயபுத்ரர் தலைவர் விஸ்வாமித்ரருக்கு ஆத்திரம் தலைக்கேறியது. இத்துணை அவமரியாதையை அவர் சந்தித்ததேயில்லை. ''ராவணா ...'' உறுமினார்.

ஆணவத்துடன் அவர் மீது சோம்பலாய் ஒரு பார்வை செலுத்தினான் இராவணன்.

கண்முன்னிருந்த பணியின் முக்கியத்துவத்தை முன்னிட்டு விஸ்வாமித்ரர் ஆத்திரத்தைக் கட்டுப்படுத்திக் கொள்ள வேண்டியதாயிற்று. இராவணனைப் பிறகுதான் கவனித்துக் கொள்ளவேண்டும். ''மன்னர் மற்றும் இளவரசர்கள் கலந்துகொள்ள வேண்டிய வரிசையை இளவரசி சீதா அறுதியிட்டுள்ளார்.''

விஸ்வாமித்ரர் பேசிக்கொண்டிருக்கும்போதே *பிநாகம்* நோக்கி முன்னேறினான் இராவணன். வில்லை அவன்

தொட யத்தனிக்கவும் மலயபுத்ரர் தலைவர் பேச்சை முடிக்கவும் சரியாக இருந்தது. ''முதல் போட்டியாளன் நீயல்ல, ராவணா. அயோத்ய இளவரசன் ராமன்.''

வில்லினின்று சில அங்குல இடைவெளியில் இராவணனின் கரம் உறைந்தது. நிமிர்ந்து விஸ்வாமித்ரரை ஏறிட்டவனின் கண்கள், அவரது அழைப்பை ஏற்கக்கூடியவனைத் தேடிச் சுழன்றன. துறவியின் எளிய வெண்ணிற ஆடை பூண்ட இளைஞன் எழுந்து நிற்பதைக் கண்டான். பின்னால், இராட்சதப் பரிமாணங்களுடன் இன்னொரு இளைஞன்; மற்றும் அரிஷ்டநேமி. இராவணனின் முறைப்பிற்கு முதலில் அவரும், பின்னர் இராமனும் ஆளாயினர். பார்வையாலேயே கொல்லக்கூடிய சக்தி மட்டும் இலங்கை மன்னனுக்கு லபித்திருந்தால், அன்றே பலருக்குப் பரலோகப் பிராப்தி கிடைத்திருக்கும். கழுத்தைச் சுற்றிய விபரீத விரல் பதக்கத்தைப் இறுக்கிக்கொண்டவனின் குரல், சபை முழுவதும் உரத்து எதிரொலித்தது. ''எனக்கே அவமானமா!''

சபையில் இருக்கவேண்டியதை எண்ணி வருந்தியது போல் இராவணனின் நாற்காலிக்குப் பின் நின்ற கரடி மனிதன் யாருமறியாமல் தலையை லேசாய்க் குலுக்கிக் கொண்டதை இராமன் கவனித்தான்.

''வில்லையே பார்த்தறியாத பயல்களெல்லாம் முதல்ல போட்டியிடறதா இருந்தா, எனக்கு ஏன் அழைப்பு வரணும்?'' ஆத்திரத்தில் இராவணனின் உடல் நடுங்கியது.

குஷத்வஜரை எரிச்சலுடன் நோக்கிவிட்டு இராவணனிடம் தயக்கத்துடன் திரும்பிய ஜனகர், ''இலங்கை மாமன்னா,'' என்றார் பலவீனமாய். ''இவை *ஸ்வயம்வர* விதிகள் ...''

இடிமுழக்கம் போல் இன்னொரு குரல் உறுமிற்று. கரடி மனிதன்தான். ''போதும் இந்தப் பைத்தியக்காரத்தனம்!'' இராவணனை நோக்கித் திரும்பினான். ''அண்ணா, கிளம்பலாம்.''

சட்டெனக் குனிந்து *பிநாகத்தைக்* கையிலெடுத்த இராவணன், நடப்பது இன்னதென்று அறியுமுன்னர் நாணேற்றி அம்பும் பூட்டிவிட்டான். வில்லை உயர்த்தி சரத்தை விஸ்வாமித்ரரை நோக்கி அவன் நீட்டியபோது சபை செயலிழந்து ஸ்தம்பித்தது. இராவணனின் பலத்தையும், விற்பயிற்சியும் கண்டு லக்ஷ்மணனால் திகைக்காமல் இருக்கமுடியவில்லை.

'விருட்'டென எழுந்த விஸ்வாமித்ரர் *அங்கவஸ்திரத்தை* விசிறியெறிந்துவிட்டு, வெற்று மார்பை முஷ்டியால் அறைந்து கொண்டார். ''அம்பைத் தொடு, ராவணா!''

சபை கலவரத்தில் மூச்சைப் பிடித்துக்கொண்டது.

க்ஷத்ரியர்களுக்குரிய வீராவேசத்தை ரிஷியிடம் கண்டு அதிசயித்தான் இராமன். ஞானத்தின் உறைவிடத்தில் இத்தகைய வெளிப்படையான தைரியம் அபூர்வமே - ஆனால், விஸ்வாமித்ரர் ஒரு காலத்தில் வீரராயிருந்தவரல்லவா?

''வா!'' மஹரிஷியின் குரல் மாபெரும் கூடத்தில் சூறைக் காற்றாய்ச் சுழன்றது. ''தைரியமிருந்தால், சரத்தைத் தொடு!''

அம்பை விடுத்தான் இராவணன். விஸ்வாமித்ரருக்குப் பின் சிலையாய் நின்ற பண்டைய மன்னர் மித்தியின் மூக்கை அது உடைத்தது. இலங்கை மன்னனையே வெறித்தபடி நின்ற இராமனின் விரல்கள் சுபாவத்திற்கு விரோதமாய் முஷ்டியாய் இறுகியிருந்தன. தங்கள் நகரையே தோற்றுவித்த மாமன்னருக்கு நேர்ந்த அவமானத்தை எந்த மிதிலனும் தட்டிக் கேட்கவில்லை.

அசட்டையான ஒரு கையசைப்பில் ஜனகரை ஒதுக்கிய இராவணன், மன்னர் குஷத்வஜரை வெறித்தான். மேஜை மீது வில்லை வீசிவிட்டு மெய்க்காப்பாளர்கள் தொடரக் கதவை நோக்கி நடந்தான். இத்தனை அமர்க்களத்திலும், ஆஜானுபாகுவான கரடி மனிதன் மேஜையருகே வந்து, *பிநாகத்தின்* நாணைக் கழற்றி, ஏறக்குறைய மன்னிப்புக் கோரும் பாவத்தில் இரு கைகளில் ஏந்தி பயபக்தியுடன் சிரத்தில் ஒற்றிக் கொண்டான். திரும்பி, மிடுக்காக அறையினின்று இராவணனைத் தொடர்ந்து வெளியேறினான். மறையும் வரையில் இராமனின் கண்கள் அவன் மீதே நிலைத்திருந்தன.

கடைசி இலங்கை வீரன் வெளியேறியவுடன், கூடத்தில் குழுமியிருந்தோரின் கவனம் வாயிலிலிருந்து முழுவதுமாய் விலகி மறுகோடியில் அமர்ந்திருந்த விஸ்வாமித்ரர், ஜனகர் மற்றும் குஷத்வஜர் மீது லயித்தது.

இப்பொழுது என்ன செய்யப் போகிறார்கள்?

எதுவுமே நடக்காதது போல் விஸ்வாமித்ரர் அறிவித்தார். ''போட்டி துவங்கட்டும்.''

சபையே கல்லாய் மாறிவிட்டது போல் ஸ்தம்பித்து உட்கார்ந்திருந்தது. விஸ்வாமித்ரர் மீண்டும் உரத்துச் சொன்னார். ''போட்டி துவங்கலாம். இளவரசே, முன்னால் வரவும்.''

நாற்காலியினின்று எழுந்த இராமன் *பிநாகம்* நோக்கி நடந்தான். மிக்க மரியாதையுடன் சிரம் தாழ்ந்து வணங்கிக் கரம் குவித்தவன், காலங்காலமாய் வழங்கிவந்த ஸ்லோகத்தை மனதிற்குள் ஜபித்துக் கொண்டான். ''*ஓம் ருத்ராய நம.*'' *பிரபஞ்சம் ருத்ரபகவானைத் தொழுகிறது. நானும், ருத்ரபகவானையே தொழுகிறேன்.*

வலது மணிக்கட்டை உயர்த்தி, அதில் கட்டியிருந்த சிவப்புக் கயிற்றை கண்களில் ஒற்றிக்கொண்டான். வில்லைத் தொட்ட மாத்திரத்தில் உடலில் மின்சாரம் பாய்ந்தது. ருத்ரபகவான் மீது அவனுக்கிருந்த பக்தியின் விளைவா? அல்லது, சேமித்த சக்தி முழுவதையும் தன்னலம் பாராது வில்லே அயோத்ய இளவரசனுக்குக்குள் செலுத்தியதோ? அறிவுத்தேடலில் ஈடுபடுவோர் நடந்ததைப் பிரித்து ஆராய முற்படலாம்; ஞானத்தின்பால் பற்றுள்ளவர்களோ, நிகழ்வதை ஆழ்ந்து ரசிப்பதிலேயே ஆனந்தம் அடைவார்கள். இராமனும் அந்த நொடியை அனுபவித்தவாறு மீண்டும் வில்லைத் தொட்டான். குனிந்து, தனுசின் மீது சிரம் பதித்தான்; ஆசி கேட்டான்.

சீரான கதியில் சுவாசம் இயங்க, வில்லைச் சுலபமாய் உயர்த்தினான். குஷத்வஜருக்கு அருகேயிருந்த வேலைப்பாடமைந்த பலகணியின் பின் மறைவாய் நின்ற சீதா, மூச்சைப் பிடித்துக்கொண்டு இராமனை அடங்கா ஆர்வத்துடன் பார்த்தாள்.

வில்லின் ஒரு நுனியைத் தரையிலிருந்த மரப்பீடத்தின் மீது பதித்தான் இராமன். நாணையும், *பிநாகத்தின்* மேற்பகுதியையும் ஏககாலத்தில் பிடித்திழுக்கும் முயற்சியில் தோள், முதுகு, கைத் தசைகள் இறுகி, சிரமத்தை வெளிப்படையாய்க் காட்டின. பணியின் கடினத்தில் உடல் கடும் அவதிக்குட்பட்டாலும், முகத்தில் அமைதி தவழ்ந்தது. மூச்சைப் பிடித்துப் பிரயத்தனம் செய்ததில் சட்டென மேற்பகுதியை வளைத்து, நாணேற்றினான். நுனியை விடுவித்து, பிடியில் விரல்கள் பதிந்தவுடன் தசைகள் தளர்ந்தன. செவி வரை நாணை இழுத்து விடுவித்தான்; 'டங்காரம்' பிரமாதம்.

அம்பொன்றைத் தேர்வு செய்து, தாமிரப்பாத்திரத்தை நோக்கிச் சென்றவனின் நடையில் தீர்மானமும் நிதானமும் மிளிர்ந்தன. ஒரு கால் மடித்து மண்டியிட்டு, தலைக்கு மேல் வில்லை நீள்வாக்கில் பிடித்து, உயரே வட்டமாய்ச் சுழன்ற மீனின் பிம்பத்தைக் குனிந்து தண்ணீரைக் கவனித்தான். அவனைப் பேதலிக்க வைக்க முயல்வது போல் பாத்திரத்தில் சலனித்த நீர் நடனமாடியது. மீனின் பிம்பம் தவிர்த்து மற்றதனைத்தையும் மனதிலிருந்து அப்புறப்படுத்தினான் இராமன். முதுகு நிமிர்ந்து, உட்தசைகள் கச்சிதமாய் உயிர்த்து, இறுக, அம்பை நாணில் பூட்டி, வலக்கையால் மெல்ல இழுத்தான். சுவாசம் சீராய், ஒரே கதியில் இயங்கியது. ஆழ்மனதின் குரலை பிரபஞ்சம் செவி மடுத்தது. தனக்கு மேற்பட்ட சக்தியிடம் இராமன் தன்னை ஒப்புக்கொடுத்த நொடியில் நாணை முழுவதுமாய் இழுத்து, அம்பை விடுவித்தான். அவையோரின் கண்களைப் போல் அம்பும் வான் நோக்கிப் பறந்தது. சரம் ஒன்று 'தடே'ரெனச் சந்தேகத்திற்கிடமின்றி மரத்தில் மோதும் பெருத்த சப்தம் கூடம் முழுவதும் எதிரொலித்தது. மீனின் வலக்கண்ணைத் துளைத்துக்கொண்டு, அம்பு பின்னாலிருந்த சக்கரத்தில் குத்திட்டு மெல்லக் காற்றில் வட்டமடித்தது. நிகழ்காலத்துடன் இராமனின் மனம் மீண்டும் பரிச்சயம் செய்துகொண்டபோதே கண்கள் சலனித்த நீரைக் கவனித்தன. புன்னகைத்துக் கொண்டான். இலக்கைத் துல்லியமாய்த் தாக்கியதாலல்ல; எய்த நொடியில், தனக்குள் உணர்ந்த முழுமையால். இனிமேல், அவன் தனியல்ல.

எத்தனையோ நூற்றாண்டுகளுக்கு முன், காதலி மோஹினி தேவியிடம் ருத்ரபகவான் கூறிய வார்த்தைகளை, பாராட்டு மொழிகளை, தான் மதித்த பெண்ணிற்கும் இராமன் மனதிற்குள் செலுத்தினான்.

நான் உயிர்த்துவிட்டேன். என்னை உயிர்ப்பித்து விட்டாய்.

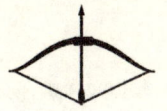

அத்தியாயம் 24

இராமன் *ஸ்வயம்வர*த்தை வென்ற தினத்தின் மதியமே ஆர்ப்பாட்டமற்ற சில எளிய சம்பிரதாயங்களுடன் திருமணம் அமைதியாக முடிந்தது. அதே முஹூர்த்தத்தில் லக்ஷ்மணன், ஊர்மிளாவின் கல்யாணமும் நிகழும்படி சீதா கேட்டுக்கொண்டது இராமனுக்கு ஆச்சர்யம் என்றால், அதைவிட அதிசயம், தம்பி உற்சாகத்துடன் ஒப்புக்கொண்டது. தம்பதி சமேதராய்ப் பயணிக்கச் சௌகர்யமாய் இராமலக்ஷ்மணர்களுடன் சீதா மற்றும் ஊர்மிளாவின் திருமணங்கள் மிதிலாவிலேயே முடிந்தாலும், ரகுவம்சத் தோன்றல்களின் பிரக்யாதிக்குத் தக்கபடி அயோத்யாவில் வெகு விமரிசையாகக் கல்யாணக் கோலாகலங்கள் மீண்டும் நடந்தேறும் என்பதில் சந்தேகமில்லை.

இராமனும் சீதையும் ஒருவழியாகத் தனியே விடப்பட்டனர். போஜனகூடத்தின் தரை மெத்தைகளில் அமர்ந்திருந்தவர்கள் முன், உணவு தாழ்வான முக்காலியில் பரிமாறப்பட்டது. மூன்றாம் *ப்ரஹா*ரின் ஆறாவது மணியானபடியால், மாலை முதிர்ந்துவிட்டது. இருவருக்குமான பந்தம் புனித *தர்மசாஸ்திர*ப்படி சில மணி நேரம் முன் உறுதி செய்யப்பட்டிருந்தாலும், ஒருவரையொருவர் முழுதும் அறியாத தர்மசங்கடம் அவர்களுக்கிடையே நிலவவே செய்தது.

''ம்ம்,'' இராமன் தாலத்தை வெறித்தான்.

''என்னாச்சு?'' சீதா வினவினாள். ''ஏதாவது பிரச்சனையா?''

''மன்னிக்கணும் ... வந்து, சாப்பாடு ...''

''நல்லாயில்லையா?''

''சேச்சே, நல்லாத்தான் இருக்கு. அருமையா இருக்கு. ஆனா ...''

''சொல்லுங்க.''

''உப்பு பத்தலை.''

உடனடியாகத் தன் தாலத்தை ஒதுக்கிய சீதா, எழுந்து கைதட்டியவுடன் பணியாள் விரைந்து வந்தான்.

''இளவரசருக்குக் கொஞ்சம் உப்பு எடுத்து வாங்க,'' பணியாள் திரும்ப, ''சீக்கிரம்!'' ஆணை அழுத்தமாக வந்தது.

பணியாள் ஓட்டமெடுத்தான்.

உப்புக்காகக் காத்திருக்க வேண்டித் துண்டால் கைகளைத் துடைத்துக்கொண்டான் இராமன். ''சிரமத்துக்கு மன்னிக்கணும்.''

புருவம் சுருங்க மீண்டும் அமர்ந்தாள் சீதா. ''நான் உங்க மனைவி. உங்களைப் பார்த்துக்கிறது என் கடமை.''

இராமன் முகமலர்ந்தான். ''வந்து, ஒண்ணு கேட்கலாமா?''

''தாராளமா.''

''உன் குழந்தைப்பருவத்தைப் பத்திக் கொஞ்சம் சொல்லேன்.''

''தத்தெடுத்ததுக்கு முன்னாடியா? நான் வளர்ப்பு மகள்னு உங்களுக்குத் தெரியும்தானே?''

''ஓ ... வந்து, கஷ்டமாயிருந்தா வேண்டாம்.''

சீதா புன்னகைத்தாள். ''கஷ்டம்னு இல்லை - ஆனா, எதுவும் ஞாபகமில்லைங்கறதுதான் நிஜம். வளர்ப்புப் பெற்றோர் என்னைக் கண்டெடுத்தபோது நான் சின்னக் குழந்தை.''

இராமன் தலையசைத்தான்.

அவன் மனதில் எழும்பியதாக அவள் கணித்த கேள்விக்குப் பதிலளித்தாள். ''பெத்தவங்க யார்னு கேட்டீங்கன்னா, சுருக்கமான பதில்: தெரியாது. ஆனா, மண்ணின் மகள்னு நான் அறியப்படறது பிடிச்சிருக்கு.''

''பிறப்பு கொஞ்சமும் முக்கியமில்லை. இந்த *கர்மபூமி*யில் நுழைய அது ஒரு வழி; அவ்வளவுதான். கர்மாதான் முக்கியம். உன்னுடையது உத்தமமானது.''

இஷ்வாகு குலத்தோன்றல்

சீதாவின் முகம் மலர்ந்தது. வேறேதோ சொல்ல இராமன் வாயெடுக்குமுன், உப்பு வந்து சேர்ந்தது. கொஞ்சம் போட்டுக்கொண்ட இராமன், பணியாள் வெளியேறியதும் மீண்டும் சாப்பிடத் துவங்கினான்.

"என்னவோ சொல்ல வந்தீங்க," என்றாள் சீதா.

"ஆமா," என்றான் இராமன். "என்ன நினைக்கிறேன்னா..."

உரக்கக் கட்டியம் கூறிய வாயிற்காப்போன் புண்ணியத்தில் மீண்டும் இடைமறிக்கப்பட்டான். "மலயபுத்ரர் தலைவர்; ஸப்தரிஷி உத்ராதிகாரி; விஷ்ணுமார்க்கக் காவலர்; மஹரிஷி விஸ்வாமித்ரர் வருகிறார் பராக்; பராக்!"

முகச்சுணக்கத்துடன் சீதா இராமனை ஏறிட, மஹரிஷியின் வருகைக்கான காரணம் தனக்கும் தெரியாதென்று தோள்களைக் குலுக்கித் தெளிவாய் உணர்த்தினான்.

அரிஷ்டநேமி தொடர விஸ்வாமித்ரர் அறைக்குள் நுழைந்தபோது, இராமனும் சீதையும் எழுந்து நின்றனர். தனக்கும் இராமனுக்கும் கைகழுவக் கிண்ணங்கள் எடுத்து வரும்படி பணிப்பெண்ணிற்குச் சைகை செய்தாள் சீதா.

"புதிதாய் ஒரு பிரச்சனை," சம்பிரதாய விசாரிப்புக்களுக்கு அவசியமிருந்ததாக விஸ்வாமித்ரர் எண்ணவில்லை.

"என்னாச்சு, குருஜி," என்றான் இராமன்.

"ராவணன் தாக்குதலுக்கான ஏற்பாடுகளில் இறங்கியிருக்கிறான்."

"அவனிடம்தான் படையில்லையே?" இராமனின் புருவங்கள் முடிச்சிட்டன. "பத்தாயிரம் மெய்க்காப்பாளர்களை வெச்சுக்கிட்டு என்ன செய்யப்போறான்? மிதிலா மாதிரியான நகரைக் கூட முற்றுகையிட முடியாதே? போரில் அவனுடைய ஆட்களைப் பறிகொடுக்கறதுதான் மிஞ்சும்."

"காரணகாரியங்களை ஆலோசித்து இறங்கக் கூடியவனல்ல ராவணன்." விஸ்வாமித்ரர் எடுத்துரைத்தார். "அவனது கௌரவத்திற்கு இழுக்கு நேர்ந்துவிட்டதாக மறுகுகிறான். மெய்க்காப்பாளர் படையே நிர்மூலமானாலும் மிதிலாவை சீரழிக்காமல் விடமாட்டான்."

இராமன் சீதாவை ஏறிட, அவளோ எரிச்சலுடன் தலையைச் சிலுப்பிக்கொண்டு விஸ்வாமித்ரரிடம்

திரும்பினாள். ''இந்த அரக்கன் ஏன் *ஸ்வயம்வரத்துக்கு* வந்தான்கிறது ருத்ரபகவானுக்குத்தான் வெளிச்சம். நிச்சயம் எங்கப்பா வேலையாயிருக்காது. உங்களுக்குத் தெரியுமா?'

மூச்சை ஆழமாய் இழுத்துவிட்ட விஸ்வாமித்ரரின் கண்கள் மென்மையடைந்தன. ''கடந்து போனதைப் பற்றிப் பேசிப் பயனில்லை. இப்பொழுதைய கேள்வி இதுதான்: என்ன செய்யப்போகிறோம்?''

''உங்க திட்டம் என்ன, குரு*ஜி*?''

''கங்கைக்கரையிலுள்ள என் ஆசிரமத்தின் சுரங்கங்களினின்று அகழ்ந்த முக்கிய சில கருப்பொருட்கள் என்னிடம் உள்ளன. அகஸ்த்யகூடத்தில் விஞ்ஞான பரிசோதனைகள் நடத்தவேண்டி எடுத்துவந்தேன். இதன் பொருட்டே ஆசிரமம் செல்ல வேண்டியிருந்தது.''

மலயபுத்ரர் தலைநகரான அகஸ்த்யகூடம் நர்மதை தாண்டி, தென்னிந்தியாவின் உட்பகுதியில் இருந்தது. இலங்கைக்கு மிக அருகே என்றே சொல்லலாம்.

''விஞ்ஞானப் பரிசோதனைகளா?'' இராமன் வினவினான்.

''ஆம். *தைவி அஸ்திரங்கள்* தொடர்பானவை.''

தெய்வீக ஆயுதங்களின் வலிமை; ஆக்ரோஷம் பற்றி நன்கு அறிந்திருந்த சீதா, சட்டென மூச்சைப் பிடித்துக்கொண்டாள். ''குரு*ஜி*, *தைவி அஸ்திரங்களைப்* பிரயோகிக்கலாம்னா சொல்றீங்க?''

விஸ்வாமித்ரர் தலையசைத்தபோதே, இராமன் பேச்சில் புகுந்தான். ''அந்த முயற்சியில் மிதிலாவும் அழியும்.''

''நடக்காது. இது வழக்கமான ஆயுதமல்ல. என்னிடம் இருப்பது *அசுராஸ்திரம்*.''

''அது உயிரியல் ஆயுதமில்லையா?'' மிகுந்த மனக்கிலேசத்துடன் கேட்டான் இராமன்.

''ஆம். *அசுராஸ்திரம்* வெடித்துச் சிதறும் போது வெளியாகும் விஷவாயுவும் வீர்ய அலையும் இலங்கையரை வீழ்த்தி நாள்கணக்காய்ச் செயலிழக்க வைத்துவிடும். சுலபத்தில் சிறைப்படுத்தி, பிரச்சனையை முடிவுக்குக் கொண்டுவந்துவிடலாம்.''

''செயலிழக்க வைக்கிறது மட்டும்தானா?'' இராமன் வினவினான். ''அதிக அளவுல பயன்படுத்தினா, *அசுராஸ்திரம்* கொல்லவும்கூடும்னு கேள்விப்பட்டிருக்கேன்.''

ஒருவர் மட்டுமே இவ்விஷயத்தை அவனிடம் தெரிவித்திருக்கமுடியும் என்பதை விஸ்வாமித்ரர் அறிவார். பிற *தைவி அஸ்திர* நிபுணர்கள் இந்த இளைஞனைச் சந்தித்ததேயில்லை. உடனடியாக அவருக்குள் எரிச்சல் மண்டியது. ''வேறு நல்ல யோசனை உன் கைவசம் உண்டா?''

இராமன் மௌனமானான்.

''ருத்ரபகவானுடைய சட்டம்?'' சீதா கேட்டாள்.

தீமையை ஒழித்த முந்தைய மகாதேவர், அனுமதியற்ற *தைவி அஸ்திரப்* பிரயோகத்தைப் பல நூற்றாண்டுகளுக்கு முன்பே தடைசெய்துவிட்டார். அவரது கடுங்கோபத்தின் பயங்கரப் பின்விளைவுகளுக்குப் பயந்து, அநேகர் இச்சட்டத்தைப் பின்பற்றினர். மீறுபவர்கள், பதினான்கு வருட தேசப்பிரஷ்டத்திற்குள்ளாக வேண்டும். இரண்டாவது சட்ட மீறலுக்குத் தண்டனை, மரணம்.

''*அசுராஸ்திரத்*திற்குப் பொருந்தாதென நினைக்கிறேன்,'' என்றார் விஸ்வாமித்ரர். ''பெருவாரியான உயிர்ச்சேதம் இருக்காதே? செயலிழக்க வைப்பதோடு சரி.''

சீதாவின் இடுங்கிய கண்கள், அவள் சமாதானமடையாததைத் தெளிவாக்கின. ''என்னால ஒத்துக்க முடியாது. *தைவி அஸ்திரம், தைவி அஸ்திரம்தான்*. மகாதேவருடைய குலமான வாயுபுத்ரர்களின் அனுமதியில்லாம பயன்படுத்தக்கூடாது. நான் ருத்ரபகவானின் பக்தை. அவர் சட்டத்தை மீறமாட்டேன்.''

''அப்படியானால், சரணடையத் தயாரா?''

''நிச்சயம் மாட்டேன்! போருக்குத் தயார்!''

''போராமே? ராவணன் பட்டாளத்துடன் கைகலக்கப் போவது யார்?'' விஸ்வாமித்ரர் கொக்கரித்தார். ''மிதிலா செல்லம் கொடுத்துக் கொஞ்சும் ஞானச்செம்மல்களா? என்ன திட்டம் வைத்திருக்கிறீர்கள்? வாதம் புரிந்தே இலங்கையரை வதம் செய்வதாய் உத்தேசமா?''

''எங்ககிட்டேயும் காவல்துறை இருக்கு,'' என்றாள் சீதா அமைதியாக.

''ராவணனது படைகளைச் சந்திக்கும் பயிற்சியோ, படைக்கலனோ அற்றவர்கள்.''

''படைவீரர்களோட மோதப் போறதில்லையே - மெய்க்காப்பாளர்களோடதானே? அதுக்குக் காவல்துறை போதும்.''

''போதாது என்பது உனக்கே தெரியும்.''

''*தைவி அஸ்திரம்* பயன்படுத்தமாட்டோம், குருஜி,'' தீர்மானமாகச் சொன்ன சீதாவின் முகம் இறுகியது.

இராமன் குறுக்கிட்டான். ''ஸமீச்சியின் காவல்படை தனியா இயங்கவேண்டியதில்லை. என்னையும் லக்ஷ்மணனையும் சேர்த்து மலயபுத்ரர்களும் துணை நிப்பாங்க. கோட்டைக்குள்ளே வேற இருக்கோம். பாதுகாப்புக்கு இரட்டை மதில்களும், நகரைச் சுத்தி ஏரியும் இருக்கு. மிதிலாவை நிச்சயம் காப்பாத்த முடியும்; போரிட முடியும்.''

அவனை நோக்கித் திரும்பிய விஸ்வாமித்ரரின் முகத்தில் இகழ்ச்சி தாண்டவமாடியது. ''பிதற்றல்! நம்மிடம் வீரர்கள் போதாது. இரட்டை மதிலாம்...'' அருவருப்புடன் ஹூங்காரம் செய்தார். ''கேட்க நன்றாகத்தான் இருக்கிறது. ஆனால், ராவணனைப் போல் போர்ச்சாமர்த்தியம் நிறைந்தவன் இவற்றைத் தகர்க்கக்கூடிய யுத்த தந்திரத்தை உருவாக்க எவ்வளவு நேரமாகிவிடப்போகிறது?''

''*தைவி அஸ்திரம்* கூடாது, குருஜி,'' சீதா குரலை உயர்த்தினாள். ''இப்ப, அனுமதி கொடுத்தீங்கன்னா... போருக்குத் தயாராகணும்.''

நான்காம் *ப்ரஹா*ரின் நான்காம் மணியில், இரவு முதிர்ந்திருந்தது. லக்ஷ்மணன், ஸமீச்சி சகிதம், இராமனும் சீதாவும் தேனிச்சதுக்கத்தின் உச்சியில், உள்மதிலோரமாய் நின்றனர். முன்னெச்சரிக்கையாக சதுக்கம் முழுதும் காலிசெய்யப்பட்டு, அகழி-ஏரியைக் கடக்க உதவிய மிதவைப் பாலமும் உடைக்கப்பட்டுவிட்டது.

சுமார் ஒரு லட்சம் மக்கள் கொண்ட சிறிய இராஜ்யத்தின் சட்ட ஒழுங்கைப் பேணுதற்குரிய நான்காயிரம் ஆண்களும்

இக்ஷ்வாகு குலத்தோன்றல்

பெண்களுமான காவல்படையை மிதிலா பராமரித்து வந்தது. இரட்டை மதில்களின் பாதுகாப்பு மகத்தானதேயெனினும், இராவணனின் இலங்கை மெய்க்காப்பாளர்கள் பட்டாளத்தை மிதிலர்களால் சமாளிக்கமுடியுமா? படைவீரர்கள் ஐந்துக்கு இரண்டு என்ற பயங்கர விகிதத்திலல்லவா திரண்டிருந்தனர்?

வெளிமதிலைப் பாதுகாக்கும் எண்ணத்தை இராமனும் சீதாவும் கைவிட்டுவிட்டனர். இராவணனும், வீரர்களும் வெளிமதிலை ஏறிக் கடக்க வேண்டும்; உள்மதிலைத் தாக்கவேண்டும். இலங்கையர் சிக்கிய இரு மதில்களுக்கிடையேயான இடைவெளியை மிதிலர் அம்புகள் கொலைக்களமாக மாற்றும். எதிரிகள் தரப்பிலிருந்தும் சரமாரியை எதிர்பார்த்தார்களாதலால், நகருக்குள் கூட்டத்தைக் கட்டுப்படுத்தப் பயன்படும் மரக்கேடயங்களை ஏந்திக் கொள்ளுமாறு காவல்துறைக்குக் கட்டளையிடப்பட்டது. அம்புகளினின்று காத்துக்கொள்ளச் சில எளிமையான தற்காப்பு முறைகளையும் லக்ஷ்மணன் கற்றுக் கொடுத்திருந்தான்.

"மலயபுத்ரர்கள் எங்கே?" தமையனைக் கேட்டான் தம்பி.

போர்முனைக்கு அவர்கள் வராதது இராமனுக்கே அதிசயம்தான். "நாம மட்டும்தான்னு நினைக்கறேன்," கிசுகிசுத்தான்.

தலையைக் குலுக்கிக்கொண்ட லக்ஷ்மணன் காறி உமிழ்ந்தான். "கோழைகள்."

"அதோ!" என்றாள் ஸமீச்சி.

அவள் சுட்டிக் காட்டிய திசையில் சீதாவும் லக்ஷ்மணனும் நோக்க, இராமனுக்கு மட்டும் வேறொன்றில் - ஸமீச்சியின் குரலில் லேசாய்த் தொனித்த பதற்றத்தின் மீது - கவனம் பதிந்தது. சீதாவைப் போலன்றி, அவள் கலக்கமுற்றிருந்தது போல் தோன்றியது. இளவரசி நம்பிய அளவு அதிகாரி தைரியமுள்ளவளல்ல போலும். இராமன், எதிரி மீது கவனத்தைத் திருப்பினான்.

மிதிலாவின் வெளிமதிலை ஒட்டிச் சென்ற ஏரியின் மறுகரையில் எரியும் சுளுந்துகள் அணிவகுத்திருந்தன. இராவணனின் மெய்க்காப்பாளர்கள் சாயங்காலம் முழுதும் இடைவிடாது காட்டு மரங்களை வெட்டிச் சேகரம் செய்து, ஏரியைக் கடக்க படகு தயாரிப்பதில் ஈடுபட்டிருந்தனர்.

மேலேயிருந்து மிதிலர்கள் பார்த்துக்கொண்டிருந்த போதே, இலங்கையர் அகழி-ஏரியில் படகுகளைத் தள்ளிவிட்டனர். தாக்குதலுக்கான முன்னேற்பாடுகள் துவங்கிவிட்டன.

''நேரம் வந்தாச்சு,'' என்றாள் சீதா.

''ஆமா,'' என்றான் இராமன். ''வெளிமதில் தாக்குதலுக்கு அரைமணி மிச்சமிருந்தா அதிகம்.''

இராவணன் மற்றும் அவனது ஆட்களின் அடையாளம் என எல்லோரும் இப்பொழுது கண்டுகொண்ட சங்கநாதம் இரவைக் கிழித்துக்கொண்டு எதிரொலித்தது. 'பளிச்' 'பளிச்'சென மின்னிச் சுடர் விட்ட சுளுந்துகளின் வெளிச்சத்தில், இலங்கையர் மிதிலாவின் வெளிமதில் மீது ஏணிகள் சார்த்தி ஏறுவதைக் காணமுடிந்தது.

''வந்துட்டாங்க,'' என்றான் இராமன். கீழே காத்திருந்த மிதிலா காவல்வீரர்களிடையே செய்தி விரைவாய்ப் பரவியது. இராவணனின் வில்லாளிகளிடமிருந்து எந்த நொடியும் சரமாரியை எதிர்பார்த்தான் இராமன். வெளிமதிலுக்குப் புறம்பே இருக்கும் வரைதான் இலங்கையர் தரப்பிலிருந்து அம்புகள் பொழியும்; மதிலைத் தாண்டிய மறுநொடி நின்றுவிடும். சரங்கள் அவர்களது ஆட்களையே வீழ்த்திவிடக் கூடாதல்லவா?

சூறைக்காற்றைப் போல் வூஷ்ஷென புறப்பட்ட இரைச்சல், அம்புகள் விடுக்கப்பட்டதைச் சுட்டிக் காட்டியது.

''கேடயம்!'' சீதா கூவினாள்.

வீழப்போகும் சரமழையை எதிர்பார்த்து மிதிலர்கள் உடனடியாகக் கேடயங்களை உயர்த்தினர். இராமனுக்குள் சஞ்சலம் கொப்பளித்தது. ஏனோ, அந்தச் சப்தம் அவனைக் குழப்பியது; மனக்கிலேசம் அதிகரித்தது. ஆயிரம் அம்புகள் விடுபடும் போது எழும் ஓசையைவிடப் பலமாயிருந்தது இரைச்சல். மேலும் ஆவேசமாய் ஏதோ வரப் போவது போல் தோன்றியது.

அவன் ஊகம் சரியாயிற்று.

பிரம்மாண்ட ஏவுகணைகள் மிதிலையின் பாதுகாப்புப் படை மீது அசாத்திய பலத்துடன் மோதின. பீதி நிறைந்த

ஓலங்களுடன் கேடயங்கள் சடசடவென முறியும் பயங்கர ஓசை கலக்க, மிதிலர்களில் பலர் கண்சிமிட்டும் நேரத்தில் சரிந்தனர்.

''என்ன அது?'' கேடயத்தின் பின் மறைந்திருந்த லக்ஷ்மணன் கூவினான்.

வெண்ணெய் வெட்டும் கத்தி போல் மரக்கேடயத்தை இரண்டாய்ப் பிளந்து மயிரிழையில் தாண்டித் தரையில் விழுந்த கணையைக் கண்டான் இராமன்.

ஈட்டிகள்!

மரக்கேடயங்கள் சரங்களினின்று காக்கலாமேயொழிய, ஈட்டிகளினின்று நிச்சயம் அல்ல.

ருத்ரபகவானே! இத்தனை தூரத்துக்கு ஈட்டிகளை எறியறது எப்படி சாத்தியம்?

முதல் கட்ட வீச்சு முடிந்து அடுத்தது தொடங்குமுன் சற்று இடைவெளி உண்டென்பதை அறிந்த இராமன், சுற்றுமுற்றும் பார்த்தான்.

''ருத்ரபகவான்தான் கருணை புரியணும்...''

சேதம், மிக மோசம். பிரம்மாண்ட ஈட்டிகள் தயவு தாட்சண்யமின்றிக் கேடயங்களைப் பிளந்து உடலைக் கிழித்ததில், மிதிலர்களில் கால்வாசிபேராவது இறந்தோ, கொடூரமாய்க் காயம்பட்டோ கிடந்தனர்.

சீதாவைப் பார்த்தபடி, இராமன் உத்தரவிட்டான். 'அடுத்த தாக்குதல் எப்ப வேணா வரும்! வீட்டுக்குள்ளே போங்க!''

''வீட்டுக்குள்ளே!'' சீதா கூவினாள்.

''வீட்டிற்குள்!'' எனத் தளபதிகளும் எதிரொலித்த நொடியில் எல்லோரும் தடதடவென ஓடி, பொறிக்கதவுகளைத் திறந்து உள்ளே குதித்தனர். ஒழுங்குமுறைக்கே கேவலமான பதற்றம் நிறைந்த பின்வாங்கல் என்றாலும், பலனில்லாமலில்லை: சில நிமிடங்களுக்குள் உயிர்தப்பிய அத்தனை மிதிலா காவல்வீரர்களும் வீடுகளுக்குள் பாதுகாப்பாய்ப் பதுங்கினர். கதவுகள் மூடிய மறு நொடி ஈட்டித் தாக்குதல் மீண்டும் தேனிச்சதுக்கத்தின் கூரை மீது துவங்கியது. கவனமின்றி வெளியே சிக்கிய சிலர் உயிரிழந்தாலும், பெரும்பான்மையோர், இப்போதைக்குத் தப்பினர்.

வாய் திறக்காவிட்டாலும், அண்ணனைத் தம்பி பார்த்த பார்வையின் செய்தி தெளிவாய்ப் புரிந்தது. *சர்வநாசம்.*

''அடுத்து என்ன?'' இராமன் சீதாவைக் கேட்டான். ''ராவணனின் வீரர்கள் இப்ப வெளிமதிலில் ஏறிக்கிட்டிருப்பாங்க. படை சீக்கிரம் வந்துரும். தடுக்க யாருமேயில்லை.''

கூண்டில் அடைபட்ட புலி போல் ஒவ்வொரு அணுவிலும் ஆத்திரம் தெறிக்க நின்ற சீதாவின் கண்கள் இங்கும் அங்கும் பாய, சுவாசம் ஆழ்ந்து வெளிவந்தது. இளவரசிக்குப் பின்னால் நின்ற ஸமீச்சி, ஒருவித இயலாமையுடன் நெற்றியைத் தேய்த்துக் கொண்டாள்.

''சீதா?'' இராமன் தூண்டினான்.

சட்டென அவளது கண்கள் அகன்றன. ''ஜன்னல்!''

''என்ன?'' பிரதமரின் வார்த்தையைக் கேட்டுத் திகைத்தாள் ஸமீச்சி.

உடனடியாகத் தளபதிகளை அழைத்தாள் சீதா. மிச்சமிருந்த மிதிலர்கள் அடைக்கலம் புகுந்த இல்லங்களைப் போல், இரு வீடுகளுக்கிடையே இருந்த இடைவெளிக்குள் திறந்த பலகணிகளையும், உள்மதிலைப் பகிர்ந்த வீடுகளில் பதிந்த ஜன்னல்களையும் மூடிய மரத்தடுப்புக்களை உடைத்தெறியக் கட்டளையிட்டாள். இரு மதில்களுக்கிடையே இருந்த நிலப்பரப்பைப் பார்த்த இந்த ஜன்னல்களின் மூலம், பாய்ந்து வரும் இலங்கையர் மீது தாராளமாய் அம்பெய்யலாம்.

''பிரமாதம்!'' கூச்சலிட்டபடி அடைத்த ஜன்னலிடம் ஓடினான் லக்ஷ்மணன். கரத்தைப் பின்னுக்கிழுத்து, தசைகளை இறுக்கி பலமாய் ஒரு குத்து விட்டதில் மரப்பலகை பெயர்ந்து 'பொலபொல'வென உதிர்ந்தது.

தேனிச்சதுக்கத்தின் இப்பகுதியைச் சேர்ந்த வீடுகளனைத்தும் உட்புறப் பாதைகளால் இணைந்திருந்ததில் செய்தி வெகுவேகமாய்ப் பரவியது. அடைத்த ஜன்னல்களை நொடியில் உடைத்தெறிந்த மிதிலர்கள், உள் மற்றும் வெளி மதில்களுக்கிடையே சிக்கிய இலங்கையர் மீது அம்பெய்யத் துவங்கினர். எவ்வித எதிர்ப்பையும் எதிர்பார்க்காத இராவணன் படை, சரமாரியாகப் பொழிந்த அம்புகளால் நிலைகுலைந்தது; உயிரிழந்த வீரர்கள் ஏராளம். ஓயாது அம்பெய்த மிதிலர்கள் முடிந்தளவு எதிரிகளை நாசமாக்கி, தாக்குதலின் வீர்யத்தைக் குறைத்தனர்.

திடீரென ஒலித்த சங்கநாதத்தில் சற்றே மாற்றம். உடனடியாகத் திரும்பிய இலங்கையர், வந்த வேகத்தில் பின்வாங்கினர்.

மிதிலர்களிடமிருந்து உற்சாகக் கூக்குரல்கள் உரத்து எழுந்தன. முதல் கட்டத் தாக்குதலை முறியடித்துவிட்டார்களல்லவா?

கிழக்கு வெளுத்தபோது, இராமன், சீதா மற்றும் லக்ஷ்மணன் தேனிச்சதுக்கத்தின் கூரை மீது நின்றிருந்தனர். அதிகாலைச் சூரியக் கிரணங்களின் மென்மை, இலங்கை ஈட்டிகளின் கொடூர நாசத்தை மேலும் பயங்கரமாய்க் காட்டியது. கண்முண் விரிந்த அவலம் நெஞ்சைப் பிளந்தது.

சுற்றிலும் சின்னாபின்னமாகிக் கிடந்த மிதிலர் சடலங்களை வெறித்தாள் சீதா. சிலவற்றின் அநேகமாய் வெட்டுண்ட தலைகளை தோலிழைகள் மட்டுமே உடலுடன் இணைத்தன; மற்றவற்றில் குடல் வெளிவந்து சிதறியிருக்க, ஏனையோர் ஈட்டியால் பிளக்கப்பட்டு இரத்தப்போக்கிலேயே உயிரிழந்திருந்தனர். ''என் வீரர்கள் ஆயிரமாவது...''

''நாமும் நல்லாத்தான் தாக்கியிருக்கோம், அண்ணி,'' என்றான் லக்ஷ்மணன். ''ரெண்டு மதில்களுக்குமிடையிலே குறைஞ்சபட்சம் ஆயிரம் இலங்கை வீரர்களாவது செத்திருப்பாங்க.''

வழக்கமாய் சாந்தம் தவழும் விழிகளில் இப்போது கண்ணீர் தளும்ப அவனைப் பார்த்தாள் சீதா. ''அந்தப் பக்கம் இன்னும் ஒன்பதாயிரம் வீரர்கள் இருக்காங்க. நம்மகிட்டே? மூவாயிரம்தானே?''

அகழி-ஏரிக்கு மறுபுறம் அமைந்த இலங்கைப் பாசறையை ஆராய்ந்தான் இராமன். காயம்பட்டோருக்கென மருத்துவக் கூடாரங்கள் ஏற்பட்டிருந்தாலும், அநேகர் அசுரவேகத்தில் மரங்களை வெட்டிக் காட்டைக் கச்சிதமாய் பின்தள்ளுவதில் முனைந்திருந்தனர். அவர்கள் பின்வாங்குவதாக இல்லை என்பது தெளிவாகியது.

''அடுத்த முறை இன்னும் ஆயத்தமாயிருப்பாங்க,'' என்றான் இராமன். ''உள்மதிலைத் தாண்டிட்டாங்கன்னா... எல்லாம் முடிஞ்சது.''

பெருமூச்செறிந்தவாறு தோள் மீது கரம் பதித்துத் தரையை வெறித்த சீதாவின் அருகாமையினால் கவனம் சிதறுவதை இராமன் உணர்ந்தான். தோளைப் பற்றிய கையைப் பார்த்துவிட்டு, கண்களை மூடிக்கொண்டான். மனதை ஒருமுகப்படுத்தி, உணர்வுகளைக் கட்டுக்குள் கொண்டு வர மீண்டும் பயிற்சியெடுக்கவேண்டும் போலும்.

சீதாவோ, திரும்பித் தனது நகரைப் பார்த்தாள். தேனிச்சதுக்கப் பூங்காவைத் தாண்டி உயர்ந்து நின்ற ருத்ரபகவானின் மகத்தான ஆலயக் கோபுரத்தின் மீது அவளது கண்கள் நிலைத்தன. அசாத்திய தீர்மானத்துடன் விழிகள் ஒளிவீச, நாடிநரம்பெல்லாம் அசைக்கமுடியாத உறுதி பாய்ந்தது. ''இல்லை; முடியலை. குடிமக்களை என்னோட சேரும்படி அழைப்பேன். என் ஜனங்க எல்லோரும் சமையல் கத்திகளோட நின்னாகூட, இலங்கைப்பதர்களை ஒண்ணுக்குப் பத்துங்கிற விகிதத்துல ஜெயிக்கமுடியும். தாராளமா அவங்களைத் தகர்க்கலாம்.''

அவளது தன்னம்பிக்கையை இராமனால் பகிர்ந்து கொள்ள முடியவில்லை.

ஒரு முடிவுக்கு வந்தவளாய் தலையசைத்துக்கொண்ட சீதா, பிற மிதிலர்கள் பின்தொடருமாறு சைகை செய்து அங்கிருந்து விரைந்தாள்.

அத்தியாயம் 25

கல் போன்ற முகமும், இறுகிய உடலுமாய்க் கொந்தளித்த கோபத்தை வெளிக்காட்டாத பணிவுடன், ''எங்கே போயிருந்தீங்க, குருஜி?'' என்றான் இராமன்.

முதல் *ப்ரஹா*ரின் ஐந்தாவது மணியில் ஒரு வழியாக வந்து சேர்ந்தார் விஸ்வாமித்ரர். இளங்காலையின் மெல்லிய வெளிச்சத்தில் இலங்கைப் பாசறையின் பரபரப்பான இயக்கம் பளிச்செனத் துலங்கியது. மக்களை இன்னமும் போருக்கு ஆயத்தமாக்கும் முயற்சியில் சீதா இறங்கியிருக்க, காதுகேளாத தூரத்தில் ஏனோ விலகி நின்றார் அரிஷ்டநேமி.

''மலயபுத்ரக் கோழைகள் எங்கே ஒளிஞ்சிருந்தாங்கன்னுதான் சொல்லுங்களேன்?'' மரியாதைப் பேச்சுக்கு அவசியமிருந்ததாக லக்ஷ்மணன் கருதவில்லை.

அவனை எரித்துவிடுவது போல் பார்த்த விஸ்வாமித்ரர், இராமனிடம் திரும்பினார். ''பெரிய மனிதனாய் யாராவது பொறுப்பேற்று செய்ய வேண்டியதைச் செய்துதானே தீரவேண்டும்?''

இராமனின் முகம் சுருங்கியது.

''என்னுடன் வா,'' என்றார்.

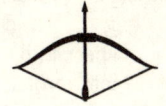

இலங்கையர் தாக்குதல் நிகழ்ந்த இடத்திலிருந்து வெகுதூரமிருந்த தேனிச்சதுக்கக் கூரையின் மறைவிடத்தில், மலயபுத்ரர்கள் இரவு முழுதும் ஈடுபட்டிருந்த பணியை இராமன் ஒருவழியாகக் கண்ணுற்றான்: *அசுராஸ்திரம்*.

வடிவமைக்க எளிமையான ஆயுதமென்றாலும், பிரயோகத்திற்குத் தயாராக்கப் பல மணி நேரம் செலவழிந்திருந்தது. குறைவான வெளிச்சத்தில் இரவு

முழுவதும் விஸ்வாமித்ரரும், அவரது மலயபுத்ரர்களும் பாடுபட்டிருந்தனர். ஒரு வழியாக *அஸ்திரமும்* அதை ஏவக்கூடிய மேடையும் நிர்மாணிக்கப்பட்டு ஆயத்தமாய் நின்றன. மரமேடை, லக்ஷ்மணனைவிடச் சற்று உயரம். ஈயத்தாலான வெளிக்கூடு. கங்கை ஆசிரமத்தில் அகழ்ந்தெடுத்த கருப்பொருளையும், இன்னபிற உட்பொருட்களையும் விஸ்வாமித்ரர் மற்றும் அவரது ஆட்கள் மிதிலாவிற்குக் கொண்டு வந்திருந்தனர். இவையே இப்போது வெடிமருந்துக்கூட்டிற்குள் நிரம்பியிருந்தன.

ஏவுகணை தயாரென்றாலும், இராமனுக்கென்னவோ சஞ்சலமாயிருந்தது.

வெளிமதிலைத் தாண்டி நோக்கினான்.

காட்டை அழிக்கும் பணியில் தீவிரமாய் ஈடுபட்டிருந்த இலங்கையர், ஏதோ கட்டுமானம் செய்துகொண்டிருப்பதாய்ப் பட்டது.

"மரவரிசை முடியற அந்தக் கோடியில என்ன பண்ணிக்கிட்டிருக்காங்க?" லக்ஷ்மணன் காட்டைச் சுட்டிக்காட்டினான்.

"உற்றுப் பார்," என்றார் விஸ்வாமித்ரர்.

வெட்டிய மரங்களினின்று சீவிய பலகைகளைக் கொண்டு இலங்கைக் குழுவொன்று பணியில் மூழ்கியிருந்தது. அவை படகுகள் என முதலில் நினைத்த லக்ஷ்மணன், ஊகத்தின் தவற்றைச் சீக்கிரம் புரிந்துகொண்டான். பலகைகளை இணைத்து, பக்கங்களிலும், கீழ்ப்புறத்திலும் உறுதியான கைப்பிடிகள் கொண்ட பிரம்மாண்டமான செவ்வகக் கேடயங்களாக்கிக் கொண்டிருந்தனர். இரண்டிரண்டாய் அணிவகுக்கும் பட்சத்தில், ஒரு கேடயம் ஏககாலத்தில் இருபது வீரர்களைக் காக்கக்கூடும்.

"ஆமைக் கேடயம்," என்றான் இராமன்.

"ஆம்," என்றார் விஸ்வாமித்ரர். "வேண்டியதைச் செய்துகொண்டு, மீண்டும் தாக்குவார்கள். எந்த எதிர்ப்புமின்றி வெளிமதிலைத் தகர்த்தே நுழைவார்கள் - ஏறி, இறங்கி நேரத்தை விரயமாக்குவானேன்? ஆமைக் கேடயங்களின் பாதுகாப்புடன் உள்மதிலைக் குறிவைப்பார்கள். தொடர்ந்து தாக்கினால் மதில் வீழும். நகரின் கதி எத்தகையதாயிருக்கும் என்பதை நான் சொல்ல வேண்டியதில்லை. எலிகள் கூட தப்பாது."

இராமன் மௌனமாய் நின்றான். விஸ்வாமித்ரர் சொல்வது சரியென உள்ளுணர்வு இடித்தது. பிரம்மாண்டக் கேடயங்களில் ஏற்கனவே பதினைந்து-இருபது தயாராகிவிட்டதைப் பார்க்கமுடிந்தது. இலங்கையர் அசுரகதியில் வேலை செய்திருக்கவேண்டும். தாக்குதல் எப்போது வேண்டுமானாலும் - ஏன், இரவே நிகழலாம். மிதிலா நிச்சயம் தயாராக இல்லை.

''*அசுராஸ்திரப்* பிரயோகம் தவிர்த்து நமக்கு வேறு வழியில்லை என்பதைப் புரிந்துகொள்,'' என்றார் விஸ்வாமித்ரர். ''அவர்கள் நகரினின்று தொலைவில், ஆயத்தமாகாமல் இருக்கும் சந்தர்ப்பத்திலேயே செலுத்துவது உத்தமம். தாக்குதல் துவங்கி இலங்கையர் வெளிமதிலை உடைத்த பிறகு மிதிலைக்கு பாதிப்பில்லாமல் ஏவமுடியாது; *அஸ்திர*த்தின் தாக்கம் நகருக்கே ஆபத்தாகும்.''

இராமன் இலங்கையரை வெறித்தான்.

இதுதான் ஒரே வழி!

''*அஸ்திர*த்தை ஏன் நீங்களே பிரயோகிக்கக் கூடாது, குரு*ஜி*?'' லக்ஷ்மணன் குரலில் ஏராள ஏளனம்.

''நான் மலயபுத்ரன்; மலயபுத்ரர் தலைவன்,'' என்றார் விஸ்வாமித்ரர். ''ஆயிரக்கணக்கான வருடங்களாய் விஷ்ணுக்களும் மகாதேவர்களும் கூட்டாய் இயங்கியது போலத்தான் வாயுபுத்ரர்களும், மலயபுத்ரர்களும். வாயுபுத்ரர் சட்டத்தை நான் மீறலாகாது.''

''மீறணும்னு எங்கண்ணன் முடிவெடுக்கிறது மட்டும் தப்பில்லையாக்கும்?''

''சாகவும் முடிவெடுக்கலாம். அந்த மார்க்கமும் இருக்கிறது,'' விஸ்வாமித்ரரது பதில் இகழ்ச்சியாகவே வந்தது. இளவலை நேர்ப்பார்வை பார்த்தார். ''உன் முடிவென்ன, ராமா?''

மிதிலா அரண்மனையிருந்த திசையைத் திரும்பிப் பார்த்தான் இராமன். இதோ, இந்தக் கணம் கூட, பயந்து ஒதுங்கும் மக்களைப் போருக்கு ஆயத்தமாக்கும் இயலாமை நிறைந்த போராட்டத்தில் சீதா இறங்கியிருக்கக்கூடும்.

அயோத்ய இளவலை நெருங்கினார் விஸ்வாமித்ரர். ''ராமா, நகரின் கடைசிக் குடிமகன் வரைச் சித்திரவதை செய்து கொல்லாமல் விடமாட்டான் ராவணன். ஒரு லட்சம்

மிதிலர்களின் வாழ்க்கை - உன் மனைவியின் வாழ்க்கை - ஊசலாடிக்கொண்டிருக்கிறது. நல்ல கணவனாக அவளைக் காப்பாயா, மாட்டாயா? மற்றவர்களின் நலனுக்காக உன் மீது பாவத்தின் கறையை ஏற்பாயா? உன் *தர்மம்* என்ன சொல்கிறது?''

சீதாவுக்காகச் செய்வேன்.

''முதல்ல எச்சரிக்கை விடுக்கணும்,'' என்றான் இராமன். ''பின்வாங்க அவங்களுக்குச் சந்தர்ப்பம் தரணும். *தைவி அஸ்திரப்* பிரயோகத்துக்கு முந்தி அசுரர்களே இந்த சம்பிரதாயங்களைப் பின்பற்றினாங்கன்னு கேள்விப்பட்டிருக்கேன்.''

''ஆகா.''

''அப்படியும் கண்டுக்கலைன்னா,'' இராமனின் விரல்கள் சக்தி வேண்டுவது போல் கழுத்தில் தொங்கிய ருத்ராக்ஷப் பதக்கத்தைச் சுற்றிக்கொண்டன. ''*அசுராஸ்திரத்தைப்* பிரயோகிப்பேன்.''

அவனது ஒப்புதலே தான் ஜெயித்த வெற்றிப் பதக்கம் போல், விஸ்வாமித்ரரின் முகத்தில் திருப்திப் புன்னகை பரவியது.

ஆமைக் கேடயங்களைச் சோதித்தவாறு இராட்சதக் கரடிமனிதன் படைகளினூடே நகர்ந்தான். காலடியில் கிடந்த பலகையில் அம்பு தைக்க ஒரு நொடியிருக்கும்போதே சீறி வரும் ஓசையைச் செவிமடுத்தவன், ஆச்சர்யத்தில் நிமிர்ந்தான்.

மிதிலாவில் இவ்வளவு கச்சிதமா இத்தனை தூரம் அம்பெய்யக் கூடியது யார்?

மதில்களை வெறித்தான். அதி உயரமாய் இரு மனிதர்களும், சற்றே குள்ளமான மூன்றாமவனும் உட்சுவரை நெருங்கி நிற்பது மட்டும் இந்தத் தொலைவிலிருந்து கணிக்கக்கூடியதாயிருந்தது. மூன்றாமவன் கையில் வில்லிருந்தது மட்டுமன்றி, இவனையே வெறித்துக் கொண்டிருப்பதாகவும் பட்டது.

ஆமைக் கேடயத்தில் புதைந்திருந்த அம்பை ஆராய உடனடியாக முன்னால் வந்த கரடிமனிதன், அதில்

சுற்றியிருந்த சிறிய தோல்பட்டையை அவசரமாய் உருவிப் பிரித்தான்.

''இதையெல்லாம் நம்பறியா, கும்பகர்ணா?'' அருவருப்பு நிறைந்த ஹுங்காரத்துடன் சுருளை எறிந்தான் இராவணன்.

''அண்ணா,'' கரடிமனிதன் குரலைத் தழைத்துக் கொண்டாலும், மகத்தான குரல்வளையால் இடியோசை போல் எதிரொலித்தது. ''*அசுராஸ்திரத்*தைப் பிரயோகிச்சாங்கன்னா, நிலைமை -''

''அவங்ககிட்டே ஏது அதெல்லாம்?'' இராவணன் இடைமறித்தான். ''சும்மாக் கதை விடறாங்க.''

''அண்ணா, மலயபுத்ரர்கள் கிட்டேதான் -''

''விஸ்வாமித்ரர் பொய் சொல்றார், கும்பகர்ணா!''

அவன் வாய் மூடிக்கொண்டான்.

''அங்குலமும் பின்வாங்கவில்லை,'' விஸ்வாமித்ரர் குரலில் அவசரம். ''*அஸ்திரத்*தைப் பிரயோகித்தே தீரவேண்டும்.''

இரண்டாம் *ப்ரஹா*ரின் மூன்றாம் மணியின் இறுதியில் பரவிய சூரியவெளிச்சத்தில், காட்சிகள் நன்கு புலப்பட்டன. மூன்று மணி நேரத்துக்கு முன் இராமன் எய்த எச்சரிக்கை அம்பிற்கு இலங்கையரிடம் எந்தப் பலனும் இல்லை என்பதும் தெளிவாகியது.

பிரதான இலங்கைப்படையிருந்த திக்கை நோக்கிய தேனிச்சதுக்கக் கூரைப்பகுதிக்கு மலயபுத்ரர்கள் முன்னமேயே ஏவுகணை மேடையை நகர்த்தியிருந்தனர்.

''ஒரு மணி நேரம் அவகாசம் கொடுத்து,'' விஸ்வாமித்ரர் தொடர்ந்தார். 'மூன்று மணி நேரமாகக் காத்திருக்கிறோம். பயமுறுத்துகிறோம் என்றுதான் நினைத்திருப்பார்கள்.''

லக்ஷ்மணன் அவரை ஏறிட்டான். ''சீதா அண்ணியை ஒரு வார்த்தை கேட்கவேண்டாமா? அவங்கதான் தெளிவா சொல்லியிருக் -''

சட்டென அவனை இடைமறித்தார் விஸ்வாமித்ரர். ''அதோ!''

சகோதரர்கள் உடனடியாக அவர் சுட்டிய திசையை நோக்கினர்.

''படகுகள்ளே ஏர்றாங்களா என்ன?'' இராமன் கேட்டான்.

''சோதிக்கறாங்களோ, என்னமோ?'' நம்பிக்கையைக் கைவிடமுடியவில்லை லக்ஷ்மணனால். ''அப்படியிருந்தா, நமக்குக் கொஞ்சம் அவகாசம் இருக்கு.''

''சந்தேகத்திற்கு இடம்கொடுத்து ஆபத்தில் சிக்க விரும்புகிறாயா, ராமா?'' விஸ்வாமித்ரர் கேட்டார்.

அவனிடம் அணுவளவும் அசைவில்லை.

''*அஸ்திரப்* பிரயோகம் இக்கணமே நடக்கவேண்டும்!'' விஸ்வாமித்ரர் அடித்துச் சொன்னார்.

வில்லைத் தோளிலிருந்து உயர்த்திய இராமன், செவிவரை நாணை இழுத்து 'டங்கார' ஒலியெழுப்பினான். *கச்சிதம்.*

''பிரமாதம்!'' என்றார் விஸ்வாமித்ரர்.

அவரை முறைத்த லக்ஷ்மணன், சகோதரனின் தோள் தொட்டான். ''அண்ணா ...''

திரும்பிய இராமன், விலகி நடக்க, மற்றவர்கள் தொடர்ந்தனர். ஏவுகணை மேடையிலிருந்த இலக்கின் மீது சற்று தூரத்திலிருந்து தீயம்பை எய்தே அநேக *தைவி அஸ்திர*ங்களைப் பிரயோகிப்பது வழக்கம். ஏவுகணை வெடித்துப் புறப்படும் நொடியில் அருகேயிருக்கும் மக்கள் கருகாமல் தப்பிக்கவே இந்த ஏற்பாடு. ஒரு பழத்தினளவுள்ள இலக்கை வெகு தூரத்திலிருந்து துல்லியமாய்த் தாக்குவது தேர்ந்த வில்லாளிக்கு மட்டுமே சாத்தியம்.

அசுராஸ்திர மேடையினின்று ஐந்நூறு மீட்டர் இடைவெளியை எட்டியதும் இராமனை நிறுத்தினார் விஸ்வாமித்ரர். ''போதும், அயோத்ய இளவலே.''

அரிஷ்டநேமி கொடுத்த அம்பின் நுனியை முகர்ந்தான் இராமன்: தீச்சாந்து தடவியிருந்தது. இறகைச் சோதித்தவன், ஒரு நொடி திகைத்தான்: தனது சரங்களில்

ஒன்றைப் பயன்படுத்தியிருந்தார். தனக்கேயுரிய அம்புச்சுழற்சி வித்தையை அரிஷ்டநேமி அறிவாரா என இராமன் தீவிரமாய்ச் சிந்திக்க விரும்பவில்லை: அதற்கு இது நேரமுமில்லை. அரிஷ்டநேமியைப் பார்த்துத் தலையசைத்தவன், ஏவுகணை மேடையை நோக்கித் திரும்பினான்.

''அண்ணா ...'' சட்டத்தினின்று துளியும் பிறழாத தமையன் மீது இச்செயலின் பாதிப்பு எத்தகையதாய் இருக்குமென்பதை உணர்ந்த லக்ஷ்மணனின் தவிப்பு பளிச்செனத் தெரிந்தது.

''விலகி நில்லு, லக்ஷ்மணா,'' முதுகுத் தசைகளை விரிக்கச் சற்றே முன்னால் சாய்ந்தான் இராமன். விஸ்வாமித்ரரும் அரிஷ்டநேமியும் பின்வாங்கினர். சுவாச கதியைப் பலவந்தமின்றி குறைத்தவுடன், இதயத்துடிப்பும் மெதுவாயிற்று. செவியை நிறைத்த சுற்றுவட்டார இரைச்சலை வடிகட்டியவாறு ஏவுகணை மேடையை வெறித்தான். இதயத்துடிப்புடன் கைகோர்த்து மணித்துளிகளும் வேகம் குறைந்து மெல்லத் தேய்வது போல் தோன்ற, கண்களை இடுக்கினான். அவனைச் சுற்றி அனைத்தும் மந்த கதியடைந்தது போலிருந்தது. உயரப் பறக்கும் முயற்சியில் மேடைக்கு மேல் சிறகுகளைப் படபடத்த காகத்தின் அசைவை இராமனின் கண்கள் ஆராய்ந்தன. பறவை உயர முயற்சி அதிகம் தேவைப்படவில்லை; சிறகுகளைக் காற்று தாங்கியது.

புதிய செய்தியை அவன் மனம் கிரஹித்தது: இடப்புறமாய், கோபுரத்திற்கருகே காற்று வீசிக் கொண்டிருந்தது. அம்பின் நுனியைக் கட்டைவிரலால் சொடுக்கியதும் பற்றிக்கொண்டது. கையை நகர்த்தி, இறகால் அம்பைப் பற்றினான்; இடதுகைக் கட்டைவிரல், ஆள்காட்டி விரல்களுக்கிடையே சரத்தை ஸ்திரப்படுத்திக்கொண்டு நாணின் மீது கச்சிதமாய்ப் பொருத்தி, வில்லை உறுதியாகப் பிடித்தான். அம்பு வளைந்து செல்ல வேண்டியதன் அவசியம் புரிந்து, வில்லை லேசாய் உயர்த்தினான். இது வழக்கிற்குப் புறம்பானது; தானாயிருந்தால், அம்பு இன்னும் உயரக் குறிவைக்கப்பட்டிருக்கும் என்பது அரிஷ்டநேமியின் கருத்து. அதே சமயம், வில்வித்தையில் இராமனது அபார தேர்ச்சியையும், அவனது அம்புகளின் சாதுர்யமான இறகு வடிவமைப்பையும் அறிந்தவராதலால், வாய் திறக்கவில்லை.

ஐந்நூறு மீட்டர் தூரத்தில், அன்னாசிப் பழமளவிருந்த சிவப்புச் சதுரமான இலக்கைக் குறி பார்த்தான் இராமன். பக்கத்தில் ஆடிய காற்றுக்குழாயைத் தவிர மற்றதெல்லாம் அவன் கவனத்தினின்று கழன்றன. இதுவரை இடப்பக்கம் படபடத்துக் கொண்டிருந்த குழாய், சட்டென முற்றுமாய்த் தாழ்ந்தது. காற்று நின்றுவிட்டது.

அதே நொடியில் உறுதியுடன் நாணை இழுத்துப் பிடித்தான் இராமன். முன் கை தரையிலிருந்து சற்றே எழும்பி, முழங்கை அம்பின் கோட்டில் நிலைக்க, வில்லின் கனத்தை முதுகுத் தசைகள் வாங்கிக்கொண்டன. முறுக்கிய முன் கை; உதட்டை முத்தமிட்ட நாண். அதிகபட்ச நீளத்திற்கு வில் இழுபட்டு, தீப்பற்றிய அம்பின் நுனி இடதுகையைத் தொட்டது. காற்றுக்குழாய் எழவில்லை. இராமன் அம்பை விடுவித்த நொடியில் இறகைச் சுண்டிவிட்டதால் அதிவேகமாய்ச் சுழன்று பறந்தது. காற்றின் வேகம் தடையாயில்லாதபடி சுழற்சி பார்த்துக்கொண்டது. கவிதை போல் கண்முன் நிகழ்ந்த அபார வில்வித்தையை ஆழ்ந்து அனுபவித்தார் அரிஷ்டநேமி. தூரம் அதிகமென்றாலும், தாழ்வாகவே இராமன் அம்பெய்ய முடிந்ததன் சூட்சுமம் இதுவே. வளைவின் கூர்மையை சுழன்ற இறகின் வேகம் கொண்டு சமாளித்த அம்பு, அசுரகதியில் காற்றைக் கிழித்து முன்னேறியது.

வில்லாளி விடுத்த தீயம்பைப் பார்த்தான் கும்பகர்ணன். உள்ளுணர்வு உந்தித் தள்ள, ''அண்ணா!'' என்ற கூவலுடன் உடனடியாகத் திரும்பினான்.

புஷ்பக விமானத்தின் பிரம்மாண்டக் கதவருகே நின்ற தமையனை நோக்கிப் பாய்ந்தான்.

அம்பு மோதிய வேகத்தில், *அசுராஸ்திரக்* கோபுரத்திலிருந்த சிவப்புச் சதுரம் உடனடியாகச் சாய, சரத்தின் நெருப்பை பின்புறமிருந்த சிறிய பொந்து வாங்கிக்கொண்டு வெகு விரைவில் ஏவுகணையைப் பற்றவைக்கும் எரிபொருள் அறைக்குப் பரப்பியது. *அசுராஸ்திரம்* பிரயோக்கப்பட ஆயத்தமாகும் வெடிச்சப்தங்கள் கேட்டன. சில நொடிகளில்

ஏவுகணையின் அடிப்பாகத்தில் தீநாக்குகள் அடர்த்தியாய் பரவ, கொஞ்சம் கொஞ்சமாய் *அஸ்திரம்* உயர்ந்து, வேகம் பிடித்தது.

கணிசமான பளு கொண்ட தன் உடலை சகோதரன் மீது கும்பகர்ணன் வீழ்த்த, இராவணன் *புஷ்பக விமானத்திற்குள்* பறந்து சென்று விழுந்தான்.

மகத்தான வளைவில் பறந்த *அசுராஸ்திரம்*, மிதிலையின் மதில்களைச் சில நொடிகளில் கடந்தது. தேனிச்சதுக்கக் கூரைமீது நின்ற எவராலும் அதனின்று கண்களை அகற்றமுடியவில்லை. அகழி-ஏரியின் மேல் பறந்த போதே, குழந்தைகள் பட்டாசைப் போல் கேட்டதோ இல்லையோ எனச் சந்தேகிக்கும்படியான மெலிதான வெடிச்சப்தம் செவியை எட்டியது.

வாய் பிளந்து பார்த்துக்கொண்டிருந்த லக்ஷ்மணனின் அதிசயம், ஏமாற்றமாய் மாறியது. ''முடிஞ்சிடுச்சா?'' முகச் சிணுக்கத்துடன் கேட்டான். ''பிரசித்தி பெற்ற *அசுராஸ்திரம்* அவ்வளவுதானா?''

விஸ்வாமித்ரரின் பதில் சுருக்கமாகவே இருந்தது. ''காதைப் பொத்திக் கொள்.''

புஷ்பக விமானத்திற்குள் இராவணன் இன்னமும் விழுந்து கிடக்க, கும்பகர்ணன் எழுந்தான். கதவருகே ஓடி, பக்கச்சுவற்றில் இருந்த உலோகப் பொத்தானை பலம் கொண்ட மட்டும் அழுத்தினான். பார்த்துக்கொண்டிருக்கும் போதே வழுக்கிக் கொண்டு மூடிய பறக்கும் ஊர்தியின் கதவிற்கு வேகம் அளிக்க முயல்வது போல் தசைகளை முறுக்கிக்கொண்டான் கரடி மனிதன்.

சில நொடிகள் இலங்கையருக்கு மேல் மிதந்த *அசுராஸ்திரம்*, மிதிலா மதில்களையே உலுக்கக்கூடிய பெருத்த இடியோசையுடன் வெடித்துச் சிதறியது. காது ஜவ்வு கிழிந்து, வாயிலிருந்த காற்றெல்லாம் உறிஞ்சப்பட்டதை பல இலங்கையர் உணர்ந்தனர். எனினும், வரப்போகும் சர்வநாசத்திற்கு இது அறிமுகம் மட்டுமே.

வெடியைத் தொடர்ந்த அமானுஷ்ய அமைதியில், பளீரெனப் பச்சை ஒளி *அஸ்திரம்* வெடித்த இடத்தில் தோன்றியதை மிதிலைக் கூரையின் மீதிருந்த பார்வையாளர்கள் கவனித்தனர். ஆக்ரோஷ சீறலாய் வெட்டிய ஒளிவெள்ளம், கீழே நின்ற இலங்கையரை மின்னல் போல் தாக்கியது. தற்காலிகமாய்ச் செயலிழந்தவர்கள், ஆணியறைந்தாற்போல் உறைந்தனர். வெடித்த *அஸ்திரத்* துகள்கள் ஓயாமல், கருணையின்றிப் பொழிந்தன.

புஷ்பக விமானத்தின் வாயில் மூடிய கணத்தில் பச்சை ஒளியைக் கண்டான் கும்பகர்ணன். தன்னியக்கத்தில் கதவு மூடி, தாளிட்டு, *அசுராஸ்திரத்தின்* அதீத விளைவுகளினின்று ஊர்தியிலிருந்தோரைக் காத்த விநாடியில் கும்பகர்ணன் நினைவிழந்து விழுந்தான். கலவரக் கூச்சலுடன் தம்பியிடம் பாய்ந்தான் இராவணன்.

''ருத்ரபகவானே,'' நெஞ்சை உறைய வைத்த பீதியுடன் முணுமுணுத்த லக்ஷ்மணன், தன்னைப் போலவே ஸ்தம்பித்து நின்றிருந்த சகோதரனைப் பார்த்தான்.

''இன்னும் முடியவில்லை,'' விஸ்வாமித்ரர் எச்சரித்தார்

மிகப்பெரும் நாகத்தின் யுத்த கர்ஜனை போல் பயங்கரச் சீறல் சட்டென எழுந்தது. அதே சமயத்தில், தரையில் பொழிந்த *அசுராஸ்திரச்* சிதறல்கள் பொழிந்த கொடூரப் பச்சை வண்ணப் புகை செயலிழந்த இலங்கையர் மீது அசுர வேகத்தில் படர்ந்தது.

''அது என்ன?'' இராமன் கேட்டான்.

''அந்தப் புகைதான் ...'' என்றார் விஸ்வாமித்ரர். ''*அசுராஸ்திரம்.*''

இலங்கையரை மெல்லக் கபளீகரம் செய்த அடர்ந்த மரணப் புகை நாட்கணக்காக, ஏன் வாரக்கணக்காகக் கூட அவர்களை நினைவற்ற நிலைக்குத் தள்ளிவிடும். சிலரது உயிரே பறிக்கப்படலாம். ஆனால் பதற்றக் கூச்சல்களோ, பயம் நிறைந்த கூவல்களோ, கருணை வேண்டிய கதறல்களோ அங்கே இல்லை; தப்பக்கூட யாரும் முயலவில்லை. கொடூர *அசுராஸ்திரம்* ஏதுமறியா வெற்றுவெளிக்குத் தங்களைத் தள்ளக் காத்திருந்து தரையில் அசைவற்றுக் கிடந்தனர். அங்கே நிலவிய பயங்கர மௌனத்தைக் கிழித்தது, சீறல் மட்டுமே ...

இதயம் உறைந்தவனாய், இராமன் ருத்ராக்ஷப் பதக்கத்தைத் தொட்டுக்கொண்டான்.

சித்திரவதை நிறைந்த பதினைந்து நிமிடங்கள் கடந்தவுடன், விஸ்வாமித்ரர் இராமனிடம் திரும்பினார். ''முடிந்தது.''

மும்மூன்றாய் தேனிச்சதுக்கத்தின் படிகளில் தாவியேறினாள் சீதா. மிதிலாவின் அங்காடிச் சதுக்கத்தில் மக்களிடம் ஆவேசமாய் பேசிக்கொண்டிருந்தவளின் கவனத்தை வெடிச்சப்தமும் அதைத் தொடர்ந்து வானில் திடீரெனப் பளிச்சிட்ட ஒளிவெள்ளமும் கவர்ந்தன. *அசுராஸ்திரம்* ஏவப்பட்டுவிட்டதை உடனடியாக உணர்ந்தவள், விரைந்து திரும்ப வேண்டியதன் முக்கியத்துவத்தை புரிந்துகொண்டாள்.

விஸ்வாமித்ரர் மற்றும் இராமலக்ஷ்மணர்களிடமிருந்து சற்று ஒதுங்கிக் குழுமியிருந்த அரிஷ்டநேமியும், பிற மலயபுத்ரர்களும்தான் முதலில் கண்ணில்பட்டனர். இறுகிய முகத்துடன் சீதாவைத் தொடர்ந்தாள் ஸமீச்சி.

''யார் ஏவினது?'' சீதா படபடத்தாள்.

அரிஷ்டநேமி லாகவமாய் விலக, வில்லை வைத்திருந்த ஒரே வீரனாய் இராமன் அவள் கண்முன்னே நின்றான்.

அவனது மனநிலை எத்தகையதாயிருக்குமெனப் புரிய, உரக்கச் சபித்தபடி கணவனிடம் ஓடினாள். தர்மநியாயமே குறியாய், சட்டத்தின் மீது வெறி கொண்டிருந்த இராமன், செய்ய நேர்ந்த பாவம் குறித்து - மனைவியையும், அவளது மக்களையும் காக்க வேண்டிய கட்டாயத்தினால் புரிந்த செயல் பற்றி - இடிந்து போயிருப்பான் என்பதில் என்ன சந்தேகம்?

அவள் வருகையைக் கண்ட விஸ்வாமித்ரர் முகமலர்ந்தார். ''எல்லாம் நன்றாகவே முடிந்துவிட்டது சீதா! ராவணனது படைகள் வீழ்ந்துபட்டன. மிதிலாவிற்கு ஆபத்தில்லை.''

உதட்டில் துடித்த வார்த்தைகளை உதிர்க்க முடியாத ஆத்திரத்துடன் அவரை முறைத்தவள், நேரே கணவனிடம் ஓடிச் சென்று அணைத்துக்கொண்டாள். அதிர்ந்த இராமனின் கரத்தினின்று வில் நழுவியது. இதுவரை சீதா அவனைத் தழுவியதேயில்லை. தன்னை ஆற்றுப்படுத்துவதே அவள் எண்ணம் என்பதை உணர்ந்திருந்தாலும், கைகள் பக்கத்தில் தொங்கியபோதே, இதயத் துடிப்பு அதிகரிப்பதை உணர்ந்தான். சற்று முன் நிகழ்ந்தவற்றின் தாக்கத்தால் உணர்ச்சிப் பிழம்பாகியிருந்தவனின் சக்தியனைத்தும் உறிஞ்சப்பட்டது போல் உடல் தளர, கன்னத்தில் ஒரே ஒரு கண்ணீர்த்துளி உருண்டு இறங்கியது.

இராமனை அணைப்பிலிருந்து விலக்காமல் சற்றே சாய்ந்து, அவனது உணர்ச்சியற்ற கண்களை ஊடுருவினாள் சீதா. கவலையில் முகம் சுருங்கியது. ''நான் உங்க பக்கம்.''

அவனிடம் பதிலில்லை. என்றோ மறந்த ஒரு விசித்திரக் காட்சி அந்த சமயத்தில் ஏனோ மனதில் பளிச்சிட்டது. சக்ரவர்த்தி ப்ரிதுவின் - பூமிக்கு இவர் பொருட்டே ப்ரித்வி என்று பெயர் - ஆர்ய சித்தாந்தங்களில் ஒன்று. உன்னத லட்சணங்கள் பொருந்திய ஆண்மகனான *ஆர்யபுத்ரன்* மற்றும் உத்தமப் பெண்மணியான *ஆர்யபுத்ரி* பற்றியும், வலிய, சுயசிந்தனையும் இயக்கமும் கொண்ட இவ்விருவரும் ஒருவரோடொருவர் போட்டியிடாமல், ஒருவரது இலக்கை மற்றவர் தடுக்காமல்; கெடுக்காமல், இணைந்து, இயைந்து, செயலாற்றக்கூடிய மகத்தான பிணைப்பைப் பற்றியும் கூறியிருக்கிறார். ஒன்றையொன்று சார்ந்த, ஒருவருக்கொருவரே லட்சியமாய் அமைந்த, ஒருவரையொருவர் முழுமையாக்கும் இரு உயிர்கள்.

இணையின் ஆதரவை வென்ற, அவளது அணைப்பைப் பெற்ற *ஆர்யபுத்ரனாய்த்* தன்னை அக்கணம் உணர்ந்தான் இராமன்.

இன்னமும் அவனை இறுகத் தழுவி நின்றாள் சீதா. ''நான் உங்க பக்கம்தான், ராமா. ரெண்டு பேரும் சேர்ந்தே இதைச் சமாளிப்போம்.''

கண்களை மூடிய இராமன், கைகளால் மனைவியைச் சுற்றிக்கொண்டு, தோள் மீது தலை சார்த்திக்கொண்டான். *சொர்க்கம்.*

கணவனின் தோள் தாண்டி விஸ்வாமித்ரரை முறைத்தாள் சீதா. அம்பிகையின் ஆக்ரோஷம் அவள் கண்களில் கனல் வீசியது.

சற்றும் குற்றவுணர்வின்றி விஸ்வாமித்ரரும் முறைத்தார்.

உரத்த சப்தமொன்று அவர்களை இகலோகத்திற்கு இழுக்க, மிதிலாவின் மதில்களைத் தாண்டி வெறித்தனர். இராவணனது *புஷ்பக விமானம்*, தடதடத்து உயிர் பெற்றது. பிரம்மாண்டச் சுழல்-தகடுகள் 'விர்'ரென வட்டமடித்தன. நொடியில் வேகம் கூடி, பூமியிலிருந்து எழுந்த ஊர்தி, சில அடி உயரத்தில் மிதந்தது. சட்டெனப் பெரும் இரைச்சலுடன் வானில் தாவி, மிதிலா மற்றும் *அசுராஸ்திரத்தின்* ஊழித்தாண்டவத்திடமிருந்து விலகி, பறந்து, மறைந்தது.

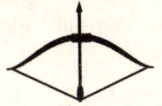

அத்தியாயம் 26

அருகே குதிரை மீதமர்ந்து வந்த கணவன் மீது கண்களை ஓட்டினாள் சீதா. மைத்துனனும், தங்கையும் பின்னால் வந்தனர். வாய் ஓயாமல் பேசிய லக்ஷ்மணனையே ஆதர்சமாய்ப் பார்த்துக்கொண்டிருந்த ஊர்மிளாவின் கட்டைவிரல், இடக்கை மோதிரவிரலில் அமர்ந்திருந்த கணவனின் விலையுயர்ந்த பரிசை - மகத்தான வைர மோதிரம் - நிரடியது. நூறு மிதிலா வீரர்கள் பின்தொடர்ந்தனர். சீதா, இராமனுக்கு முன்னே மேலும் நூறு வீரர்கள். ஸங்கஷ்யாவை அடைந்து, அங்கிருந்து பரிவாரம் கப்பலில் அயோத்யா செல்வதாய் ஏற்பாடு.

இலங்கைப் படையை *அசுராஸ்திரம்* வீழ்த்திய இரண்டு வாரங்களில் இராமன், சீதா, லக்ஷ்மணன் மற்றும் ஊர்மிளா கிளம்பினர். இராவணன் விட்டுச் சென்ற இலங்கையரை சிறைப்படுத்துவதற்கான ஆணையை மன்னர்கள் ஜனகரும், குஷத்வஜரும் ஊர்ஜிதம் செய்ய, மிதிலா சார்பாய் இராவணனுடன் சமாதான உடன்படிக்கை செய்துகொண்டு நகரின் பாதுகாப்பிற்குப் பிரதியாய் கைதிகளை அனுப்ப உத்தேசித்திருந்த விஸ்வாமித்ரர், மலயபுத்ரர் காவலில் இலங்கையரை தலைநகர் அகஸ்த்யகூடம் இட்டுச் சென்றார். பலவீனமான இச்சந்தர்ப்பத்தில் காவல்துறையில் மாற்றம் ஏற்படுவது மிதிலாவிற்குத் தீங்காதலால், எவ்வளவோ கஷ்டமாக இருந்தாலும், தோழி ஸமீச்சியைப் பிரிவது தவிர சீதாவிற்கு வேறு வழியிருக்கவில்லை.

"ராமா ..."

புன்னகையுடன் அவளை ஏறிட்டவன், குதிரையை அவளுடையதற்கருகில் மெல்ல நகர்த்தினான். "என்ன?"

"தீர்மானமே பண்ணிட்டீங்களா?"

தலையசைத்த இராமன் மனதில் சஞ்சலமில்லை.

''இந்தத் தலைமுறையில் இராவணனை முதல்ல முறியடிச்சது நீங்கதான். அதுவும், நிஜமான *தைவி அஸ்திரம்* கூட இல்லை. கொஞ்சம் -''

அவனது முகம் சுருங்கியது. ''இது விதண்டாவாதம்னு உனக்கே தெரியும்.''

மூச்சை இழுத்து விட்ட சீதா, தொடர்ந்தாள். ''உன்னதமான சமூகத்தை உருவாக்கணும்னா, குறுகிய காலகட்டத்துக்குத் தவறாத் தோணும் செயலை, நல்ல தலைவன் சில சமயம் நிறைவேற்ற வேண்டியிருக்கும். மக்களை முன்னேத்தும் திறன் படைச்சவன், கிடைக்கும் வாய்ப்பைக் காலப்போக்குலே பயன்படுத்தாம இருக்கக் கூடாது. மக்கள் அணுகமுடியாத நிலைக்கு ஆளாகாம இருக்கவேண்டிய கடமை அவனுக்கு உண்டு. அவங்க நன்மைக்காகத் தன்னையே கறைப்படுத்திக்கவும் உண்மைத் தலைவன் தயங்கமாட்டான்.''

இராமன் சீதாவைப் பார்த்த பார்வையில் ஏமாற்றம் தெரிந்தது. ''தயங்கலையே? செஞ்சதுக்கான தண்டனையை அடையணுமா, கூடாதாங்கிறதுதான் கேள்வி. பிராயச்சித்தமா தவம் பண்ணணுமா? என் மக்கள் சட்டத்தைக் காப்பாத்தணும்னு எதிர்பார்த்தேன்னா, நானுமில்ல உடன்படணும்? பதவியேத்துக்கிட்டா மட்டும் போதாது; முன்மாதிரியாவும் வாழணும். சொல்றதைச் செய்யறவனாக தலைவன் இருக்கணும், சீதா.''

''ருத்ரபகவான் சொல்லியிருக்காரே?'' சீதா புன்னகைத்தாள்.'' 'நல்ல தலைவன், மக்களுக்குத் தேவையானதை அளிப்பவன் மட்டுமல்ல; கற்பனைக் கெட்டாத உன்னத உயரங்களை அவர்கள் அடையக்கூடும் என்றும் சொல்லித் தருபவன். '''

இராமனும் புன்னகைத்தான். ''மோஹினி தேவியின் பதிலையும் சொல்வேன்னு எதிர்பார்க்கறேன்.''

''ஆகா.'' சீதா சிரித்தாள். ''யாருடைய முயற்சிக்கும் ஒரு எல்லை உண்டுன்னு சொன்னாங்க. மக்களால முடியக்கூடியதுக்கு மேல தலைவன் எதிர்பார்க்கக்கூடாது. அளவுக்கு மீறிப் பிழிஞ்செடுத்தா, எவனும் உடைவான்.''

இராமன் மறுப்பாய்த் தலையசைத்தான். விஷ்ணுவெனவே பலர் போற்றிய - ஆனால், அத்தகுதிக்குரியவராய் பலர் ஒப்புக்கொள்ளாத - பெருந்தேவி மோஹினியின்

கருத்தில் அவனுக்குச் சம்மதமில்லை. முட்டுக்கட்டைகளை உடைத்தெறிந்து மக்கள் உயர்ந்தால்தான் உன்னதமான சமூகம் அமையக்கூடும் என்பதே அவனது எண்ணம். என்றாலும், அதை வெளியிடவில்லை.

''நிச்சயம்தானா?'' முந்தைய விவாதத்திற்குத் திரும்பிய சீதா, கணவனைக் கவலையுடன் ஏறிட்டாள். ''சப்தசிந்துவுக்கு வெளியே பதினாலு வருஷம்.''

ஏற்கனவே ஒரு முடிவுக்கு வந்துவிட்ட இராமன், தலையசைத்தான். அயோத்யாவை அடைந்தவுடன் தானே சுமத்திக்கொண்ட தேசப்பிரஷ்டத்திற்குத் தந்தையிடம் அனுமதி பெறுவதே அவன் உத்தேசம். ''ருத்ரபகவானுடைய ஆணையை மீறினேன். இதுதான் அவர் விதிச்ச தண்டனை. என்னைத் தண்டிக்கும்படி வாயுபுத்ரர்கள் உத்தரவிடறதும், இடாததும் பொருட்டில்லை; மக்கள் ஆதரிக்கறாங்களா, இல்லையாங்கிறதும் முக்கியமில்லை. உரிய தண்டனையை நான் அனுபவிச்சே ஆகணும்.''

''நான் இல்லை.'' அவனை நோக்கிச் சாய்ந்தாள் சீதா. ''நாம்.''

இராமன் புருவம் சுருக்கினான்.

கை நீட்டி, அவன் கரத்தின் மீது உள்ளங்கையைப் பதித்தாள். ''என் வாழ்க்கையை நீங்களும், உங்க வாழ்க்கையை நானும் பகிர்ந்துக்கறோம். அதுக்குப் பேர்தான் கல்யாணம்.'' விரல்களை அவனுடையதுடன் கோர்த்தாள். ''நான் உங்க மனைவி. நல்லது கெட்டது, உயர்வு தாழ்வு... எல்லாத்துலேயும் சேர்ந்தேதான் இருப்போம்.''

அவளது விரல்களை அழுத்தியவனின் முதுகு நிமிர்ந்தது. ஹூங்காரத்துடன் விரைந்த குதிரையைத் தணிக்கச் சேணக்கயிற்றைப் பிடித்திழுத்த இராமன், மனைவியுடைய புரவியின் வேகத்திற்குத் தன்னுடையதை இணைத்தான்.

''இது சரிவருமான்னு தெரியலை,'' என்றான் இராமன்.

வீடு திரும்புமுகமாய், ஸரயூவில் மிதந்த அயோத்ய இராஜகலத்தில் புதுமணத் தம்பதியர் இராமன் - சீதா மற்றும் லக்ஷ்மணன் - ஊர்மிளா வீற்றிருந்தனர். ஒரு வாரத்திற்குள் அநேகமாக அவர்கள் அயோத்யா அடைந்துவிடக்கூடும்.

உன்னதமான சமுதாயம் எத்தகையதாயிருக்க வேண்டும்; மகத்தான சாம்ராஜ்யத்தின் ஆட்சிமுறை என்பன பற்றி இராமனும் சீதாவும் மேல்தளத்தில் விவாதத்தில் ஈடுபட்டிருந்தனர். சட்டத்தின் முன் எல்லோரும் சமமாய் நடத்தப்படுவதே உன்னத சமூகத்தின் அடையாளம் என்பது இராமனின் கருத்து.

சம உரிமை குறித்து சீதா தீவிரமாய் யோசித்ததுண்டு. சட்டத்தின் பார்வையில் சமமாய் அறியப்படுவது சமூகத்தின் பிரச்சனைகளைத் தீர்க்காது என்பது அவளது நம்பிக்கை. சரிசமம் என்பது ஆன்மாவிற்கேயொழிய, சரீரத்திற்கு அல்ல என்பதே உண்மை. உலகில் படைக்கப்பட்ட உயிரினங்களில் எவையும் ஒன்றுக்கொன்று இணையல்ல. மனிதர்களை எடுத்துக்கொண்டால் - சிலர் அறிவில் சிறந்து விளங்கலாம்; மற்றோர் போர்முறையிலோ, வர்த்தக வாணிபத்திலோ, ஏன் கடும் உடலுழைப்பிலும் தேர்ச்சி பெற்றிருக்கக்கூடும். ஒருவனது வாழ்க்கைப்பாதையை அவனது கர்மாவல்லாமல், பிறப்பு தீர்மானிப்பதே இன்றைய சமூகத்தின் அவலம் என்பது சீதாவின் கருத்து. பிறந்த சாதியின் விதிமுறைப்படியில்லாமல், கர்மாவைப் பொறுத்து அவரவர் விரும்பும் பாதையைத் தேர்ந்தெடுக்கும் உரிமை மட்டுமே உன்னதமான சமூகத்திற்கு வித்திடும் என நம்பினாள்.

எங்கிருந்து வந்தன சாதிவிதிகள்? தங்களது கருத்துக்களையும், வாழ்க்கைமுறைகளையும் குழந்தைகளின் மீது திணித்த தாய்தந்தையரிடமிருந்துதான். அறிவு சார்ந்த வாழ்வை நோக்கியே பிராமணப் பெற்றோர் தம் பிள்ளைகளைத் தூண்டுவர். குழந்தைக்கோ, வணிகத்தின் மீது பற்று இருக்கலாம். இவ்வகையான எதிர்மறை எண்ணங்களால் சமூகத்தில் விளைந்த துக்கமும் அனர்த்தமும்தான் எவ்வளவு? பற்றுதலில்லாத பணிகளில் வேறு வழியின்றி ஈடுபட வேண்டியிருந்ததால், சமூகம் ஒட்டுமொத்தமாய் துன்புற்றது உண்மை. மிக மோசமாக பாதிக்கப்பட்டவர்கள் பரிதாபமிக்க சூத்திரர்களே. இவர்களில் திறமிக்க பிராமணர்களாகவோ, க்ஷத்ரிய வைஸ்யர்களாகவோ மிளிர்ந்திருக்கக்கூடிய பலர், பிறப்பை ஆதாரமாக்கி அநீதியாய் இறுகிய சாதிக்கட்டுக்களால் பிணைக்கப்பட்டு, உடலுழைப்பில் மட்டுமே இறங்கவேண்டிய கட்டாயத்தில் இருந்தனர். ஒரு காலத்தில், சாதிகள் இத்துணை இறுக்கமாய் இருக்கவில்லையென்பதற்கு உத்தமமான உதாரணம், பல நூற்றாண்டுகளுக்கு முன் வாழ்ந்த மஹரிஷி சக்தி. வேதம் கற்று, ஆராய்ந்து, தொகுத்து, வேறுபடுத்திக் காலகாலமாய்

இக்ஷ்வாகு குலத்தோன்றல் 319

உலகுக்கு வழங்கியோர்களுக்கேயுரிய வேத வியாஸர் என்ற பட்டத்தை அடைந்த இவர், பிறப்பால் சூத்திரரென்றாலும், கர்மாவின் பயனால் பிராமணராக மட்டுமில்லாமல், ரிஷியாகவே பரிமளித்தவர். தெய்வத்திற்கடுத்தபடி மனிதர்கள் அடையக்கூடிய அதிகபட்ச ஸ்திதி மகாமுனிவருடையதுதான். பிறப்பைக் கொண்டு இறுகிவிட்ட இன்றைய சாதிக்கட்டுள்ள சமூகத்தில், சூத்திரர்களிடையே இன்னொரு மஹரிஷி சக்தி எழுவது ஏறக்குறைய அசாத்தியம்.

''இது நடக்காது; கடுமையானதுன்னு கூட நீங்க நினைக்கலாம். சட்டத்தின் முன்னால எல்லாரும் சமம்; மரியாதைங்கிறது அத்தனை பேருக்கும் கிடைக்கணும்கிற உங்க கருத்தை ஒத்துக்கறேன். ஆனா, இது போதாது. பிறப்பை ஆதாரமாக் கொண்ட சாதிமுறைகளை ஒழிக்கணும்னா, நாம கொஞ்சம் கடுமையாத்தான் நடந்துக்க வேண்டியிருக்கும்,'' என்றாள் சீதா. ''இந்தியாவுக்கு நல்லது நடக்கணும்னா நம்ம *தர்*மத்தை - நாட்டையே பலவீனமாக்கியிருக்கற இந்தக் கொடுமை ஒழிக்கப்பட்டே ஆகணும். இன்னைக்கு இருக்கற சாதியமைப்பை அழிக்கலைன்னா, அந்நியர் தாக்குதல்களைச் சந்திக்க வேண்டியிருக்கும். நமக்குள்ளே இருக்கிற பிரிவினை அவங்களுக்குச் சாதகமாகிடும்.''

சற்றுக் கடுமையென இராமனுக்குத் தோன்றிய சீதாவின் தீர்வை அமலுக்குக் கொண்டுவருவது சிரமம்தான். பிறந்தவுடன், இராஜ்யத்தின் அத்தனைக் குழந்தைகளையும் அரசாங்கமே கண்டிப்பாய்த் தத்தெடுத்துக் கொள்ளவேண்டும் என்பது அவளது யோசனை. பெற்றோர், குழந்தைகளை அரசிடம் ஒப்புவித்துவிடவேண்டும். சிறார்களை அரசாங்கம் வளர்த்து, அவரவரது ஆற்றலுக்குரிய படிப்பையும், பயிற்சியையும் அளித்து போஷிக்கும். பதினைந்து வயதை எட்டிய குழந்தைகள், உடல், மனம், குணாதிசயங்களைக் கச்சிதமாய் வரையறுக்கும் தேர்விற்கு உட்படுவர். முடிவுகளைக் கொண்டு, உரிய சாதி அடையாளம் குழந்தைகளுக்கு வழங்கப்படும். பிறகு, இயற்கைத் திறனைப் புடம் போடும் விதமாய்க் குழந்தைகளுக்கு மேலதிகப் பயிற்சிகள் அளிக்கப்பட்டு, தேர்வின் மூலம் வகுத்த சாதியைச் சேர்ந்த குடிமக்களுக்கு தத்துக் கொடுக்க ஏற்பாடு நடக்கும். பெற்ற தாய்-தந்தையரன்றி, வளர்த்த சாதிப் பெற்றோரை மட்டுமே குழந்தைகள் அறிவர்.

''பாரபட்சமில்லாத முறைதான்னு ஏற்கறேன்,'' இராமன் ஒப்புக்கொண்டான். ''ஆனா, பார்க்கவே முடியாது -

ஏன், தெரிஞ்சிக்கக்கூட முடியாதுங்கிற நிலைமையில குழந்தையை மொத்தமா அரசாங்கத்துக்கிட்டே பெத்தவங்க ஒப்படைப்பாங்கங்கிறதை நம்பறதுதான் கஷ்டமாயிருக்கு. இது இயற்கைக்கே விரோதமில்லை?''

''துணி உடுத்தி, உணவை சமைச்சு, உள்ளுணர்வைத் துறந்து கலாச்சார விதிகளைத் தேர்ந்தெடுத்த நிமிஷத்துலே இயற்கையிலிருந்து விலகிட்டோம். இதுக்குப் பேர்தானே நாகரீகம்? பண்பாடுள்ளவங்க மத்தியில சரி, தவறை நிர்ணயிக்கிறது கலாச்சாரக் கோட்பாடுகள்தான். பலதார மணத்தையே எடுத்துக்குங்க: கேவலம்னு நினைக்கப்பட்ட காலமும் உண்டு; போரினால் ஆண்களுக்கே பஞ்சம் வந்த போது, பிரச்சனைக்குத் தீர்வாகக் கருதப்பட்ட காலமும் உண்டு. இப்ப நீங்க ஏகபத்தினி விரதத்தை ஏத்துக்கப் போறீங்க. நாளாவட்டத்துல இதுவே மக்கள் மத்தியில பரவி, கலாச்சாரக் கோட்பாடாகிடலாம்!''

''நான் எதையும் தொடங்க முயற்சிக்கலை,'' இராமன் சிரித்தான். ''இன்னொரு பெண்ணைக் கல்யாணம் பண்ணிக்கிறது உனக்கு அவமானம். அதனால மாட்டேன்.''

காற்றில் ஈரம் காய்ந்த நீண்ட கூந்தலை முகத்தினின்று விலக்கிய சீதா புன்னகைத்தாள். ''பலதார மணத்தை நீங்க தவறா நினைக்கலாம்; மத்தவங்களும் நினைக்கப் பிரமேயம் இல்லையே? தப்பு, சரின்னு நியாயம் வகுக்கற சித்தாந்தம் மனிதர்கள் உருவாக்கினது. அதுக்குரிய தர்மத்தையும், அதர்மத்தையும் சமய சந்தர்ப்பத்துக்கு ஏத்த மாதிரி வரையறுக்க வேண்டியது நம்ம கடமை. அதுதான் சமூகத்துக்கும் நன்மை.''

''செயல்படுத்தறது ரொம்ப கஷ்டமாச்சே, சீதா?''

''இந்திய மக்களைச் சட்டத்தை மதிக்க வைக்கிறதை விடவா?'' இராமனது இரகசியப் பித்தை நன்கு அறிந்திருந்தவள் சிரித்தாள்.

இராமனும் உரக்கச் சிரித்தான். ''அப்படிப் போடு!''

நெருங்கியமர்ந்து அவனது கைகளைப் பற்றிக்கொண்டாள் சீதா. முன்னால் குனிந்து, உள்ளமும் உயிரும் குளிரும்படி மெல்ல, மென்மையாய் முத்தமிட்டான் இராமன். ஸரயூ நதி குதூகலமாய்ப் பாய, பச்சைப்பசேலென தூரத்தில் ஒளிர்ந்த நதிக்கரையைப் பார்த்தபடி, மனைவியை அணைத்துக் கொண்டான்.

இக்ஷ்வாகு குலத்தோன்றல் 321

''சோமரஸம் பத்தி ஆரம்பிச்ச பேச்சை முடிக்க வேயில்லை... உங்க எண்ணம் என்ன?'' சீதா எடுத்துக் கொடுத்தாள்.

''ஒண்ணு, எல்லோருக்கும் கிடைக்க வழி செய்யணும் - அல்லது யாருக்குமே கிடைக்கக்கூடாது. பிரபுக்கள்ள ஒரு சிலருக்கு மட்டும் அதிர்ஷ்டம் அடிச்சு பல காலம் ஆரோக்கியமா வாழ முடியறது எனக்குச் சரியாப் படலை.''

''எல்லோருக்கும் கிடைக்கக்கூடிய அளவு சோமரஸம் எப்படித் தயாரிப்பீங்க?''

''குரு வஸிஷ்டர் ஒரு வழி கண்டுபிடிச்சிருக்கார். நான் அயோத்யாவை ஆட்சி செஞ்சா -''

''செய்யும்போது,'' சீதா குறுக்கிட்டாள்.

''என்னது?''

''*செய்யும்போதுன்னு* சொன்னேன்,'' என்றாள். ''*செஞ்சா*, இல்லை. இன்னும் பதினாலு வருஷம் காத்திருக்கணும்னாலும், நடந்தே தீரும்.''

''சரி,'' இராமன் புன்னகைத்தான். ''அயோத்யாவை நான் ஆட்சி *செய்யும்போது*, குரு வஸிஷ்டர் வடிவமைச்ச ஆலையை நிர்மாணிக்கத் தீர்மானிச்சிருக்கேன். சோமரஸத்தை எல்லோருக்கும் அளிப்போம்.''

''புத்தம்புதிய வாழ்க்கைமுறையையே துவக்கப் போறீங்கன்னா அதுக்குப் பேரும் புதுசா இருக்கணும். பழையதின் கர்மாவையும் சேர்த்து சுமப்பானேன்?''

''அதையும் யோச்சிச்சு வெச்சிட்டேன்னு தோணுது!''

''உன்னத வாழ்வை உணர்ந்த தேசம்.''

''இதுதான் பேரா?''

''இல்லை. பெயருக்கு அர்த்தம்.''

''ஆக, என் புத்தம்புதிய இராஜ்யத்தின் திருநாமம் என்னவோ?''

சீதா முகமலர்ந்தாள். ''மெலூஹா.''

''உனக்கென்ன பைத்தியமா?'' தசரதர் இரைந்தார்.

கௌஸல்யாவின் அரண்மனையில் தன் புத்தம்புதிய அலுவலகத்தில் கொலுவீற்றிருந்தவரிடம், வாயுபுத்ரர் அனுமதியின்றி *தைவி அஸ்திரம்* பிரயோகித்த குற்றத்திற்காக, சப்தசிந்துவிலிருந்து தன்னைப் பிரஷ்டம் செய்துகொள்வதாக இராமன் வெளியிட்ட முடிவை தசரதர் சற்றும் ஏற்காததில் என்ன அதிசயம்?

கவலையடைந்த கௌஸல்யா அவசரமாய்க் கணவரை நெருங்கி, உட்கார்ந்தேயிருக்க வைக்க முயற்சித்தாள். சமீப காலமாய் அவரது ஆரோக்யம் சீரழிந்துகொண்டிருந்தது. ''அமைதி, அமைதி, அரசே.''

தசரதர் மீது கைகேயியின் ஆதிக்கம் குறித்து இன்னமும் நிச்சயமடையாதவளின் நடவடிக்கையில், கணவனைக் குறித்த எச்சரிக்கை மிகுந்திருந்தது. இன்னும் எத்தனை காலம் தான் பிரிய மனைவியாக இருக்கப்போகிறோம் என்பதை அறுதியிட்டுச் சொல்லமுடியாத நிலையில், அவர் அவளுக்கு 'அரசர்'தான். ஏனோ, இது தசரதருக்கு மேலும் எரிச்சலூட்டவே செய்தது.

''பரசுராம பகவானே!'' கூவினார். ''என்னைச் செல்லம் கொஞ்சுவதை விட்டுவிட்டு, உன் மகனின் தலையில் தட்டி புத்தி கூறு. இவன் பதினான்கு வருடம் தொலைந்தால் என்ன நடக்குமென நினைக்கிறாய்? திரும்பி வரும் வரையில் பிரபுக்கள் தெய்வமே என்று காத்திருக்கப் போகிறார்களா?''

''ராமா,'' என்றாள் கௌஸல்யா. ''தந்தை சொல்வதே சரி. உன்னைத் தண்டிக்கும்படி யாரும் கோரவில்லை. வாயுபுத்ரர்கள் ஏதும் கேட்கவில்லை.''

''கேப்பாங்க,'' என்றான் இராமன் நிதானமாய். ''கொஞ்ச நாள்ள நடக்கும்.''

''அதை ஒப்புக்கொள்ளவேண்டிய அவசியம் இல்லையே? அவர்களது சட்டங்களையா நாம் பின்பற்றுகிறோம்?''

''சட்டத்தை மத்தவங்க காப்பாத்தணும்னு நான் எதிர்பார்த்தா, நானும் காப்பாத்தறதுதான் நியாயம்.''

''உன்னை நீயே அழித்துக்கொள்ளத் தீர்மானித்து விட்டாயா?'' முகம் சிவந்த தசரதரின் கரங்கள் ஆத்திரத்தில் நடுங்கின.

''சட்டத்தைக் காப்பாத்தறேம்பா. அவ்வளவுதான்.''

இக்ஷ்வாகு குலத்தோன்றல்

"என் உடல்நிலையைக் கண்டாயல்லவா? விரைவில் போய்விடுவேன். நீயும் இல்லையென்றால், பரதன் மன்னனாவான். சப்தசிந்துவினின்று நீ பதினான்கு வருடங்கள் விலகியிருந்துவிட்டுத் திரும்பும்போது அவனது ஆட்சி நிலைபெற்றிருக்கும். நீ ஆள ஒரு கிராமம் கூடக் கிடைக்காது."

"முதல்ல ஒண்ணு சொல்லிக்கறேம்பா: நான் போன பிறகு பரதனைப் பட்டத்து இளவரசனாக்கினீங்கன்னா, மன்னனாகும் உரிமை அவனுக்குண்டு. நல்லா ஆட்சி செய்வான்னுதான் நினைக்கறேன். அயோத்யா நிச்சயம் கஷ்டத்துக்குள்ளாகாது. ஆனா, தேசப்பிரஷ்டம் செய்யப்பட்ட நிலையிலும் என்னையே பட்டத்து இளவரசனா கருதினீங்கன்னா, நான் திரும்பி வரும்போது பரதன் நிச்சயம் சிம்மாசனத்தைத் திருப்பிக் கொடுப்பான். எனக்கு அவன் மேல முழு நம்பிக்கையிருக்கு."

தசரதரின் கரகரத்த சிரிப்பில் கடுமை தொனித்தது. "நீ போனபின் அயோத்யா பரதனின் கட்டுப்பாட்டில் இருக்கும் என்றா கற்பனை செய்கிறாய்? இல்லை! ஆளப் போவது அவன் தாய்! நீ விலகியிருக்கும் காலத்தில் உன்னைக் கொல்லவும் ஏற்பாடு செய்வாள், மகனே."

"அப்படி ஒரு சந்தர்ப்பத்தையே அனுமதிக்கமாட்டேம்பா. மீறி நடந்தா, அதுதான் என் தலையெழுத்தோ என்னவோ."

தலையில் அடித்துக்கொண்ட தசரதரின் இயலாமை, அவரது ஆக்ரோஷ ஹூங்காரத்தில் வெளியாயிற்று

"முடிவு பண்ணிட்டேம்பா," இராமன் தீர்மானமாகச் சொன்னான். "ஆனா, அனுமதி வாங்கிக்காம புறப்படறது உங்களை மட்டுமில்ல, அயோத்யாவையே அவமதிக்கிற மாதிரிதான். மன்னருடைய கட்டளையை பட்டத்து இளவரசன் மீறத் தகுமா? அதனாலதான் என்னைத் தேசப்பிரஷ்டம் செய்யும்படிக் கேட்டுக்கறேன்."

ஆற்றாமையுடன் கைகளை உதறியபடி தசரதர் கௌஸல்யாவிடம் திரும்பினார்.

"உங்களுக்குச் சம்மதமோ, இல்லையோ - இது நடந்தே தீரும்," என்றான் இராமன். "நீங்க என்னை வெளியேத்தறதுனாலே அயோத்யாவின் கௌரவம் காப்பாத்தப்படும். தயவு பண்ணுங்க."

விரக்தியில் தசரதரின் தோள்கள் தளர்ந்தன. ''என் மற்றொரு யோசனையையாவது ஒப்புக் கொள்.''

தீர்மானம் நிறைந்த இராமனின் முகத்தில் மன்னிப்புக் கோரும் பாவம் தோன்றியது. *முடியாது.*

''வலிவுள்ள இராஜ்யத்தின் இளவரசியை மணந்தால், உனக்குரியதை மீட்கத் திரும்பும்போது உன் பக்கம் பலமான கூட்டாளிகள் இருப்பார்கள், ராமா. கேகயம் உன்னுடன் சேரப் போவதேயில்லை. ஆயிரமிருந்தாலும் அஸ்வபதி கைகேயியின் தகப்பனல்லவா? ஆக, இன்னொரு வலிமையான தேசத்தின் இளவரசியைக் கரம் பிடித்தால் -''

''குறுக்கிடறதுக்கு மன்னிக்கணும்பா. ஒருத்தியை மட்டும்தான் திருமணம் செய்துக்கணும்கிறது என் பல நாள் தீர்மானம். இப்ப செஞ்சிருக்கேன். இன்னொருத்தியைக் கல்யாணம் பண்ணி என் மனைவியை அவமதிக்கமாட்டேன்.''

செய்வதறியாமல் தசரதர் அவனை வெறித்தார்.

தன் நிலைப்பாட்டை மேலும் விளக்குவது இராமனுக்கு முக்கியமாய்ப்பட்டது. ''ஒரு வேளை என் மனைவி இறந்துட்டா, வாழ்நாள் முழுக்க அவள் நினைவிலேயே கழிப்பேன். எக்காரணம் கொண்டும் மறுகல்யாணம் செஞ்சுக்கமாட்டேன்.''

ஒரு வழியாகக் கௌஸல்யா நிதானமிழந்தாள். ''என்ன சொல்ல வருகிறாய், ராமா? உன் தந்தையே உன் மனைவியைக் கொல்லத் துணிவார் என்கிறாயா?''

''அந்த அர்த்தத்துலே சொல்லலைம்மா,'' என்றான் இராமன் நிதானமாய்.

''தயவு செய்து புரிந்துகொள், ராமா,'' பிரம்மப் பிரயத்தனம் செய்து ஆத்திரத்தை அடக்க முயன்ற தசரதர் கெஞ்சினார். ''மிதிலையென்னும் சின்னஞ்சிறு இராஜ்யத்தின் இளவரசி அவள். நீ சந்திக்கப்போகும் போராட்டத்தில் அவளால் எந்தப் பயனும் இருக்கப்போவதில்லை.''

உடல் இறுகினாலும், இராமனின் குரலில் பணிவு குறையவில்லை. ''அவ என் மனைவிப்பா. தயவு செஞ்சு கொஞ்சம் மரியாதையாப் பேசுங்க.''

''அவள் அருமையான பெண்தான், ராமா,'' என்றார் தசரதர். ''கடந்த சில நாட்களாக நானும் கவனித்துத்தான்

வருகிறேன். நல்ல மனைவியாய், உன்னைச் சந்தோஷமாகப் பார்த்துக்கொள்வாள். நீயும் அவளைப் புறந்தள்ளாமல், குடும்பம் நடத்தலாம். அதே சமயம், இன்னொரு இளவரசியை மணம் செய்தால் -''

''மன்னிச்சிருங்கப்பா. மாட்டேன்.''

''அடேய், பாதகா!'' தசரதர் இரைந்தார். ''இரத்தநாளம் வெடித்து நான் சாவதற்குள் தொலைந்து போ!''

''சரிப்பா,'' வெளியேற இராமன் நிதானமாய்த் திரும்பினான்.

''என் அனுமதியின்றி நகரைவிட்டுக் கால் வைக்கக் கூடாது!'' அவன் முதுகை நோக்கிக் கத்தினார் தசரதர்.

திரும்பிப் பார்த்த இராமனின் முகபாவத்தைப் படிக்கமுடியவில்லை. மிகுந்த தீர்மானத்துடன் தலை வணங்கி, கைகளைக் கூப்பினான். ''மகத்தான நம் தேசத்தின் தெய்வங்கள் அனைத்தும் உங்களைத் தொடர்ந்து காக்கட்டும், தந்தையே.'' மாறாத நிதானத்துடன் திரும்பி, வெளியேறினான்.

கண்களில் ஆக்ரோஷம் கொப்பளிக்க தசரதர் கௌஸல்யாவை முறைத்தார். இராமனின் முரட்டுப் பிடிவாதத்தினால் எவ்வகையிலோ தசரதரைத் தான் கைவிட்டுவிட்டது போல், மன்னிப்புக் கேட்கும் முகபாவத்துடன் பரிதாபமாய் பயந்து நின்றாள், அவர் மனைவி.

அத்தியாயம் 27

அரண்மனையில் தனக்கான பகுதிக்கு இராமன் திரும்பிய போது, மனைவி அரண்மனைத் தோட்டங்களைக் காணச் சென்றிருப்பதாக அறிந்தான். அவளுடன் சேர்ந்துகொள்ளும் எண்ணத்துடன் சென்றவன், பரதனுடன் சீதா பேச்சில் ஆழ்ந்திருப்பதைக் கண்டான். சிற்றரசன் வளர்ப்பு மகளுடனான இராமனின் திருமணத்தைப் பற்றிய செய்தியறிந்தவுடன் எல்லோரையும் போல் முதலில் அதிர்ந்தாலும், சீதாவின் அறிவாற்றலும், மனத்திண்மையும் வெகு சீக்கிரத்தில் பரதனைக் கவர்ந்தன. நீண்ட சம்பாஷணைகளில் கண்ட அபூர்வ குணாதிசயங்கள், ஒருவர் மீது ஒருவர் ஆழ்ந்த மரியாதையையும் மதிப்பையும் வளர்த்திருந்தது.

"...அதனாலதான், வாழ்க்கையின் மிக முக்கியமான அம்சம் சுதந்திரம்னு நினைக்கறேன் அண்ணி," என்றான் பரதன்.

"சட்டத்தையும் விடவா?" சீதா கேட்டாள்.

"ஆமா. மனுஷ மனசோட கற்பனாசக்தியின் முழு வீச்சையும் உன்னதமான முறையில வெளிப்படுத்தறதுக்கான ஆதாரத்தை வரையறுக்கும் சில சட்டங்கள் போதும்கிறது என் அபிப்ராயம். சுதந்திரம்தான் இயற்கை."

சீதா மெல்லச் சிரித்தாள். "இந்தக் கருத்துக்களைப் பத்தி உங்கண்ணன் என்ன சொல்றார்?"

பின்னாலிருந்து வந்த இராமன், மனைவியின் தோள் மீது கரம் பதித்தான். "பரதனின் சகவாசம் ரொம்ப ஆபத்துன்னுதான்!"

'குபீ'ரென்ற சிரிப்புடன், சகோதரனைத் தழுவிக்கொள்ள எழுந்தான் பரதன். "அண்ணா..."

"உன் சர்வசுதந்திரச் சிந்தனைகளையெல்லாம் அண்ணி மேல திணிச்சதுக்கு நன்றி வேற சொல்லணுமோ?!"

பரதன் புன்னகையுடன் தோள்களைக் குலுக்கிக் கொண்டான். "அயோத்ய மக்களை அறுவை இயந்திரங்களா மாத்தாமயாவது இருப்பேன்ல?"

சிரித்த இராமனின் கண்களில் குறும்பு மிளிர்ந்தது. "நல்லதுதானேடா?"

சட்டென பரதனின் முகம் இறுக்கத்தைக் காட்டியது. "அப்பா விடமாட்டார்ணா. உனக்கே அது தெரியும். நீ எங்கேயும் போகப்போறதில்ல."

"அப்பாவுக்கு வேற வழியில்லை. உனக்கும்தான். அயோத்யாவை ஆளப்போறது நீ. நல்லாவும் செய்வே."

"சிம்மாசனத்தை இந்த மாதிரி அடையறதுலே எனக்கு விருப்பமில்லை," பரதன் மறுப்பாய்த் தலையசைத்தான். "ஏறவும் மாட்டேன்."

பரதனின் வேதனையை அகற்றக்கூடிய வாதமேதும் தன்னிடம் இல்லையென்பது இராமனுக்குத் தெரியும்.

"இந்த விஷயத்துலே உனக்கு ஏண்ணா இவ்வளவு பிடிவாதம்?" பரதன் கேட்டான்.

"இதுதானே பரதா சட்டம்?" என்றான் இராமன். "நான் ஏவினது *தைவி அஸ்திரம்*."

"சட்டத்தைத் தூக்கி உடைப்பில போடுண்ணா! நீ போறதுதான் அயோத்யாவுக்கு நல்லதுன்னு உண்மையிலேயே நம்பறியா? நாம ரெண்டு பேரும் சேர்ந்தா - சட்டத்தின் மேல உனக்கிருக்கற மரியாதை; கலை, கற்பனையில எனக்கிருக்கிற ஆர்வம் - இணைஞ்சா என்னென்ன சாதிக்கலாம்னு யோசிச்சுப் பாரு? தனியா ஆட்சி செஞ்சா இவ்வளவு முன்னேற்றம் தெரியுமா?"

மறுப்பாய் இராமன் தலையசைத்தான். "பதினாலு வருஷத்துலே திரும்பிடுவேன், பரதா. நீயே இப்ப ஒத்துக்கிட்ட மாதிரி, சட்டத்துக்குச் சமூகத்துலே முக்கியப் பங்கு இருக்கு. அதை நானே காப்பாத்தலைன்னா, மத்தவங்க செய்வாங்களா? ஒவ்வொரு மனுஷனுக்கும் சட்டம் பாரபட்ச மில்லாம, தர்மநியாயப்படி பொருந்தணும். அவ்வளவுதான் விஷயம்." பரதனின் கண்களை ஊடுருவினான் இராமன். "பயங்கரக் குற்றவாளி மரணதண்டனையிலிருந்து தப்பிக்க நேர்ந்தாலும், விதிகள் மீறப்படக்கூடாது."

வைத்த கண் வாங்காமல் அவனை வெறித்த பரதனின் முகபாவத்தைக் கணிக்கமுடியவில்லை.

சகோதரர்களின் விவாதம் திசை மாறி, தர்மசங்கடத்தை உண்டாக்கிவிட்டதை உணர்ந்த சீதா, "சேநாதிபதி ம்ருகஸ்யரை நீங்க இப்ப சந்திக்கணுமே?" என்று இராமனிடம் சொன்னபடி மேடையினின்று எழுந்தாள்.

———|大|ௐ|☼|———

"கேட்கிறேனென்று தவறாக நினைக்கவேண்டாம்," அயோத்ய இராணுவச் சேநாதிபதி துவங்கினார். "தங்கள் மனைவி இங்கே இருப்பது அவசியம்தானா?"

தங்களது பிரத்யேக அலுவலகத்தில் இராமனும் சீதாவும் அவரை வரவேற்றிருந்தனர்.

"எங்களுக்கிடையில எந்த இரகசியமும் கிடையாது," என்றான் இராமன். "நடந்த விவாதத்தை எப்படியும் அவங்ககிட்டே பகிர்ந்துக்கத்தான் போறேன். அதனாலே, உங்க வாயாலேயே விஷயத்தை அவங்க கேட்டுக்கிறது உத்தமம்."

சீதாவின் மீது புதிரான பார்வையை வீசிய ம்ருகஸ்யர், மூச்சை இழுத்துக்கொண்டு, இராமனிடம் திரும்பினார். "இந்த நிமிடமே நீங்கள் சக்ரவர்த்தியாக முடிசூட்டிக்கொள்ள முடியும்."

அயோத்ய மன்னர் சப்தசிந்து சக்ரவர்த்தியாகவும் அதிகாரமேற்பது, ரகுமன்னர் காலம்தொட்டு கோசலையை ஆண்ட சூர்யவம்சிக் குலத்துக்கே உண்டான பிரத்யேக உரிமை. அயோத்யா சிம்மாசனத்தை நோக்கி இராமனின் பாதையைச் சீராக்குவதாய் ம்ருகஸ்யர் உத்தரவாதம் அளிப்பது தெளிவாயிற்று.

சீதா ஸ்தம்பித்தாலும், எந்த உணர்ச்சியையும் வெளிக்காட்டவில்லை. இராமனோ, முகம் சுருக்கினான்.

அவனது எண்ண ஓட்டத்தைத் தவறாக அர்த்தம் செய்துகொண்டார் ம்ருகஸ்யர். நில ஆக்கிரமிப்பென்னும் அற்ப குற்றத்திற்காக தனது ஆட்களில் ஒருவனைத் தண்டிக்கக் கட்டளையிட்ட இளவரசனுக்குத் இப்போது தானே உதவ முன்வந்ததன் காரணமறியாமல் இராமன் குழம்புவதாக ஊகித்தார்.

இக்ஷ்வாகு குலத்தோன்றல்

"நீங்கள் எனக்குச் செய்ததை மறக்கத் தயார்," என்றார். "நான் தங்களுக்கு இப்போது செய்யும் உதவியை நினைவில் வைத்துக்கொள்வதாக இருந்தால்."

இராமன் மௌனம் சாதித்தான்.

"இதோ பாருங்கள், இளவரசே," ம்ருகஸ்யர் தொடர்ந்தார். "காவல்துறையில் கொண்டு வந்த மாற்றங்களுக்காக மக்கள் தங்கள் மீது அபிமானம் கொண்டிருக்கிறார்கள். தேனுகன் விஷயத்தில் தாழ்ந்த அவர்களது அபிப்ராயம், மிதிலையில் ராவணன் மீதடைந்த வெற்றியின் ஒளிவெள்ளத்தினால் மீண்டும் உயர்ந்துவிட்டது. கோசலை மட்டுமல்ல, இந்தியா முழுவதுமுள்ள மக்களிடையே நீங்கள் அடைந்து விட்ட பிராபல்யத்தை உணர்கிறீரோ, என்னவோ? சப்தசிந்துவில் ராவணனைப் போல் வெறுக்கப்படுபவன் எவனுமில்லை; அவனை வீழ்த்திவிட்டீர்கள். அயோத்ய பிரபுக்கள் அனைவரையும் உங்கள் பக்கம் என்னால் அழைத்து வந்துவிடமுடியும். இறுதியில் ஜெயக்கொடி நாட்டுபவனையே சப்தசிந்துவின் அநேக பிரதான இராஜ்யங்கள் அணையும். கேகயமும், அதன் ஆதிக்கத்தின் கீழுள்ள நாடுகளும் மட்டுமே சற்று கவலையளிக்கக்கூடியவை. பாதகமில்லை; அனுமன்னரின் வாரிசுகளான இவர்களுக்கிடையே உள்ள கருத்து வேறுபாடுகளை நமக்குச் சாதகமாக்கிக் கொள்ளலாம். சுருக்கமாய்ச் சொன்னால், சிம்மாசனம் தங்களுக்காகக் காத்திருக்கிறது."

"சட்டம்?" இராமன் கேட்டான்.

புரியாத மொழியில் பேசியது போல் அவனை நோக்கித் திருதிருத்தார் ம்ருகஸ்யர். "சட்டமா?"

"அசுராஸ்திரத்தை ஏவின குற்றத்துக்கான தண்டனையை அனுபவிச்சுத்தான் ஆகணும்."

ம்ருகஸ்யர் கடகடவெனச் சிரித்தார். "சப்தசிந்துவின் எதிர்காலச் சக்ரவர்த்தியைத் தண்டிக்கும் தைரியம் கொண்டவன் எவன்?"

"சப்தசிந்துவின் தற்போதைய சக்ரவர்த்தி?"

"தாங்கள் அரியணை ஏறவேண்டுமென்பதே தசரதரின் அவா. நம்புங்கள். ஏதொவொரு பித்துக்குளித்தனமான தேசப்பிரஷ்டத்திற்கு அவர் உங்களை ஆளாக்கப் போவதில்லை."

முகபாவம் மாறாவிட்டாலும் இராமன் கண்களை மூடிக்கொண்ட விதத்திலிருந்து, கணவனுக்குள் மண்டிய எரிச்சலின் ஆழத்தை உணர்ந்தாள் சீதா.

''இளவரசே?'' ம்ருகஸ்யர் தூண்டினார்.

முகத்தைத் தேய்த்துக்கொண்டவன், மோவாயைத் தாங்கியவாறு ம்ருகஸ்யரின் கண்களை ஊடுருவிப் பார்த்தான். ''எங்கப்பா நாணயஸ்தர்; இக்ஷ்வாகு குலத் தோன்றல்,'' என்றான் மெல்லிய குரலில். ''தர்மநியாயத்தை மீறமாட்டார்; நானும் மாட்டேன்.''

''தங்களுக்கு விஷயம் புரியவில்லையென -''

''உங்களுக்குத்தான் புரியலைன்னு நினைக்கறேன், சேநாதிபதி ம்ருகஸ்யரே,'' இராமன் இடைமறித்தான். ''நான் இக்ஷ்வாகு குலத் தோன்றல். ரகு வம்சம். குலத்துக்கு அவமானம் நேர்றதை விட, என் குடும்பம் உயிரையும் விடத் துணியும்.''

''இவையெல்லாம் வெறும் வார்த்தைகள் ...''

''இல்லை. வாழ்க்கை நியதி. நாம் வாழும் நியதி.''

உலகம் புரியாத குழந்தைக்கு உண்மையை எடுத்துச் சொல்லும் பாவத்துடன் ம்ருகஸ்யர் முன்னால் குனிந்தார். ''சொல்வதைக் கேளுங்கள், இளவரசே. உங்களைவிட உலகம் கண்டவன் நான். மானம், மரியாதையெல்லாம் பாடப்புத்தகங்களுக்குத்தான். வெளியுலகில்...''

''இத்துடன் முடித்துக்கொள்வோம், சேநாதிபதி,'' இராமன் எழுந்து, பணிவாய்க் கரம் குவித்தான்.

''என்ன?'' கைகேயி கேட்டாள். ''நிச்சயமாய்த் தெரியுமா?''

தசரதரோ அவரது அந்தரங்கப் பரிவாரமோ அரசியின் அறைகளிலிருக்க வாய்ப்பில்லை என்பதை ஊர்ஜிதப்படுத்திக்கொண்ட மந்தரை, நேரே விரைந்துவிட்டாள். கைகேயியின் பணியாட்களைப் பற்றிக் கவலையில்லை - பிறந்தகம் கேகயத்தைச் சேர்ந்தவர்கள், எஜமானியிடம் கடும் பக்தி கொண்டவர்கள். இருப்பினும், அரசியினருகில் அமர்ந்த

மந்தரை, மிகுந்த எச்சரிக்கையுடன் பணிப்பெண்களை வெளியேறக் கட்டளையிட்டது மட்டுமன்றி, கதவையும் சார்த்திக்கொண்டு செல்லப் பணித்தாள்.

''நிச்சயமில்லாவிட்டால் வருவேனா?'' முதுகின் அசௌகர்யத்தை அகற்றும் முயற்சியில் நாற்காலியில் அசைந்தாள் மந்தரை. உடலமைப்புக்கேற்ற அற்புதமான வடிவமைப்புடன், செல்வம் கொழிக்கும் அவளது இல்லத்தில் இரைந்து கிடந்த நாற்காலிகளுடன் ஒப்பிட்டால், அரண்மனையிலுள்ளவை அற்பம். ''பணத்தைக் கண்டால் பிணமும் வாய் திறக்கும்; எல்லோருக்கும் விலையுண்டு. வனம் செல்வதாகவும், தனக்குப் பிறகு ராமன் அரியணை ஏறுவானென்றும் சக்ரவர்த்தி நாளை அரசவையில் அறிவிக்கப் போகிறார். ராணிகள் அனைவருடனும்தான் காட்டுவாசமாம் - சொல்லிவிட்டேன். தேவியும் வெகு விரைவில் ஓலைக்குடிசையில் வாழவேண்டியிருக்கும்.''

பல்லைக் கடித்தவாறு அவளை முறைத்தாள் கைகேயி.

''பல்லைக் கிட்டித்தால் தேய்வதுதான் மிச்சம்,'' என்றாள் மந்தரை. ''உருப்படியாக ஏதேனும் செய்ய இதுதான் சமயம்; இன்றுதான் சரியான தினம். இதைப் போன்றதொரு வாய்ப்பு மீண்டும் கிடைக்காமல் போகலாம்.''

அவளது தொனியை கைகேயி ரசிக்கவில்லை. தன் பொருட்டுப் பழிதீர்க்க ஏராளத் தொகை கொடுத்த அன்றிலிருந்து மந்தரையின் நடவடிக்கையில் மாற்றம் துவங்கிவிட்டது. என்ன செய்வது? செல்வாக்கான இந்த வியாபாரியின் உதவி இப்போது தேவையாகையால், மிகுந்த பிரயத்தனத்துடன் தன்னைக் கட்டுப்படுத்திக்கொண்டாள். ''உங்கள் யோசனை என்ன?''

''கரச்சாபா போரில் தசரதரைக் காப்பாற்றியபோது தங்களுக்கு வாக்குறுதி அளித்ததாக ஒருமுறை சொன்னீர்கள்.''

மீட்கத் தேவையில்லை எனக் கருதி ஏறக்குறைய நினைவிலிருந்தே அகன்ற கடனை இப்போது நினைவு கூர்ந்தபடி நாற்காலியில் சாய்ந்தாள் கைகேயி. இராவணனுக்கெதிரான போரில் உயிரைத் துச்சமாக மதித்து தசரதரைக் காப்பாற்றும் முயற்சியில் மோசமாகக் காயமடைந்ததுமில்லாமல், ஒரு விரலையுமல்லவா இழந்தாள்? உணர்வு மீண்டதும் நன்றி மேலிட, அவள்

கேட்கக்கூடிய எந்தக் கோரிக்கையையும் நிபந்தனையற்று வாழ்நாளில் எந்த சந்தர்ப்பத்திலும் நிறைவேற்றுவதாய்த் தசரதர் சத்தியம் செய்திருந்தார். ''ரெண்டு வரம்! எதையும் கேட்கலாம்!''

''அவற்றை அங்கீகரித்தேயாக வேண்டும். *ரகுகுல் ரீத் ஸதா சலி ஆயீ; ப்ரான் ஜாயே பர் வசன் நா ஜாயே.*''

அயோத்யாவை ஆண்ட சூர்யவம்சிகளுக்கேயுரிய - குறைந்தபட்சம் மகாசக்ரவர்த்தி ரகுவின் காலத்திலிருந்தாவது வழங்கி வந்த உறுதிமொழியை உச்சரித்தாள் மந்தரை. ரகு வம்சத்தாரின் தாரக மந்திரம் இது: வாக்குத் தவறுவதை விட, உயிரைவிடவும் துணிவார்கள்.

''அவரால மறுக்கவே முடியாது...'' கைகேயியின் கண்கள் வெளிச்சமிட்டன.

மந்தரை தலையசைத்தாள்.

''ராமன் பதினாலு வருஷம் தேசப்பிரஷ்டம் செய்யப்படணும்,'' என்றாள் கைகேயி. ''ருத்ரபகவானுடைய சட்டத்தின்படி தண்டிக்கப்பட்டதாக பொதுவில் அறிவிக்கணும்னு நானே சொல்லிடறேன்.''

''இது புத்திசாலித்தனம். பொதுமக்கள் ஒப்புக்கொண்டேயாக வேண்டும். ராமன் இப்போது பிரபலமாயிருந்தாலும், ருத்ரபகவானின் ஆணையை மீற யாருக்குத் தைரியம் உண்டு?''

''பரதனையும் பட்டத்து இளவரசனாக அறிவிக்கவேண்டும்.''

''பிரமாதம்! இரண்டே வரங்களில் அத்தனை பிரச்சனைகளும் தீர்ந்தன.''

''ஆமா ...''

பெருங்கால்வாய் மீது விரிந்த பாலத்தில் குதிரையேறிப் பறந்த போதே, தன்னைப் பின்தொடர்வோர் எவருமுண்டா எனச் சுற்றுமுற்றும் சோதித்தாள் சீதா. சில்லிட்ட மாலைக் காற்றினின்று காத்துக்கொள்ள முகத்தையும் உடலின் மேற்பகுதியையும் நீண்ட *அங்கவஸ்திரம்* கொண்டு போர்த்தியிருந்தாள்.

கிழக்கே, கோசலையின் நேரடியான ஆதிக்கத்திற்குட்பட்ட நிலப்பரப்பை நோக்கிச் சாலை நீண்டது. சில மீட்டர் தாண்டியவுடன், மீண்டும் பின்னால் பார்த்தவள், சாலையிலிருந்து இடப்புறம் சேணக்கயிற்றைத் திருப்பினாள். காட்டிற்குள் நுழைந்தவுடன் நாவால் 'க்ளிக்'கெனச் சப்தமிட, குதிரை நாலு கால் பாய்ச்சலில் முன்னேறியது. ஒரு மணியில் கடக்கவேண்டிய தூரத்தை, அதில் பாதி நேரத்திற்குள் செய்யவேண்டும்.

''உங்கள் கணவர் என்ன சொல்வார்?'' நாகா கேட்டார்.

காட்டு விலங்குகளினின்று காப்பாற்றிக்கொள்ளுமுகமாய் இடையில் சிறு உறையிட்டிருந்த கத்தி மீது லேசாய்க் கரம் பதித்தபடி, குறுகிய திறந்தவெளியில் நின்றாள் சீதா.

அவள் இப்போது சந்தித்த மனிதருக்கெதிராய் எந்தப் பாதுகாப்பும் தேவையில்லை என்பது நிஜம். மலயபுத்ரரான அவரைத் தமையனெனவே கருதி நம்பிக்கை வைத்திருந்தாள். பறவையின் அலகைப் போல் கடினமாய் நீண்டிருந்தது அவரது வாய். வெறுமையான சிரத்தை மென்மையான பூனைமுடி போல் மயிர் மூடியிருந்தது. கழுகு முகம் கொண்ட மனிதர் போல் விளங்கினார்.

''ஜடாயு*ஜி*,'' சீதா மிக்க மரியாதையுடன் விளித்தாள். ''என் கணவர் வித்தியாசமானவர் மட்டுமில்ல; அவரை மாதிரியானவங்க ஆயிரம் வருஷத்துக்கொரு முறை தோன்றினா அதிசயம். இப்பேர்ப்பட்டவருடைய முக்கியத்துவம் அவருக்கே புரியலைங்கறதுதான் சோகம். நாட்டை விட்டுப் போறதுதான் நியாயம்னு நம்பி இந்த முடிவெடுத்திருக்கார். அதே சமயம், பயங்கர ஆபத்துக்கும் தன்னை உள்ளாக்கிக்கப் போறார். நர்மதையைத் தாண்டின மறுகணம், மீண்டும் மீண்டும் தாக்கப்படுவோம்னு சந்தேகிக்கறேன். உலகத்துலே உள்ள அத்தனை விதமாவும் அவரைக் கொல்ல முயற்சி நடக்கும்.''

''என் கரத்தில் *ராக்கி* கட்டியிருக்கிறீர்கள், சகோதரி,'' என்றார் ஜடாயு. ''நான் உயிருடன் இருக்கும் வரையில் தங்களையோ, தங்கள் அன்புக்குரியவரையோ ஆபத்து அண்டாது.''

சீதா முகமலர்ந்தாள்.

''ஆனால், என்னையும், என்னிடம் தாங்கள் விடுத்துள்ள கோரிக்கை பற்றியும் தங்கள் கணவரிடம் வெளியிட்டுவிடுதல் நலம். மலயபுத்ரர்கள் மீது அவருக்குப் பிடித்தம் உண்டா என்பதை அறியேன்; எங்களை வெறுப்பாராயின், அதில் நியாயமில்லாமல் இல்லை. மிதிலாவில் நடந்தவை குறித்து அவர் மனதில் காழ்ப்புணர்ச்சி ஏற்பட்டிருக்கலாம்.''

''என் கணவரைச் சமாளிக்கிற பொறுப்பை என்கிட்டே விட்டுருங்க.''

''நிச்சயமாக?''

''இதுக்குள்ளே அவரை நல்லாவே புரிஞ்சிக் கிட்டிருக்கேன். காட்டுலே பாதுகாப்பு தேவைப்படும்னு இப்ப அவருக்குப் தெரியலை; பின்னாலே புரியலாம். உங்க வீரர்கள் இப்போதைக்கு எங்க மேல ஒரு கண் வெச்சுக்கிட்டு, தாக்குதல்களிலிருந்து காப்பாத்தணும்.''

ஏதோ சப்தம் கேட்பது போல் தோன்ற, கத்தியை உருவி மரங்களைத் தாண்டிப் படர்ந்த இருளை வெறித்தார் ஜடாயூ. சில நொடிகள் சென்றபின் தன்னைத் தளர்த்திக்கொண்டு, மீண்டும் சீதாவிடம் திரும்பினார்.

'ஒண்ணுமில்ல,'' என்றாள்.

''தண்டிக்கப்பட்டே தீரவேண்டும் என உங்கள் கணவர் வற்புறுத்துவது ஏன்?'' ஜடாயூ கேட்டார். ''எதிர்வாதம் செய்யலாமே? *அசுராஸ்திரம்* உண்மையில் பெரும் சேதம் விளைவிக்கக் கூடியதல்லவே? அவர் விரும்பினால் சட்டத்தின் நுணுக்கங்களையே சாமர்த்தியமாய்ப் பயன்படுத்தித் தப்பிக்கலாம்.''

''சட்டத்தைக் காப்பாத்தத்தான் தண்டனையடையணும்னு வற்புறுத்தறார்.''

''அவர் என்ன அவ்வளவு...'' வாக்கியத்தை முடிக்காவிட்டாலும், ஜடாயூ சொல்ல வந்தது பளிச்செனப் புரிந்தது.

''சட்டத்தைக் கண்மூடித்தனமா பின்பற்றும் உலகம் தெரியாத பைத்தியமா என் கணவரை எல்லோரும் நினைக்கறாங்க. ஆனா, தலைவர்களுக்கெல்லாம் தலைவரா இந்த உலகம் அவரைப் பார்த்து அதிசயிக்கப் போகும் நாள் வரும். அதுவரைக் காப்பாத்தி அவரை உயிரோட வெச்சிருக்கவேண்டியது என் கடமை.''

ஜடாயூ புன்னகை புரிந்தார்.

அடுத்த கோரிக்கை சுயநலமாய்த் தோன்றப்போகும் பயத்தினால் சீதா தர்மசங்கடமடைந்தாலும், ஊர்ஜிதப்படுத்திக் கொள்வது அவசியமாயிற்று. ''அப்புறம் அந்த....''

''சோமரஸம் கிடைக்க ஏற்பாடு செய்யப்படும். பதினான்கு வருடங்களின் முடிவில் நீங்களும் தங்கள் கணவரும் உத்தேசித்திருக்கும் பெரும்பணிக்குரிய சக்திக்கு அது அவசியம் என்பதில் சந்தேகமில்லை.''

''சோமரஸத்தைக் கொண்டு வர்றதுல பிரச்சனைகள் இருக்காதா? அதுவும் ...''

ஜடாயூ சிரித்தார். ''அதைப் பற்றியெல்லாம் நான் கவலைப்பட்டுக் கொள்கிறேன்.''

கேட்கவேண்டியதைக் கேட்டாயிற்று. தன் பணியை மலயபுத்ரர் செவ்வனே நிறைவேற்றுவார் என்பது சீதாவிற்குப் புரிந்தது.

''போய்ட்டு வர்றேன். பரசுராமர் துணையிருக்கட்டும் சகோதரரே.''

''ருத்ரபகவான் உங்களுக்குத் துணையிருப்பார், சகோதரி.''

சீதா குதிரையேறிப் புறப்பட்ட சிறிது நேரம் வரை அங்கேயே நின்றார் ஜடாயூ. சென்றது நிச்சயமானதும் குனிந்து, அவள் நின்ற இடத்தில் காலணி பட்ட மண்ணை சிட்டிகை எடுத்து மிகப்பெரும் தலைவருக்குரிய மரியாதையைக் காட்டும் விதமாய், பயபக்தியுடன் நெற்றியில் இட்டுக் கொண்டார்.

''சின்னம்மா *கோபாக்ருஹத்துல* இருக்காங்களா?'' கைகேயியைக் குறித்து அதிசயமடைந்தான் இராமன்.

''ஆம்,'' என்றார் வஸிஷ்டர்.

இளவரசன் அரியணை ஏறப்போவதை மறுநாள் தந்தை அறிவிக்கப்போகும் தகவல் இராமனுக்கு முன்னமேயே வந்துவிட்டிருந்தது. அடுத்து செய்யவேண்டியதும் அவனுக்குப் புரிந்தது. சிம்மாசனத்தை மறுத்து, பரதனை

ஏற்றிவிடலாம்; பிறகு காட்டிற்கும் கிளம்பலாம். தீர்மானம் செய்துவிட்டாலும், தந்தையின் விருப்பத்தைப் பொதுவில் மீறுவது போல் தோன்றுவதில் அவனுக்கு அவ்வளவாகச் சம்மதமில்லைதான்.

ஆகையால், மாற்றாந்தாயின் செயல் பற்றி வஸிஷ்டர் சொன்னதும் அவன் கிலேசமடையவில்லை.

ஆத்திரம் கொள்வோர் சென்றடையும் *கோப பவனம்* - அல்லது கோபத்தின் இல்லத்தில் உட்கார்ந்திருந்தாள் கைகேயி. நூற்றாண்டுகளுக்கு முன் அரசகுலத்தாரிடையே பலதாரமணம் பெருத்த காலத்தில் நிர்மாணிக்கப்பட்ட சம்பிரமமான இருப்பிடம் இது. ஒன்றுக்கு மேற்பட்டோரை மணந்த மன்னன் அனைவருடனும் நேரம் கழிப்பது நடக்காத காரியமாதலால், ஆத்திரமும் மனவருத்தமும் அடையும் மனைவி *கோபாக்ருஹம்* செல்வது வழக்கமாயிற்று. அரசியாரின் குறையை நிவர்த்தி செய்ய வேண்டியதற்கான அறிகுறி இது. மனைவியைக் *கோபாக்ருஹத்*தில் இரவு தங்க அனுமதிப்பது கணவனுக்கு அபசகுனமெனக் கருதப்பட்டது.

குறைகொண்ட மனைவியைச் சந்திக்க வேண்டிய கட்டாயத்தில் இருந்தார் தசரதர்.

''என்னதான் செல்வாக்கு குறைஞ்சாலும், அப்பா மனசை மாத்த ஒருத்தரால முடியும்னா, அது சின்னம்மாதான்,'' என்றான் இராமன்.

''உன் எண்ணமும் நிறைவேறிவிடும் போலிருக்கிறதே.''

''ஆமா. ஆணை கிடைச்சவுடனே சீதாவும் நானும் கிளம்பிடுவோம்.''

வஸிஷ்டர் முகம் சுருங்கியது. ''லக்ஷ்மணன் உன்னுடன் வரப்போவதில்லையா?''

''வரணும்னுதான் விரும்பறான் - ஆனா, அவசியமில்லைன்னு என் எண்ணம். ஊர்மிளாவோட அவன் இங்கேயே இருக்கறதுதான் நல்லது. கடுமையான காட்டு வாழ்க்கையை அவ மேலே திணிக்கிறது நியாயமில்லை.''

ஒப்புக்கொள்ளும் விதமாய்த் தலையசைத்த வஸிஷ்டர், முன்னால் சாய்ந்து ஆர்வத்துடன் சொன்னார். ''அடுத்த பதினான்கு வருடங்களையும் உனக்கான ஆயத்தங்களில் செலவிடப் போகிறேன்.''

இக்ஷ்வாகு குலத்தோன்றல்

இராமன் குருவைப் பார்த்துப் புன்னகைத்தான்.

"உன் பிறவிப்பயனை நினைவில் வைத்துக்கொள். யார் என்ன சொன்னாலும், நீதான் அடுத்த விஷ்ணு. நம் நாட்டின் எதிர்காலத்தை மாற்றி எழுதவேண்டியவன் நீயே. உன் இலக்கை நோக்கிப் பயணிக்கத் தக்க விதத்தில், நீ திரும்பும்போது அனைத்தும் தயாராய் இருக்கப் பாடுபடுவேன். அதே சமயம், உன் உயிரை நீ காப்பாற்றிக்கொள்ள வேண்டியதும் அவசியம்."

"முடிஞ்சவரைக்கும் முயற்சி செய்யறேன்."

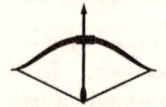

அத்தியாயம் 28

பணியாட்கள் உதவியுடன் பிரயத்தனம் செய்து பல்லக்கிலிருந்து இறங்கிய தசரதர், கோபாக்ருஹத்திற்குள் விந்தி நடந்தார். கடந்த சில நாட்களின் கடும் மன உளைச்சலில் பத்து வயது கூடிவிட்டது போல் தெரிந்தது. தனக்குரிய சாய்ந்தாடும் நாற்காலியில் அமர்ந்து, உதவியாளன் வெளியேறும்படிக் கையசைத்தார்.

அவர் நுழைந்ததையே அங்கீகரிக்காத கைகேயியை விழி நிமிர்த்தி ஆராய்ந்தார். தாழ்வான மெத்தை மீது தலைவிரி கோலமாய், அலங்காரமின்றி அமர்ந்திருந்தாள். உடலில் பொட்டுத் தங்கமில்லை; அங்கவஸ்திரம் தரையில் சுருண்டிருந்தது. வெள்ளைத் தோத்தியும் மேலாடையும் அணிந்தவள் சாந்தமே உருவாய்க் காட்சியளித்தாலும், உள்ளே தணலாய்க் கொதித்த கோபத்தைத் தசரதர் அறியாதவரில்லை. அடுத்து நடக்கப்போவதையும், அதைத் தன்னால் மறுக்கமுடியாததையும் உணர்ந்தேயிருந்தார்.

"சொல்."

துக்கம் தோய்ந்த கண்களை அவர் மீது திருப்பினாள் கைகேயி. "உங்களுக்கு என் மேல அன்பு மறைஞ்சிருக்கலாம் - ஆனா, நான் உங்களை இன்னமும் நேசிக்கறேன்."

"அறியாதவனா நான்? ஆனால், என்னையும்விட உன்னை அதிகம் நேசிக்கிறாய் என்பதும் உண்மை."

கைகேயியின் உடல் விடைத்தது. "நீங்க மட்டும் என்ன? மத்தவங்களுக்காக வாழறதைப் பத்தி எனக்குப் பாடம் சொல்லப் போறீங்களா? நிஜமாவா?"

"அது சரி," தசரதரின் முகத்தில் வறண்ட புன்னகை.

இகழப்பட்ட பெண்ணின் கோபாவேசம் கைகேயிக்குள் கனன்றது.

"என் மனைவிகளிலேயே அறிவாளி நீ. பிற வீரர்களுடன் மற்போரிட்டுக் களிப்புறுவது போல், உன்னுடன்

சொற்போரிட்டு மகிழ்ந்திருக்கிறேன். இரத்தம் வரவழைக்கும் உன் வெட்டும் கூர் மொழிகளில்லாமல் இப்போதும் தவித்துப் போகிறேன்.''

''வாளாலேயும் என்னால் இரத்தம் வரவழைக்கமுடியும்.''

தசரதர் சிரித்தார். ''அறிவேன்.''

சுவாசத்தைச் சீராக்கித் தன்னைக் கட்டுப்படுத்திக்கொள்ள முயன்று மெத்தையில் சற்றே தளர்ந்தாலும், கைகேயியின் உள்ளத்தில் புரண்ட வேதனை தெரியத்தான் செய்தது. ''உங்களுக்காக என் வாழ்க்கையை அர்ப்பணிச்சேன். உயிரையே கொடுக்கத் துணிஞ்சேன். உங்களைக் காப்பாத்தற முயற்சியில விகாரமடைஞ்சேன். அருமை ராமனைப் போல் நான் உங்களைப் பொதுவில் அவமானப்படுத்தினதேயில்லை.''

''ராமன் ஒருபோதும் என்னை -''

கைகேயி அவரை இடைமறித்தாள். ''இப்ப செஞ்சிட்டான்! நாளைக்கு உங்க ஆணையை நிறைவேத்தற எண்ணம் அவனுக்குத் துளியும் இல்லைன்னு தெரியுமில்லே? உங்களை அசிங்கப்படுத்தத்தான் போறான். பரதன் ஒரு நாளும் அப்படி -''

''பரதனா, ராமனா என்று நான் பகடையாடப் போவதில்லை,'' இடைமறிப்பது தசரதரின் முறையாயிற்று. ''அவர்களிடையே எந்தப் பிணக்கும் இல்லையென்பதை அறிவாய்.''

''இது பரதன், ராமன் பத்தியில்லை,'' முன்னே சாய்ந்த கைகேயி சீறினாள். ''எனக்கும் ராமனுக்கும் இடையிலேதான். அவனா, நானா? நீங்கதான் முடிவெடுக்கணும். என்ன செஞ்சிருக்கான் உங்களுக்கு? ஒரே ஒரு முறை உயிரைக் காப்பாத்தியிருக்கான். அவ்வளவுதானே? இத்தனை வருஷமா நான் தினம் தினம் செய்யலை? என் தியாகம் மட்டும் ஒண்ணுத்துக்கும் உதவாதா?''

தாட்சண்யத்தைப் பணயமாக்கும் இந்த உணர்ச்சிமயமான மிரட்டலுக்குத் தசரதர் பணிவதாயில்லை.

''அதானே,'' கைகேயி ஏளனத்துடன் சிரித்தாள். ''உருப்படியான பதில் இல்லைன்னா வாயை மூடிக்கிட்டு இருக்கறதுதானே உங்க வழக்கம்?''

''பதில் இருக்கிறது - ஆனால், உனக்குப் பிடித்தமானதல்ல.''

''வாழ்நாள் முழுக்க எனக்குப் பிடித்தமில்லாத விஷயங்களை சகிச்சுக்கிட்டு இருந்திருக்கேன்,'' கைகேயியின் சிரிப்பில் கடுமை. ''எங்கப்பாவின் அவமானங்களைச் சகிச்சேன். உங்க சுயநலத்தைப் பொறுத்துக்கிட்டேன். என் மகனே என்னை மட்டம் தட்டறதையும் பார்த்துக்கிட்டேதான் வாழறேன். மேலும் சில வார்த்தைகளை சகிக்க முடியாம என்ன? சொல்லிடுங்க!''

''ராமன் எனக்கு அமரத்துவம் அளிக்கப்போகிறான்.''

கைகேயி அடைந்த குழப்பம் அவள் முகத்தில் பளிச்சிட்டது. இராஜ குரு வஸிஷ்டரை ஓயாமல் துளைத்தெடுத்து தசரதருக்கு சோமரஸசத்தை ஏராளமாய்ப் பெற்றுக் கொடுக்க அவள் பட்ட பாட்டை அவளே அறிவாள். பருகியோரின் ஆயுளை பலமடங்காக்கக்கூடிய தேவபானத்தின் அதிசய சக்தி, ஏனோ தசரதரிடம் பலித்ததேயில்லை.

''என் உடலுக்கல்ல,'' தசரதர் விளக்கினார். ''காற்றடைத்த இந்தப் பையின் பலவீனத்தைக் கடந்த சில நாட்கள் நன்கு புரியவைத்துவிட்டன. என் பெயருக்குரிய அமரத்துவத்தைக் குறிப்பிட்டேன். வாழ்க்கையை வீணடித்தேன்; அசாத்திய உயரங்களை எட்ட உதவியிருக்கக்கூடிய திறமையைப் பாழாக்கினேன். முன்னோர்களுடன் ஒப்பிட்டு என்னைக் குறையுள்ளவனாகத்தான் மக்கள் பார்க்கிறார்கள். ஆனால் ராமன்... சரித்திரப் புருஷனாய் மகோன்னதம் அடையப்போகிறான். என் பெயரையும் நிலைக்கச் செய்வான். இனி வருங்காலமெல்லாம் ராமனின் தந்தையாக அறியப்படுவேன். அவனது உன்னதம் என் மீதும் தொற்றிக்கொள்ளும். ஏற்கனவே ராவணனை வீழ்த்தியவனாயிற்றே!''

''குருட்டு அதிர்ஷ்டமடா, முட்டாளே,'' கைகேயி பகபகவென சிரிக்கத் துவங்கினாள். ''*அசுராஸ்திரத்*தோட அங்கே குரு விஸ்வாமித்ரர் இருக்க நேர்ந்தது முழுக்க தற்செயல்!''

''அதிர்ஷ்டம்தான். தேவர்களே அவன் பக்கம் என்று அர்த்தமாகிறது.''

நினைத்த திசையில் விவாதம் செல்லாததை உணர்ந்த கைகேயி, அவர் மீது இருண்ட பார்வையை வீசினாள். ''அது நாசமாப் போகுது. இந்த விவகாரத்தை முதல்லே முடிப்போம். என்னை மறுக்க முடியாதுன்னு உங்களுக்கே தெரியும்.''

''பேச்சுவார்த்தையை இப்போதுதான் ரசிக்கத் துவங்கியிருந்தேன்,'' சாய்ந்து உட்கார்ந்த தசரதரின் முகத்தில் சோகப்புன்னகை.

''எனக்குரிய ரெண்டு வரங்களும் வேணும்.''

''இரண்டுமேவா?'' ஒன்றைத்தான் கேட்பாள் என எதிர்பார்த்திருந்தவர் திகைத்தார்.

''ராமன் பதினாலு வருஷம் தேசப்பிரஷ்டம் செய்யப் படணும். ருத்ரபகவானுடைய சட்டத்தை மீறினதுக்குத் தண்டனைன்னு அரசவையிலேயே அறிவிக்கலாம். உங்களுக்கு வாழ்த்துக்கள் பொழியும்; வாயுபுத்ரர்களே பாராட்டுவாங்க.''

''ஆகா,'' தசரதர் நக்கலாகச் சொன்னார். ''என் கௌரவத்தின் மீது உனக்குள்ள அக்கறை நானறியாததா?''

''மறுக்கமுடியாது உங்களால்!''

தசரதர் பெருமூச்செறிந்தார். ''இரண்டாவது?''

''நாளைக்குப் பரதன் பட்டத்து இளவரசனாக அறிவிக்கப்படணும்.''

இதை எதிர்பாராத தசரதர் அதிர்ந்தார். அவள் சொல்லாமல் விட்டதையும் எளிதில் ஊகித்தவரின் குரல், சீறலாய் வெளிவந்தது. ''ராமன் விலகியிருக்கும் காலத்தில் கொல்லப்பட்டால், மக்கள் உன்னைக் கழுவேற்றிவிடுவார்கள்.''

கைகேயியின் அதிர்ச்சி அவளது இரைச்சலில் வெளிப்பட்டது. ''இராஜகுல இரத்தத்தை - ரகுவம்ச இரத்தத்தை - நான் சிந்துவேன்னு உண்மையிலேயே நம்பறீங்களா?''

''நீ சிந்தக்கூடும். பரதன் மாட்டான். உன்னைப் பற்றி அவனை எச்சரிக்கவேண்டும்.''

''என்ன வேணும்னாலும் செஞ்சுக்குங்க. ரெண்டு வரங்களைக் கொடுத்தா போதும்.''

அவளை அகங்காரத்துடன் வெறித்த தசரதர், சட்டென கதவை நோக்கினார். ''காவலர்களே!''

தசரதரின் உதவியாளன் உட்பட நான்கு வீரர்கள் தடதடவென நுழைந்தனர்.

''பல்லக்கைக் கொண்டு வரச் சொல்லுங்கள்,'' என்றார் தசரதர் நறுக்கென்று.

''ஆக்ஞை, அரசே,'' உதவியாளன் சொல்ல, மற்றவர்கள் ஓட்டமெடுத்தனர்.

''நீ *கோபாக்ருஹத்தினின்று* வெளியேறலாம்,'' தனியாய் விடப்பட்டதும் தசரதர் அறிவித்தார். ''வரங்கள் கிடைக்கும். ஆனால், எச்சரிக்கிறேன்: ராமனுக்கு உன்னால் ஏதேனும் நேர்ந்தால் ...''

''உங்க அருமை ராமனை எதுவும் செஞ்சிடமாட்டேன்!'' கைகேயி வெடித்தாள்.

இரண்டாம் *ப்ரஹாரி*ன் இரண்டாவது மணியில், வீழ்த்தமுடியாதோரின் மகத்தான சபையில் அரசவை கூடியது. ஆற்றாமையும் அயர்வும் வெளிப்படையாய்த் தெரிந்தாலும், மிக்க கம்பீரத்துடன் தசரதர் அரியணையில் வீற்றிருந்தார். அரசியரில் எவரும் வருகை புரிந்திருக்கவில்லை. சக்ரவர்த்திக்கு வலப்புறமிருந்த சிம்மாசனத்தில் அமர்ந்திருந்தார் இராஜகுரு வஸிஷ்டர். பிரபுவர்க்கத்தைச் சேர்ந்தோர் மட்டுமன்றி, அனுமதி கிடைத்து நுழைந்த பொதுமக்களாலும் அவை நிரம்பி வழிந்தது.

காலை நிகழப்போவது குறித்துச் சிலர் தவிர்த்து எவருக்கும் தெரிந்திருக்கவில்லை. இராவணனை வீழ்த்தியதற்காக இராமன் தண்டனையடைய வேண்டியதன் காரணம் பலருக்குப் புரியத்தான் இல்லை. இன்னும் சொன்னால், பிறப்பின் மீது படிந்த மாசைக் கழுவி, அயோத்யா இழந்த பெருமையை மீண்டும் நிலைநாட்டிய பட்டத்து இளவரசனைக் கௌரவிக்கவல்லவா வேண்டும்?

''அமைதி!'' கட்டியக்காரன் கூவினான்.

மகனிடமே அங்கீகாரம் பெற முயல்வது போல் தசரதர் சிம்மாசனத்தில் நெக்குருகும் கம்பீரத்துடன்

வீற்றிருந்தார். அவரது நேர்ப்பார்வையில், சபை மத்தியில் நின்றான் இராமன். ஆசனத்தின் சிங்கமுகப் பிடியின் மீது பார்வை பதித்த சக்ரவர்த்தி லேசாய் இருமினார். மனதை மாற்றிக்கொண்டேயாகவேண்டிய சபலம் பீறிக்கொண்டு எழ, பிடியை இறுக்கிக்கொண்டார். தன் இயலாமை குறித்தே உணர்ச்சிப்பெருக்கில் அமிழ்ந்தவர், விரக்தியுடன் கண்களை மூடிக்கொண்டார்.

காப்பாற்றப்படுவதையே கௌரவத்திற்கு இழுக்காய் நினைப்பவனை எப்படிக் கரை சேர்ப்பது?

தர்மநியாயப் பைத்தியமாய் நின்ற மகனின் கண்களை ஊடுருவினார். ''ருத்ரபகவானின் சட்டம் மீறப்பட்டுவிட்டது. இதனால் நன்மையில்லாமலில்லை: ராவணனின் மெய்க்காப்பாளர் படை தகர்ந்ததில், காயங்களை நக்கிக்கொண்டு இலங்கையில் சுருண்டு கிடக்கிறான் என்று உத்தரவாதமாய்ச் சொல்லலாம்!''

அவை குதூகலக் கரகோஷத்தில் வெடித்தது. அனைவரும் - அநேகமாய் - இராவணனை வெறுத்தது நிஜம்.

''என் அருமை மகன் ராமனின் மனைவி, நம் இளவரசி சீதையின் இராஜ்யமான மிதிலை, அழிவிலிருந்து காக்கப்பட்டது.''

இம்முறையும் ஆரவாரம் எழுந்தாலும், சற்று மட்டுப்பட்டிருந்தது. சீதாவை வெகு சிலரே அறிந்திருந்ததோடு, அதிகார செல்வாக்கின்றி ஆன்மீகச் செல்வம் மட்டுமே மலிந்த இராஜ்யத்துடன் பட்டத்து இளவரசன் சம்பந்தம் செய்துகொண்டதன் காரணம் பலருக்குப் புரியத்தான் இல்லை.

''என்றாலும், சட்டம் மீறப்பட்டுவிட்டது.'' தசரதரின் குரல் நடுங்கியது. ''ருத்ரபகவான் வாக்கு காப்பாற்றப்படவேண்டும். அவரது குலமான வாயுபுத்ரர்கள் ராமனைத் தண்டிக்கக் கோராதிருக்கலாம். ஆனால், செய்யவேண்டியதை ரகுவம்சத்தார் செய்யாமல் இருக்கப்போவதில்லை.''

சட்டெனச் சபையில் அசாதாரண அமைதி விழுந்தது. மன்னர் என்ன சொல்லப்போகிறாரோ என்ற கலவரம் முளைவிட, மனதைத் திடப்படுத்திக்கொள்ள முயன்றவாறு மக்கள் பீதியுடன் காத்திருந்தனர்.

''தனக்கான தண்டனையை ராமன் ஏற்றுக்கொண்டு விட்டான். சப்தசிந்துவை விட்டுப் பதினான்கு வருடம்

நான் ப்ரஷ்டம் செய்வதால், அவன் அயோத்யாவை விட்டு நீங்கவேண்டியது. தவமென்னும் அக்னியில் தன்னைச் சுத்திகரம் செய்துகொண்டு, நம்மிடம் மீள்வான். ருத்ரபகவானின் இந்த உண்மை பக்தனுக்கு உரிய மரியாதையை அளிக்கவேண்டும்!''

''ஓ'' வென்ற கூச்சல் சபையினின்று எழுந்தது. பொதுமக்களுக்கு ஏமாற்றம்; பிரபுக்களிடையே அதிர்ச்சி.

தசரதர் கைகளையுயர்த்த, அவை அமைதியடைந்தது. ''அயோத்யா, கோசல தேசம் மற்றும் சப்தசிந்து சாம்ராஜ்யம் முழுமைக்கும் எனது இன்னொரு அருமை மகன் பரதன் இப்போது பட்டத்து இளவரசனாவான்.''

மௌனம். அவை களையிழந்து காணப்பட்டது.

கைகளைச் சம்பிரதாயமாய்க் குவித்து வணங்கிய இராமனின் குரல், கணீரென்று ஒலித்தது. ''தங்கள் ஞானத்தையும் தர்மசிந்தையையும் இன்று வானில் உள்ள தேவர்கள்கூட வியந்து மெச்சுகின்றனர், தந்தையே!''

பொதுமக்களில் பலர் இப்போது வெளிப்படையாகவே கண்ணீர் விடத் துவங்கினர்.

''மகோன்னதம் படைத்த சூர்யவம்சியான இக்ஷ்வாகுவின் ஸ்வர்ணாம்சமே தங்களுக்குள் சுடர்விட்டுப் பிரகாசிக்கிறது, தந்தையே!'' இராமன் உரக்கச் சொன்னான். ''இன்றைய பொழுதிற்குள் சீதாவும் நானும் அயோத்யாவினின்று வெளியேறிவிடுவோம்.''

அவையின் கோடியில், உயரமும், அசாதாரண வெண்மை நிறமும் படைத்த ஒருவர் தூணுக்குப் பின் நின்றார். வெள்ளை தோத்தியும் அங்கவஸ்திரமும் தரித்தவர், சங்கடத்துடன் கால் மாற்றிக் கால் வைத்துத் தவித்ததைப் பார்த்தால், அதிகம் தோத்தியணிந்து பழகாதவர் போல் தோன்றியது. கொக்கி போன்ற மூக்கும், மணி கோர்த்த முழுத்தாடியும், வளைந்து தொங்கிய மீசையுமே பிரதான அடையாளங்களாய் விளங்கின. சுருக்கம் விழுந்த முகம், இராமனுடைய வார்த்தைகளைக் கேட்டு மலர்ந்தது.

குரு வஸிஷ்டர் நன்றாகவே தேர்வு செய்திருக்கிறார்.

''சக்ரவர்த்தி என்னைத் திகைக்க வைத்துவிட்டார் என்றுதான் சொல்லவேண்டும்,'' அசௌகர்யமான *தோத்தி*யைச் சரி செய்ய முயன்றவாறு, வெள்ளைத் தோலும் கொக்கி நாசியும் படைத்தவர் சொன்னார்.

இராஜகுருவின் தனியறையில் வஸிஷ்டருடன் அவரும் அமர்ந்திருந்தனர்.

''சாதித்த பெருமை உண்மையில் யாரைச் சேர்ந்தது என மறந்துவிட வேண்டாம்,'' என்றார் வஸிஷ்டர்.

''சந்தேகமென்ன? தங்கள் தேர்வைப் பாராட்டத்தான் வேண்டும்.''

''ஆகவேண்டியதை நீர் செய்வீரல்லவா?''

வெள்ளைத்தோல் மனிதர் பெருமூச்செறிந்தார். ''தேவைக்கு மீறி நாங்கள் ஈடுபடுவது கடினம், குருஜி. முடிவெடுக்கும் உரிமை எங்களதல்ல.''

''ஆனால் ...''

''முடிந்ததைச் செய்வோம். இது உறுதி. செய்த சத்தியத்தை மீறும் வழக்கம் எங்களிடமில்லையென்பதை அறிவீர்.''

வஸிஷ்டர் தலையசைத்தார். ''நன்றி, நண்பரே. அவ்வளவுதான் நான் கேட்பதும். ருத்ரபகவான் புகழ் ஓங்கட்டும்.''

''பரசுராமர் நாமம் வாழ்க.''

வருகையை அறிவித்த நொடியிலேயே இராமன், சீதாவின் வரவேற்பறைக்குள் பரதன் பிரவேசித்தான். துறவிகளுக்குரிய பருத்தி மற்றும் மரவுரி ஆடைகளை ஏற்கனவே அணிந்திருந்தவர்களைப் பார்த்தவனின் முகம் சுணக்கமடைந்தது.

''காட்டுவாசிகள் மாதிரிதான் இனி உடுத்தணும், பரதா,'' என்றாள் சீதா.

கண்களில் நீர் மல்க, மறுப்பாய்த் தலையசைத்தவாறு இராமனைப் பார்த்தான். ''உன்னைப் பாராட்டறதா, தலையில நல்லா நாலு குட்டறதான்னே புரியலைண்ணா.''

"ரெண்டுமே வேண்டாம்," இராமன் புன்னகைத்தான். "அணைச்சுக்கிட்டு, விடை கொடு."

கண்ணீர் கன்னங்களில் ஆறாய்ப் பெருகியோட புயலாய்ப் பாய்ந்து சகோதரனை இரு கை நீட்டி வாரியணைத்துக்கொண்ட பரதனை இறுகத் தழுவினான் இராமன்.

"கவலைப்படாதே," ஒருவழியாக விலகியவனிடம் சொன்னான். "வாழ்க்கையில் கஷ்டம் நல்ல பலன் கொடுக்கும். கொஞ்சம் புத்தியோடவே திரும்புவேன். நம்பு."

"என்னிக்காவது," பரதன் மெல்லச் சிரித்தான். "நான் பேசறது உனக்குப் புரிஞ்சிடப் போகுதேன்னு பயமா இருக்கு."

இராமனும் சிரித்துவிட்டான். "நல்லாட்சி உனதாகட்டும், தம்பி."

சுதந்திரத்தின் மீதான பரதனின் வலியுறுத்தலே அயோத்ய மக்களின் - ஏன், சப்தசிந்துவின் - மனப்பாங்கிற்குப் பொருத்தம் என்ற பரவலான நம்பிக்கை இல்லாமலில்லை.

"ஆட்சிக்கு ஆசைப்படவேயில்லைன்னு பொய் சொல்ல விரும்பலை," என்றான் பரதன். "ஆனா, இப்படியில்லை... அதுவும் இந்த மாதிரி இல்லை..."

அவனது திரண்ட, வலிய தோள் மீது கரம் பதித்தான் இராமன். "நல்ல மன்னனா இருப்பே. எனக்கு நிச்சயமாத் தெரியும். முன்னோர்களுக்குப் பெருமை சேர்க்கணும்."

"முன்னோர்கள் எப்படிப் போனா எனக்கென்ன?"

"அப்ப எனக்குப் பெருமை சேர்," என்றான் இராமன்.

கண்களில் புதிதாய்க் கண்ணீர் கரைகட்ட, பரதனின் முகம் விழுந்தது. மீண்டும் அண்ணனைக் கட்டிக்கொண்டவன், இம்முறை நீண்ட நேரம் அவனது அணைப்பில் நின்றான். உணர்ச்சியை அதிகம் வெளிக்காட்டாத இராமன், தம்பியின் தேவையை உணர்ந்து அனுமதித்தான்.

"போதும்," விலகிய பரதன், கண்களைத் துடைத்துத் தலையாட்டிக்கொண்டு, சீதாவிடம் திரும்பினான். "என் சகோதரனை பார்த்துக்கோங்க, அண்ணி. உலகம் எவ்வளவு அதர்மம் நிறைஞ்சதுன்னு அவனுக்குத் தெரியாது."

''தெரியும்,'' சீதா முறுவலித்தாள். ''ஆனாலும் மாத்த முயற்சிக்கறார்.''

பெருமூச்செறிந்த பரதன், எதையோ நினைத்துக்கொண்டவனாய், இராமனிடம் திரும்பினான். ''உன் செருப்பைக் குடு.''

எளிமையான மரவுரிக் காலணியைக் குனிந்து பார்த்த இராமனின் புருவங்கள் சுருங்கின.

''இவையில்லை,'' என்றான் பரதன். ''இராஜகுலத்துக்குரிய செருப்பு.''

''ஏன்?''

''குடேண்ணா.''

சமீபத்தில்தான் கழற்றப்பட்டு படுக்கையருகே இருந்த இராஜரீக உடைகளை நாடி நடந்தான் இராமன். வெள்ளியும் கபில நிறமுமாய் அற்புத நூல்வேலைப்பாடமைந்த தங்க நிறச் செருப்புக்கள், தரையில் கிடந்தன. அவற்றை எடுத்து பரதனிடம் கொடுத்தான்.

''இதை வெச்சுக்கிட்டு என்ன பண்ணப்போறே?''

''சமயம் வர்றப்ப சிம்மாசனத்துல நான் ஏர்றதுக்குப் பதிலா, இதை ஏத்துவேன்,'' என்றான் பரதன்.

அவன் சொன்னதன் பொருள் சட்டென இராமன், சீதைக்கு விளங்கியது. அயோத்யாவின் மன்னன் இராமனே; தான் காவலன் மட்டும் என்பதை பரதனின் இந்த ஒரு செய்கை நிரூபித்துவிடும். அயோத்ய மன்னனைக் கொல்ல எடுக்கும் எந்த முயற்சியும் சப்தசிந்துவின் ஆக்ரோஷத்தைக் கிளறுவதாக அமையும் என்பது சாம்ராஜ்யத்தின் பல தேசங்களுக்கிடையே உறுதி செய்யப்பட்ட உடன்படிக்கைகளின் சாராம்சம். அரசாங்க விதிமுறைகள் ஒரு பக்கம் இருக்க, போர் அல்லது நேர்முகச் சண்டையின்றி மன்னர்களையோ பட்டத்து இளவரசர்களையோ கொல்வது தீவினையை உண்டாக்கும் என்று உலவும் நம்பிக்கைகள் பரதனின் ஆட்சியதிகாரத்தை வெகுவாகக் குறைத்தாலும், இராமனுக்கு வலிமை வாய்ந்த பாதுகாப்புக் கவசமளிக்கும்.

''தம்பி...'' மீண்டும் பரதனை அணைத்துக்கொண்டான்.

"லக்ஷ்மணா?" என்றாள் சீதா. "நான்தான் சொல்லியிருந்தேனே ..."

இராமன், சீதாவின் வரவேற்பறைக்குள் அப்போதுதான் நுழைந்திருந்தவன், அவர்களைப் போலவே காட்டுவாசித் துறவிகளுக்குரிய மரவுரி தரித்திருந்தான்.

கண்களில் தீர்மானம் தெறிக்க சீதாவை எதிர்க்கும் பாவத்தில் முறைத்தான் லக்ஷ்மணன். "நானும் வர்றேன், அண்ணி."

"லக்ஷ்மணா ..." இராமன் கெஞ்சினான்.

"நானில்லாம நீ பிழைக்கமாட்டேண்ணா," என்றான் லக்ஷ்மணன். "உன்னைத் தனியா போகவிடமாட்டேன்."

"என் மேலே என் குடும்பத்துக்குத்தான் எத்தனை நம்பிக்கை," இராமன் சிரித்துவிட்டான். "என்னைக் காப்பாத்திக்க என்னால முடியும்னு யாருக்குமே தோணமாட்டேங்குதே?"

லக்ஷ்மணனும் சிரித்தாலும், சட்டெனத் தீவிரமானான். "சிரிப்பியோ, அழுவியோ, உன்னிஷ்டம். ஆனா, நானும் வர்றேன்."

—|𝄞🐟☀—

தனது பிரத்யேக அறைகளுள் கால் வைத்த லக்ஷ்மணனை ஊர்மிளா உற்சாகப் படபடப்புடன் வரவேற்றாள். எளிமையான அவளது உடைகள்கூட மிக நாகரீகமாகக் காட்சியளித்தன. சாதாரணக் கபில நிறச் சாயமேற்றிய *தோத்தி*, மேலாடைகளின் ஓரங்களில் நளினமான தங்க ஜரிகை பளபளத்தது. விருப்பத்திற்குரிய படாடோப நகைகளை விடுத்து, வேலைப்பாடில்லாத எளிய ஆபரணங்களையே பூண்டிருந்தாள்.

"வாங்க, வாங்க," குழந்தைத்தனம் தளும்பும் குதூகலத்துடன் வரவேற்றாள். "இதை நீங்க பார்த்தேயாகணும், அன்பே. சாமான் மூட்டை கட்டறதைத் தனியொருத்தியா நானே மேற்பார்வை செஞ்சதுலே அநேகமா முடிஞ்சாச்சு."

"மூட்டை கட்டறதாவது?" திகைத்த லக்ஷ்மணனின் முகத்தில் வாஞ்சையான புன்னகை.

''ஆமா,'' துணி அலமாரிகள் நின்ற அறைக்குள் கைபிடித்து இழுத்துச் சென்றாள். அறை நடுவே வீற்றிருந்த இருபெரும் தேக்குமரப் பெட்டிகளைப் படக்கென திறந்தாள். ''ஒண்ணுல உங்க துணி; இன்னொண்ணுல என்னுது.''

அந்த அப்பாவிப் பெண்ணிடம் சொல்வதறியாது விதிர்விதிர்த்து நின்றான் லக்ஷ்மணன்.

படுக்கையறைக்குள் அவனை இழுத்துச் சென்றவள், அடுக்கித் தயாராய் இருந்த பெட்டியைக் காட்டினாள்: பாத்திரங்கள். மூலையில் சிறிதாய் நின்ற இன்னொன்று ஊர்மிளாவின் கவனத்தைக் கவர, திறந்தாள். நறுமணவாசனாதிகள் சின்னஞ்சிறு பொட்டலங்களாய் அடுக்கியிருந்தன. ''எனக்குத் தெரிஞ்சு காட்டுல இறைச்சிக்கும் காய்கறிகளுக்கும் பஞ்சமில்லை - ஆனா, வாசனைப்பொருட்களும் பாத்திரங்களும் கிடைக்காதில்லே? அதனால ...''

திகைப்பும் தடுமாற்றமுமாய் அவளை வெறித்தான் லக்ஷ்மணன்.

கணவனை நெருங்கிய ஊர்மிளா, வாத்ஸல்யப் புன்னகையுடன் அணைத்துக்கொண்டாள். ''உங்களுக்கு விதவிதமா சமைச்சுப் போடப்போறேன். சீதாக்காவுக்கும் ராமனண்ணாவுக்கும்தான். பதினாலு வருஷ விடுமுறையிலேர்ந்து குண்டு குண்டுன்னு ஆரோக்கியமா திரும்பிடுவோம்!''

பலகை போன்ற தன் கட்டுமஸ்தான மார்பு வரை வந்த அவள் தலையைச் சார்த்திக்கொண்டு, அணைப்பை மென்மையாய ஏற்றான் லக்ஷ்மணன். *விடுமுறையா?*

குழப்பமும் அதிர்ச்சியும் மிகுந்த நிலவரத்தை முடிந்தவரை சமாளிக்க முயலும் படபடப்பான தன் மனைவியைக் குனிந்து பார்த்தான். *வாழ்நாள் முழுக்க இளவரசியா வாழ்ந்திருக்கா. அயோத்யாவுல இன்னும் ஆடம்பரமான அரண்மனையில வாழப்போறோம்னு கனவு கண்டிருப்பா. நல்ல பொண்ணுதான். நல்ல மனைவியா இருக்கனும்னு விரும்பறா. ஆனா, என்னதான் என்னுடன் காட்டுக்கு வர விரும்பினாலும், கணவன்கிற முறையில அதை ஒத்துக்கறது நியாயமா? அண்ணாவைக் காப்பாத்தறது என் கடமைன்னா, மனைவியைப் பார்த்துக்கறதும்தானே?*

ஒரு நாள் கூட காட்டுல தாங்கமாட்டா. தாங்கக்கூடாது.

செய்யவேண்டியது இன்னதென விளங்க, லக்ஷ்மணனின் இதயத்தில் பெரும்பாரம் ஏறியது. அதே சமயம், ஊர்மிளாவின் இதயம் நொறுங்கிவிடக்கூடாதென்ற எச்சரிக்கையுணர்வும் மிகுந்தது.

ஒரு கரத்தால் அவளை அணைத்து, இன்னொன்றால் மோவாயை நிமிர்த்தினான். குழந்தைத்தனம் நிறைந்த அறியாமையுடன் காதல் மேலிட அவனை ஏறிட்டாள் ஊர்மிளா. ''கவலையாயிருக்கும்மா,'' என்றான் மென்மையாய்.

''ஏன்? ரெண்டு பேரும் சேர்ந்தே சமாளிப்போம். காடுதான் ...''

''கவலை காட்டைப் பத்தியில்லை. இங்கே, அரண்மனையில என்ன நடக்கும்னுதான்.''

அதி உயரமான கணவனை நன்கு பார்க்கவேண்டி, முதுகை வளைத்துத் தலை சாய்த்தாள் ஊர்மிளா. ''அரண்மனைக்கென்ன?''

''என்னவா! அப்பாவின் உடல்நிலை நல்லாயில்லை. இனி கைகேயி சின்னம்மாவோட இராஜ்யம்தான். ஒத்துக்கறேனே - அவங்களை பரதனண்ணாவால எதிர்க்க முடியுமான்னு தெரியலை. எங்கம்மாவுக்காவது ஷத்ருக்னன் இருக்கான். ஆனா, பெரியம்மா கௌஸல்யாவுக்கு? அவங்க கதி என்ன?''

ஊர்மிளா தலையாட்டினாள். ''ஆமால்ல?''

''ராமனண்ணாவையே இந்த கதிக்கு ஆளாக்க சின்னம்மா கைகேயியால முடியும்னா, பெரியம்மாவை என்ன செய்யமாட்டாங்க?''

ஊர்மிளாவின் தெளிந்த முகத்தில் கபடத்தின் சாயல் கூட இல்லை.

''பெரியம்மாவை யாராவது பார்த்துக்கிட்டேயாகணும்,'' லக்ஷ்மணன் வலியுறுத்தினான்.

''உண்மை. ஆனா, அதுக்குத்தான் அரண்மனையில இத்தனை பேர் இருக்காங்களே?'' ஊர்மிளா கேட்டாள். ''ராமனண்ணா எந்த ஏற்பாடும் செய்யலையா?''

''யதார்த்தத்துக்கும் அவருக்கும் ரொம்ப தூரம்,'' லக்ஷ்மணனின் முகத்தில் வறண்ட புன்னகை. ''எல்லோரும்

அவரைப் போலவே நியாயத்துக்குக் கட்டுப்பட்டவங்கன்னு நினைக்கறார். நான் ஏன் கூடப் போறேங்கற? அவரைக் காப்பாத்தற பொறுப்பு என்னோடது.''

கணவன் சொல்ல வருவதை ஒரு வழியாகப் புரிந்து கொண்ட ஊர்மிளாவின் முகம் சரிந்தது. ''நீங்க இல்லாம நான் இங்கே இருக்கமாட்டேன்.''

மனைவியை இழுத்து அணைத்தான். ''கொஞ்ச நாள்தானே, ஊர்மிளா?''

''*பதினாலு வருஷமா?* முடியாது; என்னால மட்டும்...'' இயலாமையில் அழுகை வெடிக்க, அவனை இறுகத் தழுவிக்கொண்டாள்.

பிடியைத் தளர்த்திக்கொண்ட லக்ஷ்மணன், மீண்டும் அவள் மோவாயை மெல்லத் தாங்கினான். ''இப்ப நீ ரகுவம்சி,'' என்றபடி கண்ணீரைத் துடைத்தான். ''நேசத்தை விட நமக்கு எப்பவுமே கடமை முக்கியம்; தனிப்பட்ட சந்தோஷத்தை விட மானமும், கௌரவமும் மேல். இதுல என் இஷ்டம்னு ஏதுவுமில்லை, ஊர்மிளா.''

''வேண்டாம். இப்படிப் பண்ணாதீங்க. தயவு செஞ்சு... நான் உங்களைக் காதலிக்கிறேன். என்னைத் தனியா விட்டுப் போயிடாதீங்க.''

''நானும் உன்னை விரும்பறேன், ஊர்மிளா. உனக்கு விருப்பமில்லாத எதையும் செய்யவைக்க எனக்கு உரிமையில்லை. ஆனா, கெஞ்சிக் கேட்டுக்கறேன் - உன் முடிவைச் சொல்றதுக்கு முந்தி, கௌஸல்யாம்மாவைப் பத்தி யோசிச்சுப் பார். இந்த சில நாட்கள்ள உன் மேல அவங்க பொழிஞ்ச அன்பை நினைச்சுக்கோ. ரொம்ப நாள் கழிச்சு மறுபடியும் அம்மா கிடைச்ச மாதிரி இருந்ததுன்னு நீயே சொல்லலை? அவங்களுக்குப் பிரதியுபகாரம் செய்யவேண்டாமா?''

அழுகையில் வெடித்த ஊர்மிளா மீண்டும் லக்ஷ்மணனை இறுக்கிக்கொண்டாள்.

மூன்றாம் *ப்ரஹாரி*ன் ஐந்தாவது மணியில் லக்ஷ்மணன், ஊர்மிளாவின் அறைகளை நோக்கிச் சென்ற சீதாவின் மீது

மாலைத் தென்றல் சில்லென வீசியது. அவள் வருகையைக் கண்டதும் விறைப்பாய் நின்ற வாயில்காவலர்கள் கட்டியம் கூறுமுன், வருத்தத்திலாழ்ந்தபடி லக்ஷ்மணனே வெளிப்பட்டான். அவன் முகத்தைப் பார்த்த சீதாவின் தொண்டையில் ஏதோ சிக்கிக்கொண்டது.

"நான் கவனிச்சுக்கறேன்," அதட்டியபடி அவனைத் தாண்டி தங்கையின் அறைகளுக்குள் செல்ல முற்பட்டாள்.

அவள் கைகளைப் பற்றித் தடுத்த லக்ஷ்மணனின் கண்கள் கெஞ்சின. "வேண்டாம் அண்ணி."

சட்டென்று தனியனாய், பலவீனமாய்த் தெரிந்த இராட்சத மைத்துனனை ஏறிட்டாள் சீதா. "தங்கை நிச்சயம் என் பேச்சைக் கேட்பா, லக்ஷ்மணா. நம்பு -"

"இல்லை, அண்ணி," குறுக்கிட்டவன் மறுப்பாய்த் தலையசைத்தான். "காட்டு வாழ்க்கை சுலபமில்லை. தினம் தினம் மரணத்தைச் சந்திப்போம். உங்களுக்கே அது தெரியும். நீங்க பலசாலி; சமாளிச்சுக்குவீங்க. ஆனா, அவ..." கண்களில் நீர் ததும்பியது. "வரத்தான் விரும்பினா, அண்ணி - நான்தான் சம்மதிக்கலை. வரவேண்டாம்னு மனசை மாத்தி ... இதுதான் சரி."

"லக்ஷ்மணா ..."

"இதுதான் நல்லது, அண்ணி," தன்னையே சமாதானம் செய்துகொள்வதுபோல் மீண்டும் சொன்னான் லக்ஷ்மணன். "இதுதான் நல்லது."

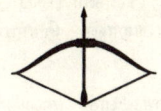

அத்தியாயம் 29

இராமலக்ஷ்மணர்களும் சீதாவும் அயோத்யாவினின்று கிளம்பிய ஆறு மாதங்களுக்குள் எத்தனையோ சம்பவங்கள் நடந்துவிட்டன. தசரதர் காலமாகிவிட்டார் என்ற செய்தி கிடைத்து, மூத்தமகனுக்குரிய ஈமச்சடங்குகளைத் தந்தைக்கு ஆற்றும் பேறில்லாமல் பழிவாங்கிவிட்ட தன் விதியை எண்ணி இராமன் மறுகாத நாளில்லை. வாழ்க்கையில் இத்தனை காலம் கழித்தே அப்பாவை அறிந்துகொள்ள நேர்ந்தது அவன் நெஞ்சைப் பிளந்தது. அயோத்யா மீள்வது சாத்தியமில்லையாதலால், தந்தையின் ஆன்மா மேற்கொண்ட யாத்திரையின் பொருட்டு, காட்டிலேயே யாகம் நடத்திமுடித்தான்.

பரதன், தன் வாக்கைக் காப்பாற்றிவிட்டான்; இராமனின் பாதுகையைச் சிம்மாசனத்தில் ஏற்றி, தமையனின் பிரதிநிதியாக சாம்ராஜ்யபாரம் ஏற்றான். நாட்டை விட்டு விலகியிருந்த சக்ரவர்த்தியாக இராமன் கருதப்பட வேண்டியது. இது சம்பிரதாயமில்லையெனினும், மையப்பீடத்தினின்று குறைந்த அதிகாரமும், அதிக சுதந்திரமும் கொண்டு அமைந்த அவனது ஆட்சிக்கு சப்தசிந்து இராஜ்யங்களிடையே வரவேற்பு இருந்ததென்றே சொல்லலாம்.

காட்டினுள் அதிகம் பிரவேசிக்காமல் பெரும்பாலும் நதிக்கரைகளையொட்டி தெற்குமுகமாய்ப் பயணித்த மூவரும், ஒரு வழியாக இராமனின் தாய்வழிப் பாட்டனார் ஆண்ட தென்கோசலைக்கு அருகாமையில் சப்தசிந்து எல்லையை அடைந்தனர்.

முழந்தாளிட்டு நெற்றி நிலத்தில் படக் குனிந்து, தாயைப் போஷித்த தேசத்தை வணங்கிய இராமன் நிமிர்ந்து, மனைவி அடைகாத்த இரகசியம் தெரிந்தவன் போல் அவளைப் பார்த்துப் புன்னகைத்தான்.

''என்ன?'' என்றாள் சீதா.

''வாரக்கணக்கா பின்னாடியே ஒரு கூட்டம் வந்துக்கிட்டிருக்கு,'' என்றான் இராமன். ''யார்னு எப்ப சொல்றதா உத்தேசம்?''

நாசூக்காய்த் தோள்களைக் குலுக்கிய சீதா, தூரத்தில், ஜடாயூ மற்றும் வீரர்கள் பிறரறியாது தொடர்ந்து வந்த மரவரிசையைப் பார்த்தாள். பார்வையில் படவில்லையென்றாலும், உதவி தேவைப்பட்டால் விரைந்து வரக்கூடிய அருகாமையில்தான் இருந்தனர். சீதா எதிர்பார்த்த அளவிற்கு அவர்கள் சுவடேயின்றி நகரவில்லை என்றாலும், சுற்றுப்புறத்தை ஆராய்ந்து அறுதியிடும் கணவனின் சாதுர்யத்தையும் குறைவாக மதிப்பிட்டுவிட்டாள் என்பது உண்மை. ''சொல்றேன்,'' என்றவளின் முகத்தில் புன்னகை. ''சமயம் வரும்போது. நம்ம பாதுகாப்புக்காகத்தான் இருக்காங்கன்னு மட்டும் இப்போதைக்குத் தெரிஞ்சா போதும்.''

அவளை ஊடுருவிப் பார்த்தாலும், மேற்கொண்டு இராமன் எதுவும் சொல்லவில்லை.

''நர்மதையைத் தாண்டக்கூடாதுன்னு பிரபு மனுவின் உத்தரவு,'' என்றான் லக்ஷ்மணன். ''கடந்தா, அதே சட்டத்தின்படி நாம திரும்பவும் முடியாது.''

''அதுக்கும் வழி இருக்கு,'' என்றாள் சீதா. ''கௌஸல்யாம்மாவின் அப்பாவின் இராஜ்யத்தை ஒட்டி தெற்காவே போனா, நதியைக் ''கடக்க'' வேண்டியிருக்காது. நர்மதையின் முகத்துவாரத்துக்குக் கிழக்கேதான் தென்கோசலை இராஜ்யமே அமைஞ்சிருக்கு. மேற்கு நோக்கிப் பாயுது நதி. தொடர்ந்து தெற்கே பயணிச்சோம்னா, நர்மதையைக் ''கடக்காமலேயே'' *தண்டகாரண்யம்* அடையலாம். பிரபு மனுவுடைய தடையுத்தரவை மீறினதா ஆகாதில்லையா?''

''இது விதண்டாவாதம்னு உங்களுக்கே தெரியும், அண்ணி. நமக்குச் சரிவரலாம் - ஆனா, இராமனண்ணா ஒத்துக்கமாட்டார்.''

''ஹ்ம்ம்,'' என்றான் இராமன். ''அப்ப கிழக்கே போய் படகு மூலம் சப்தசிந்துவிலிருந்து வெளியேறலாமா?''

''அது முடியாது,'' என்றாள் சீதா. ''கடல் ராவணனின் ஆதிக்கத்துக்குட்பட்டது. இந்தியக் கடற்புறம் முழுக்கத் துறைமுகக் கோட்டைகள் கட்டி வெச்சிருக்கான்.

மேற்குக்கரையெல்லாம் அவன் கட்டுப்பாட்டுல இருக்கறது தெரிஞ்ச விஷயம்னாலும், கிழக்குக்கரைலேயும் கோட்டைகள் இருக்கறது நிஜம். கடல்வழி நமக்குச் சாதகமில்லை. ஆனா, உள்நாட்டுல அவனுக்கு அதிகாரமில்லை. நர்மதைக்குத் தெற்கே, *தண்டகாரண்யத்து*லே பாதுகாப்பா இருக்கலாம்.''

''ஆனா,'' லக்ஷ்மணன் விவாதித்தான். ''பிரபு மனுவின் சட்டம் தெளிவா சொல்லுதே -''

''எந்தப் பிரபு மனு?''

பிரபு மனு யார்னே அண்ணிக்குத் தெரியாதா என்ற அதிர்ச்சி லக்ஷ்மணனின் முகத்தில் விரவியிருந்தது. ''வேதசார வாழ்க்கை முறைக்கே வித்திட்டவர், அண்ணி. எல்லோருக்கும் தெரியும் ...''

சீதாவின் முகத்தில் வாத்ஸல்யப் புன்னகை. ''ஒருத்தரில்லை, லக்ஷ்மணா; பல மனுக்கள் இருந்திருக்காங்க. ஒவ்வொரு யுகத்துக்கும் ஒருத்தர் உண்டு. அதனால, அவருடைய சட்டங்கள்னு சொன்னா, எந்தப் பிரபு மனுங்கிறதையும் குறிப்பிடவேண்டியது முக்கியம்.''

''இதெல்லாம் எனக்குப் புதுசு ...'' என்றான் லக்ஷ்மணன்.

''பசங்களா, *குருகுலத்து*ல என்னதான் கத்துக்கிட்டீங்க?'' லேசான கிண்டலுடன் தலையசைத்துக்கொண்டாள் சீதா. ''ஒண்ணுமே தெரியலையே உங்களுக்கு?''

''எனக்குத் தெரியும்,'' இராமன் மறுத்தான். ''லக்ஷ்மணன்தான் எந்தப் பாடத்தையும் கவனிச்சதில்லை. என்னையும் அவனையும் ஒண்ணா சேர்க்காதே.''

''ஷத்ருக்னனுக்குத்தான் எல்லாம் தெரியும்,'' என்றான் லக்ஷ்மணன். ''அவனைத்தானே நம்பியிருந்தோம்?''

''முக்கியமா நீ,'' முதுகை நெட்டிச் சோம்பல் முறித்தவாறு நையாண்டி செய்தான் இராமன்.

தம்பி சிரிக்க, தமையன் சீதாவிடம் திரும்பினான். ''ஒத்துக்கறேன். நர்மதையைக் கடக்கக்கூடாதுன்னு விதிச்சது நம் யுகத்தைச் சேர்ந்த மனுதான். அப்படிக் கடந்தா, திரும்பி வர முடியாதுன்னும் சொல்லியிருக்கார். அதனால...''

''அது சட்டமில்லை. உடன்படிக்கைதான்.''

''என்னது?'' இராமலக்ஷ்மணர்கள் ஏககாலத்தில் அதிசயித்தனர்.

''தென்னிந்தியாவின் மையத்துல செழிச்ச சங்கத்தமிழ்ங்கிற இராஜ்யத்தின் இளவரசர்தான் பிரபு மனுன்னு நிச்சயம் தெரிஞ்சிருக்கும். தேசம் கடலுக்கடியில் மூழ்கின போது தன் மக்கள் மட்டுமில்லாம, த்வாரகையைச் சேர்ந்தவங்களையும் வடக்கே சப்தசிந்துவுக்குள் வழிநடத்தினார்.''

''தெரியுமே எனக்கு,'' என்றான் இராமன்.

''ஆனா, ரெண்டு தேசங்களைச் சேர்ந்த எல்லாரும் அவரைத் தொடர்ந்து போகலை. பெரும்பாலானவங்க சங்கத்தமிழிலும், த்வாரகையிலுமே தங்கிட்டாங்க. ஒரு சமூகம் எப்படியெல்லாம் இயங்கணும்னு பிரபு மனு இயற்றியிருந்த நூதனமான யோசனைகளோட பலர் ஒத்துப் போகலை. அவருக்கும் எத்தனையோ எதிரிகள். திரும்பி வரவே கூடாதுங்கிற நிபந்தனைக்குட்பட்டுத்தான் சங்கத்தமிழ், த்வாரகை ரெண்டு தேசங்கள்ளேர்ந்தும் தன்னைப் பின்பற்றினவங்களோட போக அனுமதிக்கப்பட்டார். அந்தக் காலத்துல சங்கத்தமிழ் தென்னிந்தியாவின் கீழ்ப்பகுதியிலும், நர்மதை நதி த்வாரகையின் வட எல்லையாவும் அமைஞ்சிருந்தது. ரெண்டு சாராரும் ஒருவர் வாழ்க்கையிலே ஒருவர் தலையிடாமப் பிரியறதா உடன்படிக்கை செஞ்சுக் கிட்டாங்க. இதன்படி, நர்மதைதான் இயற்கையான எல்லை. இது சட்டம் இல்லை; ஒப்பந்தம்தான்.''

''அவர் செஞ்ச உடன்படிக்கைக்கு, வாரிசுகளான நாம கட்டுப்பட்டுத்தானே ஆகணும்?'' என்றான் இராமன்.

''நியாயமான வாதம்,'' என்றாள் சீதா. ''ஆனா, உடன்படிக்கைக்கான குறைஞ்சபட்சத் தேவை என்ன?''

''ரெண்டு கட்சிகள்.''

''ஒப்பந்தத்தில் ஈடுபட்ட ஒரு கட்சியே இல்லைன்னா, இப்பவும் செல்லுபடியாகுமா?''

இராமலக்ஷ்மணர்கள் வாயடைத்து அவளை வெறித்தனர்.

''பிரபு மனு கிளம்பினப்பவே, சங்கத்தமிழின் பல பகுதிகள் நீருக்கடியில மூழ்கியாச்சு. சீக்கிரத்திலேயே மத்ததும் போச்சு. கடல்மட்டம் சரசரன்னு உயர்ந்தது. த்வாரகை இன்னும் சில காலம் தாக்குப் பிடிச்சாலும், சமுத்திரம் ஏற

இக்ஷ்வாகு குலத்தோன்றல்

எற, இந்தியாவோட இணைஞ்சிருந்த பெரிய நிலப்பரப்பு, நீளமான, தனித் தீவா சுருங்கிப் போச்சு.''

"த்வாரவதியா?" இராமன் திகைப்புடன் கேட்டான்.

ஏறக்குறைய ஐந்நூறு கிலோமீட்டர் தூரத்திற்கு, இந்தியாவின் மேற்குக் கடற்கரையை ஒட்டி வடக்கு தெற்காய் நீண்ட குறுகலான தீவு, த்வாரவதி. மூவாயிரம் வருடங்களுக்கு முன் இதைக் கடல் கொண்டபோது தப்பிப் பிரதான நிலப்பரப்பையடைந்தோர், ஆதி த்வாரகர்களின் தோன்றல்களெனத் தங்களைச் சொல்லிக் கொண்டதை யாரும் மதிக்கவில்லை. யமுனையருகே செல்வாக்கான இராஜ்யமாண்ட யாதவர்கள், த்வாரகர்களின் ஒரே வாரிசு களாய்த் தங்களைத் தீவிரமாய் அடையாளப்படுத்திக் கொண்டதே காரணம். இந்தியாவின் பல்வேறு குலங்களும் வம்சங்களும் பெருவாரியாகக் கலந்துபோய்விட்டதில், ஏறக்குறைய எல்லோருமே சங்கத்தமிழ் மற்றும் த்வாரகர் தோன்றல்களாகிவிட்டது உண்மை.

சீதா தலையசைத்தாள். "ஒரு காலத்தில் த்வாரகையின் உண்மையான வம்சாவளியின் உறைவிடம்தான் த்வாரவதித் தீவு. இன்னைக்கு எல்லாருமே நம்மிடையே கலந்துபோயிட்டாங்க."

"அடேயப்பா."

"ஆக, சங்கத்தமிழ், த்வாரகை தேசங்களின் நிஜமான வாரிசுகள் மறைஞ்சு பல காலமாச்சு. மிச்சமிருக்கறது ரெண்டுக்கும் பொதுவானவங்கதான். நமக்கு நாமே போட்டுக்கிட்ட உடன்படிக்கையை உடைக்கிறது சாத்தியமா? இரண்டாவது கட்சியே இல்லையே?"

அவள் வாதத்தின் சான்றை மறுப்பது சாத்தியமெனத் தோன்றவில்லை.

"அண்ணி," என்றான் லக்ஷ்மணன். "தெற்கே போய் *தண்டகாரண்யத்தை அடைஞ்சு தங்கணுமா இப்ப?*"

"ஆமாம். அங்கேதான் நமக்குப் பாதுகாப்பு."

— |ᛕ| 🐚 ☼ —

நர்மதையின் தென்கரையில் சீதா, லக்ஷ்மணன் சகிதம் நின்ற இராமன், மிகுந்த பயபக்தியுடன் ஒரு கால் மடித்து

முழந்தாளிட்டு எடுத்த கைப்பிடி மண்ணை, தெய்வங்கள் ஆசீர்வதித்த திருநீற்றை ருத்ரபகவானின் பக்தர்கள் பூசிக்கொள்வது போல், நெற்றியில் முப்பட்டையாய்த் தீற்றிக்கொண்டான். ''முன்னோர் பூமி... பெரும் காரியங்களுக்குச் சாட்சியான மண்... ஆசி வழங்கட்டும்,'' என்றான் மெல்லிய குரலில்.

அவனைப் பின்பற்றிச் சீதாவும் லக்ஷ்மணனும் மண்ணைத் திலகமிட்டுக்கொண்டனர்.

''ப்ரம்மதேவர் இந்த பூமியைப் பத்திச் சொன்னது தெரியும்தானே?'' சீதா இராமனைப் பார்த்துப் புன்னகைத்தாள்.

''ஆகா,'' தலையசைத்தான். ''இந்தியாவின் இருப்பு கேள்விக்குறியாகும் அநேக சமயங்களில், நர்மதைக்குத் தெற்கேயுள்ள தேசத்திலிருந்துதான் சாபல்யம் பிறக்கிறது.''

''ஏன் அப்படிச் சொன்னார்னு தெரியுமா?''

இராமன் மறுப்பாய்த் தலையசைத்தான்.

''தென்திசைதான் மரணத்துக்குரியதுன்னு நம்ம சாஸ்திரங்கள் சொல்லுதில்லையா?''

''ஆமா.''

''மேற்கேயுள்ள சில தேசங்கள்ளே மரணம், அபசகுனம்; அவங்களைப் பொறுத்தவரை, முடிவு. உண்மையில், எதுவுமே சாகிறதில்லை. எந்தப் பொருளும் பிரபஞ்சத்திலிருந்து வெளியேற முடியாது. உருவம் மாறுது, அவ்வளவுதான். ஆக, புதிய உருவத்துக்கு மரணம்தான் துவக்கம்; பழைய உருவம் அழிஞ்சு, புதுசு பிறக்குது. தெற்குதான் மரணத்தின் திசைன்னா, அதுவே பிறப்பின் திசையுமாகும்.''

இந்த எண்ணப்போக்கு இராமனின் ஆர்வத்தைத் தூண்டியது. ''சப்தசிந்துதான் நம் *கர்மபூமி*. நர்மதைக்குத் தெற்கே இருக்கறது நம் முன்னோர்களின் தேசம்; *பித்ருபூமி*. மறுபிறவியெடுக்கும் ஸ்தலம்.''

''இந்தியாவின் மறு ஜன்மத்துக்கு வித்திட நாமும் தெற்கிலிருந்து ஒரு நாள் திரும்புவோம்.'' இரு களிமண் குவளைகளை நீட்டினாள் சீதா. அவற்றில் பால் போல் ஏதோ தளும்பியது. ஒன்றை லக்ஷ்மணனிடம் அளித்தவள், இன்னொன்றை இராமனிடம் கொடுத்தாள்.

''என்னது, அண்ணி?'' லக்ஷ்மணன் கேட்டான்.

''நீ புத்துயிர் பெறத்தான்,'' என்றாள் சீதா. ''குடி.''

ஒரு வாய் விழுங்கிய லக்ஷ்மணன் முகம் சுளித்தான். ''ஐய்யே!''

''சும்மா குடி, லக்ஷ்மணா,'' சீதா அதட்டினாள்.

மூக்கை மூடிக் கடகடவென விழுங்கிவிட்டு, நதிக்குச் சென்று குவளையோடு வாயையும் குழப்பிக்கொண்டான் லக்ஷ்மணன்.

''இது என்னன்னு எனக்குத் தெரியும்,'' இராமன் சீதாவை நோக்கினான். ''எப்படிக் கிடைச்சது?''

''நம்மைக் காக்கறவங்க மூலம்தான்.''

''சீதா ...''

''இந்தியாவுக்கு நீங்க முக்கியம். உசுரோட, ஆரோக்கியமா நீங்க இருக்கவேண்டியதும் அவசியம். பதினாலு வருஷம் கழிச்சுத் திரும்பும் போது, நாம சாதிக்க வேண்டியது எவ்வளவோ இருக்கு. உங்களை முதுமை தாக்கக் கூடாது. தயவு செஞ்சு குடிங்க.''

''சீதா,'' இராமன் சிரித்துவிட்டான். ''ஒரே ஒரு குவளை என்ன சாதிச்சிடமுடியும்? வருஷக்கணக்கா சோமரஸம் குடிச்சாத்தான் பலன் கிடைக்கும். இதை வரவழைக்கிறது எவ்வளவு கஷ்டம்னும் உனக்குத் தெரியும். போதவே போதாது.''

''அதையெல்லாம் என்கிட்டே விட்ருங்க.''

''நான் தனியா குடிக்கிறதாயில்லை. பகிர்ந்துக்க நீயில்லாம எனக்கென்ன நீண்ட ஆயுள் வேண்டிக் கிடக்கு?''

''என் பங்கை ஏற்கனவே குடிச்சிட்டேன்,'' சீதா புன்னகைத்தாள். ''வேற வழியில்லை. முதல் முறை சோமரஸத்தைக் குடிக்கும் போது உடம்பு சுகமில்லாமப் போகுமே?''

''அதான் போன வாரம் உடம்பு சரியில்லையா?''

''ஆமா. மூணு பேருக்கும் ஒரே சமயத்துல முடியாம போனா சமாளிக்கமுடியுமா? எனக்கு முடியாதப்ப நீங்க பார்த்துக்கிட்டீங்க. இப்ப லக்ஷ்மணனையும் உங்களையும் நான் கவனிச்சுப்பேன்.''

''முதல் முறையா சோமரஸம் குடிக்கறப்ப ஏன் உடம்பு தளரணும்னு புரியலை.''

''எனக்கும்தான்,'' சீதா தோள்களைக் குலுக்கிக்கொண்டாள். ''ப்ரம்மதேவர், *ஸப்தரிஷி*கள்கிட்டே கேட்கவேண்டிய கேள்வி. உடம்பைப் பத்திக் கவலை வேண்டாம்; வேண்டிய மருந்துகள் என் பையிலே இருக்கு.''

காட்டுப் பன்றியை வைத்த கண் வாங்காமல் முழந்தாளிட்டபடி சீதாவும் இராமனும் வெறித்தனர். விடுக்கத் தயாராய், வில்லில் அம்பு பூட்டியிருந்தான் இராமன்.

''சீதா,'' என்றான் மெல்ல. ''கச்சிதமாக் குறி பார்த்துட்டேன். உடனே வீழ்த்தமுடியும். நீதான் செய்யணுமா?''

''ஆமா,'' சீதா பதிலுக்குக் கிசுகிசுத்தாள். ''வில்லும் அம்பும் உங்க சாமர்த்தியம். என்னுடையது வாளும் வேலும். எனக்கும் பயிற்சி வேணாமா?''

வனவாசம் துவங்கிப் பதினெட்டு மாதங்கள் கடந்துவிட்ட நிலையில், சில மாதங்களுக்கு முன் ஒரு வழியாக ஜடாயூவைச் சீதா இராமனுக்கு அறிமுகம் செய்து வைத்திருந்தாள். அவளது உத்தரவாதத்தின் பேரிலேயே மலயபுத்ரரையும், அவரது பதினைந்து வீரர்களையும் ஏற்றான் இராமன். இப்பொழுது அவனது குழாத்தில் இருபதுக்கு ஒன்றே குறைவு; பாதுகாப்பைப் பொறுத்தவரை, மூவரணியைவிட மேல். இந்த சந்தர்ப்பத்தில் ஆள்பலம் உத்தமம் என்பதை இராமன் உணராமலில்லை. என்றாலும், மலயபுத்ரர்கள் விஷயத்தில் எச்சரிக்கையாகவே இருந்தான்.

எவ்வகையிலும் சந்தேகப்படும்படியாக ஜடாயூ இதுவரை நடந்துகொள்ளவில்லை என்றாலும், அவரும் அவரைச் சேர்ந்தோரும் குரு விஸ்வாமித்ரரின் சீடர்கள் என்பதை இராமனால் அலட்சியம் செய்யமுடியவில்லை. மலயபுத்ரர் தலைவர் விஷயத்தில் குரு வஸிஷ்டரின் சந்தேகங்கள் இராமனுக்குள்ளும் வேரூன்றியிருந்தன; சட்டத்தைப் பற்றிய கிலேசம் சிறிதுமின்றி *அசுராஸ்திரத்*தை அவர் பிரயோகிக்கத் துணிந்ததை எண்ணி அவனால் சஞ்சலிக்காமல் இருக்கமுடியவில்லை.

தண்டகாரண்யத்தினுள் சிறுகச் சிறுகப் பயணிக்கும்போதே பரிவாரத்தினர் தத்தமது பணிகளை வகுத்துக்கொண்டு, இயங்கத் துவங்கினர். பலகாலம் தங்கக்கூடிய சௌகர்யமான இடம் இதுவரை அமையாததால், தற்காலிகமாய்ப் பாசறை அமைத்து இரண்டு, மூன்று வாரங்களில் குழு நகர்ந்தது. எல்லைக் காவலும், பாதுகாப்பு வியூகங்களும் இயற்றப்பட்டன. சமையல், துப்புரவு மட்டுமல்லாமல், வேட்டையும் சுழற்சிமுறையில் பகிரப்பட்டது. பரிவாரத்தினர் எல்லோரும் இறைச்சியுண்ணவில்லையாதலால், அடிக்கடி வேட்டையாடுவதற்கான பிரமேயம் இல்லையென்றுதான் சொல்லவேண்டும்.

''பாய்ஞ்சு தாக்கும்போதுதான் இந்த மிருகங்கள் ரொம்ப ஆபத்து,'' சீதாவைக் கவலையுடன் ஏறிட்டான் இராமன்.

கணவன் தன்னைக் காக்க முயல்வதை உணர்ந்த சீதாவின் முகத்தில் புன்னகை. ''அம்பை விடுவிச்சவுடனே என் பின்னாடி நிக்கணும்னு ஏன் சொன்னேன்னு நினைக்கறீங்க?'' கேலி செய்தாள்.

லேசாய் முறுவலித்து இலக்கைக் குறி பார்ப்பதில் கவனம் செலுத்திய இராமன் நாணை விண்ணென்று இழுத்து, அம்பை விடுவித்தான். லாகவமாய் வளைந்து பறந்த சரம், பன்றியின் தலையைத் தாண்டி இடப்பக்கம் விழுந்தது. தன் அமைதியைக் கெடுத்த அழையா விருந்தாளிகளின் திக்கில் 'சரக்'கென திரும்பிய விலங்கு ஆக்ரோஷமாய் ஹுங்காரம் செய்தாலும், அசையவில்லை.

''இன்னொண்ணு,'' பாதங்களை அகட்டி, சற்றே முழங்கால் மடக்கி வாளைப் பக்கவாட்டில் பற்றிக்கொண்டு மெல்ல எழுந்தாள் சீதா.

மற்றுமொரு அம்பை நாணேற்றி 'சரக்'கென விடுவித்தான் இராமன். பன்றியின் காதோரம் சீறிப் பாய்ந்து நிலத்தில் செருகிக்கொண்டது.

மீண்டும் ஆவேச ஹுங்காரமிட்ட பன்றி, இம்முறை தரையைக் காலால் பாவியது. அம்பு வந்த திசையில் பயங்காட்டும் விதமாய் தலையைத் தழைத்தது. நீண்ட மூக்கினடியிலிருந்து வெளிப்பட்ட இரு வளைந்த தந்தங்கள், தாக்கத் தயாராய் கத்தி போல் துருத்தியிருந்தன.

''இப்ப பின்னால போங்க,'' சீதா கிசுகிசுத்தாள்.

'விருட்'டென வில்லைத் தாழ்த்தி அவளுக்குப் பின் சில அடிகள் நகர்ந்த இராமன், உதவி தேவைப்பட்டால் கணமும் தாமதமில்லாத வகையில் வாளையும் உருவிக்கொண்டான்.

'ஓ'வென்ற கூச்சலுடன் முன்னே பாய்ந்தாள் சீதா. அவளது ஆவேச அறைகூவலை மிருகம் உடனே ஏற்றது. தலை தாழ்ந்து, தந்தங்கள் கொடூர வாட்களை போல் முன்னே நீண்டிருக்க, அசுரவேகத்துடன் பாய்ந்தது. சீரான சுவாசத்துடன் பன்றியை நிதானமாய் எதிர்நோக்கினாள் சீதா. கடைசி நொடியில் - அவள் மீது ஏறக்குறையப் பாய்ந்து கிழிக்கப்போவதுபோல் தோன்றிய கணத்தில் - சட்டெனச் சில அடிகள் பின்வாங்கி உயரே தாவியவள், பன்றியின் தலைக்கு மேல் சாதுர்யமாய்ப் பாய்ந்தாள். அந்தரத்தில் பறந்த நொடியில் கீழே, பன்றியின் கழுத்தில் வாளை நேர்வாக்காய்ப் பாய்ச்சினாள். மிருகத்தின் உடலில் ஆயுதம் ஆழமாய்ப் புதைய அவளிருந்த உயரமே கைகொடுத்ததால், கழுத்தெலும்பு முறிந்தது. இராமனின் காலடியில் பன்றி உயிரற்று விழவும், வாளின் பிடி மீது ஊன்றிக்கொண்டே சீதா லாகவமாய்த் தாவித் தரையிறங்கவும் சரியாக இருந்தது.

அதிசயத்தில் இராமனின் விழிகள் விரிந்தன. ஆழமாய் சுவாசித்தபடி பன்றியிடம் வந்து சேர்ந்தாள் சீதா. ''கழுத்தெலும்பை முறிச்சாலே போதும். உடனே செத்துரும். வேதனையில்லை, பாருங்க.''

''உண்மைதான்,'' இராமன் தன் வாளை உறையிலிட்டான்.

குனிந்து பன்றியின் தலையைத் தொட்ட சீதா, ''அரிய விலங்கே, உன்னைக் கொன்றதற்கு என்னை மன்னிப்பாயாக,'' என்றாள் மெல்லிய குரலில். ''என் உயிர் காக்க உடல் கொடுத்த உன் உயிர், மீண்டும் பரம்பொருளை அடைந்து, பிறவிப்பயன் எய்தட்டும்.''

சீதாவின் வாள் பிடியை இறுகப் பற்றி, மிருகத்தின் உடலினின்று இராமன் பிடுங்க முயன்றான். முடியவில்லை. ''ரொம்ப ஆழமாப் புதைஞ்சிருக்கு,'' என்றபடி மனைவியைப் பார்த்தான்.

''நீங்க பிடுங்கறதுக்குள்ளே,'' சீதா புன்னகைத்தாள். ''உங்க அம்புகளை மீட்டு வர்றேன்,''

பன்றியின் கழுத்திலிருந்து வாளை நெம்பியெடுக்கும் நாசூக்கான பணியைத் துவக்கினான் இராமன்.

ஆயுதத்தின் முனை கடின எலும்புடன் உராய்ந்து தேய்ந்துவிடக்கூடாதென்ற கவனத்துடன் ஒரு வழியாக உருவியெடுத்தவன், குந்தியமர்ந்து, இலைகளால் சுத்தம் செய்து முனையை ஆராய்ந்தான். ஒன்றும் ஆகவில்லை - கூராகவே இருந்தது. நிமிர்ந்தவன், தொலைவில், அவன் முதலில் எய்த அம்புகளுடன் சீதா வருவதைக் கவனித்தான். வாளைச் சுட்டிக்காட்டி கட்டை விரலுயர்த்தி, நலமெனச் சைகை செய்தான். அவனிடமிருந்து இன்னும் சற்று தூரத்தில் இருந்தவள் முகமலர்ந்தாள்.

"தேவி!"

காட்டில் எதிரொலித்தது உரத்த குரல். சீதாவை நோக்கிப் பாய்ந்த மகரந்தன் என்னும் மலயபுத்ரனை நோக்கிய இராமனின் கண்கள், அவன் சுட்டிக்காட்டிய திசையில் திரும்பின. காட்டிற்குள்ளிருந்து இரு காட்டுப் பன்றிகள் சீதாவை நோக்கி தரையதிர ஓடி வருவதைக் கண்டவனுக்கு இதயமே ஒரு கணம் நின்றுவிட்டது. அவளுடைய வாளோ, அவனிடத்தில். சீதாவிடம் மிஞ்சியிருந்தது கத்தி மட்டுமே. சட்டென எழுந்து மனைவியை நோக்கிப் பறந்தான். "சீதா!"

அவன் குரலில் தெறித்த பதற்றத்தை இனம்கண்டவள் சுழன்றாள். இதோ! - பன்றிகள் வந்தேவிட்டன. கத்தியை உருவிக்கொண்டு அவற்றைச் சந்திக்க ஆயத்தமானாள். தப்பிக்க முயல்வது தற்கொலைக்குச் சமம்; அவற்றின் வேகத்தை அவளால் ஒருநாளும் மீறமுடியாது; நேருக்கு நேர் சந்திப்பதே உத்தமம். சுவாசத்தை வேகமாக்கி, நிதானத்தை வரவழைத்துக் கொண்டு, காத்திருக்கலானாள்.

"அம்மணி!" கூவிக்கொண்டு அவள் முன்னால் சரியான சமயத்தில் பாய்ந்த மகரந்தன் கச்சிதமாய் வீசிய வாளால் முதல்கட்டத் தாக்குதல் மயிரிழையில் விலகியது. முதலாவது விலகினாலும், மகரந்தன் நிலைதடுமாறிய கணத்தில் பாய்ந்த இரண்டாவது பன்றியின் தந்தம் அவனது தொடையின் மேற்பகுதியைப் பதம் பார்த்தது.

"சீதா!" அலறியபடி அவளிடம் வாளை எறிந்த இராமன், தன்னுடையதை உருவிக்கொண்டு மகரந்தனிடம் விரைந்தான்.

லாகவமாய் ஆயுதத்தைப் பெற்ற சீதா, அவளை நோக்கி மீண்டும் பாய்ந்த முதல் பன்றியின் திக்கில் திரும்பினாள். மற்றொன்றின் தந்தத்தில் கண நேரம் சிக்கிய

மகரந்தன் பயங்கர வேகத்துடன் தூக்கியெறியப்பட்டாலும், அவனது உடல்கனத்தால் பன்றியும் நிலைதடுமாறியது. மகரந்தன் வலப்பக்கம் சாய்ந்தபோதே, அதன் அடிவயிறு பாதுகாப்பின்றி வெளிப்பட, இராமன் சந்தர்ப்பத்தை வீணாக்கவில்லை. அவன் கொடூரமாய்ப் பாய்ச்சிய வாள் இதயத்தைக் கிழித்ததில், பன்றி செத்து விழுந்தது.

இன்னொருபுறம், முதல் பன்றி ஆக்ரோஷமாய்த் தலையைச் சிலுப்பியவாறு சீதாவை நெருங்கியது. கால்களைக் குறுக்கி தாவி, பன்றியின் பாய்ச்சலை சாமர்த்தியமாய்த் தவிர்த்தாள். கீழிறங்கிய நொடியில் வாளைச் சுழற்றியவள், அரைகுறையாய்த் தலையை வெட்டினாள். கொலை வீச்சில்லாவிட்டாலும், மிருகம் காயம்பட்டுச் சுருண்டு விழுந்தது. தரையிறங்கிய சீதா வாளை உருவி ஒரு காலால் மண்டியிட்டு மீண்டும் வீசியதில் இம்முறை தலை முழுவதுமாய்த் துண்டிக்கப்பட்டு, பன்றியின் மரணவேதனை முடிவுக்கு வந்தது.

திரும்பிப் பார்த்தபோது, வாளேந்திய கரம் பக்கவாட்டில் தளர்வாய்த் தொங்க, இராமன் தன்னை நோக்கி ஓடி வருவதைக் கண்டாள்.

''எனக்கொண்ணுமில்ல!'' சமாதானம் சொன்னாள்.

தலையசைத்தவாறு அவன் மகரந்தனை நோக்கித் திரும்ப, சீதாவும் காயம்பட்ட மலயபுத்ரனிடம் ஓடினாள். வீரனின் *அங்கவஸ்திரம்* கொண்டு இராமன் அவசரமாய்க் காயத்தைத் கட்டுப்போட்டும், பொங்கிய குருதியைத் தணிக்கமுடியவில்லை. சட்டெடன எழுந்து, மகரந்தனைத் தூக்கிக் கொண்டான்.

''உடனே பாசறைக்குத் திரும்பணும்!'' என்றான்.

மேல்தொடையைத்துளைத்து, சிரைநாளத்தை வெட்டியிருந்தது காட்டுப் பன்றியின் தந்தம். நல்லவேளையாக, கெட்டியான இடுப்பெலும்பில் தந்தம் மோத, நரம்புகளில் பரவிய அதிர்வலைகளினால் மிருகம் தலையைச் சிலுப்பியதன் விளைவாய்த் தூக்கியெறிப்பட்டதுதான் மகரந்தன் உயிர் தப்பக் காரணம்; தந்தம் மேலும் புதைந்திருந்தால், குடல் பொத்தலாகியிருக்கும். விளைவாய் ஏற்படும் கிருமித்தொற்றை வனத்தில் ஆற்றுவது கடினம்; மரணம்

நிச்சயம். ஏராள இரத்தப்போக்கினால், மகரந்தனின் நிலை இன்னமும் கவலைக்கிடம்தான்.

சற்றும் தன்னலம் கருதாது உயிரைத் திருணமாக மதித்துத் தன் மனைவியைக் காத்தவனாதலால், சீதாவின் உதவியுடன் தளர்வின்றி மகரந்தன் உடலைத் தேற்றப் பாடுபட்டான் இராமன். அவனுக்கு இது ஒரு பொருட்டில்லையென்றாலும், சப்தசிந்து அரசகுலத்தவர், தனக்குரியதல்லாத பணியில் இத்துணை தீவிரம் காட்டியது மலயபுத்ரர்களை வியப்பிலாழ்த்தியது.

''நல்லவர்தான்,'' என்றார் ஜடாயூ.

பாசறையின் பிரதானக் கூடாரத்திற்கு வெளியே இரவுச் சமையலில் அவரும், இரு மலயபுத்ரர்களும் ஈடுபட்டிருந்தனர்.

''சாதாரண வீரர்களும், வைத்திய உதவியாளர்களும் செய்யக்கூடிய பணிகளில் இளவரசர் இறங்குவது ஆச்சர்யம்தான்.'' சிறிய தீயின் மேலிருந்த பானையில் உள்ளவற்றை மெல்லக் கிளறியபடி ஒப்புக்கொண்டான் ஒருவன்.

''எனக்கு என்றுமே அவர் மீது மரியாதையுண்டு,'' மரப்பலகை மீது கீரையை ஆய்ந்தபடி சொன்னான் இன்னொருவன். ''சப்தசிந்துவின் சில அரசகுல அலட்டல் பிறவிகளைப் போல் அகம்பாவம் துளியுமில்லாதவர்.''

''ஹ்ம்ம்,'' என்றார் ஜடாயூ. ''வெகுவேகமாய்ச் செயல்பட்டு மகரந்தனைச் சமயத்தில் காப்பாற்றிய விதம் பற்றி நானும் கேள்விப்பட்டேன். அவ்வளவு விரைவாய் பன்றியை அவர் கொல்லாவிட்டால், மகரந்தனை குற்றுயிராக்கியிருக்கும். சீதாதேவியையும் விட்டு வைத்திருக்காது.''

''அவர் என்றுமே பெருவீரர். வேண்டிய சான்றுகளைத்தான் கேட்டு, பார்த்துவிட்டோமே?'' என்றான் இரண்டாமவன். ''அதே சமயம், நல்ல மனிதரும்கூட.''

''மனைவியைத்தான் எப்படி கவனித்துக்கொள்கிறார்! நிதானம், அமைதி. தலைமையில் நேர்த்தி. திறமையான போர்வீரர். இதையெல்லாம் தாண்டி, தங்கமான குணம் என்பதிலும் சந்தேகமில்லை,'' முதலாம் மலயபுத்ரன் புகழ்ந்து தள்ளினான். ''குரு வஸிஷ்டர் நன்றாகவே தேர்வு செய்திருக்கிறார் என்றுதான் தோன்றுகிறது.''

மேற்கொண்டு ஒரு வார்த்தை பேசினால்... என்பது போல் ஜடாயூ அவனை முறைக்க, எல்லை மீறிவிட்டதை உணர்ந்த பரிதாபத்திற்குரிய வீரன் வாயடைத்து, பானையைக் கிளறுவதில் முனைந்தான்.

இவ்விஷயத்தில் தன் வீரர்களிடையே சர்ச்சையை அனுமதிக்கமுடியாத கட்டாயத்தில் இருப்பதை ஜடாயூ உணர்ந்தேயிருந்தார். அவர்களது விசுவாசம் மலயபுத்ரர் இலக்கில் மட்டுமே லயித்திருக்கவேண்டியது அவசியம். ''இளவரசர் ராமர் எவ்வளவு நம்பகமானவராகத் தோன்றினாலும், குரு விஸ்வாமித்ரரின் பக்தர்கள் நாம் என்பதை நினைவில் கொள்ளவேண்டும். அவரிட்ட உத்தரவைச் செவ்வனே நிறைவேற்றுவதான் நம் கடன். அவரே நம் தலைவர்; சகலமும் அறிந்தவர்.''

மலயபுத்ரர் இருவரும் தலையசைத்தனர்.

''நம்பலாம் என்பது நிஜம்,'' என்றார் ஜடாயூ. ''அவருக்கும் நம்மீது நம்பிக்கை ஏற்பட்டிருப்பது நல்ல விஷயம். ஆனால், நம் விசுவாசம் எங்கே என்பதை மறந்துவிடவேண்டாம். தெரிகிறதா?''

''உத்தரவு, தளபதி,'' இரு வீரர்களும் ஏககாலத்தில் கூறினர்.

அயோத்யாவினின்று இராமன், சீதா மற்றும் லக்ஷ்மணன் விலகி வருடங்கள் ஆறு கடந்துவிட்டன.

இறுதியாக, மகத்தான கோதாவரி நதியின் பழைய தடத்தின் மேற்குக் கரையில் *பஞ்சவடி - ஐந்து ஆலமரங்களின் ஸ்தலத்தில்* பத்தொன்பது அங்கத்தினர் கொண்ட அவர்களது பரிவாரம் இறங்கியது. இயற்கையுடன் இயைந்த சிறிய, சௌகர்யமான பாசறைக்கு நதியே தக்க பாதுகாப்பாய் அமைந்தது. மையத்திலிருந்த பிரதான மண் குடிசையில் இரு அறைகள்; ஒன்று இராமன், சீதைக்கு; இன்னொன்று லக்ஷ்மணனுக்கு - மற்றும் உடற்பயிற்சி, பொதுக்கூட்டத்திற்கான திறந்தவெளி. காட்டுவிலங்குகளின் வருகையை உணர்த்த, பாசறையின் வெளிப்புற எல்லையை சுற்றி எளிய எச்சரிக்கைக் கருவி.

வட்டமான இரு வேலிகளைக் கொண்டிருந்தது பாசறை எல்லை. விலங்குகள் நுழையாமல் இருக்கும் பொருட்டு வெளிப்புற வேலி விஷக்கொடிகள் படர்ந்திருந்தது; நாகவல்லிக் கொடிகளாலான உட்புற வேலியில் கட்டப்பட்டிருந்த நீண்ட நூல், பறவைகள் நிறைந்த மிகப்பெரிய மரக்கூண்டில் முடிச்சிடப்பட்டு எச்சரிக்கைப் பொறியாக விளங்கியது. மாதமொருமுறை மாற்றப்பட்ட புட்கள் நன்கு பராமரிக்கப்பட்டன. வெளிவேலியைத் தாண்டி நாகவல்லிக் கொடிகளைப் பிரித்து நுழைய முயன்றால். எச்சரிக்கைப் பொறி கூண்டின் கூரையைத் திறக்கும். சடபடவெனச் சிறகடித்து வெளியேறும் பறவைகளின் கூச்சல் பாசறையிலிருந்தோருக்குச் சில நிமிட எச்சரிக்கையாவது அளிக்கும்.

கிழக்கே இருந்த சில குடிசைகள் ஜடாயூ மற்றும் அவரது ஆட்களுக்கானவை. இராமனுக்கு அவர் மீது நம்பிக்கை இருந்தாலும், லக்ஷ்மணன் சந்தேகிக்கவே செய்தான். இந்தியர்களில் அநேகரைப் போல், நாகர்களைப் பற்றி அவன் மனதில் வேரூன்றியிருந்த மூடநம்பிக்கைகள் எத்தனையோ. கழுகு மனிதன் என ஜடாயூவின் முதுகுக்குப் பின் அவன் பட்டம் சூட்டிய நாகாவை நம்பகமானவராய் லக்ஷ்மணன் இன்னமும் ஏற்கவில்லை.

ஆறு வருடங்களில் அவர்கள் சந்தித்த இடர்கள் கணக்கிலடங்காவிட்டாலும், எவையும் மனித யத்தனத்தால் அல்ல. அவ்வப்போது அடைந்த காயங்கள் காட்டு வாழ்க்கையின் விழுப்புண்ணாகத் தங்கிவிட்டபோதும், அயோத்யாவினின்று கிளம்பிய அன்றிருந்த மனம் மற்றும் உடற்கட்டு தளராமல், சோமரஸம் இளமையும் சக்தியும் அளித்துப் பராமரித்து வந்தது. கடும் சூரிய வெயில் சருமத்தைப் பதம் பார்த்தது. கருநிறம் இராமனுக்கு இயற்கையெனினும், வெண்சருமம் கொண்ட லக்ஷ்மணனும் சீதாவும் கூட மாநிறமடைந்திருந்தனர். தாடியும் மீசையும் வளர்ந்திருந்ததில், சகோதரர்கள் க்ஷத்ரியமுனிகளாய்த் தோற்றமளித்தனர்.

வாழ்க்கை சீரான, எதிர்பார்ப்பற்ற கதியில் இயங்கியது. இளங்காலைப் பொழுதில் குளித்து, தனியே நேரம் செலவழிக்க இராமனும் சீதாவும் கோதாவரிக்குச் செல்வது வழக்கம். அவர்களுக்கு மிகப் பிடித்தமான பொழுதும் அதுதான்.

இன்றும் அப்படியொரு தினமே. கோதாவரியின் தெள்ளிய பிரவாகத்தில் அமிழ்ந்து கூந்தலை அலசிக் கொண்டு, கரையேறி காலை இளந்தென்றலில் அலர்த்தி, புத்தம்புதிய பழவகைகளை ருசித்தவாறு பேச்சில் களித்தனர். சீதாவின் கூந்தலை இராமன் வாரிப் பின்னியவுடன், அவள் அவனுக்குப் பின் அமர்ந்து பாதி காய்ந்த முடிக்கற்றைகளுள் விரல் விட்டு அளைந்தபடி சிக்கெடுப்பதில் முனைந்தாள்.

''ஆ!'' தலை பிடித்திழுக்கப்பட்டதில் கூவினான்.

''மன்னிச்சிக்குங்க,'' என்றாள்.

இராமன் முறுவலித்தான்.

''என்ன யோசிக்கிறீங்க?'' ஜாக்கிரதையாக இன்னொரு சிக்கலை அவிழ்க்க முனைந்தாள் சீதா.

''இல்லை, காடு ஆபத்து; நகரத்துலேதான் வசதியும் பாதுகாப்பும் உண்டுன்னு சொல்வாங்க. என்னைப் பொறுத்தவரை எல்லாமே தலைகீழ். *தண்டகாரண்ய*த்துலே அடைஞ்ச நிம்மதி, சந்தோஷம் மாதிரி எங்கேயும் நான் அனுபவிச்சதில்ல.''

ஒப்புக்கொள்ளும் விதமாய் சீதா முணுமுணுத்தாள்.

மனைவியைத் திரும்பிப் பார்த்தான் இராமன். ''நாகரீகம்னு சொல்லிக்கிற உலகத்துலே நீயும் கஷ்டப்பட்டிருக்கேன்னு தெரியும் ...''

''ப்ச்,'' தோள் குலுக்கினாள் சீதா. ''எக்கச்சக்க அழுத்தத்தின் விளைவாத்தான் வைரங்கள் உருவாகுதாமே?''

இராமன் மெல்லச் சிரித்தான். ''உனக்கொண்ணு தெரியுமோ? சமயத்துலே தேவைக்கதிகமா மதிக்கப்படும் நற்குணம் கருணைன்னு குரு வஸிஷ்டர் சின்ன வயசுல சொல்லியிருக்கார். கடினமான கூட்டிலிருந்து வெளிவர்ற பட்டாம்பூச்சியின் கதையை ஒரு முறை சொன்னார். அதன் வாழ்க்கை, ''அசிங்கமான'' புழுவாத்தான் தொடங்குது. சரியான கட்டத்துல தன்னைச் சுத்தி கூட்டைக் கட்டிக்கிட்டு, கடினச் சுவர்களுக்குப் பின்னால ஒளியுது. கூட்டுக்குள்ளே, யாரும் பார்க்காம, கேட்காம, அழகான பட்டாம்பூச்சியா பரிணமிக்குது. வெளியேறத் தயாரானதும் முன் இறக்கைகளுக்கடியில இருக்கிற சின்ன, கூரான நகத்தால, கடினமான கூட்டைக் கீறி, உடைக்க முயற்சிக்குது. சின்ன ஓட்டை வழியா நுழைச்சிக்கிட்டு வெளியேற

கஷ்டப்படுது. வலியும் அவஸ்தையுமான நீண்ட முயற்சி இது. பட்டாம்பூச்சியின் கஷ்டத்தைப் பார்க்கற நமக்கு, ஓட்டையைப் பெரிசு பண்ணா என்னன்னு, தவறான கருணை பொங்கும். ஆனா, இந்த வேதனை அத்தியாவசியம்; சின்ன ஓட்டை வழியா தன்னைப் பிதுக்கிக்கிட்டு பட்டாம்பூச்சி வெளிவரும் வேளையில், ஊதிப்போன உடம்புக்குள்ள சில திரவங்கள் சுரக்கும்; இறக்கைகளில் பாய்ஞ்சு, பலமாக்கும். வெளிவந்தவுடன், திரவம் தன்னாலே காய்ஞ்சு போய் நளினமான இந்த உயிரினங்கள் பறக்கமுடியும். பட்டாம்பூச்சிக்கு உதவ ஓட்டையைப் பெரிசாக்கறது, அதுக்குச் செய்யற அபகாரம். அந்த அவஸ்தை இல்லாம இறக்கைகளுக்குச் சக்தி பிறக்காது. பட்டாம்பூச்சி பறக்கவே பறக்காது.''

தலையசைத்த சீதாவின் முகத்தில் புன்னகை. ''எனக்குக் கதை வேற மாதிரியா சொல்லப்பட்டுது. குஞ்சுகள் பறக்கக் கத்துக்கிட்டேயாகணும்னு அப்பாம்மாக்கள் கூட்டிலிருந்து தள்ளிவிட்டுடுமாம். சாரமென்னவோ அதேதான்.''

''ஆக, மனைவியே,'' இராமன் முறுவலித்தான். ''இந்தக் கஷ்டமும் நம்மை பலப்படுத்தியிருக்கு.''

மரச்சீப்பை எடுத்த சீதா, அவன் கூந்தலை வார முற்பட்டாள்.

''பறவைக் குஞ்சுகளைப் பத்தி யார் சொன்னது?'' இராமன் கேட்டான். ''உன் குருவா?''

முன்புறம் பார்த்துக்கொண்டிருந்ததால், அவள் முகத்தில் ஒரே நொடி தோன்றி மறைந்த தயக்கத்தை அவன் கவனிக்கவில்லை. ''எத்தனையோ பேர்கிட்டே கத்துக்கிட்டேன். ஆனா, உங்க குரு வஸிஷ்டரைப் போல உன்னதமானவர்கள் இல்லை.''

''அவர் குருவாய் வாய்ச்சது என் அதிர்ஷ்டம்தான்,'' இராமன் முகமலர்ந்தான்.

''உண்மை. நல்லாத்தான் பயிற்றுவிச்சிருக்கார் உங்களை. ஒரு நாள், உன்னதமான விஷ்ணுவா பரிமளிப்பீங்க.''

தர்மசங்கடத்தில் ஆழ்ந்தான் இராமன். மக்களுக்காக எந்த பொறுப்பையும் ஏற்க சித்தமாயிருந்தவனை, நிச்சயம் பெறக்கூடும் என வஸிஷ்டர் நம்பிய இந்தப் பெரும் பட்டம் மட்டும் கிலேசப்படுத்தியது. தான் அடையக்கூடிய உயரமா

அது? என்றாவது அத்தகைய பதவிக்கான ஆயத்தங்களில் கூட ஈடுபடமுடியுமா? நம்பிக்கையில்லை அவனுக்கு. அதை மனைவியுடனும் பகிர்ந்திருக்கிறான்.

"தயாராகிடுவீங்க," கணவனின் மனதைப் படித்தது போல், சீதாவின் முகத்தில் புன்னகை படர்ந்தது. "நம்புங்க. நீங்க எப்பேர்ப்பட்டவர்னு உங்களுக்கு இன்னமும் புரியலை."

திரும்பியவன், அவள் கன்னத்தை வருடியவாறு, கண்களை ஊடுருவினான். மீண்டும் நதியின் புறம் கவனம் செலுத்தியவனின் முகத்தில் கீற்றாய்ப் புன்னகை.

அவனுக்குப் பிடித்தமான முறையில் சிரத்தின் மீது ஜடை பின்னிய சீதா, மணி கோர்த்த நூலால் கட்டவிழாமல் இறுக்கி முடிந்தாள். "முடிஞ்சது!"

அத்தியாயம் 30

மான் சடலம் கட்டிய நீண்ட மரக்கழியைத் தோள்களில் சுமந்தவாறு இராமனும் சீதாவும் வேட்டை முடிந்து திரும்பினர். சமையல் செய்வது லக்ஷ்மணன் முறையாகையால், பாசறையில் தங்கிவிட்டான். சப்தசிந்துவிற்கு வெளியே வருடங்கள் பதின்மூன்று கடந்துவிட்டன.

"இன்னும் ஒரு வருஷம்தான், ராமா," பாசறைக்குள் நுழைந்தவுடன் சீதா சொன்னாள்.

"ஆமா," என்றான். கழியை இறக்கினர். "அப்பதான் இருக்கு உண்மையான போராட்டம்."

அடிமுதுகில் நீளவாக்காய்க் கட்டிய உறையிலிருந்து நீண்ட கத்தியை உருவியபடி வந்தான் லக்ஷ்மணன். "நான் பொம்பளைங்க சமாச்சாரத்தைக் கவனிக்கையிலே, நீங்க நிதானமா தத்துவம், தந்திரம் மந்திரம்னு அளங்க; போங்க!"

அவன் கன்னத்தை லேசாய்த் தட்டினாள் சீதா. "இந்தியாவோட மிகச் சிறந்த சமையல் நிபுணர்கள் வரிசையிலே ஆண்களும் உண்டுங்கிறப்ப, அதென்ன பொம்பளைங்க சமாச்சாரம்? எல்லோருக்கும் சமைக்கத் தெரியணும்பா!"

லக்ஷ்மணன் நாடகத்தனமாய்க் குனிந்து வணங்கி, "சரிங்கண்ணி," என்று கடகடவெனச் சிரித்தான்.

இராமனும், சீதாவும் சிரிப்பில் கலந்துகொண்டனர்.

"இன்னிக்கென்னவோ வானம் ரொம்ப அழகாயிருக்கில்லே?" த்யாஸ்பிதா என அறியப்பட்ட விண் தந்தையின் கைவண்ணம் கண்டு அதிசயித்தாள் சீதா. இருவரும் பிரதான குடிசையின் முன், தரையில் படுத்திருந்தனர்.

மூன்றாம் *ப்ரஹாரின்* ஐந்தாவது மணி. வானில் தீக்கோளமாய்ப் பறந்த சூரியபகவானின் தேர் ஆகாயவீதியெங்கும் ஜாஜ்வல்யமான வண்ணத் தீற்றல்களை விட்டுச் சென்றது. வழக்கமில்லாத புழுக்கத்திலிருந்து ஆறுதலளிக்கும் விதமாய் மேற்கிலிருந்து சில்லென மாலைத் தென்றல் வீசியது. மாரிக்காலம் முடிந்து, பனிக்காலத் துவக்கத்திற்கான அறிகுறிகள் தென்பட்டன.

"ஆகா," இராமன் அவள் கையைப் பற்றி, உதட்டிற்குக் கொண்டு வந்து ஒவ்வொரு விரலையும் மெல்ல முத்தமிட்டான்.

அவனை நோக்கிப் புரண்ட சீதாவின் முகத்தில் புன்னகை. "என்ன பண்றதா உத்தேசம், கணவா?"

"கணவனுக்குரிய சமாச்சாரங்கள்தான், மனைவியே ..."

உரக்க யாரோ தொண்டையைக் கனைக்கும் சப்தம் கேட்டதும் நிமிர்ந்த இராமனும் சீதாவும், முகம் முழுக்கச் சிரிப்புடன் லக்ஷ்மணன் எதிரில் நின்றுகொண்டிருப்பதைக் கண்டு பொய்க் கோபத்துடன் முறைத்தனர்.

"என்ன?" லக்ஷ்மணன் தோளைக் குலுக்கினான். "குடிசைக்குள்ளே போகமுடியாம வாசலை அடைச்சுக்கிட்டீங்க. வாள் வேணும். அதுல்யாவோட பயிற்சி செய்யணுமே?"

இராமன் வலப்புறம் சற்றே புரண்டு லக்ஷ்மணன் நகர வழிசெய்தான். "சீக்கிரம் போயிடறேன்," என்றபடி நுழைந்த லக்ஷ்மணன், சட்டென நின்றான். மரக்கூண்டில் சடபடவென சிறகடித்துச் சப்தமிட்ட பறவைகள்தான் காரணம். சுழன்று அவன் திரும்பிய கணத்தில், இராமனும் சீதாவும் எழுந்தனர்.

"என்னதது?" என்றான் லக்ஷ்மணன்.

ஊடுருவியது விலங்கல்ல என இராமனின் உள்ளுணர்வு உறுத்தியது.

"ஆயுதம்," என்றான் நிதானமாக.

தத்தம் வாள் உறைகளை இடுப்பைச் சுற்றி சீதாவும் லக்ஷ்மணனும் கட்டிக்கொள்ள, இராமனிடம் வில்லை அளித்த லக்ஷ்மணன், தன்னுடையதையும் எடுத்துக்கொண்டான். சட்டென நாணேற்றிய சகோதரர்கள் சரம் நிறைந்த அம்பறாத்தூணியை முதுகில்

கட்டிக்கொள்ளவும், ஆயுதபாணிகளாய், யுத்தசன்னத்தமாய் ஜடாயூவும் அவரது ஆட்களும் தடதடவென வந்து சேரவும் சரியாக இருந்தது. வாள் கொண்ட உறையை இடையில் இராமன் கட்டிக்கொள்ள, நீண்ட வேலைக் கையிலெடுத்துக்கொண்டாள் சீதா. எந்த சந்தர்ப்பத்திலும் கைகொடுக்கும் விதமாய், அடிமுதுகில் நீளவாக்காய் சிறிய கத்தியொன்றும் உறையில் கட்டியிருந்தது.

''யாராக இருக்கும்?'' ஜடாயூ கேட்டார்.

''தெரியலை,'' என்றான் இராமன்.

''லக்ஷ்மணன் மதில்?'' சீதா கேட்டாள்.

பிரதானக் குடிசைக்குக் கிழக்கே அவனால் வடிவமைக்கப்பட்ட சாதுர்யமான தற்காப்புதான், லக்ஷ்மணன் மதில். ஐந்தடி உயரமிருந்த சிறிய சதுரத்தின் மூன்று புறங்கள் மறைக்கப்பட்டு, நான்காவதாய், குடிசையைப் பார்த்த திசை மட்டும் சிறிய அறை போல் பாதி திறந்திருந்தது. மூடிய சமையலறையைப் போன்ற தோற்றம். உண்மையில், வெறுமையான இச்சதுரம் வேலிக்கு வெளியே நின்றோரின் பார்வையில் படாமல் பாசறை வீரர்கள் - மண்டியிட வேண்டியிருந்தாலும் - பதுங்கி, எதிரிகளைக் கவனிக்க இடம் கொடுக்கும். தெற்குப் பார்த்த சுவரினின்று *தந்தூர்* என்னும் சிறிய அடுப்பு மேடை நீண்டது. பகைவரது அம்புமழையிலிருந்து காக்க சதுரத்தில் பாதி வரை கூரை வேயப்பட்டு சமையலறை என்ற மாயத் தோற்றத்தை ருசுப்படுத்தியது. சமையலுக்குக் காற்றோட்டம் அளிப்பது போல் தெற்கு, கிழக்கு மற்றும் வட திசை பார்த்த சுவர்களில், உட்புறம் குறுகலாகவும், வெளியில் அகன்றும் ஓட்டைகள் பதிந்திருந்தன. உண்மையில், எதிர்வரும் பகைவர் அறியாமல் ஒற்று பார்ப்பதற்கே இத்துளைகள். சரமும் விடுக்கலாம்.

மண்ணால் ஆன இம்மதிலால் பெரும்படையின் தொடர் தாக்குதலைச் சமாளிக்க முடியாது. ஆயினும், லக்ஷ்மணன் எதிர்பார்த்தது போல், வெட்டிச் சாய்க்கும் எண்ணத்துடன் சிறிய கூலிப்படைகள் வந்தால், காத்துக்கொள்ள உதவும். பாசறையிலுள்ள அனைவருக்குமே கட்டுமானத்தில் பங்கிருந்தாலும், வடிவமைத்தவன் நினைவாய் 'லக்ஷ்மணன் மதில் என மகரந்தன் பட்டமிட்டிருந்தான்.

''ஆமா,'' என்றான் இராமன்.

ஆயுதங்களைத் தயாராக வைத்துக்கொண்டு, மதிலருகே ஓடி அமைதியாகப் பதுங்கினர். காத்திருந்தனர்.

தென்சுவரில் இருந்த ஓட்டை வழியே கண்ணைக் கொட்டிக் கொண்டு வெறித்த லக்ஷ்மணனின் பார்வைக்கு, பத்து பேர் கொண்ட பரிவாரமும், அதை நடத்தி வந்த ஆணும், பெண்ணும் தெரிந்தனர்.

முன்னணியில் இருந்தவன் மத்திம உயரமும் அசாதாரண வெண்சருமமும் கொண்டிருந்தான். போர்வீரனல்ல; ஓட்டத்திற்கே ஏற்பட்டவனென்பதை வெடவெடத்த ஒல்லியான உடற்கட்டு சுட்டிக்காட்டியது. மெல்லிய தோளும், குச்சி குச்சியாய்க் கைகள் பெற்றிருப்பினும், கக்கத்தில் கட்டி வெடித்தது போல், கரங்களை அகட்டியே நடந்தான். மல்யுத்த வீரனின் கட்டுமஸ்தான கைகளைக் கொண்டவனென எண்ணம் போலும். அநேக இந்தியர்களைப் போல் நீண்ட, கரிய முடியைத் தலையின் பின்புறம் கொண்டையாக முடிந்திருந்தான். நன்கு பராமரிக்கப்பட்ட அடர்ந்த தாடி, அதிசயமான ஆழ்ந்த கபில நிறத்திலிருந்தது. சம்பிரதாயமான கபில வண்ண *தோத்தி*யும், அதனின்று சற்றே வெளிறிய நிறத்தில் *அங்கவஸ்திர*மும் தரித்திருந்தான். ஆபரணங்கள் உயர்ரகமென்றாலும், நாசூக்கானவையே: முத்துக் காதணிகள்; மெல்லிய தாமிர கங்கணம். பல நாள் மாற்றுடையின்றிப் பயணம் செய்தவன் போல் கலைந்து காணப்பட்டான்.

அருகே இருந்த பெண்ணிடம் அவன் ஜாடை தென்பட்டாலும் - சகோதரியாக இருக்கலாம் - மயக்கும் அழகுடன் கவர்ந்தாள். ஊர்மிளை போல் உயரம் குறைவென்றாலும், வெண்பனியை ஒத்த நிறம். நியாயமாய் இச்சருமம் சோகை பிடித்த தோற்றத்தை அளித்திருக்கவேண்டும்; இவளோ, கவனம் சிதறடிக்கும் பேரழகுடன் விளங்கினாள். கூர்த்த, சற்றே எடுப்பான நாசியும், உயர்ந்த கன்னக்கதுப்புகளும் பரிஹனோ என்று சந்தேகிக்கத் தோன்றியது. அவர்களைப் போலன்றி தங்க நிறத்தில் அபூர்வமாய் ஒளிர்ந்த கூந்தலின் ஒரு முடி கலையாமல், சிரத்தில் படிந்திருந்தது. கண்களின் கவர்ச்சியை வர்ணிக்க வார்த்தைகளில்லை; காந்தம் போல் கட்டியிழுத்தன. *ஹிரண்யலோம மிலேச்சர்* வகுப்போ? *வடமேற்கே, சிவந்த நிறமும் வெளிறிய கண்களுமாய், ஏறக்குறைய உலகின் பாதி தூரம் கடந்து வாழ்ந்தவர்களின்* வன்முறையும், புரியாத மொழியும், இந்தியாவில் காட்டுமிராண்டிகள்

என்ற பட்டத்தை அவர்களுக்கு வழங்கியிருந்தன. அந்தக் கூட்டத்தைச் சேர்ந்தவளோ? ஆனால், இவள் நிச்சயம் நாகரீகமறியாதவளல்ல. மெல்லிடையாளாய், நாசூக்கும் நேர்த்தியும் கொண்ட சிறிய உடற்கட்டுடன் காட்டுமிராண்டித்தனத்திற்கு நேர்மாறாய் ஜொலித்தாள். மார்பகங்கள் மட்டும் உடலுக்குச் சற்றும் பொருந்தாமல் பெருத்து மதமதர்த்திருந்தன. ஸரயூ நதிப் பிரவாகத்தை வெல்லும் ஜாஜ்வல்யத்துடன் கண்ணைப் பறித்த ஊதா நிற *தோத்தி* இடையிலிருந்து அருவி போல் சரிந்தது. மிகப்பெரும் செல்வந்தர்கள் மட்டுமே தருவிக்கக்கூடிய கீழ்த்தேசத் துணி வகையோ? ஆலிலைபோல் படிந்த வயிறும், கொடியிடையின் வளைவும் நன்கு வெளியாகும்படி *தோத்தி*யைத் தழைத்து நவநாகரீகமாய்க் கட்டியிருந்தாள். *அங்கவஸ்திரம்* மார்பின் குறுக்கே மூடாமல், வேண்டுமென்றே ஒரு தோளினின்று தொங்கியது. படாடோபம் பொங்கி வழிந்த தோற்றத்தை, ஏராள நகைகள் அதிகரித்தன. பொருந்தாத ஒன்றே ஒன்று, இடையில் கட்டியிருந்த கத்தியுறைதான். மொத்தத்தில், தேவதையாய் ஜொலித்தாள்.

சீதாவின் மீது சட்டெனெ ஒரு பார்வை வீசினான் இராமன். ''யாரிவங்க?''

அவள் தோள்களைக் குலுக்கினாள்.

''இலங்கையர்,'' ஜடாயூ கிசுகிசுத்தார்.

சற்று தூரத்தில் பதுங்கியிருந்தவரை நோக்கி இராமன் திரும்பினான். ''நிச்சயம்தானா?''

''ஆம். அவன் ராவணனின் மாற்றாந்தாய் மகன் விபீஷணன்; இளையவன். பெண், மாற்றாந்தாய் மகள் சூர்ப்பநகா.''

''இங்கே என்ன வேலை இவங்களுக்கு?'' சீதா கேட்டாள்.

வந்துகொண்டிருந்த பரிவாரத்தை சுவர் ஓட்டை வழியே ஆராய்ந்த அதுல்யா, இராமனிடம் திரும்பினான். ''போர் புரிய வந்தவர்கள் போல் தெரியவில்லை. பாருங்கள்...'' ஓட்டையைச் சுட்டிக்காட்டினான்.

துளைகளை நோக்கி ஏககாலத்தில் எல்லோரும் நகர்ந்தனர். விபீஷணனுக்கு அருகே நின்ற வீரன், சமாதானத்திற்குரிய வெள்ளைக்கொடியை உயரப் பிடித்திருந்தான். பேச்சு

வார்த்தைக்குத்தான் வந்திருக்கிறார்கள். எதன் பொருட்டு என்பதுதான் மர்மம்.

''ராவணன் நம்மகிட்டே பேச்சுவார்த்தையும் புண்ணாக்கும் நடத்துவானேன்?'' எப்போதும் சந்தேகத்தின் வசப்பட்ட லக்ஷ்மணன் வினவினான்.

''விபீஷணனும், சூர்ப்பநகையும் ராவணனின் கருத்துக்கள் அனைத்துடனும் ஒத்துப்போவதில்லை என்பது எனக்குக் கிடைத்த தகவல்,'' என்றார் ஜடாயு. ''இவர்களை அவனது தூதுவர்களாகக் கருதவேண்டியதில்லை.''

''தங்கள் கருத்துடன் உடன்படாததற்கு மன்னிக்க வேண்டும், ஜடாயு*ஜி*,'' அதுல்யா குறுக்கிட்டான். ''இளவரசர் விபீஷணனோ, இளவரசி சூர்ப்பநகையோ இராவணனை எதிர்த்துச் செயல்படக்கூடியவர்களாக எனக்குத் தோன்றவில்லை. அவன் அனுப்பியே இங்கே வந்திருப்பதாகத்தான் கருதுகிறேன்.''

''மண்டையைப் பிச்சுக்கறதை நிறுத்திட்டு, என்ன, ஏதுன்னு விசாரிப்போமா?'' என்றான் லக்ஷ்மணன். ''அண்ணா?''

மீண்டும் துளைவழியே பார்த்த இராமன், திரும்பி தன் மக்களை ஆராய்ந்தான். ''எல்லோருமே போவோம். அவங்க எசகுபிசகா ஏதாவது செய்யாமத் தடுக்கலாம்.''

''உத்தமமான வார்த்தை,'' என்றார் ஜடாயு.

''வாங்க,'' தன்னால் ஆபத்தில்லை என்று உணர்த்தும் வகையில் வலக்கையை உயர்த்தியவாறு மதிலின் பின்னிருந்து இராமன் வெளிப்பட்டான். மற்றவர்களும் அவனை அடியொற்றி, இராவணனின் மாற்றாந்தாய் மக்களைச் சந்திக்க ஆயத்தமாயினர்.

இராமன், சீதா, லக்ஷ்மணன் மற்றும் வீரர்களைக் கண்ட மாத்திரத்தில் பதற்றத்துடன் நின்றுவிட்ட விபீஷணன், அடுத்து செய்யவேண்டியதை எண்ணிக் குழம்புவது போல் சகோதரியின் பக்கம் ஓரப்பார்வை வீசினான். சூர்ப்பநகைக்கோ, இராமனைத் தவிர எவர் மீதும் கவனமில்லை; சற்றும் கூச்சமின்றி அவனையே வெறித்தாள். ஜடாயுவைப் பார்த்த விபீஷணனின் முகத்தில் சட்டென பரிச்சயம் மின்னி மறைந்தது.

ஜடாயு மற்றும் வீரர்கள் பின்தொடர, இராமன், லக்ஷ்மணன் மற்றும் சீதா முன்னேறினர். காட்டுவாசிகள்

இலங்கையரை நெருங்கியவுடன், நெஞ்சை நிமிர்த்தி, முதுகை விறைப்பாக்கி, தன் முக்கியத்துவத்தை ஏராளமாய் உணர்ந்த பாவனையுடன் விபீஷணன் பேச்சைத் துவக்கினான். "அமைதி நோக்கிலேயே இங்கே வருகை புரிந்தோம், அயோத்ய மன்னா."

"அமைதி எங்களுக்கும் முக்கியம்தான்," இராமன் வலக்கையைத் தாழ்த்த, மற்றவர்களும் அவ்விதமே செய்தனர். 'அயோத்ய மன்னா' என்னும் பட்டத்தை அவன் சட்டை செய்ததாகத் தெரியவில்லை. "எதன் காரணமா இந்த விஜயம், இலங்கை இளவரசே?"

அடையாளம் கண்டுகொள்ளப்பட்டது குறித்து விபீஷணனால் சற்றே அலட்டாமல் இருக்கமுடியவில்லை. "எங்களில் பலர் கற்பனை செய்தது போல் சப்தசிந்துக்கள் அப்படியொன்றும் உலகமறியாதவர்களில்லை போலும்."

மரியாதை நிமித்தம் இராமன் புன்னகைக்க, சூர்ப்பநகையோ, சிறிய ஊதா நிறக் கைக்குட்டையை எடுத்து மூக்கை நாசூக்காக மூடிக்கொண்டாள்.

"அவ்வளவு ஏன், சப்தசிந்து நாகரீகத்தையும், வாழ்க்கை முறையையும் நானே புரிந்துகொண்டு மதிக்கிறேனே," என்றான் விபீஷணன்.

கணவனைச் சூர்ப்பநகை வெட்கமின்றி வெறிப்பதை கழுகு போல் கவனித்தாள் சீதா. இவ்வளவு கிட்டத்தில், அவள் கண்களின் காந்தக் கவர்ச்சிக்கான காரணம் புரிந்தது: பளீர் நீல நிறத்தில் மின்னின. ஹிரண்யலோமன் மிலேச்ச இரத்தம் நிச்சயம் உடம்பில் ஓடத்தான் வேண்டும். எகிப்திற்குக் கிழக்கே நீலக் கண்கள் உடையவர்கள் எவருமில்லை. பஞ்சவடியைச் சூழ்ந்த மண் மற்றும் விலங்கு வாசத்தை மீறிக்கொண்டு அங்கேயிருந்தோரைத் தாக்கிய சூர்ப்பநகையின் வாசனைத் திரவியத்தின் வீர்ய மணம் அவளுக்கு மட்டும் பலிக்கவில்லை போலும்; நாற்றம் சகிக்க இயலாமல், இன்னமும் கைக்குட்டையை மூக்கருகே பிடித்திருந்தாள்.

"எங்களுடைய எளிய இல்லத்துக்குள்ளே வரலாமே?" குடிசையைக் காட்டினான் இராமன்.

"பரவாயில்லை, வேண்டாம், அரசே," என்றான் விபீஷணன். "இங்கேயே சௌகர்யமாய்த்தான் இருக்கிறது."

ஜடாயூவின் இருப்பு அவனை அசைத்துவிட்ட நிலையில், இருண்ட குடிசைக்குள் மேலும் இருக்கக்கூடிய ஆச்சர்யங்களைப் பேச்சுவார்த்தை முடியாமல் எதிர்கொள்ள அவன் தயாராக இல்லை. என்ன இருந்தாலும், சப்தசிந்துவின் எதிரியின் சகோதரனல்லவா? திறந்தவெளியில் இருப்பதுதான் இப்போதைக்குப் பாதுகாப்பு.

''உங்க இஷ்டம்,'' என்றான் இராமன். ''ஸ்வர்ணபூமியான இலங்கையின் இளவரசர் இங்கே வருகை புரியும் பாக்கியத்தை எங்களுக்கு அளிக்கக் காரணம்?''

''தங்களிடம் அடைக்கலம் கேட்கவே வந்தோம்...'' போதையேற்றும் மதலை மொழியில் கொஞ்சினாள் சூர்ப்பநகா. ''... ஆணழகா.''

''புரியலை,'' அறிமுகமில்லாத பெண்ணொருத்தி தன் தோற்றத்தைப் புகழ்வது கேட்டு கண நேரம் தடுமாறினான் இராமன். ''உங்களுக்கு நாங்க என்ன உதவி செய்யமுடியும்னு ...''

''வேறெங்கு போவது, பேரருளாளா?'' விபீஷணன் கேட்டான். ''ராவணனின் உடன்பிறந்தோராகிய எங்களை சப்தசிந்துவில் ஒரு நாளும் ஏற்கமாட்டார்கள். அதே சமயம், தங்களை மறுதளிக்கக்கூடியவர்கள் இங்கே அதிகம் இல்லை என்பதை அறிவோம். ராவணனுடைய கொடூர ஆதிக்கத்தை நானும் என் சகோதரியும் தேவைக்கதிகமாகவே அனுபவித்துவிட்டோம். தப்பிக்கவேண்டியதும் அவசியமாகிவிட்டது.''

யோசனையிலாழ்ந்த இராமன், அமைதி காத்தான்.

''அயோத்ய வேந்தே,'' விபீஷணன் தொடர்ந்தான். ''இலங்கையைச் சேர்ந்தவனாக இருந்தாலும், நானும் உங்களில் ஒருவன் போலத்தான். உங்கள் வழிகளை மதிக்கிறேன்; பின்பற்றுகிறேன். மற்ற இலங்கையர் போல் ராவணனது செல்வத்தினால் குருடாகி, அரக்கப் பாதையில் நடப்பவனல்ல. சூர்ப்பநகையும் என்னைப் போலத்தான். எங்களிடத்திலும் தங்களுக்குக் கடமை உண்டல்லவா?''

''பழங்காலத்துலே ஒரு கவிஞர் சொன்னார்,'' சீதா இடைவெட்டினாள். ''கோடரி காட்டுக்குள்ளே வந்ததும், மரங்கள்ளாம் ஒண்ணுக்கொண்ணு பேசிக்கிச்சாம்: பயப்படாதீங்க: கோடரிக்காம்பு நம்மைச் சேர்ந்ததுன்னு.'''

''அடடே,'' சூர்ப்பநகை கொக்கரித்தாள். ''அசகாய ரகுவம்சத் தோன்றலின் முடிவுகளையெல்லாம் பெண்டாட்டிதான் எடுக்கிறாற் போலிருக்கிறது?''

அவள் கையை விபீஷணன் லேசாய்ப் பற்ற, மௌனமானாள்.

''அரசி சீதா ஒன்றைக் கவனிக்க வேண்டும்,'' என்றான். ''கோடரிக்காம்புகள் மட்டும்தான் இங்கே விஜயம் செய்திருக்கின்றன. தலை இலங்கையில்தான் இருக்கிறது. நாங்கள் உங்களையொத்தவர்களே. தயவு செய்ய வேண்டும்.''

சூர்ப்பநகை ஜடாயூவின் பக்கம் திரும்பினாள். வழக்கம் போல், அங்கிருந்த ஒவ்வொரு ஆணின் கவனமும் - இராமலக்ஷ்மணர்களைத் தவிர - அவள் மீதே தீவிரமாய் நிலைத்திருந்ததைக் கவனிக்காதவளா? ''மலயபுத்ரப் பெருவீரரே, எங்களுக்கு அடைக்கலம் கொடுப்பதனால் நன்மை உங்களுக்கே என்பதை அறியமாட்டீர்களா? தாங்கள் அறிந்ததைவிட இலங்கையைப் பற்றி நாங்கள் அதிகம் தெரிவிக்கமுடியும். உங்களுக்கும் ஏராளமாய்த் தங்கம் கிடைக்கும்.''

''நாங்கள் பிரபு பரசுராமரின் பக்தர்கள்!'' ஜடாயூ சட்டென விடைத்தார். ''தங்கத்தின் மீது எங்களுக்குப் பற்றில்லை.''

''ஆமாமாம்,'' சூர்ப்பநகையின் குரலில் ஏளனம்.

''அறிவிற் சிறந்த லக்ஷ்மணர்தான் தமையன் மனதை மாற்ற வேண்டும்,'' வேண்டுகோளை இப்போது தம்பியிடம் வைத்தான் விபீஷணன். ''நீங்கள் திரும்பியதும் சந்திக்கப்போகும் யுத்தத்தில் நாங்கள் பேருதவியாக இருப்போம் என்பதை ஒப்புக்கொள்வீரல்லவா?''

''ஒப்புக்கலாம், இலங்கை இளவரசே,'' லக்ஷ்மணன் புன்னகைத்தான். ''ஆனா, ரெண்டு பேருடைய கணிப்பும் தவறாயிருக்கும்.''

தலைகுனிந்து பெருமூச்செறிந்தான் விபீஷணன்.

''இளவரசர் என்னை மன்னிக்கணும்,'' என்றான் இராமன். ''ஆனா -''

''தசரதபுத்ரா,'' விபீஷணன் இடைமறித்தான். ''மிதிலாப் போரை நினைவு கூரவேண்டும். என் சகோதரன் ராவணன்

தங்கள் பகைவன். எனக்கும் பகைவனே. நமக்குள் நட்பு துளிர்க்க இது போதாதா?''

இராமன் மௌனம் சாதித்தான்.

''இலங்கையினின்று தப்பிக்கும் முயற்சியில் நாங்கள் சந்தித்த ஆபத்துக்கள் எத்தனையோ. விருந்தாளிகளாகவாவது இங்கே தங்க அனுமதிக்கமாட்டீர்களா? சில நாட்களில் கிளம்பிவிடுவோம். *தைத்ரேய உபநிஷதம்* என்ன சொல்கிறது? ''*அதிதி தேவோ பவ.*'' பலவீனர்களை பலவான்கள்தான் காக்கவேண்டுமென எத்தனையோ *ஸ்ம்ருதி*க்கள் சொல்கின்றன. சில தினங்கள் தங்க இடம் தேடுகிறோம். அவ்வளவே.''

சீதா இராமனைப் பார்த்தாள். விவாதத்தில் சட்டம் நுழைந்துவிட்டது; நடக்கப்போவதை அவள் அறியாமலில்லை. இனி இராமன் அவர்களை வெளியேற்றமாட்டான்.

''சில நாட்கள் மட்டும்தான்,'' விபீஷணன் கெஞ்சினான். ''கருணை புரியுங்கள்.''

''தங்கலாம்,'' அவன் தோளைத் தொட்டான் இராமன். ''கொஞ்சம் ஓய்வெடுத்துக்கிட்ட பிறகு பயணத்தைத் தொடருங்க.''

கைகளைக் குவித்து வணங்கினான் விபீஷணன். ''ரகுகுலப் புகழ் ஓங்குக.''

''அந்தக் கொழுப்பெடுத்த அரசகுமாரிக்கு உங்க மேல ஒரு கண்ணுன்னு நினைக்கறேன்,'' என்றாள் சீதா.

நான்காம் *ப்ரஹா*ரின் இரண்டாம் மணியில் இரவு உணவு முடிந்து அறையில் தனியாக அமர்ந்திருந்தனர் கணவனும் மனைவியும். அன்று சீதாவின் சமையலை ஓயாமல் குற்றம் கூறிச் சூர்ப்பநகை சலிக்க, 'பிடிக்கவில்லையென்றால் பட்டினி கிடக்கலாம்' எனச் சீதா கைகழுவிவிட்டாள்.

இது என்ன பைத்தியக்காரத்தனம் என்ற பார்வையுடன் இராமன் தலையைக் குலுக்கிக்கொண்டான். ''அது எப்படி, சீதா? எனக்குக் கல்யாணமாகிடுச்சுன்னு அவளுக்குத் தெரியும். என்கிட்டே என்ன கவர்ச்சி இருக்கமுடியும்?''

இக்ஷ்வாகு குலத்தோன்றல் 381

வைக்கோல் படுக்கையில் அவனருகே சாய்ந்தாள் அவள். ''நீங்க நினைக்கறதை விடக் வசீகரமா இருக்கீங்கங்கிறதை உணரத்தான் வேணும்.''

''பேத்தல்,'' புருவம் சுருக்கின இராமன் சிரித்தான்.

சீதாவும் சிரித்துவிட்டு, இரு கைகளால் அவனுக்கு மாலையிட்டாள்.

பஞ்சவடிக்கு விருந்தினர் வந்திறங்கி ஏறக்குறைய ஒரு வாரம் கழிந்த நிலையில், இலங்கை இளவரசியைத் தவிர்த்து யாராலும் பிரச்சனையில்லை என்றே சொல்லவேண்டும். எப்படியிருப்பினும், லக்ஷ்மணனும் ஜடாயூவும் சந்தேகத்தைக் கைவிடுவதாக இல்லை. புதுவரவுகளின் ஆயுதங்களை முதல் நாளே பறித்துப் பாசறையின் ஆயுதக் கிடங்கில் பத்திரப்படுத்தியதல்லாமல், வெளிப்பார்வைக்குத் தெரியாதவண்ணம், இருபத்து நான்கு மணி நேரமும் முறைபோட்டுக் கொண்டு விருந்தினரைத் தீவிரக் கண்காணிப்பிற்கு உட்படுத்தினர்.

வாளும் எச்சரிக்கைச் சங்குமாய் முந்தைய இரவு விழித்தேயிருந்த லக்ஷ்மணன், களைப்பில் காலை முழுவதையும் உறக்கத்தில் கழித்தான். மதியம் எழுந்தபோது, பாசறையே விசித்திரப் பதற்றத்தில் ஆழ்ந்திருந்ததைக் கவனித்தான்.

குடிசையினின்று வெளிவந்தபோது, ஜடாயூ மற்றும் மலயபுத்ரர்கள் இலங்கையரின் ஆயுதங்களுடன் கிடங்கிலிருந்து வருவதைக் கண்டான். விபீஷணன் மற்றும் குழுவினர் கிளம்ப ஆயத்தமாய் நின்றனர். ஆயுதங்களைப் பெற்றுக்கொண்டவர்கள், சூர்ப்பநகைக்காகக் காத்திருந்தனர். கோதாவரியில் குளித்துத் தயாராக விரும்பியவள் கூந்தல் மற்றும் ஆடையலங்காரத்திற்கு சீதாவின் உதவியை நாட, எளிய காட்டுக் குடியிருப்பிற்குப் பொருந்தாத எதையெதையோ வேண்டி அடம் செய்த பிடிவாதக்காரியை ஒருவழியாகப் பிரியப்போகும் சந்தோஷத்தில் சீதாவும் இக்கடைசி கோரிக்கையை ஆர்வமாய் ஏற்று, உடன் சென்றாள்.

''உதவிகளனைத்திற்கும் நன்றி, இளவரசே,'' என்றான் விபீஷணன்.

"பாக்கியம் எங்களுதுதான்."

"நாங்கள் பயணப்படும் இடம் குறித்து தாங்களும், தங்களைச் சேர்ந்தவர்களும் எவரிடமும் சொல்ல வேண்டாமெனக் கேட்டுக்கொள்கிறேன்."

"நிச்சயம்."

"நன்றி," கரம் கூப்பினான் விபீஷணன்.

அடர்ந்த மரவரிசையைத் தாண்டி, கோதாவரியிருந்த திசையைப் பார்த்தான் இராமன். இதோ, எந்த நிமிடமும் மனைவி சீதாவும், விபீஷணன் தங்கை சூர்ப்பநகையும் வெளிவரக்கூடும்.

பதிலாய், 'ஓ'வென்று பெண்ணின் கூச்சல் காட்டினின்று வெளிப்பட்டது. 'விருட்'டென ஒருவரையொருவர் பார்த்துக்கொண்ட இராமலக்ஷ்மணர்கள், சப்தம் வந்த திசைநோக்கி விரைந்தனர். உயரமும், இராஜகம்பீரமும் பொருந்திய சீதா ஈரம் சொட்டச் சொட்ட, ஆவேசமாய்க் காட்டுக்குள்ளிருந்து வெளிவந்ததைக் கண்டு திகைத்து நின்றனர். விடுபடப் போராடிய சூர்ப்பநகையை கருணையின்றித் தரதரவென இழுத்துவந்தாள். இலங்கை இளவரசியின் கைகள் நன்கு கட்டப்பட்டிருந்தன.

உடனடியாக வாளை லக்ஷ்மணன் உருவ, மற்றவர்களும் அவனைப் பின்பற்றினர். முதலில் பேசியது அயோத்யாவின் இளையகுமாரனே. "என்னதான் நடக்குது இங்கே?" குற்றச்சாட்டுடன் விபீஷணனை முறைத்தான்.

இரு பெண்களிடமிருந்தும் கண்களை அகற்றமுடியாமல் உண்மையான அதிர்ச்சியுடன் ஸ்தம்பித்த விபீஷணன், விரைவில் சுய உணர்வு அடைந்தான். "உங்கள் அண்ணி என் சகோதரியை என்ன செய்துகொண்டிருக்கிறாள்? சூர்ப்பநகையை அவள்தான் தாக்கியிருக்கிறாள் என்பது புரியவில்லையா?"

"போதும் நாடகம்!" லக்ஷ்மணன் கத்தினான். "உன் சகோதரி தாக்காம அண்ணி இப்படி செஞ்சிருக்க வேமாட்டாங்க."

வட்டமாய் நின்றவர்களின் நடுவே வந்து சூர்ப்பநகையை விடுவித்தாள் சீதா. ஆத்திரத்தின் உச்சியில் இருந்த இலங்கை இளவரசி சுயகட்டுப்பாட்டையும் இழந்திருந்ததில் சந்தேகமில்லை. உடனடியாக அவளருகே ஓடிய விபீஷணன்

கத்தியை உருவிக் கயிறுகளை அறுத்து விடுவித்து, காதில் என்னவோ முணுமுணுத்தான். என்னவென்று லக்ஷ்மணனுக்குச் சரியாக விளங்கவில்லையென்றாலும், ''வாயை மூடு,'' என்பது போல் தோன்றியது.

கையிலிருந்த மூலிகைகளை நீட்டியபடி இராமனிடம் திரும்பி, சூர்ப்பநகையை நோக்கிச் சைகை செய்தாள் சீதா. ''அந்தத் திமிர் பிடிச்ச இலங்கைக்காரி செஞ்ச காரியம் தெரியுமா? இதை என் வாயிலே திணிச்சு, நதியிலே தள்ளிவிட்டுட்டா!''

இராமன் அவற்றை அடையாளம் கண்டுகொண்டான். அறுவை சிகிச்சைக்கு முன், நோயாளிகள் மயக்கமடையக் கொடுக்கும் மூலிகைகள். விபீஷணனை வெறித்தவனின் சிவந்த கண்களில் அனல் பறந்தது. 'என்ன நடக்குது இங்கே?''

உடனடியாக எழுந்த இலங்கை இளவரசன் சமாதானம் கோருவது போல் பம்மினான். ''ஏதோ அனர்த்தம் விளைந்திருக்கிறது. இப்படிப்பட்ட காரியத்தை என் சகோதரி ஒரு நாளும் செய்திருக்கமாட்டாள்.''

''அவ என்னைத் தண்ணியிலே தள்ளிவிட்டதா கற்பனை செஞ்சுக்கிட்டேன்னு சொல்றீங்களா?'' சீதா ஆக்ரோஷமாய்க் கேட்டாள்.

எழுந்து நின்ற சூர்ப்பநகையை வெறித்த விபீஷணன், அமைதியாயிருக்கும்படிக் கெஞ்சுவதாகத் தோன்றிற்று. அச்சங்கேதச் செய்தி அவளைச் சேரவில்லையென்பதும் தெளிவாயிற்று.

''பொய்!'' சூர்ப்பநகை க்றீச்சிட்டாள். ''இப்படியெதுவுமே நான் செய்யவில்லை!''

''அப்போ நான் பொய் சொல்றேங்கறியா?'' சீதா உறுமினாள்.

கண் சிமிட்டும் நேரத்தில் அப்போது நிகழ்ந்ததை யாருமே எதிர்பார்க்கவில்லை. பயங்கர வேகத்துடன் பக்கத்தில் செருகியிருந்த கத்தியை உருவினாள் சூர்ப்பநகா. சீதாவின் அருகே நின்ற லக்ஷ்மணன் அவளது துரித அசைவைக் கவனித்துப் பதற்றம் நிறைந்த அலறலுடன் பாய்ந்தான். ''அண்ணீ!''

கத்தியின் வீச்சைத் தவிர்க்க எதிர்த்திசையில் வேகமாய் நகர்ந்தாள் சீதா. அந்த ஒரு நொடிக்குள்,

முன்னேறிக்கொண்டிருந்த சூர்ப்பநகையின் மீது மோதிய லக்ஷ்மணன், இரு கையால் பலம்கொண்ட மட்டும் அவளைத் தள்ளினான். மெல்லியலாளான இலங்கை இளவரசி ஏறக்குறைய பறந்து சென்று, பின்னால் பேயறைந்தது போல் நின்ற இலங்கை வீரர்களின் மீது சாய, கையிலிருந்த கத்தி அவள் முகத்தையே தாக்கியது; நீள்வாக்கில் பட்டு, மூக்கில் ஆழமாய் இறங்கியது. தரையில் விழுந்தவளுக்குச் சற்று நேரம் அதிர்ச்சியில் வலி மரத்துப் போக, கத்தி கையினின்று நழுவியது. இரத்தம் குபுகுபுவெனப் பொங்கி பெருகிய நொடியில் மூளை ஒருவழியாக விழித்தது; நிகழ்ந்ததன் பயங்கரம் உடலையும் மனதையும் உலுக்கியது. முகத்தைத் தொட்டு, இரத்தம் தோய்ந்த கைகளைப் பார்த்துக்கொண்டாள் சூர்ப்பநகா. வதனம் முழுதும் கொடூரத் தழும்புகள் நின்றுவிடும் என்பதை உணர்ந்தவளுக்கு, அவற்றை நீக்க வலி நிறைந்த அறுவை சிகிச்சை தேவைப்படும் என்பதும் புரிந்தது.

காட்டுமிராண்டித்தனமாய் க்றீச்சிட்டபடி இம்முறை லக்ஷ்மணன் மீது பாய்ந்தாள். சுய உணர்வு பெற்ற விபீஷணன், ஓடிச்சென்று பித்துப்பிடித்த சகோதரியைப் பற்றிக்கொண்டான்.

''கொல், அவர்களை!'' வலியில் துடித்தாள் சூர்ப்பநகை. ''அத்தனை பேரையும் வெட்டு!''

''பொறு!'' பீதியும் கலவரமுமாய்க் கெஞ்சினான் விபீஷணன். தங்களிடம் ஆள் பலம் போதாதென்பதை அறிந்தவனுக்கு, மரணத்தைத் தழுவும் உத்தேசம் சிறிதும் இல்லை. சாவை விடவும் அவன் பயந்த வேறொன்று இருந்தது. ''பொறு!''

தன் மக்கள் பொறுமை காக்கவும், அதே சமயம் ஆயத்தமாகவும் இருக்க வேண்டி இடது கையை முஷ்டியாக்கி உயர்த்தினான் இராமன். ''இப்பவே நீங்க கிளம்பிடறது உத்தமம், இளவரசே. இல்லைன்னா உங்க நிலைமை கவலைக்கிடம்.''

''நம் ஆணைகளை மறந்து தொலை!'' சூர்ப்பநகை அலறினாள். ''அவர்களெல்லொரையும் வெட்டிப் போடு!''

விடுபடப் போராடிய சகோதரியைக் கட்டுப்படுத்த முயன்றவாறு ஸ்தம்பித்து நின்ற விபீஷணனை ஏறிட்டான் இராமன். ''இப்பவே கிளம்புங்க, இளவரசே.''

''பின்வாங்குங்கள்,'' விபீஷணன் கிசுகிசுத்தான்.

காட்டுவாசிகள் புறம் வாட்களை இன்னமும் நீட்டியவாறு, வீரர்கள் பின்னடைந்தனர்.

''அவர்களைக் கொல், கோழையே!'' சூர்ப்பநகை சகோதரன் மீது பாய்ந்தாள். ''உன் உடன்பிறந்தவளில்லையா நான்? எனக்காகப் பழிவாங்கு!''

அலைமோதியவளை இழுத்துக்கொண்டு, இராமனிடமிருந்து திடீர் அசைவுகளைப் பதற்றத்துடன் எதிர்பார்த்தபடி நடந்தான் விபீஷணன்.

''அவர்களைக் கொல்!'' சூர்ப்பநகை கூவினாள்.

இன்னமும் போராடிய சகோதரியைத் தரதரவென விபீஷணன் இழுத்துச் செல்ல, இலங்கையர் பாசறையை விடுத்து பஞ்சவடியினின்று தப்பி ஓடினர்.

இராமலக்ஷ்மணர்களும் சீதாவும் ஆணியறைந்தாற்போல் நின்றனர். எப்படி பார்த்தாலும், நடந்த சம்பவம் பேரிடி.

''இனிமேல் இங்கே தாமதிப்பது நடக்காத காரியம்,'' உள்ளங்கை நெல்லிக்கனியான விஷயத்தை ஜடாயூ எடுத்துரைத்தார். ''வேறு வழியில்லை. இப்போதே தப்பித்தாகவேண்டும்.''

இராமன் ஜடாயூவை ஏறிட்டான்.

''கலகக்காரர்கள் என்றாலும், நாம் சிந்தியது அரசகுல இரத்தம்,'' என்றார் ஜடாயூ. ''அவர்களது இராஜரீதியின்படி, ராவணன் நடவடிக்கை எடுத்தேயாகவேண்டும். அநேக சப்தசிந்து அரசகுலத்தாரின் மரபும் இதுதானே? சந்தேகம் வேண்டாம்; ராவணன் வருவான். விபீஷணன் கோழையாயிருக்கலாம்; ராவணனோ, கும்பகர்ணனோ அல்ல. ஆயிரக்கணக்கான வீரர்களுடன் படையெடுப்பார்கள். மிதிலாவை விட நிலைமை மோசமாயிருக்கும். அங்கே நிகழ்ந்தது வீரர்களுக்கிடையிலான மோதல்; போரின் அங்கம். ஆதலால், ஏற்கக்கூடிய விஷயம். இப்போது நிலைமை வேறு. அவனது குடும்பத்தைச் சேர்ந்தவள், அவனது தங்கை, அவமானப்படுத்தப்பட்டிருக்கிறாள். இரத்தம் சிந்தப்பட்டுவிட்டது. கௌரவத்திற்கேற்பட்ட இழுக்கிற்குப் நிச்சயம் பிராயச்சித்தம் எதிர்பார்ப்பான்.''

''நான் எதுவும் செய்யலை,'' லக்ஷ்மணன் விறைத்துக்கொண்டான். ''அவதான் -''

''அவ்விதம் ராவணனுக்குத் தோன்றப்போவதில்லை,'' ஜடாயூ இடைமறித்தார். ''சம்பவத்தின் நியாய அநியாயங்களை அவன் அலசி ஆராயப்போவதில்லை. தப்ப வேண்டும். இப்போதே.''

சுமார் முப்பது வீரர்கள் காட்டின் ஒரு சிறிய திறந்தவெளியில் ஒன்றாய் அமர்ந்து உணவை வாயில் அள்ளிப் போட்டுக்கொண்டிருந்தனர். அதி அவசரத்தில் இருந்ததாகக் காணப்பட்டவர்கள், ஒரே போல் உடையணிந்திருந்தனர்: கபிலமும் கறுப்புமாய் நீண்ட அங்கி; அதை இடுப்பில் கட்ட தடிமனான நாடாக்கயறு. தரித்திருந்த வாளை அங்கிகள் மறைக்கவியலவில்லை. இந்தியாவின் சமவெளிகளுக்குச் சம்பந்தமில்லாத வெண்மை நிறம் கொண்டிருந்தனர். கொக்கி போன்ற மூக்கு; மணிகள் கோர்த்த முழுதாடிகள்; கூர்மையான நெற்றி, சதுர வெள்ளைத் தொப்பிகளினின்று வெளியேறிய நீண்ட குழல்கள், தொங்கும் மீசை என அனைத்தும் அவர்களது அடையாளங்களைச் சந்தேகத்திற்கிடமின்றிப் பறைசாற்றின: பரிஹர்கள்.

இந்தியாவின் மேற்கு எல்லைக்கப்பால் இருந்த அதிசய தேசம், பரிஹா. முந்தைய மகாதேவரான ருத்ரபகவானின் பூமி.

நாகா என சந்தேகத்திற்கிடமின்றி தெரிந்த இந்த விசித்திரக் குழுவின் தலைவரே, மிகப் புதிரானவராகவும் தோன்றினார். பரிஹர்களைப் போல் இவரும் வெள்ளைத் தோல் கொண்டிருந்தாலும், மற்ற அனைத்திலும் வேறுபட்டார். இந்தியர்களையொத்து, அதாவது *தோத்தி*யும் *அங்கவஸ்திர*மும் - இரண்டுமே காவி நிறம் - அணிந்திருந்தார். வால் போல் அடிமுதுகில் வளர்ந்திருந்த சதை பிரத்யேக உணர்ச்சி கொண்டது போல் சீரான கதியில் அசைந்துகொண்டிருந்தது. உடலெங்கும் முடி நிறைந்த பரிஹர்களின் தலைவரான நாகா, மிக உயரமாயிருந்தார். அசாத்திய ஆகிருதியும், உருண்டு திரண்ட தசைகளும் பிரமிக்கக்கூடிய - ஏன், தெய்வீகத்தை உருப்படுத்தும் - தோற்றத்தை ஏற்படுத்தின. வெறுங்கையால் சாதாரணர்களின் முதுகை உடைக்கக்கூடியவர் போலும். பிற நாகர்களைப்

போல், முகத்தை முகமூடியாலோ, உடலை அங்கியாலோ மறைக்கவில்லை.

''சீக்கிரம் கிளம்பவேண்டும்,'' என்றார்.

சப்பையான மூக்கு, முகத்தில் அமுங்கியிருந்தது. தாடியும், முகத்தில் வளர்ந்திருந்த முடியும் சிரத்தைச் சுற்றி நேர்த்தியாய் ஷவரம் செய்யப்பட்டிருந்தன. என்ன விசித்திரம்! வாயின் மேலும் கீழும் இருந்த பகுதிகள் பட்டின் மென்மையொத்து வழவழப்பாய், மயிரற்றிருந்தது மட்டுமன்றி சற்றே உப்பலாய், லேசான ரோஜா வண்ணம் பெற்றிருந்தன. சட்டெனப் புலப்படாத மெல்லிய கோடுகளாய் உதடுகள். வில் போல் வளைந்த அடர்ந்த புருவங்களின் கீழிருந்த கண்களில் அறிவாற்றலும், ஆழ்ந்த நிதானமும் பளிச்சிட்டாலும், தேவைப்பட்டால் கொடூர வன்முறைக்கும் வித்திடக்கூடியவை எனச் சுட்டிக்காட்டின. முடிச்சிட்ட புருவங்கள், அறிவிற்சிறந்த ஞானியின் தோற்றத்தை இயற்கையில் அளித்தன. பரம்பொருள், குரங்கின் தலையை எடுத்து மனிதனின் கழுத்தில் வைத்துவிட்டது போலும்.

''ஆம், பிரபு,'' என்றான் ஒரு பரிஹன். ''இன்னும் சில நிமிடங்கள் அவகாசம் கொடுத்தீர்களானால்... வீரர்கள் தொடர்ந்து பயணித்திருப்பதால், சற்று ஓய்வு...''

''ஓய்விற்கு இப்போது நேரமில்லை!'' சீறினார் தலைவர். ''குரு வஸிஷ்டருக்கு வாக்களித்திருக்கிறேன்! நமக்கு முன் ராவணன் அவர்களை அடையக்கூடாது! இப்போதே நாம் அவர்களை கண்டுபிடித்தாக வேண்டும்! ஆட்களை விரையச் சொல்!''

உத்தரவை நிறைவேற்ற ஓடினான் பரிஹன். உணவை முடித்துக்கொண்ட இன்னொருவன், எழுந்து நாகாவை அடைந்தான். ''நம் வீரர்களுக்கும் தெரியவேண்டும், பிரபு: முக்கியஸ்தர் யார்?''

தலைவர் சற்றும் தயங்கவில்லை. ''இருவரும். இரண்டு பேருமே முக்கியம்தான். மலயபுத்ரர்களுக்கு இளவரசி சீதா என்றால், நமக்கு இளவரசர் ராமர்.''

''உத்தரவு, பிரபு அனுமான்.''

ஆயிற்று; அவர்கள் ஓட்டமெடுத்து முப்பது நாட்கள் கடந்துவிட்டன. தண்டகாரண்யத்தில் கிழக்கைக் குறி வைத்து, யார் பார்வையிலும் படாமல், மோப்பம் பிடிக்கப்படாமல் கோதாவரியை ஒட்டியே வந்தாயிற்று. அதே சமயம், வேட்டைக்கான நல்ல சந்தர்ப்பங்கள் வேண்டுமென்றால் கிளை நதிகள் மற்று பிற நீர்ப்பரப்புகளினின்று அதிகம் விலகமுடியாது.

அப்போதுதான் மான் ஒன்றை வேட்டையாடிக்கொண்டு, அடர்ந்த வனத்தினூடே தற்காலிகப் பாசறை நோக்கிச் சென்றுகொண்டிருந்தனர் இராமலக்ஷ்மணர்கள். நீண்ட கழியின் முன்பகுதியைத் தாங்கி இராமன் முன்னால் செல்ல, பின்பகுதியை லக்ஷ்மணன் ஏந்தி நடந்தான். கழியிலிருந்து மானின் சடலம் தொங்கியது.

"தெரியாமத்தான் கேக்கறேன்; பரதன் அண்ணாதான் காரணம்னு நம்பறதுல உனக்கு என்ன அவ்வளவு -"

"ஷ்," லக்ஷ்மணன் மௌனமாகும்படி இராமன் கையுயர்த்தினான். "கேக்குதா?"

லக்ஷ்மணன் காதுகளைத் தீட்டிக்கொண்டான். முதுகுத்தண்டில் சட்டென சில்லிட்டது. அவனை நோக்கித் திரும்பிய இராமனின் முகம் கலவரத்தில் வெளிறியிருந்தது. அதோ! இருவருக்குமே நன்கு கேட்டது. *காதைக் கிழிக்கும் ஒரு அலறல்!* சீதா - சீதாதான். வெகு தூரம் என்பதால் அவளது ஆவேசப் போராட்டத்தின் தாக்கம் சரியாக விளங்கவில்லை - ஆனால், சீதாதான். கணவனை அழைக்கிறாள்.

மானை அப்படியே போட்டுவிட்டு இராமனும் லக்ஷ்மணனும் தெறிகெட்டு ஓடினர். அவர்கள் அமைத்திருந்த தற்காலிக பாசறை இன்னும் சற்று தூரத்தில் இருந்தது.

சடபடவென்று மிரண்டு பறந்த பறவைகளின் கூச்சல்களினூடே, சீதையின் பீதி நிறைந்த குரலும் எழுந்தது.

"... ராமா ஆ ஆ ஆ!"

உலோகமும் உலோகமும் ஒன்றோடொன்று 'க்ளாங் க்ளாங்'கென்று மோதும் ஓசை கேட்குமளவு நெருங்கிவிட்டனர்.

"சீதா ஆ ஆ ஆ!" வனத்தினூடே காற்றாய்ப் பறந்தான் இராமன்.

இக்ஷ்வாகு குலத்தோன்றல் 389

போருக்குத் தயாராய் லக்ஷ்மணன் வாளை உருவினான்.

" ... ராமாஆஆ!"

"அவளை விடுங்க!" அடர்ந்து வளர்ந்து வழிமறித்த காட்டுச்செடிகளை வெட்டி வீழ்த்தியபடி தடதடத்தான் இராமன்.

"ராமாஆஆ!"

பாசறை இன்னும் சில நிமிட தூரம்தான். இராமன் வில்லை இறுக்கிக்கொண்டான். "சீதாஆஆ!"

" ... ரா ..."

சீதையின் குரல் வெட்டுண்டது. ஐயோ, என்ன நடந்திருக்கும்? இதயம் பயத்தில் விட்டுவிட்டுத் துடிக்க - *நினைக்காதே, மோசமானதையெல்லாம் கற்பனை செய்யாதே!* - கவலையும் கலவரமும் மனதை மூட, உள்ளுக்குள் ஜபித்துக்கொண்டு ஓடினான் இராமன்.

வம்ப்ஃ, வம்ப்ஃ! அதோ, வானூர்தியின் சுழல்-தகடுகளின் பெருத்த ஓசை! இதே சப்தத்தை முன்னமேயே கேட்டிருந்ததால், நன்கு அடையாளம் தெரிந்தது. இராவணனின் பெயர் பெற்ற *பறக்கும் ஊர்தி* - *புஷ்பக விமானம்*.

"இல்லை!" வில்லை விருட்டென முன்னே கொணர்ந்தவாறு இராமன் அலறினான். கன்னங்களில் கரகரவென கண்ணீர் வழிந்தது.

தற்காலிகமாய்க் கூடாரம் அமைத்திருந்த திறந்த வெளிக்குள் தடேரென இருவரும் நுழைந்தனர். அந்த இடமே அலங்கோலமாயிருந்தது. எங்கும் இரத்தக்களரி.

"சீதாஆஆ!"

அண்ணாந்து பார்த்த இராமன், வானில் வெகுவேகமாய் உயர்ந்து கொண்டிருந்த *புஷ்பக விமானத்தை* நோக்கி அம்பெய்தினான். எல்லை மீறிய ஆத்திரத்தால், இயலாமையால் விளைந்த செயல். எட்டா உயரத்தை விமானம் அடைந்துவிட்டதால், எய்த அம்பிற்குப் பலனில்லை.

"சீதாஆஆ!"

அவசரமும் ஆவேசமுமாய் பாசறையைச் சலித்தான் லக்ஷ்மணன். படைவீரர்களின் சடலங்கள் இரத்தவெள்ளத்தில் மிதந்தன; சீதா மட்டும் இல்லை.

"இள ...வரசே ... ராமா ..."

பலவீனமான அந்தக் குரல் இராமனுக்கு நொடியில் அடையாளம் தெரிந்தது. முன்னே விரைந்து வந்தவன், இரத்தவிளாராய் அடித்து நொறுக்கப்பட்ட நாகாவின் உடலைக் கண்டான்.

"ஜடாயூ!"

மிக மோசமாக காயம்பட்டிருந்தவர், பேச முயற்சித்தார். "அவன் ..."

"என்ன?"

"ராவணன் ... அவளைக் ... கடத்திச் சென்றுவிட்டான்."

வெகுவேகமாய் ஆகாயத்தில் மறைந்து புள்ளியாகிவிட்ட வானூர்தியை இராமன் அண்ணாந்து பார்த்த பார்வையில் ரௌத்திரம் தெறித்தது.

"சீதாஆஆஆ!"

"இளவரசே ..."

உயிர்ச்சக்தி சிறுகச் சிறுக மங்குவதை ஜடாயூவால் உணரமுடிந்தது. எஞ்சியிருந்த பலமத்தனையும் கடைசிமுயற்சியாய்த் திரட்டி, சற்றே எழும்பி, கை நீட்டி இராமனை அருகே இழுத்தார்.

"அவளை ... மீட்டு ... வாருங்கள் ..." மரணத் தறுவாயில் ஜடாயூவின் உதடுகள் முணுமுணுத்தன. "நான் ... தோற்றேன் ... அவள் முக்கியம் ... சீதா தேவி காக்கப்படவேண்டும் ... சீதா தேவியை மீட்கவேண்டும் ... விஷ்ணு ... சீதா தேவி ..."

... தொடரும்.

அமீஷின் பிற நூல்கள்

சிவா முத்தொகுதி

ஒரு சாதாரண மனிதனின் விதிப்பயன், தெய்வங்களுக் கெல்லாம் தெய்வமாய், மகாதேவராய் அவனை உருமாற்றுகிறது.

கி மு 1900. சிந்து சமவெளி நாகரீகம் என இன்றைய இந்தியர்கள் தவறாய்க் குறிப்பிடும் நிலப்பரப்பு. அன்றைய மக்களோ, அதை மெலூஹா - பல நூற்றாண்டுகளுக்கு முன் இராமபிரான் உருவாக்கிய உன்னத, உத்தம சாம்ராஜ்யம் - என்றழைத்தனர். உலகமெங்கும் தூதுவர்கள் அனுப்பி, பல குடிகளைத் தன் தேசத்திற்குப் புலம்பெயரக் கோருகிறார், மெலூஹச் சக்ரவர்த்தி தக்ஷர். திபேத்தைச் சேர்ந்த குணாக்கள், பெருவீரர் சிவனின் தலைமையில் அவரது அழைப்பையேற்கின்றனர். மெலூஹாவிற்குப் புலம்பெயரும் சிவனுக்கு, அவரது குடிகளைத் தாக்கும் கடும் ஜுரம் தொற்றாதது மட்டுமின்றி, கழுத்து நீலமாகும் விசித்திரமும் நிகழ்கிறது. எல்லாவற்றையும் விட அதிசயம்: அறிவிலும் தொழில்நுட்பத்திலும் ஈடு இணையற்ற மெலூஹர்கள், தங்களைக் காக்க வந்த இதிகாசத் தலைவர் நீலகண்டராக - யுகம் யுகமாய் எதிரிகளாய் விளங்கும் சந்திரவம்சிகள் மற்றும் கொடு நாகர்களிடமிருந்து தங்களை மீட்க வந்த அவதாரமாக - அவரை அறிவிக்கின்றனர்.

இவ்வாறு துவங்குகிறது சிவனின் பயணம்.

திடீரென்று எதிர்ப்பட்ட கர்மபயனை, கடமையுணர்வால் மட்டுமின்றி காதலாலும் உந்தப்பட்டு நிறைவேற்ற விழையும் சிவன், மெலூஹர்களின் ஆக்ரோஷப் படையை வழிநடத்தி, தீமையை ஒழிப்பாரா? தீய சக்திகளை அழிக்க வேண்டிய கொடிய யுத்தத்தின் பயங்கர விலை என்ன? எல்லாவற்றிற்கும் மேல் - 'தெய்வங்களுக்கெல்லாம் தெய்வம்' எனத் தனக்களிக்கப்படும் பட்டத்தை ஏற்பாரா?

மெலூஹாவின் அமரர்கள், நாகர்களின் இரகசியம் மற்றும் வாயுபுத்ரர் வாக்கு - இம்மூன்றும் சேர்ந்த *சிவா முத்தொகுதி*, வாசகர்களின் பெருவாரியான ஆதரவையும், ஏகோபித்த

வரவேற்பையும் பெற்றது. இதுவரை, ஏறக்குறைய இருபது இலட்சம் பிரதிகள் விற்றுவிட்டன.

அமீஷ் புத்தகங்களின் நவீன உலகம் பற்றி மேலும் அறிந்துகொள்ள, **www.authoramish.com** செல்லவும்.

பிரத்யேகச் சலுகைகளுக்கு, authoramish.com/**promotions** க்கு செல்லவும்.

அமீஷின் பிற நூல்கள்...

சிவா முத்தொகுதி